AF764921

ഗ്രീൻ ബുക്സ്

ഒളിമ്പിക്സ് ഗാഥ

എം.പി. സുരേന്ദ്രൻ

എഴുത്തുകാരൻ, പത്രപ്രവർത്തകൻ.
തൃശ്ശൂർ ജില്ലയിലെ കണ്ടശ്ശാംകടവിൽ ജനനം.
കളിയെഴുത്തിലും കലാപഠനത്തിലും സജീവം.
സാഹിത്യത്തിലെ ബിരുദാനന്തരബിരുദത്തിനു
ശേഷം അധ്യാപകൻ. 1981ൽ മാതൃഭൂമിയിൽ ചേർന്നു.
വിവിധ യൂണിറ്റുകളിൽ ന്യൂസ് എഡിറ്ററായി
പ്രവർത്തിച്ച ശേഷം തൃശ്ശൂരിൽ ഡെപ്യൂട്ടി എഡിറ്റർ.
2013 മുതൽ മാതൃഭൂമി ന്യൂസ് ചാനലിൽ
ഹെഡ് ഓഫ് പ്രോഗ്രാംസ്. 2020ൽ വിരമിച്ചു.
പ്രധാന കൃതികൾ: റെഡ് സോൺ, സെക്കന്റ് ഹാഫ്,
തുകൽപ്പന്തിന്റെ യാത്രകൾ, കറുപ്പും കാൽപ്പന്തും,
നടനജീവിതം, ചിത്രകാരൻ മാധവമേനോൻ.
നിള, പെരിയാർ പഠനങ്ങൾക്ക് സെന്റർ ഫോർ
എൻവയോൺമെന്റിന്റെ ഫെല്ലോഷിപ്പ്,
പുരസ്കാരങ്ങൾ: കേസരി പുരസ്കാരം,
ചൊവ്വര പരമേശ്വരൻ അവാർഡ്, കെ.സി. സെബാസ്റ്റ്യൻ
അവാർഡ്, വി.കെ.എൻ. പുരസ്കാരം, നിളാവേദി അവാർഡ്,
അന്താരാഷ്ട്ര പുസ്ത്കോത്സവ അവാർഡ്,
ഒ.കെ.ആർ. മേനോൻ പുരസ്കാരം, വൈ.എം.സി.എ.
ഫ്രീഡം അവാർഡ്, ശ്രീകേരളവർമ്മ പുരസ്കാരം,
സി.എച്ച്. മുഹമ്മദ്കോയ പത്രപ്രവർത്തന പുരസ്കാരം,
കാവുമ്പായി രാജീവൻ അവാർഡ്.

കായികം

ഒളിമ്പിക്സ് ഗാഥ

അതിജീവനത്തിന്റെ യാത്രകൾ

എം.പി. സുരേന്ദ്രൻ

ഗ്രീൻബുക്സ്

green books private limited
gb building, civil lane road, ayyanthole,
thrissur- 680 003, kerala, ph: +91 487-2381066, 2381039
website: www.greenbooksindia.com
e-mail: info@greenbooksindia.com

malayalam
olympics gaadha
sports
by
m.p. surendran

published december 2021

cover design : rajesh chalode

printed in india
repro india ltd

branches:
thrissur 0487-2422515
thiruvananthapuram 0471-2335301
calicut 0495 4854662

isbn : 978-93-91072-11-7

GBPL/1200/2021

മുഖക്കുറി

കായികലോകത്തിന്റെ ചരിത്രപഥങ്ങളിലൂടെയുള്ള ഒരു സഞ്ചാരമാണീ കൃതി. ലോക കായികപ്രേമികളെ ഇച്ഛാശക്തിയുടെയും പ്രചോദനത്തിന്റെയും പാതയിലേക്കെത്തിക്കുമെന്ന പ്രത്യാശയോടെ.

എഡിറ്റർ

ഉള്ളടക്കം

മുഖവുര

തന്റെ ജീവിതകാലത്തൊരിക്കലും ഒളിമ്പിക്സിലെ മാരത്തോണിൽ പങ്കെടുക്കാൻ കഴിയാത്ത ഒരു ബ്രിട്ടീഷുകാരനെ ഞാൻ പരിചയപ്പെട്ടിട്ടുണ്ട്. ലണ്ടനിൽ സെന്റ് ജെയിംസ് പാർക്കിൽ സായാഹ്ന നടത്തത്തിനു വന്നതായിരുന്നു അയാൾ. ഒരു മാരത്തോൺ റണ്ണറും റിട്ടയർ ചെയ്ത ഇൻഷുറൻസ് ഉദ്യോഗസ്ഥനുമായിരുന്നു താനെന്ന് സ്വയം പരിചയപ്പെടുത്തിക്കൊണ്ടാണ് അദ്ദേഹം പേര് പറഞ്ഞത്. അലക്സ് തോർമൻ - അറുപതുകൾ പിന്നിട്ടിട്ടും ഒരു ടീ ഷർട്ടിൽ അയാളുടെ ദൃഢഗാത്രം എനിക്ക് കാണാമായിരുന്നു. തണുപ്പിനെ മറികടക്കാനുള്ള എന്റെ വസ്ത്രധാരണം കണ്ട് അയാൾക്ക് സഹതാപം തോന്നിയിരിക്കണം.

അഭിമാനത്തോടുകൂടിയാണ് അയാൾ മാരത്തോൺ ഓട്ടക്കാരനെന്നു പറഞ്ഞത്. ഈ പ്രായത്തിലും അയാൾ എട്ട് കിലോമീറ്റർ നടക്കുന്നുണ്ട്. ബ്രിട്ടനിലെ ഏകാന്തത അനുഭവിക്കുന്ന മനുഷ്യരെപ്പോലെ ഈ തോർമനും ആരോടെങ്കിലും തന്റെ ജീവിതം പറയാൻ ഇഷ്ടപ്പെടുന്നതുപോലെ തോന്നി. അയാൾ മൂന്നു ഒളിമ്പിക് ട്രയലുകളിൽ പങ്കെടുത്തു. പക്ഷേ യോഗ്യത നേടിയില്ല. ലണ്ടൻ മാരത്തണിൽ ആദ്യത്തെ മുപ്പതു സ്ഥാനങ്ങളിൽ വന്നിട്ടുണ്ട്.

മാരത്തോൺ ഒരു ആർട്ട് ഫോം ആണെന്ന് അയാൾ പറഞ്ഞു. എൻഡുറൻസ് (അതിക്ഷമത) എന്ന പദംകൊണ്ടാണ് അതിന്റെ കലാമൂല്യത്തെപ്പറ്റി അയാൾ സംസാരിച്ചത്. മറ്റൊരർത്ഥത്തിൽ അതൊരു പ്രലോഭനമാണ്.

മാരത്തോണിൽ പങ്കെടുക്കാനുള്ള ഒരുക്കങ്ങളാണ് പ്രധാനം. ജീവിതകാലം മുഴുവൻ കാത്തിരിക്കുന്ന ഒരു പ്രിയപ്പെട്ട സന്ദർശകനെ പോലെയാണ് മാരത്തോൺ കാലം അരികെയെത്തുക. അതിനു ശരീരവും മനസ്സും സജ്ജമാക്കുകയെന്നത് കൊല്ലന്റെ ആലയിൽ ഇരുമ്പിനെ ചുട്ടുപഴുപ്പിച്ച് അടിച്ചൊതുക്കുന്നതു

പോലെയാണ്. എങ്ങനെ താനതു നിർവഹിച്ചുവെന്ന് തോർമൻ വിശദീകരിച്ചു.

മറ്റൊരു വൻകരയിൽനിന്നെത്തിയ ഒരു സഹജീവിയോട് തന്റെ ശ്രമങ്ങൾ വിശദീകരിച്ച് ഭാരമൊഴിഞ്ഞ മനസ്സുമായി അയാൾ മാന്യമായ ഭാഷയിൽ യാത്ര പറഞ്ഞുപിരിഞ്ഞു.

അയാൾ പിരിഞ്ഞപ്പോൾ എന്റെ മനസ്സ് സഞ്ചരിച്ചത് അറുപതുകളിലെ ഒരു ഗ്രാമത്തിലേക്കായിരുന്നു. എന്റെ സഹപാഠി മുകുന്ദനെയാണ് ഞാൻ ഓർത്തത്. വീട്ടിൽനിന്ന് നിത്യവും സൈക്കിൾ ചവിട്ടി അവൻ കൊപ്രക്കളത്തേക്ക് പോയത് താനാപ്പാടത്തെ സ്പോർട്സ് മീറ്റിൽ 'കൺട്രി റേസ്' ഓടുന്നതിനായിരുന്നു. അതുപോലെ തിക്തമായ അനുഭവങ്ങളും കഠിനമായ പരിശീലനങ്ങളുമൊക്കെയായി ജീവിതത്തിന്റെ യൗവനതീക്ഷ്ണമായ കാലം മുഴുവൻ ഓടിയോടി ഒളിമ്പിക്സിന് എത്തുന്ന താരങ്ങളുടെ അനുഭവങ്ങളിലൂടെ യാത്ര ചെയ്തപ്പോഴാണ് ശരീരമല്ല, മനസ്സാണ് അവരെ നയിച്ചതെന്ന് മനസ്സിലാവുന്നത്.

അശാസ്ത്രീയമായ പരിശീലനവും പരിശീലകനില്ലാത്ത പരിശീലനവും പ്രചോദകരും സഹായികളുമില്ലാതെ, ട്രെയിനർ ഇല്ലാതെ, ന്യൂട്രിഷ്യൻ അസിസ്റ്റന്റിനെ കൂടാതെ, ഡോക്ടറുടെ സേവനമില്ലാതെ ഒറ്റയ്ക്ക് ഒളിമ്പിക് മൈതാനങ്ങളിലേക്ക് വന്നവരുടെ ജീവിതം ഉജ്ജ്വലമായ നേട്ടം വെട്ടിപ്പിടിക്കാനായിരുന്നില്ല. ഒളിമ്പിക്സിൽ പങ്കെടുത്തുകൊണ്ടുമാത്രം അവരുടെ ജീവിതം ദാരിദ്ര്യത്തിൽനിന്നു മോചനവും നേടിയില്ല. മനുഷ്യന്റെ അപരാജിതമായ ഇച്ഛാശക്തിയാണ് അവരെ ട്രാക്കുകളിലേക്ക് നയിച്ചത്. വെല്ലുവിളികളെ അതിജീവിക്കാനുള്ള മനസ്സുകൊണ്ട് അവർ പുതിയ ദൂരവും സമയവും ഉയരവും കണ്ടെത്തി.

നൂറ്റാണ്ടുകളായി മനുഷ്യൻ നടത്തുന്ന സാഹസികമായ അന്വേഷണങ്ങളുടെ തുടർച്ചയും വളർച്ചയുമാണ് ഒളിമ്പിക് പ്രസ്ഥാനത്തിന്റെ കരുത്ത്. അത് ഒരേ സമയം മനുഷ്യർ ഒത്തുചേരേണ്ടതിന്റെ അനിവാര്യതയും പുതിയ അന്വേഷണങ്ങൾ നടത്തുന്ന പരീക്ഷണശാലയുടെ ആവേശവും ബോധ്യപ്പെടുത്തുന്നു. അത് ആദ്യം പേശികളുടെ ബലത്തിലും കൂട്ടംകൂടലിലുമാണ് വിശ്വസിച്ചതെങ്കിലും ക്രമേണ മനസ്സാണ് എന്തിന്റേയും അധിപൻ എന്ന അടിസ്ഥാന തത്ത്വത്തിലേക്ക് എത്തിച്ചേരുകയായിരുന്നു. അതുകൊണ്ടുതന്നെ ആധുനിക ഒളിമ്പിക്സ് മറ്റു കായികരൂപങ്ങളെപോലെ മൈൻഡ് ഗെയിം ആയി മാറുന്നു. പാവോ നൂർമി മുതൽ മൈക്കേൽ ഫെൽപ്സ് വരെ അതാണ് ഓർമ്മിപ്പിക്കുന്നത്.

ആധുനിക ഒളിമ്പിക്സിന്റെ തുടക്കം പോലും ആ കാലത്തിന്റെ സമസ്യകളേയും മനുഷ്യന്റെ സ്വാഭിമാനത്തേയും ഓർത്തു കൊണ്ടുള്ള കുറച്ചു വാക്കുകളിൽനിന്നാണ് തുടങ്ങിയത്. ബാരൺ പിയറി ദി കൂബർത്ത് ഗ്രീക്ക് ജനതയുടെ മുമ്പിലുയർത്തിയ ഒരു വെല്ലുവിളിയായിരുന്നു ആ വാക്കുകൾ. ആധുനിക ഒളിമ്പിക്സിന് നല്കാൻ ഇവാഞ്ചിലോസ് സപ്പാസ് എന്ന ധനികൻ കരുതിവെച്ച ധനം വിട്ടുകൊടുക്കേണ്ടതില്ലെന്ന് ഗ്രീക്ക് പ്രധാനമന്ത്രി തീരുമാനിച്ചപ്പോൾ കൂബർത്ത് വികാരസാന്ദ്രമായ ഒരു പ്രസ്താവന പുറപ്പെടുവിച്ചു. അതിന്റെ അവസാനം ഇങ്ങനെയായിരുന്നു ''ഞങ്ങൾ ഫ്രഞ്ചുകാർക്ക് ഒരു പഴഞ്ചൊല്ലുണ്ട്, അസാധ്യം എന്നൊരു പദം ഞങ്ങളുടെ ഭാഷയിൽ ഇല്ല. ഇന്നു രാവിലെ എന്നോടു ചിലർ പറയുന്നു, ആ പദം ഗ്രീക്കുകാരന്റേതാണെന്ന്. പക്ഷേ ഞാനതു വിശ്വസിക്കുന്നില്ല'' ഗ്രീസ് ആകെ ഇളകിമറിഞ്ഞു.

ഗ്രീക്ക് രാജാവിന്റെ നേതൃത്വത്തിൽ സമിതിയുണ്ടാക്കി ഒളിമ്പിക്സ് നടത്താൻ തീരുമാനിച്ചു.

അസാധ്യം എന്ന വാക്കിനോടുള്ള മനുഷ്യന്റെ വെല്ലുവിളിയാകുന്നു ഒളിമ്പിക്സ്. 1896 ഏപ്രിൽ 6-ന് ഏതൻസിലെ ചരിത്രപ്രസിദ്ധമായ പനാത്തിനായ്ക്കോസ് സ്റ്റേഡിയത്തിൽ ആരംഭിച്ച മത്സരം മുതൽ ലോകമെമ്പാടും അത്‌ലറ്റുകൾ ആ പദത്തെ അപ്രസക്തമാക്കി മുന്നേറാൻ യാത്ര തുടങ്ങി.

ആ യാത്രയിലാണ് നാം പുതിയ ദൂരങ്ങളും വേഗങ്ങളും ഉയരങ്ങളും കണ്ടെത്തിയത്. ഒരു കല്ലിന്മേൽ മറ്റൊരു കല്ല് അടുക്കിവെച്ചതുപോലെ ഒളിമ്പിക് ചരിത്രം കല്ലുകളിൽനിന്ന് ഉയർന്നുവന്നു. അതെഴുതിയ ജീവിതങ്ങൾ കണ്ണുനീർത്തുള്ളികളിൽനിന്നും വിയർപ്പിൽനിന്നും വിജയത്തിന്റെ അഗ്നി ജ്വലിപ്പിച്ചു.

ഈ ഒളിമ്പിക് നായകന്മാരുടെ ജീവിതയാത്രയിൽ തെളിയുന്ന ജ്വാലകൾ നാളത്തെ തലമുറയ്ക്ക് വേണ്ടിയാണ്. ഇത് കായിക താരങ്ങളുടെ വിജയത്തിന്റെ കഥകളല്ല. അവരുടെ ഇച്ഛാശക്തിയുടേയും വിശ്വാസ സമർപ്പണത്തിന്റേയും അതിജീവനത്തിന്റേയും സാക്ഷ്യങ്ങളാണ്. ഇതിനെ പ്രചോദനത്തിന്റെ പുസ്തകം എന്നു വിളിക്കാൻ ഞാൻ ആഗ്രഹിക്കുന്നു. സ്വന്തം ജീവിതത്തിന്റെ തട്ടകത്തിൽ നിന്നുകൊണ്ട് ഈ ഭൂമിക്കും മനുഷ്യർക്കും എന്തെങ്കിലും നല്കാൻ പ്രിയപ്പെട്ട വായനക്കാർ ലക്ഷ്യമിടുന്നുണ്ടെങ്കിൽ അവർക്ക് ഈ ജീവിതകഥകൾ വായിച്ച് പുതിയൊരു ഊർജ്ജം കിട്ടുമെങ്കിൽ ഞാൻ കൃതാർത്ഥനായി.

ഈ പുസ്തകത്തിന്റെ അവസാനത്തെ അധ്യായങ്ങളായി എടുത്തു ചേർത്ത സംഭവങ്ങൾ അതിന്റെ മറുലോകമാണ്. അതിലൂടെ കടന്നുപോകുമ്പോഴാണ് നമ്മുടെ ജീവിതം എത്രമാത്രം അർത്ഥ പൂർണ്ണമായിരിക്കുമെന്ന് ബോധ്യപ്പെടുക. ഉറച്ച ബോധ്യങ്ങളു ടേതായിരിക്കണം ജീവിതം. ഈ പുസ്തകത്തിന്റെ അച്ചടി ഏറ്റെടുത്ത ഗ്രീൻ ബുക്സിനു നന്ദി. ഗ്രീൻ ബുക്സിന്റെ അമര ക്കാരനും പ്രിയപ്പെട്ട മിത്രവുമായ കൃഷ്ണദാസ് ഈ ആശ യത്തെ വല്ലാതെ വിലമതിച്ചിരുന്നു. അനുഭവങ്ങളുടെ കടലിര മ്പമുള്ള ഒരെഴുത്തുകാരൻ കൂടിയായിരുന്നു കൃഷ്ണദാസ്. അപ്രതീക്ഷിതമായാണ് അദ്ദേഹം ലോകത്തോട് വിടപറഞ്ഞത്. ഈ പുസ്തകം പ്രിയപ്പെട്ട ദാസിനുള്ള എള്ളും പൂവും ജല വുമാകുന്നു.

തൃശ്ശിവപേരൂർ — **എം.പി. സുരേന്ദ്രൻ**

ജൂൺ രണ്ട്, 2021

ഭാഗം ഒന്ന്

അതിജീവനം

ജിം തോർപ്പെ (യു.എസ്.)
ആദ്യത്തെ സൂപ്പർസ്റ്റാർ

ജനനം - 1887 മെയ് 28, ഓക്‌ലഹാമ • മരണം - 1953 മാർച്ച് 28, ലോമിറ്റ • ഒളിമ്പിക് സ്വർണം നേടുന്ന ആദ്യത്തെ അമേരിന്ത്യൻ ഗോത്ര മനുഷ്യൻ • 1912 സ്റ്റോക്ഹോം ഒളിമ്പിക്സ്, ഡെക്കാത്ത്‌ലൺ സ്വർണം • ലോകത്തിലെ ആദ്യത്തെ സമ്പൂർണ്ണ അത്‌ലറ്റ്.

"മഹാനായ ആദിമ പോരാളി, ചീഫ് ബ്ലാക്ക് ഹാക്കിന്റെ പിൻമുറക്കാരൻ എന്ന അഭിമാനത്തേക്കാൾ വലിയതാണ് ഞാനൊരു അത്‌ലറ്റാണെന്ന വിശേഷണം."

ഭൂമിയുടെ അധിപനായി ജീവിതം തുടങ്ങുകയും കീഴാളനും പരിത്യക്തനുമായി ജീവിതമവസാനിപ്പിക്കുകയും ചെയ്ത ജിം തോർപ്പെ ഇരുപതാം നൂറ്റാണ്ടിന്റെ ആദ്യ പകുതിയിൽ അമേരിക്കൻ ഭൂഖണ്ഡത്തിൽ സൃഷ്ടിച്ച കായികപ്രകടനത്തിന് തുല്യമായി മറ്റൊന്നുമില്ല.

നിയമങ്ങൾ അധീശർക്ക് മാത്രമായിരുന്ന കാലത്ത് കീഴാളന്റെ ഒറ്റപ്പെടൽ ജിം തോർപ്പെയും അനുഭവിച്ചു. ഒളിമ്പിക്സ് കണ്ട സമ്പൂർണനായ ഈ അത്‌ലറ്റിന്റെ മെഡലുകൾ പോലും അധികാരികൾ മരണത്തിനുശേഷമാണ് ബന്ധുക്കൾക്ക് തിരിച്ചു നൽകിയത്.

പക്ഷേ, അടിമത്തത്തിന്റേയും ദാസ്യത്തിന്റേയും സംഘർഷത്തിന്റേയും ലോകം ഈ റെഡ് ഇന്ത്യൻ വംശജന് അജ്ഞാതമായിരുന്നു. ഒരു കുട്ടിയുടെ ആഹ്ലാദഭരിതമായ ആകാംക്ഷയോടെ അയാൾ ജീവിച്ചു. അയാളിൽ ഒരു അമേരിന്ത്യന്റെ ശൈശവതുല്യമായ നിഷ്കളങ്കത ഉണ്ടായിരുന്നു.

അമേരിക്കയിലെ ആദിവാസിഗോത്രത്തിൽനിന്നുള്ള ആദ്യ അത്‌ലറ്റായിരുന്നു തോർപ്പെ. അമേരിന്ത്യൻ ഗോത്രത്തിന്റെ ശക്തനായ പ്രചാരകനുമായിരുന്നു.

ജീവിതത്തിന്റെ സായാഹ്നത്തിൽ ജിം തോർപ്പെ തന്റെ വേരുകളിലേക്ക് തിരിച്ചുപോയി. തന്റേതായ ഗോത്രമൂലകങ്ങൾ അയാളിൽ എന്നുമുണ്ടായിരുന്നു. ഭാര്യയോടൊപ്പം തോർപ്പെ ഒരു ട്രെയ്‌ലറിലാണ് ജീവിച്ചത്. ട്രെയ്‌ലർ നദീതീരങ്ങളിലും തടാകക്കരയിലും നിർത്തി അവർ മീൻ പിടിച്ചു. നദികളിൽ കുളിച്ചു. അമേരിന്ത്യക്കാരുടെ സൗക്ക്, ഫോക്സ് പോട്ടോ വാറ്റോ ഗോത്രങ്ങളുടെ കലർപ്പായിരുന്നു തോർപ്പെ. അയാളുടെ മുതുമുത്തച്ഛൻ ബ്ലാക്ക് ഹ്വാക്ക്, ഗോത്രങ്ങളുടെ ആദരം പിടിച്ചുപറ്റിയ പോരാളിയായിരുന്നു. ആ പോരാട്ടവീര്യമാണ് അദ്ദേഹത്തെ കളിക്കളങ്ങളിലും ഒളിമ്പിക്സ് വേദിയിലും എത്തിച്ചത്.

ലോകം അദ്ഭുതാദരങ്ങളോടെ കാണുകയും പശ്ചാത്താപത്തോടെ കൈകൂപ്പുകയും ചെയ്ത ആദ്യത്തെ സൂപ്പർസ്റ്റാർ തോർപ്പെയാണ്. 1912-ലെ ഒളിമ്പിക്സിൽ ഡെക്കാത്തലണിലും പെന്റാത്തലണിലും സ്വർണ്ണമെഡൽ നേടി സമ്പൂർണ്ണനായ അത്‌ലറ്റെന്ന ഖ്യാതി നേടി. അതുപോലെ ബേസ്ബോളിലും റഗ്ബി ഫുട്ബോളിലും അദ്ദേഹം അമേരിക്കയിലെ ഇതിഹാസ താരമായിരുന്നു. ഓരോ സീസണിലും തനിക്കിഷ്ടപ്പെട്ട ഗെയിം കളിച്ചുകൊണ്ട് തോർപ്പെ ഒരു അമേരിക്കൻ ഐക്കണായി മാറി. എന്നിട്ടും ഒരു അമേരിന്ത്യൻ ആയതുകൊണ്ട് ജന്മ നാട്ടിൽ അയാൾ അവഹേളനം ഏറ്റുവാങ്ങി. മടിയനായ ഒരു റെഡ് ഇന്ത്യൻ, കുടിയനായ ആദിവാസി, ട്രെയ്‌ലറിൽ നാടോടിയെപ്പോലെ ജീവിക്കുന്ന മനുഷ്യൻ, വിദ്യാഭ്യാസമില്ലാത്ത മനുഷ്യൻ, ഒളിമ്പിക് സ്വർണ്ണം നഷ്ടപ്പെടുത്തിയ അമേരിന്ത്യൻ എന്നിങ്ങനെ ഒട്ടേറെ കെട്ടു കഥകൾ തോർപ്പെയെ ചുറ്റിവരിഞ്ഞിരുന്നു. പക്ഷേ, അയാളിൽ കണ്ട ഒരു റെഡ് ഇന്ത്യക്കാരന്റെ നൈർമല്യവും ഹൃദയശുദ്ധിയും ആർക്കും ചോദ്യം ചെയ്യാനാവുമായിരുന്നില്ല. വേട്ടയാടിയും മീൻപിടിച്ചും ബേസ് ബോൾ കളിച്ചുമാണ് ജിം തോർപ്പെ ഓക്കലഹാമയിലെ പ്രാഗിലെ സോക്ക് ആൻഡ് ഫോക്സ്‌ലൻഡിൽ വളർന്നത്. അമേരിന്ത്യൻ ഗോത്രാ ചാരങ്ങൾ അയാൾ കൃത്യമായി ശീലിച്ചിരുന്നു. സ്കൂളിൽ പോയി പഠിക്കുന്ന തിനേക്കാൾ, കളിക്കുന്നതിലായിരുന്നു കുഞ്ഞുതോർപ്പെയ്ക്ക് താത്പര്യം.

പെൻസിൽവേനിയയിലെ കാർലൈലിലുള്ള അമേരിന്ത്യൻ സ്കൂളിൽ ചേർന്ന തോർപ്പെ, അവിടത്തെ ആചാരപ്രധാനമായ കൈത്തൊഴിലു കൾ പഠിക്കുന്നതിനേക്കാൾ കളികളിൽ ഏർപ്പെടുന്നതിലാണ് താത്പര്യം കാട്ടിയത്. റെഡ് ഇന്ത്യക്കാരെ അമേരിക്കൻ പൊതുധാരയിലേക്ക് കൊണ്ടുവരാനുള്ള പ്രത്യേകപാഠ്യപദ്ധതിയാണ് സ്കൂളിലുണ്ടായിരു ന്നത്. അക്കാലത്ത് അത്‌ലറ്റിക്സിൽ തോർപ്പെ ഓരോ ദിവസവും പുതിയ ഉയരങ്ങളും ദൂരങ്ങളും കണ്ടെത്തി. അന്നത്തെ അമേരിക്കൻ കോച്ച് ഗ്ലെൻ പോപ്പ് വാർണർക്ക് തോർപ്പിനെ നല്ല മതിപ്പായിരുന്നു. അയാൾ പങ്കെടുത്ത ഒരു അമേരിക്കൻ ഫുട്ബോൾ മാച്ച് (റഗ്ബി) കോച്ചിനെ ആഹ്ലാദിപ്പിച്ചു. ആറുമാസത്തിനകം തോർപ്പെ അമേരിക്കൻ ടീമിലെ തന്നെ അംഗമായി.

അഞ്ചുകൊല്ലത്തിനുള്ളിൽ, സ്പ്രിന്റിലും ഹൈജമ്പിലും ലോങ് ജമ്പിലും പുതിയ റെക്കോർഡുകൾ സൃഷ്ടിച്ചു. 1909-ൽ ജിം, ഈസ്റ്റേൺ കരോലിന ലീഗിൽ, റോക്കി മൗണ്ട് റെയിൽ റോഡേഴ്സിനുവേണ്ടി റഗ്ബി കളിക്കാൻ പോയി. പക്ഷേ, 1911-ൽ പഴയ കോച്ച് തോർപ്പെയെ തിരിച്ചുവിളിച്ചു. അന്നത്തെ അമേരിക്കൻ ലീഗിൽ കാർലൈൽ ഹാർവാ ഡിനു കളിക്കാനായി, തോർപ്പെയെ ചേർത്തു. ഒരൊറ്റ പൈസ പ്രതി ഫലം പോലുമില്ലാതെയായിരുന്നു ഈ നിയമനം. ആദ്യ കളിയിൽ ആർമി ടീമിനെ 27-6ന് തോല്പിച്ചുകൊണ്ടായിരുന്നു ടീമിന്റെ മുന്നേറ്റം. ടീമിനുവേണ്ടി 27-ൽ 22 പോയിന്റ് നേടിയതും തോർപ്പെയായിരുന്നു. തോർപ്പെയെ തടയാനുള്ള ശ്രമത്തിൽ അമേരിക്കൻ പ്രസിഡണ്ടായ

ഡ്വെയ്റ്റ് ഐസനോവർക്ക് സാരമായ പരിക്കേറ്റു. പിന്നീട് ഒരു അഭി മുഖത്തിൽ ഐസനോവർ പറഞ്ഞു: ''ചിലയാളുകൾക്ക് അപാരമായ സർഗ്ഗശക്തിയുണ്ടാകും. എന്റെ ഓർമ്മകൾ ജിം തോർപ്പെയിലേക്ക് പോകുന്നു. അയാൾ കളികളിൽ പരിശീലനം നടത്തുന്നത് അധിക മൊന്നും കണ്ടിട്ടില്ല. പക്ഷേ, എന്റെ ജീവിതത്തിൽ കണ്ട ഏതൊരു കളിക്കാരനേക്കാളും നന്നായി കളിക്കാൻ അയാൾക്ക് കഴിഞ്ഞിരുന്നു.''

തന്റെ ജീവിതത്തിലെ ഓരോ നേട്ടവും തോർപ്പെ സമർപ്പിച്ചിരുന്നത് സഹോദരനായ ചാർളിക്കായിരുന്നു. ഇരട്ടക്കുട്ടികളായിരുന്നു ജിമ്മിയും ചാർളിയും.

എട്ട് വയസ്സുള്ളപ്പോൾ ന്യൂമോണിയ ബാധിച്ച് ചാർളി മരിച്ചു. ജിം ഒറ്റയ്ക്കായി. ജിമ്മിന്റെ ജീവിതത്തിലെ എല്ലാം ചാർളിയായിരുന്നു. ചാർളിക്ക് പനി വന്നപ്പോൾ ജിം സ്കൂളിൽ പോയില്ല. അവനോടൊപ്പം അതേ പനിക്കിടക്കയിൽ ജിമ്മും കിടന്നു. ഓക്ലഹാമയിൽ നിന്ന് ലോറൻസിലെ സ്കൂളിലേക്ക് പതിനെട്ട് കിലോമീറ്റർ ദൂരമുണ്ട്. ഇരു വരും ഒരുമിച്ചാണ് സ്കൂളിലേക്ക് പോയിക്കൊണ്ടിരുന്നത്. അരുവികളിൽ കുളിച്ച്, കാട്ടുകുതിരകളോടൊപ്പം ഓടി, കാട്ടുകനികൾ തിന്ന് ഇരുവരും ആ യാത്ര മനോഹരമാക്കി.

കടുത്ത പനിയെത്തുടർന്ന് ചാർളി മരിച്ചപ്പോൾ ജിമ്മിന് ഒറ്റയ്ക്ക് പോകാൻ പറ്റാതായി. ചാർളിയുടെ ഓർമ്മകൾ ജിമ്മിനെ നിരന്തരം വേട്ടയാടി. ഒടുവിൽ പിതാവ് ജിമ്മിനെ ഹാസ്കലിലേക്ക് മാറ്റി. കുടുംബം പിന്നീട് ഹാസ്കലിൽ (hascal) താമസമാക്കി.

ഹാസ്കലിൽ താമസിക്കുന്നതിനിടയിലാണ് ജിമ്മിന്റെ പിതാവിന് ഒരു വന്യമൃഗവേട്ടയ്ക്കിടയിൽ വെടിയേറ്റത്. ജിം ആകെ വിറച്ചു. അതിന്റെ ആഘാതത്തിൽ അവൻ വീട് വിട്ടു. ട്രെയിനിൽ കയറിയും നടന്നും 270 കിലോമീറ്റർ പിന്നിട്ടുകഴിഞ്ഞിരുന്നു. രണ്ടാഴ്ച കഴിഞ്ഞാണ് ജിം വീട്ടി ലേക്ക് തിരിച്ചുവന്നത്. ഹാസ്കലിൽവെച്ചാണ് ജിം കാർലൈൽ സ്കൂളിൽ ചേരുന്നത്.

കാർലൈൽ സ്കൂളിൽവെച്ച് കോച്ച് പോപ്പ് വാർണർ ജിമ്മിനെ കണ്ടുമുട്ടിയില്ലായിരുന്നുവെങ്കിൽ ജിം എന്ന അത്‌ലറ്റ് ജനിക്കുമായിരുന്നില്ല. വാർണർ തന്നെയാണ് ജിമ്മിനെ ഒളിമ്പിക്സിനുള്ള അത്‌ലറ്റിക് ടീമിൽ പരിശീലിപ്പിച്ചത്. ഏതു വിഭാഗത്തിൽ മത്സരിപ്പിക്കണം എന്ന കാര്യ ത്തിലും കോച്ചിന് ആശയക്കുഴപ്പമുണ്ടായിരുന്നു.

1912-ൽ സ്വീഡനിൽ നടന്ന ഒളിമ്പിക്സിൽ, അമേരിക്കൻ ടീം ഒരു കപ്പലിലാണ് യാത്ര പുറപ്പെട്ടത്. ആ യാത്രയിൽപോലും കീഴാളന്റെ ദുരിതങ്ങൾ തോർപ്പെ അനുഭവിച്ചു. ജിം തോർപ്പയെപ്പോലെ കറുത്ത വനായ ആബേൽ കിവിയാറ്റിനും കപ്പലിൽ മുറികൾ നല്കിയിരുന്നില്ല. കപ്പലിന്റെ അടിത്തട്ടിലുള്ള ഒരു തുറസ്സായ സ്ഥലത്താണ് അവർ കിട ന്നത്. അന്ന് തോർപ്പെയ്ക്കും കൂട്ടുകാരനും മറ്റ് അത്‌ലറ്റുകളുമായി ഇടകലർന്നു കഴിയാൻ അവസരം നിഷേധിച്ചിരുന്നു. പക്ഷേ, തോർപ്പെ

അതൊക്കെ അവഗണിച്ചു. കപ്പലിൽ അയാൾ കഠിനമായി പരിശീലനം നടത്തി.

അക്കാലത്ത് തോർപ്പെ അത്‌ലറ്റിക്സിൽ മാത്രമല്ല അമേരിക്കൻ ഫുട്ബോളിലും ബേസ്ബോളിലും കളിച്ചിരുന്നു. അമേരിക്കയിൽ അയാൾ ബേസ്ബോൾ ഇതിഹാസമായാണ് അക്കാലത്തുതന്നെ അറിയപ്പെട്ടിരുന്നത്. ബാസ്കറ്റ്ബോളിലും ഹാൻഡ്ബോളിലും ടെന്നീസിലും അയാൾ പങ്കെടുത്തിരുന്നു. ഗോൾഫ്, ഹോക്കി, ബോക്സിങ്, ജിംനാസ്റ്റിക്സ് എന്നിവയും ജിം പരിശീലിച്ചു. എന്തിന് ദേശീയ ബോൾറൂം മത്സരത്തിൽ പങ്കെടുത്ത് തോർപ്പെ മെഡൽ നേടിയിരുന്നു.

ഡെക്കാത്തലണിലും പെന്റാത്തലണിലും മെഡൽ നേടാൻ തോർപ്പെയ്ക്ക് അധികമൊന്നും വിയർപ്പൊഴുക്കേണ്ടി വന്നില്ല. ഈ രണ്ടിനങ്ങളിലെ വിവിധ മത്സരങ്ങളിൽ തോർപ്പെ കണ്ടെത്തിയ വേഗവും ദൂരവും ഉയരവും മറ്റ് അത്‌ലറ്റുകളെ അദ്ഭുതപ്പെടുത്തുക തന്നെ ചെയ്തു.

എന്നാൽ ഈ മെഡലുകൾ പിൽക്കാലത്ത് അമേരിക്കൻ സർക്കാർ തിരിച്ചുവാങ്ങുകയാണ് ചെയ്തത്. ഒളിമ്പിക്സിനുശേഷവും മുൻപും ജിം ബേസ്ബോളും ഫുട്ബോളും (റഗ്ബി) കളിച്ചിരുന്നു. ബേസ്ബോളിൽ പ്രതിഫലം പറ്റിയാണ് ജിം കളിച്ചതെന്ന് കണ്ടെത്തിയതോടെയാണ് ജിമ്മിന് എതിരെ ഒളിമ്പിക് കമ്മിറ്റി അയോഗ്യത പ്രഖ്യാപിച്ചത്.

1913-ൽ വോർച്ചസ്റ്റർ ടെലഗ്രാം എന്ന പത്രമാണ് ഈ ആരോപണം പുറത്തുകൊണ്ടുവന്നത്. ഓരോ ആഴ്ചയിലും ജിം 25 ഡോളർ വീതം ബേസ്ബോൾ കളിക്കാൻ പ്രതിഫലം വാങ്ങിയിരുന്നുവെന്നും, അമേചർ താരമല്ലെന്നും വോർച്ചസ്റ്റർ റിപ്പോർട്ട് ചെയ്തു. ഇതേക്കുറിച്ച് വിവാദങ്ങൾ ഉയർന്നപ്പോൾ ഒളിമ്പിക് കമ്മറ്റി തോർപ്പെയുടെ മെഡലുകൾ

തിരിച്ചുവാങ്ങുകയാണ് ചെയ്തത്. അക്കാലത്ത് ജിം തോർപ്പെ പൂർണ്ണ സ്വാതന്ത്ര്യമുള്ള അമേരിക്കൻ പൗരൻ പോലുമായിരുന്നില്ല. അതുകൊണ്ട് കോടതികളിൽ തന്റെ ഭാഗം വിശദീകരിക്കാൻ കഴിഞ്ഞില്ല. 1924-ൽ മാത്ര മാണ് അമേരിന്ത്യക്കാർക്ക് യു.എസ്. ഭരണകൂടം പൗരത്വം നല്കിയത് എന്നുകൂടി ഓർക്കുക.

എ.ബി.സി സ്പോർട്സിന്റെ ലേഖകൻ കൂടിയായ റോബർട്ട് വീലറും ഭാര്യ ഫ്ളോറൻസ് വീലറും മകൻ റോബ് വീലറുമാണ് അക്കാലത്ത് ഈ വിവേചനത്തിനെതിരെ പോരാട്ടം നടത്തിയത്. ആദ്യം അവർ കണ്ടെ ത്തിയത് ബേസ്ബോൾ ടൂർണ്ണമെന്റുകളിൽ പങ്കെടുക്കാൻ അന്നത്തെ സംഘാടകസമിതി സ്വയം ചെലവഴിച്ച തുകയായിരുന്നു ഈ 25 ഡോളർ എന്നാണ്. ഈ തുക യാത്രാടിക്കറ്റുകൾ ബുക്ക് ചെയ്യാനുള്ളതായിരുന്നു.

1912-ലെ ഒളിമ്പിക്സിന്റെ ഔദ്യോഗികരേഖകൾ കണ്ടെടുത്ത ഈ ദമ്പതിമാർ അക്കാലത്തെ മത്സരങ്ങളിലൊന്നിലും അമേച്വർ പദവി സംബന്ധിച്ച നിബന്ധനകൾ നിർവചിച്ചിരുന്നില്ലെന്ന് കണ്ടെത്തി. ഇതോടെ അമേരിക്കയിൽ ഒളിമ്പിക് കമ്മിറ്റിക്കെതിരെ വലിയ പ്രതിഷേധം പൊട്ടി പ്പുറപ്പെട്ടു. മഹാനായ ഒരു അത്‌ലറ്റിനെ തിരസ്കരിച്ചതിൽ അമേരിക്ക ലജ്ജിക്കുന്നതായി പിൽക്കാലത്ത് വെളിപാടുണ്ടായി.

1953-ൽ മരണത്തിനുശേഷമാണ് തോർപ്പെ, അനശ്വരതയിലേക്കുള്ള യാത്ര തുടങ്ങിയത്. 1982-ൽ ഇന്റർനാഷണൽ ഒളിമ്പിക് കമ്മിറ്റി തോർപ്പെ യുടെ അമച്വർ പദവി പുനഃസ്ഥാപിച്ചു. മെഡലുകൾ മക്കൾക്ക് തിരികെ നല്കി. കണ്ണീരോടെ അത് സ്വീകരിച്ച മകൻ ബിൽ തോർപ്പെ ആ മെഡലുകൾ ഓക്‌ലഹാമ ഹിസ്റ്റോറിക്കൽ സൊസൈറ്റിക്ക് നല്കി. എ, ബി,സി സ്പോർട്സ് ഇരുപതാം നൂറ്റാണ്ടിലെ അത്‌ലറ്റായി ജിമ്മിനെ തിരഞ്ഞെടുത്തു.

അമച്വർ പദവി നഷ്ടപ്പെട്ടതിനുശേഷം തോർപ്പെ, ന്യൂയോർക്ക് ജയന്റ്സുമായി ഒരു കരാർ ഒപ്പുവെച്ചിരുന്നു. ഏതാണ്ട് പന്ത്രണ്ട് വർഷം ജിം ബേസ്ബോൾ കളിച്ചു. മാത്രമല്ല, അമേരിക്കൻ ലീഗിന്റെ ആദ്യത്തെ പ്രസിഡന്റുമായി. മറ്റ് മത്സരങ്ങളിലും അദ്ദേഹം പങ്കെടുത്തിരുന്നു. എങ്കിലും കുടുംബം പുലർത്താൻ അദ്ദേഹത്തിന് പല ജോലികൾ ചെയ്യേണ്ടി വന്നു.

ഹോളിവുഡിൽ ചെറുറോളുകൾ ചെയ്ത് തോർപ്പെ ജീവിച്ചു. ടെന്റി യത്ത് സെഞ്ചറി ഫോക്സ് അക്കാലത്ത് ബർട്ട് ലങ്കാസ്റ്ററെ നായകനാക്കി 1951 ൽ ഒരു സിനിമ പുറത്തിറക്കി. 'ജിം തോർപ്പെ - ഓൾ അമേരിക്കൻ' എന്നായിരുന്നു ചിത്രത്തിന്റെ പേര്.

തന്റെ അനുഭവങ്ങൾ അദ്ദേഹം ഒട്ടേറെ യുവാക്കളുമായി പങ്കുവെച്ചു. അക്കാലത്ത് തോർപ്പെയ്ക്ക് ഒരു പ്രഭാഷണത്തിന് അഞ്ഞൂറ് ഡോളർ ലഭിച്ചിരുന്നു. അത്രമാത്രം പോപ്പുലറായ പ്രാസംഗികനായിരുന്നു അയാൾ. തോർപ്പെയുടെ മരണശേഷം വീട് തിരഞ്ഞപ്പോൾ ഇത്തരത്തിലുള്ള ഒട്ടേറെ ചെക്കുകൾ ലഭിക്കുകയുണ്ടായെന്ന് മകൻ സാക്ഷ്യപ്പെടുത്തുന്നു. ■

പാവോ നൂർമി (ഫിൻലണ്ട്)

ഒരു ജോടി ഷൂ മാത്രം മോഹിച്ച നൂർമി

ജനനം - 1897 ജൂൺ 13 ● മരണം - 1973 ഒക്ടോബർ 2. ഹെൽസിങ്കി ● 1920 ഒളിമ്പിക്സ് - ആന്റ്വർപ്പ് ● 10000 മീറ്റർ - സ്വർണ്ണമെഡൽ ● 5000 മീറ്റർ - വെള്ളി മെഡൽ ● ക്രോസ് കൺട്രി - സ്വർണ്ണമെഡൽ ● ടീം ക്രോസ് കൺട്രി - സ്വർണ്ണമെഡൽ ● 1924 ഒളിമ്പിക്സ് - പാരീസ് ● ടീം ക്രോസ് കൺട്രി - സ്വർണ്ണമെഡൽ ● 1500 മീറ്റർ - സ്വർണ്ണമെഡൽ ● 5000 മീറ്റർ - സ്വർണ്ണമെഡൽ ● 3000 മീറ്റർ ടീം - സ്വർണ്ണമെഡൽ ● ക്രോസ്കൺട്രി - സ്വർണ്ണമെഡൽ ● 1928 - ആസ്റ്റർഡാം ഒളിമ്പിക്സ് ● 10000 മീറ്റർ - സ്വർണ്ണമെഡൽ ● 5000 മീറ്റർ - സിൽവർ മെഡൽ ● 3000 മീറ്റർ - സിൽവർ മെഡൽ ● 3000 മീറ്റർ സ്റ്റീപ്പിൾചേസ് - വെള്ളി മെഡൽ.

“മനസ്സാണ് എല്ലാം,
മസിലുകൾ വെറും റബ്ബറിനെപോലെയാണ്.”

“**2021**-ലെ ടോക്കിയോ ഒളിമ്പിക്സിന് തയ്യാറെടുക്കുന്നവരിൽ ഭൂരിഭാഗവും പാവോ നൂർമിയുടെ ജീവിതകഥ കേട്ടിട്ടേയില്ല. ഒരു കായിക വെബ്സൈറ്റ് നടത്തിയ സർവ്വേയിലാണ് ഈ ഞെട്ടിക്കുന്ന കണ്ടെത്തൽ. അല്ലെങ്കിലും ആരോർമ്മിക്കണം നൂർമിയെ? ആധുനിക സാങ്കേതിക വിദ്യയുടെ പിൻബലത്തോടെ കോടിക്കണക്കിനു രൂപ ചെലവഴിച്ച് ഒളിമ്പിക്സിന്റെ വെള്ളിവെളിച്ചത്തിലേക്ക് വരുന്ന ഇന്നത്തെ അത്‌ലറ്റുകൾ ഒരു ജോടി ഷൂവിനുവേണ്ടി ഓടിയ നൂർമിയെ എന്തിനു ഓർമ്മിക്കണം?

ഫിൻലണ്ടിന്റെ തെക്കുപടിഞ്ഞാറൻ കടൽത്തീരപട്ടണമായ തർക്കുവിലെ തിരക്കേറിയ കൂട്ടുപാതയ്ക്കു നടുവിലുള്ള പ്രതിമയിൽ നാട്ടുകാർ ഇപ്പോഴും നമിക്കുന്നതു കാണാം. അധ്വാനിക്കുന്നവർക്ക് ഭാഗ്യം കൊണ്ടുവരുന്ന പ്രതിമയായി അവരതിനെ കാണുന്നു. ആ മുഴുകായ പ്രതിമയുടെ ഒറിജിനൽ ജാവസ്കല്യ സർവ്വകലാശാലയുടെ മുറ്റത്താണ് സ്ഥാപിച്ചത്. അതിന്റെ മറ്റൊരു പകർപ്പ് ഹെൽസിങ്കിയിലെ അന്താരാഷ്ട്ര ഒളിമ്പിക് സ്റ്റേഡിയത്തിനു മുന്നിലാണ്. അന്താരാഷ്ട്ര ഒളിമ്പിക് കമ്മിറ്റി 1994 ൽ അതിന്റെ മറ്റൊരു പകർപ്പ് സ്വിറ്റ്സർലണ്ടിലെ ലുസാനെയിൽ സ്ഥാപിച്ചു. ആ ശില്പം രൂപകല്പന ചെയ്ത വിഖ്യാതശില്പി വെയ്നോ ആൾട്ടോണൻ കൃതാർത്ഥനായി. തന്റെ ഒരു ശില്പത്തിനും, ഇത്ര പകർപ്പുണ്ടായിട്ടില്ലെന്ന് ആൾട്ടോണൻ പിന്നീട് എഴുതി. മഹാനായ പാവോ നൂർമിക്ക് ശില്പി ആദരം നേർന്നു.

ലോകമെമ്പാടുമുള്ള സ്പോർട്സ് താരങ്ങൾക്ക് പാവോ നൂർമി പ്രചോദനമാണ്. ഒന്നുമില്ലായ്മയിൽ വളർന്ന ഒരു ബാലൻ തന്റെ കഠിനമായ പരിശീലനം കൊണ്ടും ഇച്ഛാശക്തി കൊണ്ടും 1924 ലെ പാരീസ് ഒളിമ്പിക്സിൽ അഞ്ചു സ്വർണ്ണമെഡലുകൾ, ആറു ദിവസങ്ങൾക്കുള്ളിൽ സ്വന്തമാക്കി. അത്‌ലറ്റിക്സിലെ ഈ അതിശയകരമായ നേട്ടം അക്കാലത്ത് മറ്റാർക്കും നേടാനായില്ല. 1920 മുതൽ 28 വരെയുള്ള മൂന്നു ഒളിമ്പിക്സിൽ നിന്നായി നൂർമി വാരിയെടുത്തത് 9 സ്വർണ്ണമെഡലുകളും മൂന്നുവെള്ളിയും. ഇന്നും വിസ്മയത്തോടെ മാത്രമേ ഈ നേട്ടങ്ങൾ കാണാനാവൂ. അതുകൊണ്ടാവണം പറക്കുന്ന ഫിൻലണ്ടുകാരൻ ഓട്ടക്കാരുടെ രാജാവ്. നൂർമി എന്ന ഇതിഹാസം എന്നിങ്ങനെയുള്ള വിശേഷണങ്ങൾ. ഈ വർത്തമാനകാലത്തും നൂർമിയിൽ ചാർത്തുന്നത്.

1973 ഒക്ടോബർ രണ്ടിന് നൂർമി മരണമടഞ്ഞപ്പോൾ ഫിനിഷ് മന്ത്രി മാർജറ്റ് വസ്നാനൻ അനുസ്മരണയോഗത്തിൽ പറഞ്ഞു "റെക്കോർഡുകൾ തകർക്കാനുള്ളതാണ്. സ്വർണ്ണമെഡലുകൾ പിൽക്കാലത്ത് തിളക്കം നഷ്ടപ്പെട്ടേക്കാം. വിജയികൾ വീണ്ടും വിജയികളെ കണ്ടെത്തിയേക്കാം. എല്ലാം കാലത്തിന്റേതാണ്. എന്നാൽ നൂർമി കാലങ്ങളെ അതിശയിക്കും." മാർജറ്റയുടെ ഈ വാക്കുകൾ പോലും പിൽക്കാലത്ത്, സ്പോർട്സ് എഴുത്തുകാർ കടമെടുത്ത് പ്രയോഗിച്ചു. ഫിൻലണ്ടുകാർ "സിച്ചു" എന്നു വിളിക്കുന്ന ജനുസ്സിൽപ്പെട്ടയാളാണ് നൂർമി. ഫിൻലണ്ടിൽ ചിലപ്പോൾ രാത്രിയും പകലും സൂര്യനുദിച്ചുനിൽക്കും. ചിലപ്പോൾ രാത്രി മുഴുവനും സൂര്യവെളിച്ചമുണ്ടാകും. അത്തരം വിപരീത കാലാവസ്ഥയിൽപോലും ആത്മനിയന്ത്രണമുള്ള ആളെയാണ് സിച്ചു എന്നു വിളിക്കുക. നൂർമി എല്ലാ അർത്ഥത്തിലും സിച്ചു ആയിരുന്നു. അപാരമായ ആ ഇച്ഛാശക്തിയെ റോൺ ക്ലാർക്കിനെപ്പോലെയുള്ള ഇതിഹാസ താരങ്ങൾ പോലും വാഴ്ത്തി. നെപ്പോളിയന്റെ അതേ ഇച്ഛാശക്തിയാണ് നൂർമിക്കെന്ന് റോൺക്ലാർക്ക് വിശേഷിപ്പിച്ചു.

പക്ഷേ ജീവിതത്തെ ഓടിപ്പിടിക്കാനുള്ള വേവലാതികളായിരുന്നു നൂർമിയുടെ ജീവിതം. "അമ്മയ്ക്കും സഹോദരന്മാർക്കും കൊടുക്കാൻ

ഒരു ബണ്ണിനുവേണ്ടിയും ഓടാൻ ഞാൻ തയ്യാറായിരുന്നു. എനിക്ക് ജീവിതത്തിലെ കൊടിയ ദാരിദ്ര്യത്തെ മറികടക്കേണ്ടതുണ്ടായിരുന്നു. അതുകൊണ്ട് എന്റെ മുമ്പിൽ വിജയിക്കുക, നേടുക എന്നീ രണ്ടു പദങ്ങൾ മാത്രമേ ഉണ്ടായിരുന്നുള്ളൂ. മുന്നിൽ ഉള്ളുപിടക്കുന്ന ലക്ഷ്യങ്ങൾ ഇല്ലെങ്കിൽ നാം എവിടേയും എത്തുകയില്ല. എന്റെ ജീവിതം ഇതുമാത്രമാണ്.'' നൂർമി പിന്നീട് എഴുതി.

പതിനഞ്ചാം വയസ്സിൽ ബേക്കറിയിലെ ഡെലിവറി ബോയ് ആയി പണിയെടുത്തുകൊണ്ടിരിക്കുന്ന അവസരത്തിലാണ് സ്റ്റോക്ക് ഹോമിൽ ഒളിമ്പിക്സ് വരുന്നത്. ഒളിമ്പിക്സിൽ യാതൊരു താല്പര്യവുമില്ലാത്ത നൂർമിയിലേക്ക് ഓട്ടക്കാരന്റെ ജീവിതം കടത്തിവിടുന്നത് നാട്ടുകാരനായ ഹാനെസ് കോൾ മിയേൻ ഒളിമ്പിക്സിൽ മത്സരിച്ച മൂന്നുസ്വർണ്ണം നേടിയത് ആ ബേക്കറിയിൽ ചർച്ച ചെയ്തതാണ് നൂർമിയെ ഉത്തേജിപ്പിച്ചത്. ഓട്ടത്തിനു ഒരു ജോടി ഷൂസ് മാത്രം മതിയെന്ന അവരുടെ വാദം നൂർമിയിൽ പുതിയൊരു പ്രത്യാശ കടത്തിവിട്ടു. ആ രാത്രി നൂർമി ഉറങ്ങിയില്ല. അമ്മയും സഹോദരങ്ങളും ഉറങ്ങുന്ന മുറിയിൽ നൂർമി, കണ്ണു തുറന്നു കിടന്നു. ഒരു ജോടി ഷൂ മാത്രമായിരുന്നു നൂർമിയുടെ മനസ്സിൽ. ഒരു മാസത്തെ കഠിനമായ അധ്വാനംകൊണ്ട് നൂർമി പഴയൊരു ഷൂ സംഘടിപ്പിച്ചു. ഈ ഷൂസിൽനിന്ന്, ഒരു ഇതിഹാസത്തിന്റെ ജീവിതം തുടങ്ങി. നൂർമിയുടെ മനസ്സിൽ കോൾമാനെന്നു സർക്കാർ നൽകിയ സഹായങ്ങൾ വലിയ പ്രതീക്ഷ നൽകിയിരുന്നു. ജയിച്ചാൽ തനിക്കും സർക്കാരിന്റെ സഹായങ്ങൾ കിട്ടുമെന്ന പ്രത്യാശ നൂർമിയിൽ ജ്വലിച്ചുനിന്നു.

ഒറ്റമുറി / ഒരു സ്മാരകം

മരപ്പണിക്കാരൻ ജോഹാൻ നൂർമിയും ഭാര്യ മറ്റിൽഡയും ക്ലേശിച്ചാണ് തുർക്കുവിലെ ജറിമിനൻ കട്ടുവിൽ നാല്പതു സ്ക്വയർ മീറ്റർ സ്ഥലം വാങ്ങിയത്. അപ്പോൾ അവർക്ക് മൂന്നു കുട്ടികൾ പിറന്നിരുന്നു. മൂത്തവൻ പാവോ 1897ലാണ് ജനിച്ചത്. രണ്ടുകൊല്ലത്തിനുശേഷം സിറിയും പിന്നെ സാറയും പിറന്നു. ഒരു കെട്ടിടനിർമ്മാണക്കമ്പനിയിൽ പ്രവർത്തിച്ച ജൊഹാൻ ആ സ്ഥലത്ത് ഒരു മുറിയും അടുക്കളയും മാത്രം നിർമ്മിച്ചു. ഇതിനുതന്നെ വർഷങ്ങൾ എടുത്തു. ഈ ദമ്പതിമാർക്ക് പിന്നെ മാറ്റി, ലഹ്ജ എന്നീ രണ്ടു കുട്ടികൾ കൂടി പിറന്നു. ലഹ്ജ, ചെറുപ്പത്തിൽ തന്നെ ശോണ പനി വന്നു മരിച്ചു. പക്ഷേ മെറ്റിൽഡയെ തകർത്തുകളഞ്ഞത് ഭർത്താവിന്റെ മരണമാണ്. പറക്കമുറ്റാത്ത നാലു കുട്ടികളും മെറ്റിൽഡയും ഒറ്റപ്പെട്ടു. ജീവിക്കാനുള്ള വഴികൾ ഓരോന്നായി അടഞ്ഞപ്പോൾ മറ്റിൽഡ അടുക്കള വാടകയ്ക്ക് നല്കി. ഒരൊറ്റ മുറിയിൽ അമ്മയും മക്കളും ജീവിച്ചു. അതേ മുറിയിൽ തന്നെ പാചകവും ഉറക്കവും.

മകൻ പഴയൊരു ജോടി ഷൂസുമായി വന്നപ്പോൾ അമ്മയ്ക്കു കരയാനാണ് തോന്നിയത്. പക്ഷേ കൊച്ചു പാവോ, അതു വിലപ്പെട്ട നിധി

പോലെ സൂക്ഷിച്ചു. ആരും പാഠങ്ങൾ നൽകാനുണ്ടായിരുന്നില്ല. ഒരാൾ പോലും എങ്ങനെയാണ് ഓടേണ്ടതെന്ന് പറഞ്ഞുകൊടുക്കാനുമുണ്ടായില്ല. മെറ്റിൽഡയുടെ സമ്മതത്തോടെ പാവോ, 1914 ൽ ടാറൂൺ ഉർഹലിറ്റോ ക്ലബ്ബിൽ ചേർന്നു. മറ്റു കുട്ടികളോടൊപ്പം ഓടി പാവോ ക്ലബ്ബ് അധികൃതരുടെ ശ്രദ്ധ പിടിച്ചുപറ്റി. അതിവേഗതയിൽ തുർക്കുവിലെ ഒരു പയ്യൻ ഓടുന്നുവെന്ന വാർത്ത പിന്നീട് പരന്നു. ഓട്ടപ്പന്തയങ്ങളിൽ പങ്കുകൊണ്ടാൽ അക്കാലത്ത് പണമൊന്നും ലഭിക്കുകയില്ല. പക്ഷേ സമ്മാനങ്ങൾ കിട്ടും. പാവോയുടെ കഥകൾ സംഘാടകർ മൈക്കിലൂടെ അറിയിക്കുമ്പോൾ ആരെങ്കിലും സഹായം നൽകും. കുടുംബത്തിനു അതു വലിയ ആശ്വാസമായിരുന്നു. 1917 മുതൽ കൂട്ടുകാരുടെ സഹായത്തോടെ സമയം കണക്കാക്കി പാവോ, പരിശീലനം നടത്തി. ഒളിമ്പിക്സിനുമുമ്പ് മൂവ്വായിരം മീറ്റർ പാവോ ഓടിയത് സ്റ്റോപ്പ് വാച്ച് ഉപയോഗിച്ചാണ്. ഫിൻലണ്ട് ദേശീയ ഗെയിംസിൽ 3000 മീറ്ററിൽ പാവോ, ദേശീയ റിക്കാർഡ് നേടിയപ്പോൾ ഫിൻലണ്ടിലെ ഓട്ടക്കാർ അതിശയിച്ചു. അവർ ആരും തന്നെ പാവോ നൂർമി എന്ന പേര് കേൾക്കുക പോലും ചെയ്തിരുന്നില്ല. ഫിൻലണ്ടിന്റെ എല്ലാ ശ്രദ്ധയും നൂർമിയിലേക്ക് തിരിഞ്ഞു. നൂർമി ആവശ്യപ്പെട്ട മൂന്നിനങ്ങളിൽ മത്സരിക്കാൻ, ഫിൻലണ്ട് കായികമേധാവികൾ അംഗീകാരം നൽകി.

ആന്റ്വെർപ്പിൽ നൂർമി അജ്ഞാതനായിരുന്നു. ഒളിമ്പിക്സിലെ 5000 മീറ്റർ ഫൈനൽ മൂന്നേകാൽ മണിക്കാണ് ആരംഭിച്ചത്. ആദ്യത്തെ മൂന്നു ലാപ് കഴിഞ്ഞപ്പോൾ നൂർമി ഇറ്റലിയുടെ സെപ്രോണിയേയും ഫ്രഞ്ചുകാരൻ എറിക്ബ്ലാക്ക്മാനെയും മറികടന്നു. പക്ഷേ ഇരുപതുകാരൻ ജോസഫ് ഗില്ലിമോട്ട് അവസാനത്തെ 75 മീറ്ററിൽ, നൂർമിയെ

നൂർമി അമ്മയോടും മറ്റു സഹോദരങ്ങളോടുമൊപ്പം

മറികടന്നു. നൂർമി കരുതിവെച്ച വേഗത്തേക്കാൾ ഗില്ലിമോട്ട് ഓടി. മത്സരം കൈവിട്ടുപോയെന്ന് നൂർമിക്ക് ബോധ്യമായി. ഗില്ലിമോട്ടിന്റെ സ്വർണ്ണ മെഡലിന്റെ തിളക്കം നൂർമിയുടെ വെള്ളി മെഡലിനുണ്ടായിരുന്നു. അക്കാലത്ത് കിട്ടാവുന്ന സൗകര്യങ്ങളും പരിശീലകരുമായാണ് ഗില്ലി മോട്ട് മത്സരിച്ചത്. നൂർമിക്ക് അത്തരമൊരു ഗോഡ്ഫാദർ ഇല്ലായിരുന്നു.

രണ്ടു ദിവസത്തിനുശേഷം, നൂർമി പതിനായിരം മീറ്ററിൽ മത്സരിച്ചു. വ്യക്തമായ ഗെയിം പ്ലാനോട് കൂടിയാണ് നൂർമി ഓടിത്തുടങ്ങിയത്. ആദ്യം മുന്നിൽ കയറിയശേഷം മനഃപൂർവ്വം നൂർമി വേഗത കുറച്ചു. അതോടെ മുന്നിലോടിയ നാട്ടുകാരൻ ഹെയ്ലി ലിറ്റ്മാനനും വേഗത കുറച്ചു. പിന്നീട് കൃത്യമായി ഓടിത്തുടങ്ങിയ നൂർമി മുന്നിൽ ഓടിയ ജോസഫ് ഗില്ലിമോട്ടിനേയും ജെയിംസ് വിൽസനേയും മറികടക്കാനുള്ള ശ്രമത്തിലായി. ഒരു കിലോമീറ്റർ കൂടി പിന്നിടാനുള്ളപ്പോൾ നൂർമി വേഗത കുറച്ചു. ഗില്ലിമോട്ട് അതിനനുസരിച്ച് മുന്നേറി. എന്നാൽ അവസാന ലാപിൽ അസാമാന്യവേഗതയിൽ കുതിച്ചെത്തിയ നൂർമി ഗില്ലിമോട്ടിനെ പിന്തള്ളി ടേപ്പ് തൊട്ടു. ഒരഭിനന്ദനത്തിനും കാത്തുനിൽക്കാതെ നൂർമി സ്റ്റേഡിയം വിട്ടു. ആ വിജയം നൂർമിക്ക് ആശ്വാസമാണ് നല്കിയത്. അധി കാരികൾ, തന്റെ ജീവിതാവസ്ഥകൾ കണ്ടറിയുമെന്ന് നൂർമി പ്രത്യാശിച്ചു. രണ്ടു ദിവസങ്ങൾക്കുശേഷം തിങ്കളാഴ്ച ക്രോസ് കൺട്രിയിൽ വ്യക്തിഗത

തർക്കുവിലെ നൂർമി ശില്പം

ഇനത്തിലും ടീമിനത്തിലും നൂർമി സ്വർണ്ണം നേടി. കോൾ മാനെനു ശേഷം ഒരു ഫിൻലണ്ടുകാരന് മൂന്നു സ്വർണ്ണം. ഫിൻലണ്ട് എന്ന കൊച്ചു രാജ്യം മതിമറന്ന് ആഹ്ലാദിച്ചു. നൂർമിയുടെ ജീവിതകഥകൾ പത്രങ്ങളിൽ പ്രത്യക്ഷപ്പെട്ടു. പക്ഷേ, നൂർമി ആകാംക്ഷാഭരിതനായിരുന്നു. അയാളിൽ ആനന്ദം കോരി നിറച്ചുകൊണ്ട് സർക്കാർ നൂർമിക്ക് വീട് നല്കി. വീട്ടിൽ വൈദ്യുത വെളിച്ചമെത്തി. ഫർണീച്ചറുകൾ വന്നു. തുന്നൽ യന്ത്രം ലഭിച്ചു. എന്തിന് ഒരു ഗ്രാമഫോൺ വരെ കടന്നുവന്നു.

ആന്റ്വർപ്പിനുശേഷം നൂർമി വീണ്ടും കഠിന പരിശീലനത്തിലേക്ക് തിരിച്ചുപോയി. 1921 ജൂൺ 22-നു സ്റ്റോക്ഹോമിൽവെച്ച് 10000 മീറ്ററിൽ ആദ്യത്തെ ലോക റെക്കോർഡ് നേടി. അവസാനത്തെ ലാപ്പിൽ അതി വേഗതയിൽ ഓടുന്ന നൂർമിയെക്കുറിച്ചുള്ള വാർത്തകൾ മാധ്യമങ്ങളിൽ നിറഞ്ഞു. രണ്ടു കൊല്ലത്തിനുശേഷം 1923 ൽ നൂർമിയുടെ പേരിലായി രുന്നു 10000, 5000, 3000 മീറ്റർ ലോക റെക്കോർഡുകൾ. അക്കാലത്ത് കായികരംഗത്തെ ഒരപൂർവ്വ സംഭവമായിരുന്നു ഈ നേട്ടം. നൂർമി അന ശ്വരതയിലേക്ക് സഞ്ചരിക്കുന്നത് ഈ ഘട്ടം മുതലാണ്.

ഈ ഖ്യാതിയുമായാണ് 1924 ൽ നൂർമി പാരീസ് ഒളിമ്പിക്സിന് എത്തിയത്. ആറു ദിവസത്തിനുള്ളിൽ വ്യക്തിഗത ഇനങ്ങളിൽ മൂന്നു സ്വർണ്ണവും ടീമിനത്തിൽ രണ്ടു സ്വർണ്ണവും നേടിക്കൊണ്ട് നൂർമി ലോകത്തെ അമ്പരപ്പിച്ചു. മനുഷ്യന്റെ കായികശക്തിയുടെ എല്ലാ അതി രുകളും നൂർമി ഭേദിച്ചതായി മിറർ സ്പോർട്സ് എഴുതി. രണ്ടു മണി ക്കൂറുകൾക്കിടയിലാണ് നൂർമി 1500 മീറ്ററിലും 5000 മീറ്ററിലും ജേതാ വായത്. പതിനായിരം മീറ്ററിലും ക്രോസ് കൺട്രി ടീമിനത്തിലും മൂവായിരം മീറ്റർ ടീമിനത്തിലും ജേതാവായ നൂർമി ഫിൻലണ്ട് എന്ന രാജ്യത്തെ യൂറോപ്പിന്റെ മുൻനിരയിൽ പ്രതിഷ്ഠിച്ചു.

1925-ൽ അമേരിക്കയിൽ പര്യടനം നടത്തിയ നൂർമി 55 പന്തയങ്ങളി ലാണ് പങ്കെടുത്തത്. 53 മത്സരവും നൂർമി നേടി. എന്നാൽ ഇതിനു ശേഷം, സാവധാനത്തിൽ നൂർമിയുടെ കരിയറിൽ, വേഗതക്കുറവ് ദൃശ്യ മായി. കാര്യമായ റെക്കോർഡുകൾ പിറന്നില്ല. 1928 ലെ ആംസ്റ്റർഡാം ഒളിമ്പിക്സിൽ നൂർമി മത്സരിക്കുമ്പോൾ 31 വയസ്സായിരുന്നു. കാലം തന്റെ പേശികൾക്ക് വീണ്ടും ജീവൻ നല്കിയെന്ന് തെളിയിച്ചുകൊണ്ട് നൂർമി പതിനായിരം മീറ്ററിൽ വിജയിയായി. 5000 മീറ്ററിലും 3000 മീറ്റ റിലും ട്രിപ്പിൾ ജമ്പിലും രണ്ടാമതെത്തുകയും ചെയ്തു. ഒരു പ്രതിഭാസം എന്നാണ് അക്കാലത്ത് ഈ ഫിൻലണ്ടുകാരനെ ലോകം വിശേഷിപ്പി ച്ചത്. 1932 ലെ ലോസ് ഏഞ്ചൽസ് ഒളിമ്പിക്സിനായി ആ മുപ്പത്തിയ ഞ്ചുകാരൻ വീണ്ടും കഠിന പരിശീലനം നടത്തി. 10000 മീറ്റർ സ്വർണ്ണം നിലനിർത്തുകയായിരുന്നു ലക്ഷ്യം. പക്ഷേ, പ്രൊഫഷണൽ മത്സര ങ്ങളിൽ പങ്കെടുത്തു എന്നാരോപിച്ചുകൊണ്ട് അന്താരാഷ്ട്ര അമേച്വർ അത്ലറ്റിക് ഫെഡറേഷൻ നൂർമിക്ക് മത്സരിക്കാൻ വിലക്ക് കല്പിച്ചു. പരിക്കുണ്ടായിരുന്നെങ്കിലും വിലക്ക് നീക്കുമെന്ന പ്രതീക്ഷയിൽ നൂർമി

ഒളിമ്പിക് വില്ലേജിൽ പരിശീലനം തുടർന്നു. പക്ഷേ ഓടാനുള്ള അനുമതി കിട്ടിയില്ല. വിലക്ക് തുടരുകയും ചെയ്തു. പക്ഷേ താൻ ദേശീയ അമേചർ താരമാണെന്ന് പ്രഖ്യാപിച്ചുകൊണ്ട് നൂർമി ഫിൻലണ്ടിലെ മത്സരങ്ങളിൽ പങ്കുകൊണ്ടു. രാജ്യത്തിന്റെ ഒളിമ്പിക് അസോസിയേഷൻ നൂർമിക്ക് സർവ പിന്തുണയും നല്കി. 1934 സെപ്തംബർ 16-നു 10000 മീറ്ററിൽ ഒന്നാമതെത്തിക്കൊണ്ട് നൂർമി വിടവാങ്ങി. ആ സമയംപോലും ലോക റെക്കോർഡിന്റെ അടുത്തെത്തുന്നതായിരുന്നു.

തന്റെ കായിക ജീവിതത്തിനുശേഷം ചിട്ടയോടെ ജീവിച്ച നൂർമി, സ്റ്റോക് മാർക്കറ്റിലും കെട്ടിടനിർമ്മാണത്തിലും വിജയകരമായ വഴി കണ്ടെത്തി. പക്ഷേ, 1940 നുശേഷം നൂർമി പുതുതാരങ്ങളെ പരിശീലിപ്പിക്കാൻ മാത്രമായി തന്റെ കായികജീവിതം സമർപ്പിച്ചു.

യുദ്ധകാലത്ത് തന്റെ രാജ്യത്തിനു ധനം ശേഖരിക്കാൻ നൂർമി അമേരിക്കയിൽ പര്യടനം നടത്തി. ഫിനിഷ് റിലീഫ് ഫണ്ടിനുവേണ്ടി നൂർമിയും സഹതാരം ടെയ്സ്റ്റോമാക്കിയും ഒട്ടേറെ ഓട്ടപ്പന്തയങ്ങളിൽ പങ്കുകൊണ്ടു. 1952 ജൂലായ് 19-നു ഹെൽസിങ്കിയിൽ ഒളിമ്പിക് ഗെയിം ആരംഭിച്ചപ്പോൾ ഏറ്റവും അവസാനം ദീപശിഖയേന്തി ദീപം തെളിയിച്ചത് നൂർമിയായിരുന്നു. ആ നിമിഷം വരെ സംഘാടകസമിതി അതു രഹസ്യമാക്കിവെച്ചിരിക്കുകയായിരുന്നു. ഫ്ളാഷ്ബോർഡിൽ പാവോ നൂർമിയുടെ പേര് തെളിഞ്ഞപ്പോൾ സ്റ്റേഡിയം ഇരമ്പി. ഒട്ടേറെ കാണികൾ പൊട്ടിക്കരഞ്ഞു. അവരുടെ അഭിമാനമായിരുന്നു നൂർമി. ഹൃദയസംബന്ധമായ അസുഖത്തിനു ഇരയായ നൂർമി രോഗം ഭേദമായപ്പോൾ ഫിൻലണ്ടിലെ ജനങ്ങൾക്കായി, ഹൃദയചികിത്സയ്ക്കായുള്ള ഒരു പ്രസ്ഥാനം ആരംഭിക്കുകയാണ് ചെയ്തത്. ആദ്യാവസാനം നൂർമി പച്ചയായ ഒരു സമൂഹമനുഷ്യനായിരുന്നു.

യാർമി ഹെങ്കാറ്റുവിലെ നൂർമിയുടെ വീട് ഇന്നൊരു സ്മാരകമാണ്. 20 വർഷം മുമ്പ് സർക്കാർ അതു പുതുക്കിപ്പണിതു. നൂർമിയുടെ ഷൂസും ജേഴ്സിയും പഴയ പാത്രങ്ങളും ഗ്രാമഫോണുമൊക്കെ ആ സ്മാരകത്തിലുണ്ട്. ആ സ്മാരകവും ഫിന്നുകൾക്ക് ഇച്ഛാശക്തിയുടെ നിലയ്ക്കാത്ത സ്രോതസ്സാണ്.

■

ജെസി ഓവൻസ് (യു.എസ്., ഓക്ക്‌വില്ലി)

നാസിസം തലതാഴ്ത്തി

ജനനം - 1913 സെപ്തംബർ 12 • മരണം - 1980 മാർച്ച് 31 • ഹിറ്റ്ലർ ഭരിക്കുന്ന ജർമ്മനിയിൽ 1936ൽ നടന്ന ബെർലിൻ ഒളിമ്പിക്സിൽ നാലു സ്വർണ്ണമെഡലുകൾ. 100 മീറ്റർ, 200 മീറ്റർ, ലോങ്ങ് ജംപ്, 4x400 മീറ്റർ റിലെ എന്നിവയിൽ സ്വർണ്ണം.

''ഞാൻ നടത്തിയ യുദ്ധങ്ങളെല്ലാം സ്വർണ്ണമെഡലുകൾക്ക് വേണ്ടിയായിരുന്നില്ല. അത് എന്നോടുതന്നെയുള്ള പോരാട്ടമായിരുന്നു. എന്റെയുള്ളിലുള്ള ഓവൻസാണ് എന്നോട് പറഞ്ഞത്: ഒരൊറ്റ അവസരമേയുള്ളൂ. നീ നിന്നെ വിശ്വസിക്കുക, പോരാടുക.''

ലെനി റീഫൻസ്റ്റാളിന്റെ ബെർളിൻ ഒളിമ്പിക് ഡോക്യുമെന്ററി ആരംഭിക്കുന്നത് ഏതൻസിലെ പഴയ കൊളീജിയത്തിന്റെ ബ്ലാക്ക് ആന്റ് വൈറ്റ് ദൃശ്യങ്ങൾ കാണിച്ചുകൊണ്ടാണ്. 1936ൽ നാസി ജർമ്മനിയിലെ

ബെർളിൻ ഒളിമ്പിക് വേദിയിൽ അഡോൾഫ് ഹിറ്റ്ലറുടെ രണ്ടു ദൃശ്യങ്ങൾ ഈ ഡോക്യുമെന്ററിയിലുണ്ട്. ഒന്ന് ചിരിക്കുന്ന ഹിറ്റ്ലറുടെ മുഖം. രണ്ടാമത് അസ്വസ്ഥനായി ശരീരം ചലിപ്പിച്ചുകൊണ്ടിരിക്കുന്ന ഹിറ്റ്ലർ ഫ്യൂററുടെ മുഖം. ഒരുപക്ഷേ ജെസി ഓവൻസ് എന്ന കറുത്തവൻ, ബെർളിൻ സ്റ്റേഡിയത്തിൽ അഴിച്ചുവിട്ട കൊടുങ്കാറ്റിൽ ഉലഞ്ഞതാകാം.

ബെർളിൻ ഒളിമ്പിക്സിലേക്ക് വഴിതെറ്റി വന്ന കുട്ടിയായിരുന്നു ഓവൻസ്. ജെസി ഓവൻസിന്റെ ജീവിതം ആകസ്മികതയുടേതാണ്. ആകസ്മികമായ ആ വരവ് നാസിസത്തിന്റെ ഉടൽ ഭംഗികളേയും അഹങ്കാരത്തേയും ഒരുപോലെ നിഷ്പ്രഭമാക്കി.

കാലത്തിന്റെ സ്വാഭാവികനീതിയെ ഓവൻസ് ബെർളിനിലേക്ക് കൊണ്ടുവന്നു. ഒരു ഏകാധിപതിയുടെ ഭ്രാന്തൻ സ്വപ്നങ്ങളെ കീഴാളന്റെ പ്രതീകമായ ജെസിക്ക് അനാഥമാക്കേണ്ടതുണ്ടായിരുന്നു. ഒരവതാരം പോലെ, ജെസി ബെർളിൻ സ്റ്റേഡിയത്തിൽ തരംഗങ്ങൾ സൃഷ്ടിച്ച സമയത്ത്, ലോകത്തിന്റെ പാർശ്വങ്ങളിൽ ജീവിക്കുന്നവരുടെ ആത്മാഭിമാനം, നക്ഷത്രം പോലെ ജ്വലിച്ചുയർന്നു.

ജെസി ക്ലീവ്ലാന്റ് ഓവൻസ് എന്ന ജെസി, ഒളിമ്പിക്സിൽ ആദ്യമായി നാല് സ്വർണ്ണമെഡലുകൾ നേടുമ്പോൾ, കായികശക്തിയുടെ അനന്തസാധ്യതകളെക്കുറിച്ച് ലോകം പുതിയ ചിന്തകൾ ഉണർത്തി. ജെസി ഇതു നേടുമ്പോഴും, ചാമ്പ്യൻ എന്ന പ്രഭാവലയം, അയാളിൽ ഒരു മോഹനസ്വപ്നവും ജനിപ്പിച്ചിരുന്നില്ല. കുട്ടിക്കാലത്തുതന്നെ അയാൾ

ഒളിമ്പിക് വേദിയിൽ ഹിറ്റ്ലർ

റെക്കോർഡുകൾ വീഴ്ത്തിയിരുന്നു. മിഷിഗൻ യൂണിവേഴ്സിറ്റിയിൽ നടന്ന ഇന്റർ കോളേജിയറ്റ് മീറ്റിൽ നൂറു മീറ്റർ ഓട്ടത്തിൽ ജെസി ലോക റെക്കോർഡിനൊപ്പമെത്തിയിരുന്നു. അതേ നാളുകളിൽ 200 മീറ്ററിലും ഹർഡിൽസിലും ലോങ്ങ് ജംപിലും ലോക റെക്കോർഡുകൾ സ്ഥാപിച്ച് അയാൾ അന്നേ ലോകത്തെ ഞെട്ടിച്ചിരുന്നു. എന്നിട്ടും അംഗീകാരങ്ങളോ, അഭിനന്ദനമോ അധികാരകേന്ദ്രങ്ങളിൽനിന്നു വന്നിരുന്നില്ല. കറുത്തവ നോടുള്ള അവഗണന ഓവൻസിനു അന്നേ ബോധ്യപ്പെട്ടിരുന്നു. സ്വന്തം രാജ്യത്തിന്റെ ഭരണാധികാരികൾ ജെസിയെ അവഗണിച്ചു. പിൽക്കാ ലത്ത് ഈ തിരസ്കാരത്തിനെതിരെ ജെസി പൊട്ടിത്തെറിച്ചിട്ടുണ്ട്.

ബെർളിൻ ഒളിമ്പിക്സിന്റെ ഉദ്ഘാടനവേളയിൽ ഹിറ്റ്ലർ സ്റ്റേഡി യത്തിലെത്തി പ്രസംഗിക്കുകയും വിജയം കൈവരിച്ച ജർമ്മൻ അത്ല റ്റുകളെ അഭിനന്ദിക്കുകയും ചെയ്തിരുന്നു. എന്നാൽ ജർമ്മൻ അത്ലറ്റു കളെ മാത്രം അഭിനന്ദിക്കുന്ന ഹിറ്റ്ലറുടെ രീതി അന്താരാഷ്ട്ര ഒളി മ്പിക് സമിതിയെ ചൊടിപ്പിക്കുക തന്നെ ചെയ്തു. ഒന്നുകിൽ എല്ലാ വരേയും അഭിനന്ദിക്കുക അല്ലെങ്കിൽ ആരെയും ഒഴിവാക്കാതിരിക്കുക എന്നായിരുന്നു ഐ.ഒ.സി.യുടെ നിലപാട്. എന്നാൽ തിരക്ക് കാരണം ഹിറ്റ്ലർ പിറ്റേന്ന് വന്നില്ല. ജെസി ഓവൻസ് മെഡൽ ചൂടി വിക്ടറി സ്റ്റാൻഡിൽ നില്ക്കുമ്പോൾ കൈകൊടുക്കാതെ ഹിറ്റ്ലർ ഇറങ്ങിപ്പോയി എന്നൊരു കഥയുണ്ട്. അമേരിക്കൻ മീഡിയ മെനഞ്ഞെടുത്ത കഥയാ യിരുന്നു അത്. ജെസിയെ മെഡൽ അണിയിക്കാൻ ഹിറ്റ്ലർ എത്തിയി രുന്നില്ല എന്നതാണ് വാസ്തവം. ഒരുപക്ഷേ ജെസിയെ മെഡൽ അണി യിക്കാൻ വരാതിരുന്നത് മനഃപൂർവ്വമാകാം. ഹിറ്റ്ലർ വന്നിരുന്നെങ്കിൽ എന്ന് താൻ ആഗ്രഹിച്ചുപോയിട്ടുണ്ടെന്ന് ജെസി പില്ക്കാലത്ത് പറ യുകയുണ്ടായി. ജെസിയുടെ സ്വന്തം വാക്കുകളിൽ പറഞ്ഞാൽ, "ഹിറ്റ്ല റല്ല തന്നെ ചെറുതാക്കിയത്. അത് അമേരിക്കൻ പ്രസിഡന്റ് തന്നെ യാണ്. അമേരിക്കയിലേക്ക് നാല് സ്വർണ്ണമെഡലുകൾ കൊണ്ടുവന്നിട്ടും ഒരിക്കൽപോലും വൈറ്റ് ഹൗസിലേക്ക് വിളിച്ചുവരുത്തി പ്രസിഡന്റ് ഒരഭിനന്ദനം പറയുകയുണ്ടായില്ല." പ്രസിഡന്റ് റൂസ്വെൽറ്റിന്റേയും അമേരിക്കൻ ഭരണകൂടത്തിന്റേയും ഉള്ളിന്റെയുള്ളിലെ വിവേചനം ജെസി ശരിക്കും അറിഞ്ഞിരുന്നു.

തന്റെ വിജയത്തിനു ജെസി നന്ദി പറഞ്ഞത് രണ്ടു വ്യക്തികളോ ടാണ്. ഒരാൾ കാൾ ലുഡ്വിഗ് ലുട്സ്ലോങ്ങ് എന്ന ജർമ്മൻ ലോങ്ങ് ജംപർ ആയിരുന്നു. ലോങ്ങ് ജംപിന്റെ ഫൈനലിൽ ജെസിയുടെ ആദ്യ ചാട്ടം പിഴച്ചുപോയിരുന്നു. രണ്ടാമത്തെ ചാട്ടം ശരിയായതുമില്ല. ഈ ഘട്ടത്തിലാണ് ലുഡ്വിഗ് ടേക്ക് ഓഫ് ബോർഡിനടുത്ത് ഒരു ടവൽ കാണത്തക്കവിധം വെക്കണമെന്ന് നിർദ്ദേശിച്ചത്. ജെസി ടവൽ വെച്ച് കൃത്യമായി ചാടി. അതു സ്വർണവും ലോക റോക്കോർഡും ഒന്നിച്ചു കൊണ്ടുവന്നു. ജെസിയുടെ രണ്ടാമത്തെ നന്ദി അഡോൾഫ് ആഡിഡാസ്ല റോടായിരുന്നു. ഇന്നത്തെ ആഡിഡാസിന്റെ ഉടമസ്ഥനാണ് അഡോൾഫ്.

അദ്ദേഹത്തിന്റെ തുടക്കം വിനീതമായിരുന്നു. ഡാസ്‌ലർ തയ്യാറാക്കിയ പ്രത്യേകതയുള്ള ട്രാക്ക് ഷൂ ധരിക്കാൻ ജെസി സമ്മതിച്ചു. ആ ഷൂ ധരിച്ച ആദ്യത്തെ വ്യക്തിയായിരുന്നു ജെസി. ആ ഷൂ തനിക്കിണങ്ങുന്നതും ഓട്ടത്തിനു ഊർജ്ജം നല്കുന്നതുമായിരുന്നു എന്നാണ് പില്ക്കാലത്ത് ജെസി വിശദീകരിച്ചത്.

ഈ വിജയങ്ങൾക്കുശേഷമുള്ള ജെസിയുടെ ജീവിതം നോക്കുക. സ്പോൺസർമാരും ഗോഡ്ഫാദർമാരും ഇല്ലാത്ത കാലം. ഒളിമ്പിക് മെഡലുകളുമായി തിരിച്ചുവന്നശേഷം ഓവൻസിന് നാടെങ്ങും സ്വീകരണമായിരുന്നു. ജെസി യുടെ അപദാനങ്ങൾ വാഴ്ത്തിയവർ അദ്ദേഹം എങ്ങനെയാണ് ജീവിക്കുന്നതെന്ന് അറിഞ്ഞില്ല. ഓരോ പാർട്ടികളിലും ജെസിക്ക് വീരജേതാവിന്റെ പരിവേഷം നല്കി.

അത്തരം പാർട്ടികളിൽ പങ്കെടുത്തശേഷം തിരിച്ചുപോകാനുള്ള സൗകര്യം ഒരുക്കാൻ പോലും സംഘാടകർ മറന്നു. ഒളിമ്പിക് അസോസിയേഷൻ നല്കിയ കോട്ടുകൾ മാത്രമായിരുന്നു അതിന് ഒരു അപവാദം. നെഗ്രോ ലീഗ് ബേസ്ബോളിന്റെ ഇടവേളകളിൽ സംഘാടകർ നടത്തുന്ന മത്സരങ്ങളിൽനിന്നാണ് ഓവൻസ് ജീവിക്കാൻ പണം കണ്ടെത്തിയത്. ഓവൻസ് ഇതാ പന്തയക്കുതിരകളോടൊപ്പം ഓടുന്നു എന്ന പരസ്യംകണ്ട് ആയിരങ്ങൾ കളിക്കളത്തിലെത്തും. അതിനെതിരെ വിമർശനമുണ്ടായപ്പോൾ ജെസി പറഞ്ഞു. ''നാല് ഒളിമ്പിക് മെഡലുകൾ ഞാൻ പണയം വെച്ചില്ലല്ലോ, അതു വിറ്റില്ലല്ലോ. അതുകൊണ്ട് ഭക്ഷണം കിട്ടുമോ? ജീവിക്കാൻ വേണ്ടിയുള്ള ഓട്ടമാണ് ഞാൻ ഓടുന്നത്.'' 1965ൽ ന്യൂയോർക്ക് മെറ്റ്സാണ് ഓവൻസിന്റെ കഴിവുകൾ ആദ്യം തിരിച്ചറിഞ്ഞത്. അവർ ഓവൻസിനെ സ്പ്രിന്റ് കോച്ചായി നിയമിച്ചു. അതു മേറ്റ്സിനു ഗുണം ചെയ്തു. 4 തവണ ലാസ്റ്റ് ഫിനിഷേഴ്സ് ആയ അവർ പിന്നീട് മുന്നിലെത്തി.

ആ അത്‌ലറ്റിന് പിന്നെയും കാലം വേണ്ടിവന്നു, അംഗീകാരം നേടുവാൻ. എഴുപതുകളിൽ മാർട്ടിൻ ലൂതർ മിഹ്ങിനെ മനുഷ്യാവകാശ പ്രസ്ഥാനങ്ങളിൽ ജെസി ഓവൻസിന് ലോകം എന്താണ് നല്കിയതെന്ന് ചോദ്യമുയർത്തി. ആ ചോദ്യമാണ് അമേരിക്ക, വൈകിയെങ്കിലും തിരിച്ചറിഞ്ഞത്. 1984 ൽ ബെർലിൻ ഒളിമ്പിക് സ്റ്റേഡിയത്തിൽ ജെസിയുടെ പ്രതിമയുയർന്നു. ഒളിമ്പിക് വില്ലേജിൽ ജെസിയുടെ മുറി പ്രത്യേക പ്രദർശനശാലയാക്കി.

ജെ.സി. എങ്ങനെ ജെസിയായി?

അലബാമയിലെ ഓക്സ് വില്ലേയിൽ 1913 സെപ്തംബർ 12ന് നട്ടുച്ചക്ക് ഒരു കുട്ടി പിറന്നു. ബാൻട്രിക്കും എമ്മ അലക്സാണ്ടർ ഓവൻസിനും പിറന്ന ഏഴാമത്തെ കുട്ടി. ഉച്ചയ്ക്ക് പിറന്നതുകൊണ്ട് ആരോഗ്യത്തിന്റെ കാര്യത്തിൽ എല്ലാവർക്കും ഉത്കണ്ഠയായിരുന്നു. നട്ടുച്ചയ്ക്ക് പിറക്കുന്നത് ആരോഗ്യം കെടുത്തും എന്നായിരുന്നു അവരുടെ വിശ്വാസം.

ഭയപ്പെട്ടതുപോലെ, രോഗാതുരനായ കുട്ടിയായിരുന്നു ഓവൻസ്. എന്നും അവന് പനിയായിരുന്നു. ഉടമകളുടെ സ്ഥലം പാട്ടത്തിനെടുത്ത് കൃഷി ചെയ്യുന്ന ഹെൻട്രിക്കും എമ്മക്കും കുട്ടികളെ പോറ്റാൻ തന്നെ അധ്വാനിക്കേണ്ടിവന്നു.

അഞ്ചാം പിറന്നാളിനുശേഷം നിനച്ചിരിക്കാതെ, ആ കുട്ടിയുടെ നെഞ്ചിൽ ഒരു മുഴ പ്രത്യക്ഷപ്പെട്ടു. കാണെക്കാണെ അതു വലുതായിക്കൊണ്ടിരുന്നു. ശ്വസിക്കാൻപോലും ജെസിക്ക് പ്രയാസമായിത്തുടങ്ങി. ശസ്ത്രക്രിയ നടത്തി മുഴ നീക്കാനുള്ള പണമൊന്നും ആ കുടുംബത്തിനുണ്ടായിരുന്നില്ല. വേദന കൂടിയ ദിവസം അമ്മ അവനെ ഒരു തുകൽ ബെൽട്ടുകൊണ്ട് തൂണിൽ കെട്ടിയിട്ടു. പിന്നീട് തിളപ്പിച്ച വെള്ളത്തിൽ ഇട്ട കത്തികൊണ്ട് ആ മുഴ കീറി. കണ്ടുനിന്ന കുട്ടികൾപോലും അലറിക്കരഞ്ഞു. കഠിനവേദന അനുഭവിച്ച തനിക്ക് പിൽക്കാലത്ത് ഒരു വേദനയും അത്രമേൽ കഠിനമായി തോന്നിയിരുന്നില്ലെന്ന് ജെസി ആത്മകഥയിൽ പറയുകയുണ്ടായി. ഒരു പന്തിന്റെ വലുപ്പമുണ്ടായിരുന്നു ആ മുഴയ്ക്ക്. ചോര വാർന്ന് അവശനായെങ്കിലും മരുന്നുകൾ വെച്ചുകെട്ടി ഒരു ദുരന്തത്തിൽനിന്നും വീട്ടുകാർ അവനെ രക്ഷപ്പെടുത്തി.

ക്ലീവ്ലാൻഡ് സ്കൂളിൽ ചേരാൻ എത്തിയപ്പോഴാണ് ജെ.സി. ഓവൻസ് ജെസി ഓവൻസായത്. ജെ.സി. എന്ന ഇനീഷ്യൽ, ടീച്ചർ തെറ്റായി ജെസി എന്ന് രേഖപ്പെടുത്തി.

സ്കൂളിൽ സ്പോർട്സ് ടീച്ചർ കുട്ടികളെ ഓടിപ്പിക്കുന്നതിനിടയിലാണ് ജെസിയുടെ കുതിപ്പുകളുടെ ശേഷി തിരിച്ചറിഞ്ഞത്. ക്ലീവ് ലാൻഡ് സ്കൂൾ ഗ്രൗണ്ടിൽ ടീച്ചർ അവനെ വീണ്ടും വീണ്ടും ഓടിച്ചു. മൂന്നാമത്തെ തവണ അവൻ 200 മീറ്റർ ഓടിയപ്പോൾ ടീച്ചർ വാച്ച് നോക്കി. ക്ലീവ്ലാൻസ് സ്കൂളിലെന്നല്ല, ഓഹിയോ സ്റ്റേറ്റിൽപോലും ഇത്രയും വേഗത ആരും രേഖപ്പെടുത്തിയിട്ടില്ല. അവിടെനിന്നാണ് ജെസി ഓവൻസ് വളർന്നുവന്നത്. ജെസിയുടെ യഥാർത്ഥ പോരാട്ടം ഓഹിയോ സ്റ്റേറ്റ് ബക്കിയ മീറ്റിലായിരുന്നു. ആ മീറ്റിൽ നൂറ്, ഇരുനൂറ്റ്, നാനൂറ് മീറ്ററുകളിൽ എല്ലാ റെക്കോർഡുകളും ജെസി തകർത്തുകളഞ്ഞു. മീറ്റ് കഴിഞ്ഞപ്പോൾ ജെസി 'ബക്കിയെബുള്ളറ്റ്' എന്നാണ് അറിയപ്പെട്ടത്.

ജെസിയുടെ മൂല്യം അപ്പോഴേക്കും ഓഹിയോ യൂണിവേഴ്സിറ്റിയും തിരിച്ചറിഞ്ഞിരുന്നു. ഓഹിയോ യൂണിവേഴ്സിറ്റി ജെസിയെ ടീമിലേക്ക് ക്ഷണിച്ചു. പക്ഷേ, ടീമിലേക്ക് തിരഞ്ഞെടുക്കപ്പെട്ടിട്ടും ക്യാമ്പസ് ഡോർമെറ്ററിയിൽ താമസിക്കാൻ അയാൾക്ക് അനുവാദം കിട്ടിയില്ല. അതിന്റെ കാരണം അറിഞ്ഞ നിമിഷത്തിൽ ജെസി ആദ്യമായി വർണ്ണവിവേചനത്തിന്റെ കയ്പുനീർ കുടിച്ചു. ആ വിവേചനം എപ്പോഴും മറ്റൊരു മുഴ പോലെ (കുട്ടിക്കാലത്ത് അനുഭവിച്ച വേദന പോലെ) ഉള്ളിൽ കിടന്നു. പക്ഷേ, ഏതു അവഗണനയേയും അതിജീവിക്കാൻ കഴിയുന്ന മനസ്സ് അയാൾക്കുണ്ടായിരുന്നു. കറുപ്പ് പ്രത്യാശയുടേയും കരുത്തിന്റേയും

പ്രതീകമാണെന്ന് പില്ക്കാലത്ത് ജെസി ലോകത്തോട് പറഞ്ഞത് ഈ അനുഭവത്തിന്റെ പശ്ചാത്തലത്തിലായിരുന്നു. ബേസ്ബോളിനേയും റഗ്ബിയേയും സ്പോർട്സ് കോളങ്ങളിലേക്ക് കൊണ്ടുവന്നവർക്ക് ജെസിയെ ശ്രദ്ധിക്കാതിരിക്കാൻ കഴിയില്ലെന്നു ഉറപ്പായി.

മിഷിഗൺ ആൻ ആർബറിൽ നടന്ന ബിഗ്ടെൻ ചാമ്പ്യൻഷിപ്പിൽ ജെസി ചരിത്രമെഴുതി. 1935 മെയ് 25-ന് നടന്ന ആ മീറ്റാണ് ജെസി യുടെ അനശ്വരതയിലേക്കുള്ള പ്രയാണത്തിനു തുടക്കമിട്ടതെന്ന് അദ്ദേ ഹത്തിന്റെ ജീവചരിത്രകാരൻ ഡോറിയൻ ഹെയർവുഡ് (ജെസി) രേഖ പ്പെടുത്തുന്നു. യൂണിവേഴ്സിറ്റികളുടെ മത്സരമായിരുന്നു അത്. ആൻ ആർബറിൽ ഉച്ചയ്ക്ക് 3.15ന് നൂറ് മീറ്ററിൽ ജെസി നിലവിലുള്ള റെക്കോർ ഡിനു ഒപ്പമെത്തി. 10 മിനുറ്റിനുശേഷം ലോങ്ജംപിൽ ജെസി പുതിയ റെക്കോർഡ് രചിച്ചു. പിന്നീട് 25 വർഷത്തിനുശേഷം റാൽഫ് ബോസ്റ്റ ണാണ് റോം ഒളിമ്പിക്സിൽ ഈ ദൂരം മറികടന്നത്. സമയം 3.45. ജെസി വീണ്ടും ഓടുന്നു. 200 മീറ്ററിൽ 20.3 സെക്കന്റിന്റെ റെക്കോർഡ് വീണ്ടും. മീറ്റിലെ കളിക്കാരും കാണികളും ഒരുപോലെ ആവേശഭരിത രായി. 4 മണി. ജെസി ഓവൻസിന്റെ അവസാനത്തെ ഇനം. 220 മീറ്റർ ഹർഡിൽസ്. ഹർഡിലുകൾക്കു മീതെ ജെസി പറന്നു. വീണ്ടും ലോക റെക്കോർഡ്. സമാനതകളില്ലാത്ത വിജയം. ക്വാളിഫയിങ്ങ് റൗണ്ട് ഉൾ പ്പെടെ നാലിനങ്ങളിലായി ജെസി ആറുതവണ ലോകറെക്കോർഡുകൾ

ലുഡ്വിഗും ജെസിയും

ഭേദിച്ചു. കറുത്തവന്റെ വിജയം. ദാരിദ്ര്യത്തെ പടവെട്ടി ജീവിച്ച ഒരു യുവാവിന്റെ അതിജീവനം. ലോകം ആ കറുത്തവന്റെ വരവ് കണ്ടു.

ബെർളിന് തീ പിടിക്കുന്നു

ബെർളിനിൽ ഒളിമ്പിക്സിനെത്തുമ്പോൾ ജെസി ഓവൻസ് ദൃഢ ഗാത്രനായ അത്‌ലറ്റാണ്. അഞ്ചടി പത്തിഞ്ച് ഉയരം. 165 റാത്തൽ തൂക്കം. പ്രകാശപൂർണ്ണമായ കണ്ണുകൾ.

ബെർളിനിൽ എത്തുമ്പോൾ ജർമ്മൻ പത്രം 'സെർ ആംഗ്രിഫ്' വർണ്ണവിവേചനത്തിന്റേയും ആര്യൻ മേധാവിത്വത്തിന്റേയും ആദ്യത്തെ വെടി പൊട്ടിച്ചുകഴിഞ്ഞിരുന്നു. ഹിറ്റ്ലറുടെ നോർഡിക് (ആര്യൻ) മേധാവിത്വത്തെ വാനോളം പ്രശംസിച്ചുകൊണ്ടും സ്വർണം നേടാൻ അമേരിക്ക കറുത്ത വാല്യക്കാരെ കൊണ്ടുവന്നിട്ടുണ്ടെന്ന് പരിഹസിച്ചും എഴുതിയ കുറിപ്പ്, ഗെയിംസിന്റെ അന്തഃസത്തയ്ക്ക് നിരക്കുന്നതായിരുന്നില്ല. അമേരിക്കയുടെ 66 അംഗ സംഘത്തിൽ 10 നീഗ്രോ അത്‌ലറ്റുകളാണ് ഉണ്ടായിരുന്നത്. അമേരിക്ക ബെർളിനിൽ നേടിയ 11 വ്യക്തിഗത മെഡലുകളിൽ ആറും കറുത്തവർ നേടിയതായിരുന്നു.

സെമി ഫൈനലിൽ നൂറു മീറ്റർ 10.2 സെക്കന്റ് ഓടി ബെർളിനിൽ ഓവൻസ് ആദ്യത്തെ വിസ്മയം സൃഷ്ടിച്ചു. ആ ലോക റെക്കോർഡ് കാറ്റിന്റെ ആനുകൂല്യത്താൽ സംഘാടകസമിതി പരിഗണിച്ചില്ല. പക്ഷേ, ഫൈനലിൽ ഓവൻസ് 10.3 സെക്കന്റിൽ 100 മീറ്റർ ഓടി ഒളിമ്പിക് റെക്കോർഡിന് ഒപ്പമെത്തി. പിന്നാലെ ഇരുന്നൂറു മീറ്ററിൽ ഓവൻസ് ലോകറെക്കോർഡ് ഭേദിച്ചു. 20.7 സെക്കന്റായിരുന്നു പുതിയ റെക്കോർഡ്.

ലോങ്ജംപിൽ മുഖ്യ എതിരാളി ജർമ്മൻ താരം ലുഡ്‌വിഗ് ലുട്സ്ലോങ്ങായിരുന്നു. പക്ഷേ ഓവൻസിന് ഏറ്റവും വിലപ്പെട്ട സഹായം ലഭിച്ചത് ആ സഹൃദയനായ അത്‌ലറ്റിൽ നിന്നായിരുന്നു. ട്രയൽസിൽ ഓവൻസിന്റെ രണ്ടു ജംപുകൾക്കും അയോഗ്യത കല്പിച്ചു. പക്ഷേ ലോങ്ങാണ് ജംപിങ്ങ് ബോർഡിന് തൊട്ടുചേർന്ന് ഒരു വെളുത്ത ടവൽവെച്ച് ചാടാൻ ഓവൻസിനെ ഉപദേശിച്ചത്. ആ ചാട്ടത്തിന് ഫലമുണ്ടായി. ഓവൻസ് 8.05 മീറ്റർ ചാടി. പുതിയ ലോക റെക്കോർഡ്. റിലേ ടീമിൽ ഓവൻസ് ഉണ്ടായിരുന്നില്ല. മൾട്ടിഗ്ലിക്ക്മാനും റാം സ്ട്രോളർ സ്റ്റോളും ജൂതന്മാരായതുകൊണ്ട് അവരെ മാറ്റി ഓവൻസിനേയും റാൾഫ് മെറ്റ് കാൽഫിനേയും കോച്ച് അവേരി ബ്രുണ്ടാഗെ നിയോഗിക്കുകയായിരുന്നു. ഇവരെ മത്സരിപ്പിച്ച് ഹിറ്റ്ലറുടെ ക്രോധം ഏറ്റുവാങ്ങാൻ ബ്രുണ്ടാഗെക്ക് താല്പര്യമുണ്ടായിരുന്നില്ല.

അവസാനത്തെ മത്സരം 100x4 റിലേ. ബെർളിൻ സ്റ്റേഡിയം, ജെസിയുടെ നാലാമത്തെ സ്വർണത്തിന് കാത്തിരിക്കുകയാണ്. ജെസിയുടെ കുതിപ്പ് നാലാമത്തെ സ്വർണം നേടിക്കൊടുത്തു. ഒളിമ്പിക് സ്റ്റേഡിയം ഇരമ്പി. ജെസി ഒളിമ്പിക് ഇതിഹാസമായി. കറുത്തവന്റെ ഉയിർപ്പ് പൂർണ്ണമായി. കറുത്ത കൊടുങ്കാറ്റെന്ന് മാധ്യമങ്ങൾ പുകഴ്ത്തി.

പക്ഷേ അമേരിക്കൻ സ്പോർട്സ് അധികാരികൾ അവഗണന മാത്രമാണ് നല്കിയത്. അമേരിക്കൻ അത്‌ലറ്റിക് ഫെഡറേഷൻ, ഓവൻസിനു പരിഗണന നല്കിയില്ല. ആ ഘട്ടത്തിൽ ഓവൻസ് ഒരു പ്രൊഫഷണലായി സ്വയം പ്രഖ്യാപിച്ചു. സ്വീഡനിലേക്കും നോർവെയിലേക്കും പോയ യു.എസ്. ടീമിനെ ജെസി അനുഗമിക്കാൻ വിസമ്മതിച്ചു. യൂണിയൻ ഉടനെ ജെസിയെ സസ്പെന്റ് ചെയ്തു. ഈ ഘട്ടം മുതൽ ജെസി ഒറ്റയാൾ പോരാട്ടമാണ് നടത്തിയത്. ഓടാൻ വഴിയൊരുക്കാത്ത വ്യവസ്ഥിതിയിൽ പ്രതിഷേധിച്ച് തന്റെ ബൂട്ടുകൾ അഴിച്ചുവെച്ച ഓവൻസ് ജീവിതം തിരിച്ചുപിടിച്ചത് മറ്റൊരു നൂതനലോകം സൃഷ്ടിച്ചുകൊണ്ടാണ്.

ക്ലീവ്‌ലൻഡിലെ പ്ലേഗ്രൗണ്ട് ഡയറക്ടറായിട്ടായിരുന്നു ആ തുടക്കം. പാവപ്പെട്ട കുട്ടികൾക്ക് കായികരംഗത്തിന്റെ വിശാലമായ വഴികൾ കാട്ടിക്കൊടുക്കുകയായിരുന്നു ചുമതല. ചിക്കാഗോ ബോയ്സ് ക്ലബ്ബിന്റെ ഡയറക്ടറായിരിക്കുമ്പോൾ ഓവൻസ് ഒരു പടികൂടി മുന്നാക്കം പോയി. കറുത്തവർഗ്ഗക്കാരായ കുട്ടികൾക്ക് ഓവൻസ് ശരിക്കുമൊരു പ്രചോദനമായി. സ്വന്തം അനുഭവങ്ങൾ മറയില്ലാതെ അദ്ദേഹം അവതരിപ്പിച്ചു. പൊള്ളുന്ന വാക്കുകൾ കുട്ടികളുടെ ഉള്ളിൽ കടന്നുകയറി. ഓവൻസ് സംസാരിക്കുമ്പോൾ ആ വാക്കുകളുടെ ചൂടും സത്യസന്ധതയും അവർ തിരിച്ചറിഞ്ഞു.

പ്രചോദനം നിറഞ്ഞ പ്രഭാഷണത്തിന് വ്യക്തികളും സംഘടനകളും അദ്ദേഹത്തെ വിളിച്ചുതുടങ്ങി. ഒട്ടേറെ കോർപ്പറേഷനുകളുടെ

പബ്ലിക് റിലേഷൻസ് അദ്ദേഹം ഏറ്റെടുത്തു. ജെസി അമേരിക്കൻ ഭാവനയുടേയും ഉത്തേജിതമായ വാക്കുകളുടേയും പ്രചോദനകേന്ദ്രമായി.

1976–ൽ പ്രസിഡണ്ട് ജെറാൾഡ് ഫോർഡ് അദ്ദേഹത്തിന് ഫ്രീഡം മെഡൽ സമ്മാനിച്ചു. നാലുകൊല്ലത്തിനുശേഷം ജിമ്മികാർട്ടർ അദ്ദേഹത്തിനു ലിവിങ്ങ് ലജന്റ് പുരസ്കാരം നല്കി. ഓവൻസ് മറ്റൊരു ജീവിതം കണ്ടെത്തുകയായിരുന്നു. വെളുത്ത വർഗ്ഗക്കാരുടെ സമ്മേളനങ്ങളിൽ മാസ്മരികമായ വാക്കുകളോടെ, മനുഷ്യനാണ് പ്രധാനമെന്ന് അദ്ദേഹം ഓർമ്മിപ്പിച്ചു. ഒരു വർഷം രണ്ടു ലക്ഷം കിലോമീറ്റർ അദ്ദേഹം സഞ്ചരിച്ചു. ഒരാഴ്ചയിൽ രണ്ടോ മൂന്നോ പ്രഭാഷണങ്ങൾ നടത്തി. ഒരു കാലത്ത് ജീവിക്കാൻ വേണ്ടി കുതിരയോടൊപ്പം ഓടിയ ഇതിഹാസത്തിന് വിലയേറി. ഓരോ പ്രഭാഷണത്തിനും സംഘാടകർ നല്ല പ്രതിഫലം നല്കി.

1968 ൽ പ്രതിഷേധമുയർത്തിയ കറുത്ത അത്‌ലറ്റുകളുമായി അദ്ദേഹം സന്ധിസംഭാഷണം നടത്തിയിരുന്നു. വിമർശകർ അദ്ദേഹത്തെ അങ്കിൾ ടോം എന്നു കളിയാക്കി. 1970–ൽ ബ്ലാക്ക് തിങ്ക് എന്ന പുസ്തകത്തിൽ അദ്ദേഹമെഴുതി ''കാലം നിരന്തരമായി ചലിച്ചുകൊണ്ടിരിക്കുന്നു. അതിനനുസരിച്ച് നാം മാറിക്കൊണ്ടിരിക്കണം. മാറ്റം, മനുഷ്യകുലത്തിന്റെ പുരോഗമനലക്ഷണമാണ്.''

ഒളിമ്പിക്സിനുശേഷം ഓവൻസ് സ്പോർട്സ് രംഗത്തോട് വിടപറഞ്ഞപ്പോൾ ഒരു ദുശ്ശീലം അദ്ദേഹത്തെ പിടികൂടി. നിത്യവും ഒരു പായ്ക്കറ്റ് സിഗരറ്റ് അദ്ദേഹം പുകയ്ക്കുമായിരുന്നു.

1980 മാർച്ച് 31–ന് ശ്വാസകോശകാൻസർമൂലമാണ് അദ്ദേഹം മരിച്ചത്.

മൃഗീയമായ വർണ്ണവെറിക്കെതിരെ, ദാരിദ്രത്തിനെതിരെ, വിധിക്കെതിരെ ''ഓവൻസ് പൊരുതിയതുപോലെ ഒരു കായികതാരവും അതു ചെയ്തിട്ടുണ്ടാവില്ല.'' പ്രസിഡന്റ് എഴുതി.

ഭാര്യ റൂത്തും മക്കളായ ഗ്ലോറിയയും ബെവർലിയും മർലീനും ഇന്ന് ജെസി ഓവൻസ് ഫൗണ്ടേഷനെ മഹത്തായ സ്ഥാപനമാക്കിയിരിക്കുന്നു. പുതിയ സ്വപ്നങ്ങളുമായി എത്തുന്ന ഏതൊരു അത്‌ലറ്റിനും ആ ഫൗണ്ടേഷൻ ഒരു അഭയസ്ഥാനമാണ്.

■

ധ്യാൻചന്ദ് (ഇന്ത്യ)

ലോകം കണ്ട ആയിരം ഗോളുകൾ

ജനനം - 1905 ആഗസ്റ്റ് 29 • മരണം - 1979 ഡിസംബർ 3, അലഹബാദ് • 1928 ഒളിമ്പിക്സ്, 1932 ഒളിമ്പിക്സ്, 1936 ഒളിമ്പിക്സ് - ഹോക്കി സ്വർണം • ഇന്ത്യൻ ടീമിന്റെ ഇതിഹാസ നായകൻ • മൂന്നു ടൂർണ്ണമെന്റിലും ടോപ് സ്കോറർ • ഒളിമ്പിക് മത്സരം കളിച്ചത് - 12 • വ്യക്തിഗതഗോളുകൾ - 39.

''സന്തോഷത്തിനുവേണ്ടിയാണ് ഞാൻ ഹോക്കി കളിച്ചുതുടങ്ങിയത്. അതും കൂട്ടുകാരോടൊപ്പം നിലാവുള്ള രാത്രിയിൽ. പക്ഷേ ഹോക്കി, എന്റെ രാജ്യത്തിന്റെ ഏറ്റവും പ്രധാനപ്പെട്ട ഗെയിമാണെന്ന് തിരിച്ചറിഞ്ഞ നിമിഷം, ഹോക്കിസ്റ്റിക് എന്റെ പ്രചോദനത്തിന്റെ, അഭിമാനത്തിന്റെ ഉറവിടമായി.''

ടെലിവിഷൻ വരുന്നതിനു മുമ്പുതന്നെ ധ്യാൻചന്ദ് കഥാവശേഷനായിരുന്നു. ഹോക്കിയിൽ ആ മാന്ത്രികൻ സൃഷ്ടിച്ചതെല്ലാം പിൽക്കാല തലമുറകൾക്ക് കെട്ടുകഥ പോലെയാണ്. ഇന്ത്യ സൃഷ്ടിച്ച ഏറ്റവും മഹാനായ കായികതാരമായിരുന്നു മേജർ ധ്യാൻചന്ദ്. മൂന്നു ഒളിമ്പിക്സിൽ നിന്നായി മൂന്നു മെഡലുകൾ നേടിയ ധ്യാൻചന്ദിനു ശേഷം

ഇന്ത്യൻ ഹോക്കിയിൽ അത്രയേറെ ഐന്ദ്രജാലികത്വം സൃഷ്ടിച്ച മറ്റൊരു മാന്ത്രികൻ ഇല്ലതന്നെ.

ധ്യാൻചന്ദിന്റെ മാന്ത്രികത വ്യക്തമാകുന്ന രണ്ടു സന്ദർഭങ്ങളുണ്ട്. അതിലൊന്ന് 1936 ലെ ബെർളിൻ ഒളിമ്പിക്സിൽ നടന്നതാണ്. സമ്മാന ദാനച്ചടങ്ങിനുശേഷം, ധ്യാൻചന്ദിനെ കാണാൻ നാസി ഭരണകൂടത്തിന്റെ സർവ്വാധിപതിയായ ഹിറ്റ്ലർ താല്പര്യം പ്രകടിപ്പിച്ചിരുന്നു. അന്നുരാത്രി ധ്യാൻചന്ദ് ഉറങ്ങാതെ നേരം വെളുപ്പിച്ചു. പക്ഷേ രാവിലെ ഫ്യൂററുടെ വസതിയിൽ എത്തിയപ്പോൾ ഹിറ്റ്ലർ വാഗ്ദാനം ചെയ്തത് ജർമ്മൻ സേനയിൽ കേണൽ പദവിയും ബഹുമതിയുമാണ്. ധ്യാൻചന്ദിന്റെ ഹോക്കി മാന്ത്രികത ഹിറ്റ്ലർ അത്രമാത്രം ഇഷ്ടപ്പെട്ടിരുന്നു. ആ ക്ഷണം സ്വീകരിക്കാൻ നിർവ്വാഹമില്ലെന്ന് വിനയപൂർവ്വം അറിയിച്ചുകൊണ്ട് ആശ്വാസപൂർവ്വം ധ്യാൻചന്ദ് വിടവാങ്ങി.

ഡച്ചുകാർ മറ്റൊരു രീതിയിലാണ് ധ്യാൻചന്ദിനെ കൈകാര്യം ചെയ്തത്. 1928 ലെ ആംസ്റ്റർഡാം ഒളിമ്പിക്സിൽ ഗോളടിച്ചു കൂട്ടിയ ധ്യാൻചന്ദിന്റെ ഹോക്കിസ്റ്റിക്കിൽ എന്തെങ്കിലും കൃത്രിമം ചെയ്തിട്ടുണ്ടോ എന്നായിരുന്നു ഡച്ചുകാരുടെ സംശയം. അവർ ധ്യാൻചന്ദിന്റെ ഹോക്കിസ്റ്റിക്ക് പരിശോധനയ്ക്കായി കൊണ്ടുവന്നു. ഹോക്കിസ്റ്റിക്ക് പൊളിച്ചുനോക്കിയ അവർക്ക് കാന്തമോ ഇരുമ്പോ പോലെ ഒന്നും കണ്ടെത്താനായില്ല.

ഓരോ മത്സരത്തിലും ധ്യാൻചന്ദ് അടിച്ചുകൂട്ടിയ ഗോളുകൾ എതിരാളികളെ അമ്പരപ്പിച്ചിരുന്നു. അദ്ദേഹത്തിന്റെ ഡ്രിബ്ളിങ്ങ് ആകട്ടെ അനായാസവും എതിരാളികളുടെ പൊസിഷനുകളെ കബളിപ്പിച്ച് കടക്കുന്നതുമായിരുന്നു. തന്റെ ജീവിതത്തിലുടനീളം കളിക്കളത്തിൽ മാന്യതയുടെ മൂർത്തിയായും ഹോക്കിയുടെ മെഗാസ്റ്റാറായും തിളങ്ങിയ ധ്യാൻചന്ദിന് ഹോക്കി അനുപമമായ പരിശീലനത്തിലൂടെ നേടിയെടുത്ത സിദ്ധി തന്നെയായിരുന്നു. കഠിനമായ പരിശീലനം കൊണ്ടു മാത്രമാണ് ഹോക്കി തനിക്ക് വഴങ്ങിയതെന്ന് ആത്മകഥയിൽ ധ്യാൻചന്ദ് പറയുന്നു. നിർഭാഗ്യവശാൽ ആ ഇതിഹാസതാരത്തിന്റെ ഒന്നോ രണ്ടോ ഡ്രിബ്ലിങ്ങ് മികവാണ് ഇന്ന് യൂട്യൂബിലായി അവശേഷിക്കുന്നത്.

1905 ആഗസ്റ്റ് 20-ന് ആണ് ധ്യാൻചന്ദ് ജനിച്ചത്. രജപുത്രനും സൈനികനുമായ സോമേശ്വർ ദത്തിന്റെ രണ്ടാമത്തെ മകനാണ് ധ്യാൻ. അലഹബാദിൽ ജീവിച്ച കുടുംബം പിന്നീട് ഝാൻസിയിലേക്ക് താമസം മാറ്റി. മൂത്ത സഹോദരൻ മൂൽസിങ്ങും സൈനികനായിരുന്നു. അനിയൻ രൂപ്സിങ്ങ്, ധ്യാൻചന്ദിനെപോലെ ചെറുപ്പത്തിൽ തന്നെ ഹോക്കി പരിശീലിച്ചു.

1922 ലാണ് ധ്യാൻചന്ദ് ദൽഹിയിലെ ബ്രാഹ്മിൻ റജിമെന്റിൽ സിപ്പോയി ആയി ചേർന്നത്. ഝാൻസിയിൽ സ്കൂളിൽ പഠിക്കുന്ന കാലത്ത് ധ്യാൻ രാത്രി, നിലാവത്താണ് കൂടുതലും ഹോക്കി കളിച്ചുകൊണ്ടിരുന്നത്.

അതുകൊണ്ട് കൂട്ടുകാർ ധ്യാൻസിങ്ങിനെ ധ്യാൻചന്ദ് എന്ന് വിളിച്ചു. അങ്ങനെ സിങ്ങ്, ധ്യാൻചന്ദായി മാറി.

സൈന്യത്തിൽ ചേർന്നശേഷം ധ്യാൻ ഹോക്കി സ്റ്റിക് വീണ്ടും പുറത്തെടുത്തു. 1927 ൽ ധ്യാൻചന്ദിനെ ലാൻസ് നായിക്കായി ഉയർത്തി. ബ്രാഹ്മിൻ റജിമെന്റിലെ സുബേദാർ മേജറായ ബാൽ തിവാരിയാണ് ധ്യാൻചന്ദിൽ പ്രഗത്ഭനായ ഹോക്കി താരത്തെ കണ്ടെത്തിയത്. റജിമെന്റിന്റെ പരിശീലന ചുമതലയുണ്ടായിരുന്ന ബാൽ തിവാരി ധ്യാൻചന്ദിനെ എല്ലാദിവസവും പരിശീലിപ്പിച്ചു. സെന്റർ ഫോർവേഡ് സ്ഥാനത്താണ് കോച്ച് ധ്യാൻചന്ദിനെ കളിപ്പിച്ചത്. ധ്യാൻചന്ദിന്റെ കളിയുടെ സവിശേഷത അനുപമമായ ഡ്രിബ്ലിങ്ങായിരുന്നു. ബിൽ തിവാരി ഡ്രിബ്ലിങ്ങിന് എതിരായിരുന്നു. ഡ്രിബ്ലിങ്ങ് ചെയ്യുമ്പോൾ എതിരാളികൾക്ക് സ്വയം സജ്ജരാകാൻ കഴിയുമെന്നായിരുന്നു അദ്ദേഹത്തിന്റെ വിശ്വാസം. ശക്തമായ ഷോട്ടുകൾ മാത്രമല്ല, പ്ലേസ്മെന്റുകളും പുഷ്ബ്ലോക്കുകളും ഒരുപോലെ പ്രധാനമാണ് എന്ന് ഗുരു പഠിപ്പിച്ചു.

പട്ടാളത്തിലെ റജിമെന്റുകളിലാണ് ധ്യാൻചന്ദ് കളിച്ചുതുടങ്ങിയത്. അതിനുമുമ്പ് നാട്ടിലെ ഝാൻസി ഹീറോസ് എന്ന ക്ലബ്ബിലും അദ്ദേഹം കളിച്ചിരുന്നു. 1926ൽ ന്യൂസിലണ്ടിനെതിരായ ഇന്ത്യൻ ആർമി ടീമിൽ സെലക്ഷൻ കിട്ടിയതോടെയാണ് ധ്യാൻചന്ദ് ശ്രദ്ധേയനാകുന്നത്. അക്കാലത്ത് ധ്യാൻചന്ദിന്റെ ടീം 21 മത്സരങ്ങളിൽ പങ്കെടുക്കുകയും പതിനെട്ടു കളികളിൽ വിജയം നേടുകയും ചെയ്തിരുന്നു. ഇതിനു പിന്നാലെയാണ് ധ്യാൻചന്ദ് ഒളിമ്പിക് ടീമിലേക്ക് തിരഞ്ഞെടുക്കപ്പെട്ടത്.

റിച്ചാർഡ് അലൻസ മരിയൂസ് ഗേറ്റ്ലി, ഖേർസിങ്ങ്, വില്യം ഗുഡ്സർ, ലെസ്ലി ഹാമണ്ട്, ജയ്പാൽസിങ്ങ്, ഫെറോസ്ഖാൻ, റെക്സ് നോറിസ്, ജോർജ്ജ് മാർട്ടിൻസ് എന്നിവരായിരുന്നു പ്രധാന ടീമംഗങ്ങൾ.

മുംബൈയിൽനിന്നാണ് കപ്പലിൽ ടീം ലണ്ടൻ ലക്ഷ്യമാക്കി പുറപ്പെട്ടത്. 22 ദിവസത്തെ യാത്രയ്ക്കുശേഷം കപ്പൽ ലണ്ടനിലെത്തി.

അവിടെനിന്ന് ഏപ്രിൽ 24-ന് ആസ്റ്റർഡാമിലെത്തി. ഹോളണ്ടിലെ തോടുകൾ കണ്ട് ധ്യാൻചന്ദ് അതിശയിച്ചു. ആ തോടുകൾ, തന്നെ തിരുവിതാംകൂറിനേയും ബംഗാളിനേയും ഓർമ്മിപ്പിക്കുന്നുവെന്ന് അദ്ദേഹം പിന്നീട് എഴുതി. അവിടെ എത്തിയശേഷം ഒട്ടേറെ പ്രീ ഒളിമ്പിക് ടൂർണ്ണമെന്റുകൾക്കുശേഷമാണ് ഇന്ത്യ ആസ്ട്രിയയെ നേരിട്ടത്. മറുപടിയില്ലാത്ത ആറു ഗോളുകൾക്കായിരുന്നു വിജയം. മൂന്നുഗോളുകൾ ധ്യാൻചന്ദിന്റെ വകയായിരുന്നു. പിന്നീട് ബെൽജിയത്തെ 9 ഗോളിനു തകർത്തു. രണ്ടു ദിവസത്തിനുശേഷം ഡെന്മാർക്കിനേയും (5-0) തകർത്തു. അവസാനമത്സരത്തിൽ സ്വിസ് ടീമിനെയാണ് 6 ഗോളിന് തകർത്തത്.

നാലുമത്സരങ്ങളിൽനിന്ന് ഇന്ത്യൻ ടീമിന് എതിരില്ലാത്ത 26 ഗോൾ, അതിൽ പതിനൊന്ന് ഗോളുകൾ ധ്യാൻചന്ദിന്റെ സ്റ്റിക്കിൽനിന്നായിരുന്നു. ഡിവിഷൻ ബിയിൽനിന്ന് ഹോളണ്ടാണ് ഫൈനലിൽ എത്തിയത്. എതിരില്ലാത്ത മൂന്നു ഗോളുകൾക്ക് ഡച്ച് ടീമിനെ വീഴ്ത്തി ഇന്ത്യ ചാമ്പ്യാന്മാരായപ്പോൾ, 14 ഗോളുകൾ നേടിയ ധ്യാൻചന്ദായിരുന്നു ടോപ്പ് സ്കോററും ടൂർണ്ണമെന്റിലെ താരവും. ഈ ടൂർണ്ണമെന്റിൽ 29 ഗോൾ നേടിയ ഇന്ത്യയുടെ വലയിൽ ഒരൊറ്റ ഗോൾ പോലും വീണിരുന്നില്ല.

ഫൈനലിൽ ഒട്ടേറെ താരങ്ങൾക്ക് പരിക്കായിരുന്നു. ധ്യാൻചന്ദിന് പനിയും. ഇതിനിടയിൽ ടീമംഗമായ ജയ്പാൽസിങ്ങ് ആസ്റ്റർഡാമിൽവെച്ച് അപ്രത്യക്ഷനായി. പക്ഷേ ഇതൊന്നും ടീമിനെ ബാധിച്ചില്ല. ഹോക്കിയിൽ ഇന്ത്യയുടെ അപരാജിതമായ കുതിപ്പുകണ്ട് യൂറോപ്പ് അമ്പരന്ന നാളുകളായിരുന്നു അത്.

1932 ലെ ഒളിമ്പിക്സിൽ ധ്യാൻചന്ദ് മാത്രമാണ് ട്രയൽസില്ലാതെ തിരഞ്ഞെടുക്കപ്പെട്ടത്. ആ ടീമിൽ സഹോദരൻ രൂപ്സിങ്ങ് ട്രയൽസിലൂടെ ടീമിൽ കയറി. ഇത്തവണ മൂന്നേ മൂന്നു ടീമുകൾ മാത്രമാണ് ലോസ് ഏഞ്ചൽസിൽ നടന്ന ടൂർണ്ണമെന്റിൽ പങ്കെടുത്തത്. ലോസ് ഏഞ്ചൽസിലേക്ക് പോകാൻ ഇന്ത്യൻ ടീമിനു പണമുണ്ടായിരുന്നില്ല. കടം വാങ്ങിയ പണവുമായാണ് ടീം കപ്പലിൽ യാത്ര തിരിച്ചത്. മടക്കയാത്രയ്ക്ക് ടിക്കറ്റ് പോലുമുണ്ടായിരുന്നില്ല. തിരിച്ചുവരുമ്പോൾ മറ്റു രാജ്യങ്ങളിൽ ഇറങ്ങി കളിച്ചു പണമുണ്ടാക്കുക എന്നായിരുന്നു ടീം മാനേജ്മെന്റ് കണ്ടെത്തിയ തന്ത്രം. ഇന്ത്യയിൽ മഹാത്മാഗാന്ധിയുടെ നേതൃത്വത്തിൽ ശക്തമായ സ്വദേശി പ്രക്ഷോഭം നടക്കുന്ന കാലമായിരുന്നു അതെന്നുകൂടി ഓർക്കുക.

പക്ഷേ ഒളിമ്പിക്സ് മത്സരങ്ങളിൽ യാതൊരു തടസ്സവും ഉണ്ടായില്ല. ആദ്യമത്സരത്തിൽ ഇന്ത്യ 11-1ന് ജപ്പാനെ തോല്പിച്ചു. രണ്ടാമത്തെ മത്സരത്തിൽ 24-1ന് യു.എസിനേയും തകർത്തു. ഇന്ത്യ അടിച്ചത് രണ്ടിനെതിരെ 35 ഗോൾ. പകുതിയിലേറെ ഗോളുകൾ ധ്യാൻചന്ദിന്റെ വകയായിരുന്നു. ഒളിമ്പിക് മടക്കയാത്രയിൽ 72 മത്സരങ്ങൾ ഇന്ത്യ കളിച്ചിരുന്നു. ഇന്ത്യ 338 ഗോളുകൾ നേടി. 133 എണ്ണം ധ്യാൻചന്ദിന്റെ സ്റ്റിക്കിൽ നിന്നായിരുന്നു.

1936-ലെ ബെർളിൻ ഒളിമ്പിക്സിനുമുമ്പുതന്നെ ധ്യാൻചന്ദിനെ ഇന്ത്യൻ ഹോക്കിടീമിന്റെ ക്യാപ്റ്റനായി പ്രഖ്യാപിച്ചിരുന്നു. ഒളിമ്പിക്സിന്റെ ഭാരം ശരിക്കും അനുഭവപ്പെട്ടത് ഈ മത്സരങ്ങളിലായിരുന്നു. ഏറ്റവും ഗംഭീരമായി ജയിക്കണമെന്നായിരുന്നു ധ്യാൻചന്ദിന്റെ ചിന്ത. ഇക്കാര്യം സഹോദരൻ രൂപ്സിങ്ങുമായും പട്ടാളത്തിൽ തന്നെയുള്ള മൂത്ത സഹോദരൻ മുൽചന്ദുമായും ചർച്ച ചെയ്തിരുന്നു. മറ്റൊരു ഒളിമ്പിക്സിനുള്ള സാധ്യത ധ്യാൻ മുന്നിൽ കണ്ടിരുന്നില്ല. പക്ഷേ ന്യൂസ്ലണ്ടിലേക്കുള്ള ആദ്യപര്യടനം തന്നെ ഈ ആശങ്കകൾ കഴുകിക്കളഞ്ഞു. രൂപ്സിങ്ങും ഈ പര്യടനത്തിൽ ഉണ്ടായിരുന്നു. മുപ്പതു കഴിഞ്ഞപ്പോൾ ഇന്ത്യൻ മാധ്യമങ്ങൾ ധ്യാൻ-രൂപ് സഹോദരന്മാരുടെ അനുപമമായ കേളീശൈലിയെക്കുറിച്ച് ആഘോഷം തുടങ്ങിയിരുന്നു. ന്യൂസ്ലണ്ടിൽ 28 മത്സരങ്ങളും സിലോണിലും ആസ്ട്രേലിയയിലുമായി 20 മത്സരങ്ങളും ഇന്ത്യ കളിച്ചു. 48 മത്സരങ്ങളും ഇന്ത്യ ജയിച്ചു. 43 മത്സരങ്ങളിൽ മാത്രമേ ധ്യാൻചന്ദ് കളിച്ചിരുന്നുള്ളൂ. പക്ഷേ ഒരു കളിയിൽ 5 ഗോൾ എന്ന കണക്കിൽ 201 ഗോളുകളാണ് ധ്യാൻ നേടിയത്. ഹോക്കിയുടെ അതുവരെയുള്ള സർവ്വകാല റെക്കോർഡുകൾ ഭേദിക്കുന്നതായിരുന്നു ഈ നേട്ടം. തിരിച്ചുവന്നശേഷം ഒളിമ്പിക് ടീമിനെ തിരഞ്ഞെടുക്കാനുള്ള ഇന്ത്യൻ പ്രോവിൻഷ്യൽ ടൂർണ്ണമെന്റിൽ നിന്നു ധ്യാൻചന്ദിനെ ഒഴിവാക്കി. അദ്ദേഹം ഇന്ത്യൻ ടീമിൽ ഉണ്ടാകുമെന്നും ക്യാപ്റ്റനായിരിക്കുമെന്നും അറിയിപ്പുണ്ടായി.

ബെർളിനിലെത്തിയ ഇന്ത്യൻ ടീം, വളരെ ചെറിയ ഹോട്ടലിലാണ് താമസിച്ചത്. കളിക്കാർക്ക് പരാതിയൊന്നും ഉണ്ടായിരുന്നില്ല. എന്നാൽ സന്നാഹമത്സരത്തിൽ ജർമ്മനിയോട് 4-1ന് തോറ്റത് അവരെ ഞെട്ടിച്ചു കളഞ്ഞു. പിന്നീടുള്ള മത്സരങ്ങൾ എല്ലാം വൻ മാർജിനിലാണ് ജയിച്ചത്. ഒളിമ്പിക് മത്സരം തുടങ്ങിയപ്പോൾ ഹങ്കറിയെ 4 ഗോളിനും യു. എസിനെ ഏഴ് ഗോളിനും, ജപ്പാനെ ഒമ്പതു ഗോളിനും, ഫ്രാൻസിനെ 10 ഗോളിനുമാണ് തോല്പിച്ചത്. ഇന്ത്യക്ക് ഈ മത്സരത്തിൽ ഒരൊറ്റ ഗോൾ പോലും വാങ്ങേണ്ടിവന്നില്ല. അവസാനമത്സരം ജർമ്മനിയുമായിട്ടായിരുന്നു. ആഗസ്റ്റ് 14-ന് ആയിരുന്നു ഫൈനൽ. പക്ഷേ അന്നു കളി നടന്നില്ല. കനത്ത മഴയിൽ ഗ്രൗണ്ട് പൂർണ്ണമായും കുതിർന്നിരുന്നു. പിറ്റേ ദിവസം ഒളിമ്പിക്സിന്റെ സമാപന ദിവസമാണ്. ജർമ്മൻ അധികൃതർ ഫൈനൽ രാവിലെ 11-ന് നിശ്ചയിച്ചു. ധ്യാൻചന്ദിനും കൂട്ടുകാർക്കും ആശങ്ക ഒഴിഞ്ഞിരുന്നില്ല. ഇന്നേവരെ ഇന്ത്യ ഹോക്കിമത്സരം രാവിലെ കളിച്ചിട്ടില്ല. പോരാത്തതിനു വെള്ളം മുഴുവനായും വാർന്നുപോകാത്ത ഗ്രൗണ്ടിൽ എങ്ങനെ കളിക്കുമെന്നായിരുന്നു ആശങ്ക. രാവിലെ ഡ്രസ്സിങ്ങ് റൂമിൽ വെച്ച് എല്ലാവരും പ്രാർത്ഥിച്ചു. പക്ഷേ മാനേജർ പങ്കജ് ഗുപ്ത ഒരു പൊതി കൈയിൽ കരുതിയിരുന്നു. അതൊരു ത്രിവർണ്ണ പതാകയായിരുന്നു. ഇന്ത്യയ്ക്ക് സ്വാതന്ത്ര്യം ലഭിക്കുന്നതിനു പോരാടിയ വിമോചനപ്പോരാളികൾ കൈകളിലേന്തിയ പതാക പങ്കജ്ഗുപ്ത ആവേശത്തോടെ വീശി. ''ഹിന്ദുസ്ഥാൻ ഹമാരാ, ഹിന്ദുസ്ഥാൻ ഹമാരാ''. എല്ലാവരും ഉറക്കെ വിളിച്ചു. ശരീരത്തിൽ വൈദ്യുതി കടന്നുപോയതു പോലെയുള്ള അനുഭവമായിരുന്നു ധ്യാൻചന്ദിന്.

ബെർളിൻ സ്റ്റേഡിയത്തിൽ നാല്പതിനായിരം കാണികൾ കളി കാണാനെത്തിയിരുന്നു. ബറോഡയിലെ മഹാരാജാവും റാണിയും ഉൾപ്പെടെ ഒട്ടേറെ ഇന്ത്യക്കാരും കളി കാണാനെത്തി. കളി തുടങ്ങിയപ്പോൾ ഇന്ത്യക്കാരെപ്പോലെ ജർമ്മനിയും കുറിയ പന്തുകളിലൂടെ മുന്നേറ്റം നടത്തി. ജർമ്മൻകാർ ഇന്ത്യയുടെ കളിയുടെ ഗ്രാമർ പഠിച്ചുവെച്ചതായി തോന്നി. പക്ഷേ ഇന്ത്യ നാലു ഗോൾ നേടി. അവരെ പിന്നിലാക്കി. രണ്ടാം പകുതിയുടെ തുടക്കത്തിൽ ജർമ്മനി ഒരു ഗോൾ നേടിയെങ്കിലും ഇന്ത്യ നാലു ഗോൾ കൂടിയടിച്ചു. 8-1 ന് ഇന്ത്യ സ്വർണമെഡൽ നേടി. പതിവു പോലെ മൂന്നു ഗോളുകൾ ധ്യാൻചന്ദിന്റെ വക. ധ്യാൻചന്ദിന്റെ നിർണ്ണായകമായ കളിയായിരുന്നു ഫൈനൽ. ഒരു ഘട്ടത്തിൽ റബ്ബർ ഷൂസ് ഉപേക്ഷിച്ച് ധ്യാൻസിങ്ങ് നഗ്നപാദനായാണ് കളിച്ചത്.

ആ വിജയത്തിനുശേഷം കളിക്കാർക്ക് കിട്ടിയ ഏക സമ്മാനം ലണ്ടനിൽ ഒരു അവധിക്കാല ആഘോഷമായിരുന്നു. ഇന്ത്യയുടെ യശസ്സിനെ, ലോകത്തിന്റെ നെറുകയിൽ കൊണ്ടെത്തിച്ച ധ്യാൻചന്ദിന് ഇന്നത്തെ ക്രിക്കറ്റ് കളിക്കാരെപ്പോലെ കോടികളോ, കാറുകളോ ഒന്നും കിട്ടിയില്ല. അതിനുപകരം ബ്രിട്ടനിലും മറ്റും ടൂർണ്ണമെന്റ് കളിച്ച് മടക്കയാത്രയ്ക്ക് പണമുണ്ടാക്കേണ്ടിവന്നു.

ധ്യാൻചന്ദ് ആത്മകഥയിൽ ഓർമ്മിക്കുന്ന ഒരു വലിയ ചിത്രമുണ്ട്. സ്വർണമെഡൽ നേടിയശേഷം ഇന്ത്യൻ ടീം ബർളിനിൽനിന്ന് തീവണ്ടി മാർഗ്ഗം കപ്പലിൽ കയറാൻ പുറപ്പെടുമ്പോൾ, റെയിൽവേസ്റ്റേഷനിൽ ഇന്ത്യൻ കളിക്കാരെ കാണാൻ നൂറുകണക്കിന് ജർമ്മൻകാരാണ് ചുറ്റും കൂടിനിന്നത്. അവരുടെ അഭിനന്ദനങ്ങളിൽ ടീം ഒന്നാകെ വീർപ്പുമുട്ടി. പക്ഷേ ബോംബെയിൽ ടീം കപ്പലിറങ്ങിയപ്പോൾ സ്വീകരിക്കാൻ ഫെഡറേഷന്റെ രണ്ട് ഉദ്യോഗസ്ഥന്മാർ മാത്രം. ജന്മനാടിന്റെ അഭിനന്ദനം പ്രതീക്ഷിച്ചിരുന്ന ധ്യാൻചന്ദിന് ജീവിതകാലം മുഴുവൻ ഈ അവഗണന മറക്കാനായില്ല.

1940-ൽ നടക്കേണ്ട ഒളിമ്പിക്സ് രണ്ടാംലോകയുദ്ധം മൂലം റദ്ദാക്കിയിരുന്നു. പക്ഷേ ഇന്ത്യൻ ഒളിമ്പിക് ഹോക്കി ഫെഡറേഷൻ രണ്ടു കൊല്ലം മുമ്പുതന്നെ ടീമിനെ ഒരുക്കിയെടുക്കാൻ നിശ്ചയിച്ചിരുന്നു. ധ്യാൻചന്ദ് അപ്പോഴും ടീമിന്റെ കുന്തമുന തന്നെയായിരുന്നു. നാല്പതുകളിലും ഇന്ത്യയ്ക്ക് സ്വാതന്ത്ര്യം കിട്ടിയ 1947ലും ധ്യാൻചന്ദ് മാന്ത്രികമായ തന്റെ സിദ്ധികൾ ഉപേക്ഷിച്ചിരുന്നില്ല. കിഴക്കൻ ആഫ്രിക്കയിലേക്ക് പര്യടനത്തിന് പുറപ്പെട്ട ഇന്ത്യൻ ടീമിലും ധ്യാൻചന്ദ് ഉണ്ടായിരുന്നു. അപ്പോൾ അദ്ദേഹത്തിന് 42 വയസ്സായിരുന്നു.

പ്രായം തന്റെ സിദ്ധികളെ ചോദ്യം ചെയ്യുമെന്ന തോന്നലുണ്ടായപ്പോൾ ധ്യാൻചന്ദ് തന്നെയാണ് വിരമിക്കൽ പ്രഖ്യാപിച്ചത്. 51-ാം വയസ്സിൽ അദ്ദേഹം സൈന്യത്തിൽനിന്നു റിട്ടയർ ചെയ്തു. അതിനുശേഷം പട്യാലയിൽ ചീഫ് ഹോക്കി കോച്ചായും സേവനമനുഷ്ഠിച്ചു.

ധ്യാൻചന്ദ് പിന്നേയും വെറുതെയിരുന്നില്ല. മൗണ്ട് ആബുവിലേക്ക് പോയി പുതിയൊരു തലമുറയെ ഹോക്കി സ്റ്റിക്കെടുക്കാൻ പഠിപ്പിച്ചു. ആയിരത്തിത്തൊള്ളായിരത്തി അമ്പത്തിരണ്ടിൽ ധ്യാൻ ആത്മകഥയെഴുതി. അതിന്റെ പ്രകാശനം ചെന്നൈയിലാണ് നടന്നത്. അക്കാലത്ത് ഉത്തരേന്ത്യൻ കടുകുപാടങ്ങളിലും മൈതാനങ്ങളിലും ഹോക്കി ഇന്ത്യയുടെ പൈതൃക ഗെയിമായി ഉയർന്നുവരുന്നുണ്ടായിരുന്നു. ബെർളിൻ ഒളിമ്പിക്സിന് ശേഷമാണ് ജാനകിദേവിയെ വിവാഹം കഴിച്ചത്. ഏഴു ആൺമക്കളും പിറന്നു. പക്ഷേ ഹോക്കിയുടെ ലോകത്തേക്ക് അവരെ കൊണ്ടുവരാൻ ശ്രമിച്ചെങ്കിലും അദ്ദേഹം പരാജയപ്പെട്ടു. ഒരു മകൻ മാത്രം - അശോക് ധ്യാൻചന്ദ് - ഒളിമ്പിക് ടീമിൽ കളിച്ചു.

1979 ൽ 74-ാം വയസ്സിൽ അർബുദം ബാധിച്ച് ധ്യാൻചന്ദ് ജീവിതത്തിൽനിന്നു വിടവാങ്ങി. അന്ത്യനാളുകളിൽ നാടുതന്നെ ധ്യാൻചന്ദിനെ വിസ്മൃതിയിലേക്ക് തള്ളി. അദ്ദേഹത്തിന്റെ ജന്മദിനമായ ആഗസ്റ്റ് 29 ദേശീയ സ്പോർട്സ് ദിനമായി ആചരിക്കപ്പെടുന്നുണ്ടെങ്കിലും ധ്യാൻചന്ദിന്റെ സേവനകാലത്ത് പണത്തിനുവേണ്ടി അദ്ദേഹം ബുദ്ധിമുട്ടി. ഇന്ത്യയ്ക്കുവേണ്ടി, ആയിരം ഗോളുകൾ നേടി. ആ അത്യപൂർവ കായികതാരം. ഇന്ത്യൻ ബ്യൂറോക്രസിയുടെ നിഷ്ക്രിയത്വത്തിലമർന്ന് മറവിയിലേക്ക് പിന്തള്ളപ്പെട്ടു. ■

എമിൽ സാട്ടോപെക്ക് അഥവാ ചെക്ക് ലോക്കോമോട്ടീവ് (ചെക്കോസ്ലോവാക്യ)

സ്നേഹത്തിന് ഒരു സുവർണമെഡൽ

ജനനം - 1922 സെപ്തംബർ 19 • മരണം - 2000 നവംബർ 22, ചെക്ക് റിപ്പബ്ലിക് • 1948 ലണ്ടൻ ഒളിമ്പിക്സിൽ 5000 മീറ്ററിൽ വെള്ളി • 10000 മീറ്ററിൽ സ്വർണം • 1952 ഹെൽസിങ്കി ഒളിമ്പിക്സിൽ 5000 മീറ്ററിലും 10000 മീറ്ററിലും മാരത്തോണിലും സ്വർണം.

'ഒരു അത്‌ലറ്റും പോക്കറ്റിൽ വീഴുന്ന പണം നോക്കി ഓടരുത്. ഓടുന്നവന്റെ ഹൃദയത്തിൽ പ്രതീക്ഷകൾ ഉണ്ടായിരിക്കണം. അവന്റെ തലയിൽ സ്വപ്നങ്ങളും ഉണ്ടായിരിക്കണം.''

ചെക്കോസ്ലോവാക്യ എന്ന രാഷ്ട്രത്തെ ലോകത്തിന്റെ നെറുകയിലെത്തിച്ച എമിൽസാട്ടോപെക്കിന്റെ ജീവിതത്തിന്റെ ഒരു പകുതി അതിജീവനത്തിന്റേയും മറുപാതി ദുരന്തത്തിന്റേതുമാണ്. എന്നിട്ടും ഒരു പുഞ്ചിരിയോടെയാണ് എമിൽ ജീവിതത്തെ സമീപിച്ചത്.

ചെക്ക് രാഷ്ട്രത്തിന്റെ സ്പോർട്സ് ഇതിഹാസമായ സാട്ടോപെക്ക് 1968 ലെ പ്രേഗ് വസന്തകാലത്ത് ജനാധിപത്യത്തിനുവേണ്ടി നിലകൊണ്ട മനുഷ്യനാണ്. പക്ഷേ, ആ രാജ്യത്തിന്റെ എക്കാലത്തേയും വലിയ അത്‌ലറ്റിനെ രാഷ്ട്രീയ നേതൃത്വം അപമാനിച്ചു. സാട്ടോപെക്കിന്റെ പേര് പോലും മായിച്ചുകളഞ്ഞു. പാഠപുസ്തകങ്ങളിൽനിന്ന് സാട്ടോപെക്കിന്റെ സാഹസികമായ കായികജീവിതത്തിന്റെ പേജുകൾ നീക്കി. ദേശീയ മ്യൂസിയത്തിലെ പ്രശംസാപത്രം കീറിയെറിഞ്ഞു. കേണൽപദവി എടുത്തുകളഞ്ഞു. കമ്മ്യൂണിസ്റ്റ് പാർട്ടിയിൽനിന്നു പുറത്താക്കി. യുറേനിയം ഖനിയിൽ മണ്ണ് ചുമന്ന് ജീവിക്കാൻ വിധിക്കപ്പെട്ടു. പിന്നീട് കിണറുകൾ കുഴിക്കാൻ നിയോഗിക്കപ്പെട്ടു. നാലരവർഷത്തെ നരകയാതനകൾക്കുശേഷം അയാളെ എഴുത്തുകാരൻ കൂടിയായ വക്ലാവ് ഹാവലിന്റെ ഗവൺമെന്റാണ് മോചിപ്പിച്ചത്. അപ്പോഴും സാട്ടോപെക്കിന്റെ ജീവിതത്തോടുള്ള സ്നേഹം വിട്ടുപോയിരുന്നില്ല. പുതിയ അത്‌ലറ്റുകളോട് സാട്ടോപെക്ക് പറഞ്ഞു ''ഹൃദയത്തിൽ സ്വപ്നങ്ങളുമായി ഓടണം. പോക്കറ്റിൽ വീഴുന്ന പണത്തെക്കുറിച്ചോർത്ത് ഓടരുത്.''

പ്രശസ്തിയുടെ കൊടുമുടിയിൽനിന്നാണ് സാട്ടോപെക്കിനെ അന്നത്തെ സോവിയറ്റ് പിന്തുണയുള്ള ഭരണകൂടം വലിച്ചുതാഴെയിട്ടത്.

1968 ആഗസ്റ്റ് 20. അന്ന് രാത്രിയാണ് സോവിയറ്റ് സൈന്യം ചെക്കോസ്ലോവാക്യയെ ആക്രമിച്ചത്. സംഭവിക്കുന്നത് എന്താണെന്ന് അറിയുമ്പോഴേക്കും 12 ടാങ്ക് ഡിവിഷനുകളും 12 റൈഫിൾ ഡിവിഷനുകളും രണ്ട് പാരച്യൂട്ട് ഡിവിഷനുകളിലും പ്രേഗിൽ എത്തിക്കഴിഞ്ഞിരുന്നു. ചെക്ക് സേന ബാരക്കുകളിൽ കഴിഞ്ഞു.

ആദ്യദിവസം തന്നെ 19 പൗരന്മാർ പ്രേഗിൽമാത്രം കൊല്ലപ്പെട്ടിരുന്നു. അന്നത്തെ ചെക്ക് കമ്മ്യൂണിസ്റ്റ് പാർട്ടിയുടെ സെക്രട്ടറി അലക്സാണ്ടർ ഡ്യൂബ്ചെക്ക് കൊണ്ടുവന്ന പരിഷ്കരണ നടപടി, വൻതോതിൽ ജനങ്ങളുടെ പ്രശംസ പിടിച്ചുപറ്റിയപ്പോഴാണ്, സോവിയറ്റ് യൂണിയൻ വാഴ്സാ ഉടമ്പടിയുടെ പേരുപറഞ്ഞ് സേനയെ അയച്ചത്. ആ രാത്രി തന്നെ ഡ്യൂബ് ചെക്ക് അറസ്റ്റിലായി. സോവിയറ്റ് സേനയുടെ കടന്നുവരവിനെ, കമ്മ്യൂണിസ്റ്റ് പാർട്ടിയിലെ പരിഷ്കരണവാദികൾ എതിർത്തിരുന്നു. അവരുടെ മുൻനിരയിലായിരുന്നു സാട്ടോപെക്ക്. വെൻസ്ലാവ് സ്ക്വയറിൽ ടാങ്കുകൾക്കെതിരെ ആയിരക്കണക്കിനു പ്രേഗുകാർ പ്രതിരോധം തീർത്തു. ആ ജനക്കൂട്ടത്തിന്റെ ഹീറോ ആയിരുന്നു എമിൽ. കാരണം, ആ ടാങ്കുകളുടെ മുമ്പിൽ അക്ഷോഭ്യനായി ഒറ്റയ്ക്കുനിന്ന ആദ്യത്തെയാൾ ഈ താരമായിരുന്നു. എമിൽ ഈ കടന്നുകയറ്റത്തെ എതിർത്തു. ജനങ്ങൾ ഇതിനെ ചെറുത്തുതോല്പിക്കുമെന്ന് ആഹ്വാനം ചെയ്തു. അന്ന് പുനഃസംഘടിപ്പിക്കപ്പെട്ട ചെക്ക് സൈന്യത്തിന്റെ ഹോണററി കേണലായിരുന്നു സാട്ടോപെക്ക്. അവിടെ നിന്നാണ് സാട്ടോപെക്കിന് ജീവിതത്തിലെ കൊടിയ പീഡനങ്ങൾ

സഹിക്കേണ്ടിവന്നത്. ഹോണററി കേണൽ എന്ന പദവി സോവിയറ്റ് പട്ടാളം എടുത്തുകളഞ്ഞു.

നാലരവർഷം നീണ്ട കൊടിയ യാതനകൾക്കിടയിൽ സാട്ടോപെക്കിന്റെ ആരോഗ്യം ക്ഷയിച്ചിരുന്നു. ശിക്ഷകളിൽനിന്നു മോചിതനായി തിരിച്ചുവന്നുവെങ്കിലും അയാൾ പഴയ സാട്ടോപെക്കായിരുന്നില്ല. ''യഥാർത്ഥ സാട്ടോപെക്ക് മരിച്ചുപോയതായി നിങ്ങൾ കണക്കാക്കുക'' വേദനയോടെ സാട്ടോപെക്ക് പറഞ്ഞു.

പക്ഷേ സാട്ടോപെക്കിനോടൊപ്പം സമയം ചെലവഴിച്ചവർ ഈ ഊഷ്മളതയും സ്നേഹവും മറന്നിരുന്നില്ല. എതിരാളികൾ പോലും തികച്ചും ദീനാനുകമ്പനായ മനുഷ്യൻ എന്നാണ് സാട്ടോപെക്കിനെ വിശേഷിപ്പിച്ചിരുന്നത്. തന്റെ പരിശീലന രഹസ്യങ്ങൾപോലും സാട്ടോപെക്ക് മറ്റു താരങ്ങളോട് വിശദീകരിച്ചിരുന്നു. ഗോർഡോൺ പിരിയുമായി മത്സരിക്കുമ്പോൾ സോക്സ് നഷ്ടപ്പെട്ട ആ ബ്രിട്ടീഷ് അത്‌ലറ്റിന് സ്വന്തം ബാഗിൽനിന്നും എടുത്തുകൊടുത്തതും സാട്ടോപെക്കിന്റെ മഹത്വം.

1989 ൽ മാത്രമാണ് അദ്ദേഹത്തിന് സർക്കാർ എല്ലാ അംഗീകാരങ്ങളും നല്കിയത്. രണ്ടായിരാമാണ്ടിൽ സാട്ടോപെക്ക് മരിച്ചു. ഇന്നും ചെക്ക് ജനത ആ അത്‌ലറ്റിന്റെ മഹത്വം അറിയുന്നു. 2014 ൽ അദ്ദേഹത്തിന്റെ പൂർണ്ണകായ പ്രതിമ ബ്ലിംനഗരത്തിൽ ഉയർന്നു. 2016 ലെ റിയോ ഒളിമ്പിക്സിൽ ചെക്ക് താരങ്ങൾ സാട്ടോപെക്കിന്റെ ഒരു ചിത്രം പതിച്ച ജഴ്സി ധരിച്ചാണ് എത്തിയത്. മരണത്തിനുശേഷം സാട്ടോപെക്ക് കൂടുതൽ വിശുദ്ധനായിരിക്കുന്നു.

മെഡലുകളുടെ കാലം

ഹെൽസിങ്കിയിൽ ബ്രിട്ടന്റെ മാരത്തോൺ ഓട്ടക്കാരൻ ജിം പീറ്റേഴ്സ് ഓട്ടത്തിനു തയ്യാറായിക്കൊണ്ടിരിക്കെ ഒരു കഷണ്ടിക്കാരൻ അത്‌ലറ്റ് ഓടിവന്ന് സ്വയം പരിചയപ്പെടുത്തി. ഞാൻ ''സാട്ടോപെക്ക്''

ജിം പീറ്റേഴ്സിനു ആളെ മനസ്സിലായി. മധ്യദൂരഓട്ടത്തിൽ ഈ ചെക്ക് താരം ഇതിഹാസം തന്നെയായിരുന്നു. ലണ്ടൻ ഒളിമ്പിക്സിൽ സാട്ടോപെക്ക് ഒരു സ്വർണവും വെള്ളിയും നേടിയിരുന്നു. ഹെൽസിങ്കിയിൽ 5000 മീറ്ററിലും പതിനായിരം മീറ്ററിലും സ്വർണം നേടിയ സാട്ടോപെക്ക് മാരത്തണിൽ മത്സരിക്കുമെന്ന് ജിമ്മിന് അറിയാമായിരുന്നു. ജിമ്മിന്റെ മാനസഗുരുവാണ് സാട്ടോപെക്ക്. സാട്ടോപെക്കിന്റെ നേട്ടങ്ങളാണ് ജിമ്മിനെ മാരത്തണിലേക്ക് തിരിച്ചുവിട്ടത്.

സംസാരപ്രിയനാണ് സാക്കോപെക്ക്. കാണുന്നവരോടെല്ലാം വിശേഷം ചോദിച്ചറിഞ്ഞും സംശയങ്ങൾ ഉന്നയിച്ചും സാട്ടോപെക്ക് അവരുമായി ചങ്ങാത്തം കൂടും. ഓട്ടത്തിനിടയിൽപോലും സംസാരിച്ചുകൊണ്ടാണ് ഈ ചാമ്പ്യന്റെ ഓട്ടം.

മാരത്തോണിന് ഇടയ്ക്ക് ഒരു മണിക്കൂർ കഴിഞ്ഞപ്പോൾ സാട്ടോപെക്ക് ജിമ്മിന് ഒപ്പമെത്തി. ജിം ലീഡ് ചെയ്തുകൊണ്ടിരിക്കുകയായിരുന്നു.

ജിം, ഈ വേഗത വളരെ കൂടുതലാണോ? സാട്ടോപെക്കിന്റെ ചോദ്യം പകുതിദൂരം പിന്നിട്ടുകഴിഞ്ഞാൽ, വേഗത കുറേക്കൂടി കൂട്ടാമെന്നായിരുന്നു ജിമ്മിന്റെ ഉപദേശം. മറുപടി കിട്ടിയശേഷം സാട്ടോപെക്ക് വേഗത കൂട്ടി മുന്നിൽ കടന്നു. പിന്നെ ജിം സാട്ടോപെക്കിനെ കാണുന്നത് ഒന്നാമതായി ഓടിയെത്തി ടേപ്പ് തൊട്ട് മറ്റു ഓട്ടക്കാരെ അഭിവാദ്യം ചെയ്യാൻ കാത്തുനില്ക്കുന്നതാണ്. അതിനിടയിൽ ജമൈക്കൻ റിലേ ടീം അംഗങ്ങളുടെ ചുമലിലിരുന്നു സ്റ്റേഡിയത്തിലെ കാണികളെ സാട്ടോപെക്ക്

അഭിവാദ്യം ചെയ്തുകഴിഞ്ഞിരുന്നു. സാട്ടോപെക്കിന്റെ ഈ നേട്ടം ഒളിമ്പിക് ചരിത്രത്തിലെ ഉജ്ജ്വലമായ അധ്യായങ്ങളിലൊന്നാണ്.

സാട്ടോപെക്കിനു ആറുഭാഷകൾ അനായാസം സംസാരിക്കാനറിയാമായിരുന്നു. ഓരോ ഭാഷയിലും മറ്റ് അത്‌ലറ്റുകളോട് സംസാരിച്ചുകൊണ്ട് പരിശീലനരീതികൾ നോട്ടുബുക്കിൽ കുറിക്കുന്നത് സാട്ടോപെക്കിന്റെ ശീലമായിരുന്നു.

കോപത്തോടെ ഓടി, സമ്മാനം നേടി

ഒരു അധ്യാപകനാവാനായിരുന്നു സാട്ടോപെക്കിന്റെ ആഗ്രഹം. പക്ഷേ പഠനവിഷയങ്ങളിൽ വളരെ പിന്നാക്കമായിരുന്നു. പിന്നീട് ബ്ലിൻ നഗരത്തിലെ ബാറ്റാ ഷൂ ഫാക്ടറിയിൽ അപ്രന്റീസായി ജോലിക്ക് ചേർന്നു. വർഷം 1936. എന്നാൽ വിദ്യാഭ്യാസം മുടക്കാൻ സാട്ടോപെക്ക് തയ്യാറായിരുന്നില്ല. അന്ന് സാട്ടോപെക്കിന് പതിനാല് വയസ്സ്. ബ്ലിൻ നഗരത്തിലെ റോഡുകളിൽ എല്ലാ വർഷവും ഓട്ടമത്സരം നടക്കാറുണ്ട്. ഏതെങ്കിലും തന്ത്രമുപയോഗിച്ച് സാട്ടോപെക്ക് അത് ഒഴിവാക്കും. അതു തനിക്കുള്ളതല്ലെന്ന് ആ യുവാവിന് തോന്നി. പക്ഷേ 18 വയസ്സുകഴിഞ്ഞപ്പോൾ ഒരു രാത്രി ക്ലാസ്സിലെ ട്യൂട്ടർ, മത്സരത്തിൽ പങ്കെടുക്കാൻ നിർബന്ധിച്ചു. പനിയാണെന്നുപറഞ്ഞ് സാട്ടോപെക്ക് ഒരുവിധം ഒഴിവാക്കി. പക്ഷേ ട്യൂട്ടർ, ഒരു ഡോക്ടറെ വിട്ട് സാട്ടോപെക്കിനെ പരിശോധിപ്പിച്ചു. മത്സരത്തിൽ പങ്കെടുക്കാൻ യോഗ്യനാണ് ഇയാൾ - ഡോക്ടർ പ്രഖ്യാപിച്ചു.

സാട്ടോപെക്കിനു ഭയങ്കര ദേഷ്യമായി. എന്നാൽ, ഇനി ഓടി, മറ്റുള്ളവരെ തോല്പിച്ച് കാണിച്ചുകൊടുക്കണമെന്ന് വാശി തോന്നി. ആ മത്സരത്തിൽ സാട്ടോപെക്ക് രണ്ടാമതായി ഓടിയെത്തി. മത്സരം കഴിഞ്ഞപ്പോൾ കിട്ടിയ അഭിനന്ദനങ്ങളും ചില സമ്മാനങ്ങളും മാറി ചിന്തിക്കാൻ പ്രേരിപ്പിക്കുകയും ചെയ്തു. ഇതിനിടെ ബ്ലിന്നിലെ അത്‌ലറ്റിക് ക്ലബ്ബ് അയാളെ അംഗമാകാനും ക്ഷണിച്ചു. സാട്ടോപെക്ക് ആദ്യം ചെയ്തത് ഓട്ടക്കാരെക്കുറിച്ചുള്ള വിവരങ്ങൾ ലൈബ്രറിയിൽനിന്നു ശേഖരിക്കുകയായിരുന്നു. ആദ്യം വായിച്ചതു ഫിൻലണ്ടുകാരൻ പാവോ നൂർമിയുടെ ജീവിതം. അയാളുടെ ജീവചരിത്രം സാട്ടോപെക്കിനു വില പിടിച്ചതായിരുന്നു. ഏതു പ്രതിസന്ധിയേയും നേരിടുക, ശരീരത്തെ വേഗത്തിൽ കുതിപ്പിക്കാൻ കഴിയുംവിധം മെരുക്കിയെടുക്കുക, വേഗത കൂട്ടിയും കുറച്ചും ഓടാനുള്ള തന്ത്രം വശത്താക്കുക - ഈ ലക്ഷ്യങ്ങൾക്കായി സാട്ടോപെക്ക് രാവും പകലും ഉഴിഞ്ഞുവെച്ചു. രണ്ടാം ലോകയുദ്ധത്തിന്റെ അവസാനം സാട്ടോപെക്ക് ചെക്ക് സൈന്യത്തിൽ ചേർന്നു. സൈന്യത്തിൽ പരിശീലനത്തിനു കൂടുതൽ സമയം ലഭിച്ചു. സ്പ്രിന്റുകൾ ഓടുകയെന്നതാണ് സാട്ടോപെക്കിന്റെ പരിശീലനരീതി. രാവിലെ അമ്പതുതവണ നൂറുമീറ്റർ ഓടും. വൈകീട്ട് അത്രതന്നെ 200

മീറ്റർ ഓടും. ഓരോ ദിവസവും കഴിയുംതോറും തനിക്ക് കൂടുതൽ വേഗത്തിൽ ഓടാൻ കഴിയുമെന്ന് സാട്ടോപെക്കിന് ബോധ്യമായി. ഏതാണ്ട് 25 മൈൽ ദിവസേന ഓടിത്തീർക്കാൻ സാട്ടോപെക്കിന് കഴിഞ്ഞിരുന്നു.

1946 ൽ ബെർലിനിൽ നടക്കുന്ന ഇന്റർ അലൈഡ് മീറ്റിൽ പങ്കെടുക്കാൻ സാട്ടോപെക്ക് ശ്രമിച്ചു. പ്രേഗിൽ കുടുങ്ങിപ്പോയ സാട്ടോപെക്കിന് ജർമ്മനിയിൽ എത്താൻ കഴിഞ്ഞില്ല. പക്ഷേ അയാൾ ഇച്ഛാശക്തിയുടെ അവതാരമൂർത്തിയായിരുന്നു. ജർമ്മനിയിൽ സാട്ടോപെക്ക് എത്തുന്നത് 220 കിലോമീറ്റർ സൈക്കിൾ ചവിട്ടിയാണ്!

മത്സരം തുടങ്ങിയപ്പോൾ സാട്ടോപെക്ക് സ്പ്രിന്റ് ഓടുന്നതു പോലെയാണ് ഓടിയത്. അറുപതിനായിരം വരുന്ന കാണികൾ ചിരിച്ചു. പക്ഷേ ഏതാണ്ട് അതേ വേഗതയിൽ 5000 മീറ്റർ ഓടിയെത്തി സ്വർണ്ണം കരസ്ഥമാക്കി. കാണികൾ തരിച്ചിരുന്നുപോയി.

ഈ മത്സരം കഴിഞ്ഞപ്പോൾ സാട്ടോപെക്കിന് കൂടുതൽ ആവേശമായി. ഒരു ടോർച്ചുമായി രാത്രിയും പരിശീലനം തുടർന്നു. കാലിൽ ഭാരം കെട്ടിവെച്ച് സൈക്കിൾ ചവുട്ടി. പിന്നീട് വിപരീത സാഹചര്യങ്ങൾ മറികടക്കാൻ മഴയത്തും മഞ്ഞുകാലത്തും ഓടിത്തുടങ്ങി. മഞ്ഞുമൂടി ഘനീഭവിച്ച പാതകളിലും സാട്ടോപെക്ക്, കനത്ത സൈനിക ബൂട്ടുമിട്ട് പരിശീലനം നടത്തി.

ഈ പരിശീലനങ്ങൾ തുടരുമ്പോഴാണ് ലണ്ടൻ ഒളിമ്പിക്സ് ആരംഭിക്കുന്നത്. 5000 മീറ്റർ സ്വർണം - അതായിരുന്നു സാട്ടോപെക്കിന്റെ ടാർജറ്റ്. 5000 മീറ്റർ ഒരേ വേഗതയിൽ ഓടാൻ, പതിനായിരം മീറ്റർ

ഓടിത്തുടങ്ങിയപ്പോൾ ഏതാണ്ട് ലോക റെക്കോർഡിന്റെ അടുത്തെത്തിയിരുന്നു. അതുകൊണ്ട് പതിനായിരം മീറ്ററിൽക്കൂടി മത്സരിക്കാൻ സാട്ടോപെക്ക് തീരുമാനിച്ചു.

ഓരോ ആയിരം മീറ്ററും 71 സെക്കന്റിൽ ഓടിത്തീർക്കുകയാണ് വേണ്ടതെന്ന് സാട്ടോപെക്ക് നിശ്ചയിച്ചു. ഈ വിധം തന്റെ ഓട്ടത്തിന്റെ സമഗ്രമായ ഘടന ഉൾക്കൊണ്ട് ഓടുകയെന്നത് സാട്ടോപെക്കിന്റെ ശീലമായിത്തീർന്നു.

ഒളിമ്പിക്സിൽ പതിനായിരം മീറ്ററിന്റെ മത്സരം തുടങ്ങിയപ്പോൾ സാട്ടോപെക്കിന്റെ കോച്ച് ഒരു വെള്ള ബനിയനും ചുവന്ന ബനിയനും കൈയിലേന്തി ഗാലറിയിൽ ഇരുന്നു. ആദ്യത്തെ ഏഴു ലാപ്പും സാട്ടോപെക്ക് 71 സെക്കന്റിൽ ഓടി. ചുട്ടുപൊള്ളുന്ന ആ വേഗത, മറ്റ് അത്‌ലറ്റുകൾക്ക് അപ്രാപ്യമായിരുന്നു. എന്നാൽ എട്ടാമത്തെ ലാപ് ഓടിയപ്പോൾ, കോച്ച് ചുവന്ന ബനിയൻ പൊക്കി കാണിച്ചു. 71 സെക്കന്റിൽ കൂടുതൽ ഈ ലാപിന് സമയമെടുത്തു എന്നറിഞ്ഞ സാട്ടോപെക്ക് അടുത്ത ലാപിൽ വേഗത കൂട്ടി. ഫിൻലണ്ടിന്റെ വിൽജോ ഹീനോയെ പിന്നിലാക്കി കുതിച്ച സാട്ടോപെക്ക് 48 സെക്കന്റ് വ്യത്യാസത്തിലാണ് എതിരാളിയെ പിന്തള്ളിയത്. നമ്മുടെ കാലഘട്ടത്തിലെ ഏറ്റവും അവിശ്വസനീയമായ ഓട്ടമെന്നാണ് ഇതിനെ അന്നൊരു നിരൂപകൻ വിശേഷിപ്പിച്ചത്.

സാട്ടോപെക്കിന്റെ ഓട്ടം പ്രത്യേകതരത്തിലാണ്. കൈയും കാലുമിളക്കി ശരീരം മുഴുവൻ കുലുക്കിയുള്ള ഓട്ടം ആരും ശ്രദ്ധിക്കും. അതിനു സാട്ടോപെക്കിനു മറുപടിയുണ്ടായിരുന്നു. ഇത് ജഡ്ജിമാരിൽ മതിപ്പുണ്ടാക്കാനുള്ള മത്സരമല്ല. സമയത്തോടും എതിരാളികളോടുമുള്ള വെല്ലുവിളിയാണ്.

അയ്യായിരം മീറ്റർ ഓട്ടം കടുത്തതായിരുന്നു. മഴ പെയ്ത് ചളി നിറഞ്ഞ ട്രാക്ക്, സാട്ടോപെക്കിനുപോലും ഓടാൻ കഴിയാത്തതായിരുന്നു. എന്നിട്ടും സ്വീഡന്റെ എറിക് ആൾസൻ മുന്നിലെത്തിയപ്പോൾ അയാൾ പരിഭ്രാന്തനായി. ബെൽജിയത്തിന്റെ ഗസ്റ്റൺറീഫും മുന്നിൽ കടന്നു. ഒരു ഘട്ടത്തിൽ ഓട്ടത്തിനിടയിൽ വീഴാൻ പോയതായിരുന്നു. എങ്ങനെയോ ശരീരത്തെ തിരിച്ചുപിടിച്ചു. അവസാനത്തെ ലാപ് വരെ റീഫ് മുന്നിലായിരുന്നു. റീഫ് ഏതാണ്ട് മുപ്പത് മീറ്റർ മുന്നിൽ ഓടിക്കൊണ്ടിരുന്നു. പക്ഷേ അവസാനത്തെ ലാപ്പിൽ സാട്ടോപെക്ക് പഴയ സ്പ്രിന്റ് പുറത്തെടുത്തു. 0.2 സെക്കന്റിന്റെ വ്യത്യാസത്തിന് സാട്ടോപെക്ക് മുന്നിൽ കയറി. കിതച്ചുകൊണ്ടുള്ള സാട്ടോപെക്കിന്റെ നിശ്വാസവും കാലടിശബ്ദവും തന്റെ കഴുത്തിനുപിന്നിൽ പതിഞ്ഞപ്പോൾ അവസാനത്തെ അഞ്ചുമീറ്ററിൽ സാട്ടോപെക്ക് മുന്നിൽ കടക്കുമെന്ന് ബോധ്യമായെന്ന് റീഫ് പിന്നീട് എഴുതി. ആ വിജയത്തോടെ സാട്ടോപെക്കിന്റെ നാമം അനശ്വരരായ ഒളിമ്പിക് ജേതാക്കളുടെ ഗാലറിയിലേക്ക് കയറി.

മത്സരം കഴിഞ്ഞപ്പോൾ ആദ്യം അഭിനന്ദിക്കാനെത്തിയത് നാട്ടുകാരി ചെക്ക് ടീമംഗം ഡാന ഇൻഗ്രോവയായിരുന്നു. ജാവലിൻത്രോയിൽ ഏഴാം സ്ഥാനമേ ഡാനയ്ക്ക് ലഭിച്ചിരുന്നുള്ളൂ. ഡാനയുടെ വാക്കുകൾ എമിൽ സാട്ടോപെക്കിന് നന്നേ പിടിച്ചു. സംസാരിച്ചിരുന്നപ്പോൾ രണ്ടുപേരുടേയും പ്രായവും ജനനതിയതിയും ഒന്നുതന്നെ. പിറ്റേ ദിവസം 'പിക്കാഡല്ലി സർക്കസിൽനിന്ന് രണ്ടു സ്വർണമോതിരങ്ങൾ വാങ്ങി ഡാനയെ കാണാൻ ചെന്നു. ഒരേ ദിവസം ജനിച്ച നമ്മൾക്ക് ഒരേ ദിവസം തന്നെ വിവാഹിതരായിക്കൂടേ? കുസൃതിച്ചിരിയോടെ സാട്ടോപെക്ക് ചോദിച്ചു. ഡാന സമ്മതിച്ചു.

വിവാഹശേഷവും സാട്ടോപെക്ക് കഠിനപരിശീലനത്തിൽ മുഴുകി. 1949 മുതൽ 51 വരെ 69 മത്സരങ്ങളിൽ ഈ ഒളിമ്പിക് ജേതാവ് പങ്കെടുത്തു. എല്ലാ മത്സരങ്ങളിലും സാട്ടോപെക്ക് ജേതാവാകുകയും ചെയ്തു. 1952 ലെ ഒളിമ്പിക്സിൽ പനിയായിരുന്നിട്ടും പതിനായിരം മീറ്റർ സ്വർണ്ണം സാട്ടോപെക്ക് സ്വന്തമാക്കി. 5000 മീറ്റർ കടുത്ത പോരാട്ടമായിരുന്നു. ക്രച്ച് ചാറ്റ്‌വേയും അലെയ്ൻ മിമോണും ബാർബർട്ട് ഷേഡും ഒപ്പത്തിനൊപ്പം പോരാടിയ അവസാനത്തെ വളവിൽ വളരെ കൗശലത്തോടെ അവരെ പിന്തള്ളി സാട്ടോപെക്ക് ഡബിൾ നേടി. പത്തുമിനിറ്റിനുശേഷം ഡാനയും ജാവ്‌ലനിൽ സ്വർണം നേടി ചരിത്രം സൃഷ്ടിച്ചു. ഒളിമ്പിക്സിൽ സ്വർണം നേടുന്ന ആദ്യത്തെ ദമ്പതിമാരായി അവർ. സാട്ടോപെക്കിന് 30 വയസ്സ് കഴിഞ്ഞു. 1954 ലെ യൂറോപ്യൻ ചാമ്പ്യൻഷിപ്പിൽ 5000 മീറ്റർ, അയാളെ മറികടന്ന് വ്ളദ്മിർകുട്സ് നേടി. ദീർഘദൂര ഓട്ടക്കാരുടെ പുതിയ തലമുറ പിറക്കുകയായിരുന്നു. പ്രേഗിൽ വെച്ച് കുട്സുമായി സംസാരിച്ചപ്പോഴാണ് സാട്ടോപെക്കിന് ഒരു കാര്യം ബോധ്യമായത്. തന്റെ കഠിനപരിശീലനം ശരീരത്തിന്റെ ശേഷിയെ ബാധിച്ചിരിക്കുന്നു. മടിച്ചില്ല, സാട്ടോപെക്ക് വീരോചിതമായി പിന്മാറി. ഓട്ടക്കാരുമായുള്ള സൗഹൃദമായിരുന്നു ഈ ചെക്ക് പൗരന്റെ ഏറ്റവും വലിയ കൈമുതൽ. സഹതാരങ്ങളെ വീട്ടിൽ ക്ഷണിച്ചുകൊണ്ടുവന്ന് താമസിപ്പിക്കുമായിരുന്നു സാട്ടോപെക്ക്. പ്രശസ്തനായ ഗോർഡോൺപിരി ആത്മകഥയെഴുതിയപ്പോൾ, ലോകത്തിലെ ഏറ്റവും സന്തുഷ്ടനായ മനുഷ്യനെ കണ്ടത് സാട്ടോപെക്കിലാണെന്ന് എഴുതി.

ആസ്ത്രേലിയൻ താരം റോൺ ക്ലർക്ക് 1968 ലെ മെക്സിക്കോ ഒളിമ്പിക്സിൽ രോഗബാധിതനായി മത്സരത്തിൽനിന്നു വിട്ടുനിന്നപ്പോൾ ആശ്വസിപ്പിക്കാനെത്തിയത്. സാട്ടോപെക്കാണ്. നാളുകൾക്കുശേഷം, റോണിനെ, സാട്ടോപെക്ക് വീട്ടിലേക്ക് ക്ഷണിച്ചു. രണ്ടുദിവസം സന്തോഷകരമായി അവർ ചെലവഴിച്ചു. വിമാനത്താവളത്തിൽ എത്തിയപ്പോൾ സാട്ടോപെക്ക് ഒരു പൊതി നല്കി. ''ഇത് സൗഹൃദത്തിന്റെ പേരിലല്ല, നിങ്ങൾ തികച്ചും അർഹിക്കുന്നുണ്ട് എന്നതുകൊണ്ടാണ്.'' സാട്ടോപെക്ക് പറഞ്ഞു. വിമാനത്തിൽവെച്ച് റോൺ പൊതിയഴിച്ചുനോക്കി. അത് സാട്ടോപെക്കിന്റെ 10000 മീറ്ററിൽ നേടിയ ഒളിമ്പിക് സ്വർണമായിരുന്നു. വിമാനത്തിലിരുന്ന് റോൺ ക്ലാർക്ക് പൊട്ടിക്കരഞ്ഞു. ■

ഫാനി ബ്ലാങ്കേഴ്സ് കോയൻ (ഹോളണ്ട്)

പറക്കുന്ന വീട്ടമ്മ - ഓവൻസിനൊപ്പം

ജനനം - 1918 ഏപ്രിൽ 26 വൂർഷെ • മരണം - 2004 ജനുവരി 25 • 1948 ലണ്ടൻ ഒളിമ്പിക്സ് 100 മീറ്റർ - സ്വർണ്ണമെഡൽ, 200 മീറ്റർ - സ്വർണ്ണമെഡൽ, 800 മീറ്റർ ഹർഡിൽസ് - സ്വർണ്ണമെഡൽ, 4 x 400 മീറ്റർ റിലേ - സ്വർണ്ണമെഡൽ. നാലു സ്വർണവുമായി ജെസി ഓവൻസിന്റെ റെക്കോർഡിനൊപ്പം • യൂറോപ്യൻ ചാമ്പ്യൻഷിപ്പിൽ 5 സ്വർണം, 1 വെള്ളി, 2 ഓട്ടുമെഡൽ.

''നിങ്ങളുടെ ഓരോ ചോദ്യത്തിനും ഞാൻ മറുപടി നൽകും. പത്രസമ്മേളനത്തിലല്ല, ഒളിമ്പിക്സിന്റെ ട്രാക്കിൽ''

1946 ലണ്ടൻ നഗരം കടുത്ത തണുപ്പിൽനിന്നും യുദ്ധത്തിന്റെ ഭീകരതയിൽനിന്നും പതുക്കെ മോചിതയാവുന്ന കാലം. നെതർലാന്റ്സിലെ യൂട്രെ നഗരത്തിലെ ബാണിൽ ഒരമ്മ ഡോക്ടറുടെ മുന്നിലിരിക്കുകയായിരുന്നു. ഡോക്ടർ പറഞ്ഞു: ''നോക്കൂ, മാഡം ഫാനി, നിങ്ങൾ പരിശീലനം നടത്തിയതിനുശേഷമേ നിങ്ങളുടെ കുഞ്ഞിനു നല്കാൻ മുലപ്പാലുണ്ടാകൂ എന്ന് പറയാനാവൂ. എനിക്കെന്നല്ല, ഒരു ഡോക്ടർക്കും ഇതിന് കൃത്യമായ മറുപടി പറയാൻ കഴിയില്ല.''

ഫാനി ബ്ലാങ്കേഴ്സ് കോയന് അപ്പോൾ 28 വയസ്സ്. രണ്ടു കുട്ടികളുടെ അമ്മ. ആറുവയസ്സുകാരൻ ജാന്റ്ജെയും ചെറിയ കുട്ടി ഫാന്നെക്കെയും അപ്പോൾ കൂടെയുണ്ടായിരുന്നു. ഫാന്നെക്കെയ്ക്ക് ആറുമാസം പ്രായമേയുള്ളൂ. അവരുടെ ലക്ഷ്യം 1948-ലെ ലണ്ടൻ ഒളിമ്പിക്സാണ്. ഒരാഴ്ചയ്ക്കു ശേഷം ഓസ്‌ലോയിലെ ബിസ്‌ലെറ്റ് സ്റ്റേഡിയത്തിലേക്ക് പോയി. യുദ്ധത്തിനുശേഷമുള്ള ആദ്യത്തെ യൂറോപ്യൻ ചാമ്പ്യൻഷിപ്പ് നടക്കുകയാണ്. എന്തുംവരട്ടെ എന്നു കരുതി 80 മീറ്റർ ഹർഡിൽസിൽ ഫാനി മത്സരിച്ചു. ഒന്നാം സ്ഥാനം. 4 x 100 മീറ്റർ റിലെയിലും ഒന്നാം സ്ഥാനം. പക്ഷേ ഹൈജംപിൽ നാലാം സ്ഥാനം മാത്രം. അവിടെനിന്നാണ് ഫാനി ബ്ലാങ്കേഴ്സ് കോയിൻ എന്ന ഒരമ്മയുടെ, ഇതിഹാസതാരത്തിന്റെ ചരിത്രത്തിലെ വിസ്മയകരമായ ഓട്ടപ്പന്തയം തുടങ്ങിയത്.

1948 ൽ ഫാനിക്ക് 30 വയസ്സ്. ആ വർഷം ഫാനി 100 മീറ്ററിൽ 11.5 സെക്കന്റിൽ ലോക റെക്കോർഡ് സൃഷ്ടിച്ചു. പക്ഷേ ഡച്ച് സമൂഹം അതിനെ സംശയത്തോടെയാണ് കണ്ടത്. പത്രങ്ങളിൽപോലും വിമർശനമുയർന്നു. ഫാനിക്കുതന്നെ ഒട്ടേറെ കത്തുകൾ ലഭിച്ചു. ഫാനി വീട്ടിലിരുന്ന് കുട്ടികളെ നോക്കണം. ചെറിയ ട്രൗസറും ധരിച്ച് ഒരു വീട്ടമ്മയ്ക്ക് എങ്ങനെയാണ് ഓടാൻ കഴിയുക? മുപ്പത് ഒളിമ്പിക്സിൽ ഓടാൻ പറ്റിയ പ്രായമാണോ എന്നാണ് ഒരു പത്രപ്രവർത്തകൻ എഴുതിയത്. ''എന്റെ മറുപടി ചെറുതായിരുന്നു. ഞാനതു കാട്ടിത്തരാം'' മറ്റൊരു പത്രം ഫാനിയെ ഓർമ്മിപ്പിച്ചു. പ്രസവിച്ച സ്ത്രീകൾ മത്സരിക്കുന്നത് ശുഭകരമല്ല. നാട്ടുസങ്കല്പം അതാണ്.

1948 ൽ ഫാനി ലോകത്തെ മുഴുവൻ വിസ്മയത്തിലാഴ്ത്തി. മുപ്പതുകാരിയായ ആ വീട്ടമ്മ നാലു സ്വർണം നേടി. അതു മറ്റൊരു ചരിത്രം. ഫാനി, ആ നാലു സ്വർണത്തോടെ ജെസി ഓവൻസിന്റെ അനുപമമായ നേട്ടത്തിനൊപ്പമെത്തി.

1999ൽ മോണ്ടികാർലോയിൽ ചേർന്ന അന്താരാഷ്ട്ര ഒളിമ്പിക് കമ്മിറ്റി ഇരുപതാം നൂറ്റാണ്ടിലെ ഏറ്റവും മികച്ച വനിതാ അത്‌ലറ്റായി തിരഞ്ഞെടുത്തത് ഫാനിയെ ആയിരുന്നു. പക്ഷേ ഫാനി മോണ്ടികാർലോയിലേക്ക് പോയതേയില്ല. ''എൺപതു കഴിഞ്ഞവൾക്ക് ഭൂതകാലത്തിന്റെ പേരിലുള്ള അഭിനന്ദനം എന്തിന്?'' എങ്കിലും ലോക അത്‌ലറ്റിക്സിന്റെ നേതാക്കൾക്ക് അവർ നന്ദി പറഞ്ഞു. കൃതജ്ഞതാഭരിതമായ ഹൃദയത്തോടെ എൺപത്തിഅഞ്ചാം വയസ്സിൽ ഫാനി കണ്ണുകളടച്ചു - എന്നേക്കുമായി. ഓർക്കുക. അര നൂറ്റാണ്ടിനുശേഷമായിരുന്നു ഒളിമ്പിക് കമ്മിറ്റിയുടെ ആ തീരുമാനം. പില്ക്കാലം ഫാനി ബ്ലാങ്കേഴ്സിനെ ''പറക്കും ഡച്ച് വനിത'' എന്നാണ് ലോകം വിളിച്ചത്.

ഹോളണ്ടിലെ യൂട്രെ പ്രവിശ്യയിലെ ബാണിലുള്ള ഹൂഫ്ഡോർപ്പിൽ ജനിച്ച ഫാനി ഒരു പൂകൃഷിക്കാരന്റെ മകളായിരുന്നു. പിതാവ് അർണോൾഡ് കോയൻ കായികതാരമായിരുന്നു. ഷോട്ട്പുട്ടിലും ഡിസ്കസിലും ആർണോഡിന്റെ കഴിവുകൾ നാട് കണ്ടു. മകൾക്ക് ആറു വയസ്സ് തികഞ്ഞപ്പോൾ ഓടാനും ചാടാനും പഠിപ്പിച്ചുതുടങ്ങി. ഫാനിയാകട്ടെ പതിവായി, കൃഷിസ്ഥലത്തിലെ ചെറുവേലികൾ ചാടിക്കടക്കും. പൂന്തോട്ടത്തിന്റെ ഗേറ്റ് എന്നും ചാടിക്കടക്കാറാണ് പതിവ്. ഫാനിയുടെ കഴിവുകൾ കണ്ടറിഞ്ഞ ആർണോൾഡ് മകളെ പ്രാദേശിക കായികമേളയിൽ ഒപ്പം കൂട്ടി. ഓട്ടത്തിലും ചാട്ടത്തിലുമൊക്കെ ഫാനി നാട്ടുകാരുടെ മനം കവർന്നു. 1935-ലാണ് ഫാനി ആസ്റ്റർഡാമിലെ ഡെയിംസ് അത്‌ലറ്റിക് ക്ലബ്ബിൽ അംഗമായി ചേരുന്നത്. 16 വയസ്സാണ് പ്രായം. നീന്തലിലും സ്കേറ്റിങ്ങിലും അന്നേ വലിയ താല്പര്യമായിരുന്നു. പക്ഷേ ആംസ്റ്റർഡാമിൽനിന്ന് വീട്ടിലേക്കുള്ള 18 കിലോമീറ്റർ സൈക്ലിങ്ങാണ് ഫാനിയെ സ്പ്രിന്റിൽ ശ്രദ്ധ കേന്ദ്രീകരിക്കാൻ സഹായിച്ചത്.

പതിനേഴാം വയസ്സിൽ 800 മീറ്ററിൽ ഫാനി ദേശീയ റെക്കോർഡ് സ്ഥാപിച്ചു. 1928ലെ ആസ്റ്റർഡാം ഗെയിംസിൽ 800 മീറ്ററിൽ ലിനാ റാസ്കെ ലോകറെക്കോർഡ് സ്ഥാപിച്ചു. പക്ഷേ ഹ്യൂമിഡിറ്റി മൂലം 6 ഓട്ടക്കാർ തളർന്നു വീണതോടെ 1960 വരെ ആ മത്സരം ഉപേക്ഷിക്കുകയാണ് ചെയ്തത്.

1936 ൽ ഫാനി ഒളിമ്പിക്സിനു യോഗ്യത നേടിയിരുന്നു. പക്ഷേ ബെർളിൻ സമ്മാനിച്ചത് നല്ല നിമിഷങ്ങളായിരുന്നില്ല. ഹൈജംപിൽ ആറാംസ്ഥാനം, 4 x 400 മീറ്റർ റിലെയിൽ അഞ്ചാം സ്ഥാനം. ഫാനി ശരിക്കും നിരാശയായി. ബെർളിനിൽ ഫാനിയുടെ ഏറ്റവും പ്രകാശമാനമായ ഓർമ്മ ജെസി ഓവൻസിനെ കണ്ടുമുട്ടിയതാണ്. ഫാനിയുടെ ഓട്ടോഗ്രാഫ് ബുക്കിൽ ഏറ്റവും വിലപ്പെട്ട ഒപ്പും ആശംസയും ജെസിയുടേതായിരുന്നു. 1972 മ്യൂണിച്ച് ഒളിമ്പിക്സിൽ ഫാനി, ജെസിയെ കണ്ടുമുട്ടിയപ്പോൾ പറഞ്ഞു ''ഞാൻ ഇപ്പോഴും താങ്കളുടെ കൈയൊപ്പ് സൂക്ഷിച്ചുവെച്ചിട്ടുണ്ട്. ഞാൻ ഫാനി ബ്ലാങ്കേഴ്സ് കോയനാണ്.'' ജെസി

പറഞ്ഞു ''താങ്കൾ പറയാതെ തന്നെ ആരാണെന്ന് എനിക്കറിയാം. ഫാനിയെക്കുറിച്ച് എനിക്കെല്ലാം അറിയാം.''

100 യാർഡിൽ 11 സെക്കന്റിന്റെ റെക്കോർഡ് സ്ഥാപിച്ചുകൊണ്ടാണ് ഫാനി 1938 നു തുടക്കമിട്ടത്. വിയന്നയിൽ നടന്ന യൂറോപ്യൻ ചാമ്പ്യൻഷിപ്പിൽ നൂറു മീറ്ററിലും ഇരുന്നൂറ് മീറ്ററിലും ഓട്ടുമെഡൽ നേടിയെങ്കിലും ഫാനി നിരാശയായിരുന്നില്ല. 1940 ലെ ഒളിമ്പിക്സിൽ തനിക്ക് നല്ല സമയം കൊണ്ട് എല്ലാം മറികടക്കാമെന്ന് ഫാനി കണക്കുകൂട്ടിയിരുന്നു. 1939 ലെ ഡയറിയിൽ ഫാനി പരിശീലനം നടത്തേണ്ടവിധം കുറിച്ചിട്ടു. കോച്ച് ജാൻ ബ്ലാങ്കേഴ്സിന്റെ പദ്ധതികൾ വളരെ കൃത്യമായി പാലിക്കുമെന്ന് അവർ പ്രതിജ്ഞ ചെയ്തു. ഫാനിയുടെ ഒരേയൊരു പ്രശ്നം കോച്ച് ജാൻ ബ്ലാങ്കേഴ്സ് ആയിരുന്നു. പരിശീലനത്തിനിടയിൽ വേണ്ട പോലെ പുരോഗമിച്ചില്ലെങ്കിൽ അയാൾ കുട്ടിയെപ്പോലെ പിണങ്ങും. പിന്നെ തന്നിൽ ഊർജ്ജം നിറച്ചുകൊണ്ട് ഇതിലും കുറഞ്ഞ സമയം കൊണ്ട് ഓടാൻ കഴിയുമെന്ന് ബോധ്യപ്പെടുത്തും.

പക്ഷേ അതിനിടയിൽ 'വിധിയുടെ പ്രഹരം' ഫാനിയെ പിടികൂടി. ഹെൽസിങ്കിയിൽ നടത്താനിരുന്ന ഒളിമ്പിക്സ്, യുദ്ധംമൂലം ഉപേക്ഷിച്ചു. അപ്പോഴാണ് ബ്ലാങ്കേഴ്സിന്റെ സ്നേഹം എത്രമാത്രം തനിക്ക് വില പിടിച്ചതാണെന്ന് അവൾക്ക് മനസ്സിലായത്.

ജർമ്മൻ സൈന്യം പതുക്കെ ഹോളണ്ടിലേക്ക് കടക്കുകയായിരുന്നു. സൈന്യം ഹോളണ്ടിനെ എല്ലാ അർത്ഥത്തിലും വിഴുങ്ങി. ഹിറ്റ്ലർ

തന്റെ നിർദ്ദയമായ പദ്ധതി ഹോളണ്ടിലും നടപ്പാക്കി. പിന്നീട് ആറു വർഷം ഫാനിയുടെ ജീവിതത്തിലെ സംഭവബഹുലമായ ദിനങ്ങളാണ്. ജർമ്മൻ രഹസ്യപ്പൊലീസിന്റെ നിരീക്ഷണത്തിൽ കഴിയേണ്ടിവന്ന ഫാനി, തന്റെ രക്ഷകനായ ജാൻ ബ്ലാങ്കേഴ്സിനെ വിവാഹം കഴിക്കാൻ തീരുമാനിച്ചു. 14 വയസ്സ് മൂത്തതായിരുന്നു ജാൻ. പിതാവ് അസ്വസ്ഥനായിരുന്നു. പക്ഷേ ഫാനി അയാളെത്തന്നെ വിവാഹം കഴിച്ചു. ബ്ലാങ്കേഴ്സിന്റെ ഏറ്റവും മികവുറ്റ പ്രകടനം ട്രിപ്പിൾ ജംപിലായിരുന്നു. രണ്ടു വട്ടം ദേശീയ ചാമ്പ്യനായിരുന്നു അയാൾ.

ജാൻ, ഫാനിയുടെ എല്ലാമെല്ലാമായി. ജർമ്മൻ അധിനിവേശത്തിന്റെ കരിനിഴലിനിടയിലും ജാൻ, ഫാനിയുടെ പരിശീലനം ചിട്ടയോടെ പാലിച്ചുപോന്നു. ഹൈജംപ്, ലോങ്ങ്ജംപ്, 80 മീറ്റർ ഹർഡിൽസ്, 100 മീറ്റർ, 4 X 110 മീറ്റർ റിലെ, 4 X 200 മീറ്റർ റിലെ എന്നീ ഇനങ്ങളിൽ ഫാനി ലോക റെക്കോർഡുകൾ സൃഷ്ടിച്ചു. ഇതെല്ലാം മകൻ ജാന്റ്ജെ ജനിച്ചതിനുശേഷമായിരുന്നു.

ജർമ്മനിയുടെ അധിനിവേശകാലം. രാജ്യമെങ്ങും കൊടിയ ദാരിദ്ര്യം നടമാടി. എങ്കിലും ഫാനിയുടെ മനസ്സിലെ മത്സരതീവ്രത ഒഴിഞ്ഞുപോയിരുന്നില്ല. യുദ്ധത്തിനു ശേഷമുള്ള ആദ്യത്തെ യൂറോപ്യൻ ചാമ്പ്യൻഷിപ്പിൽ 80 മീറ്റർ ഹർഡിൽസിൽ വിജയം നേടിയ ഫാനി വിസ്മയതാരമായി. 1948ൽ മുപ്പതാം വയസ്സിൽ 100 മീറ്ററിൽ ഫാനി ലോക റെക്കോർഡായ 11.5 സെക്കന്റിനു ഒപ്പമെത്തി. പക്ഷേ അതു വലിയ വിമർശനത്തിനു ഇടവരുത്തുകയാണ് ചെയ്തത്. വീട്ടിൽ കുട്ടികളെ നോക്കിയിരിക്കൂ എന്ന് ഉപദേശിച്ചുകൊണ്ട് ഒട്ടേറെ കത്തുകളാണ് അവർക്ക് കിട്ടിയത്. അവർ ഇറുക്കമുള്ള ട്രൗസർ ധരിച്ച് ഓടുന്നതിനെ ഒരുവിഭാഗം വിമർശിച്ചു. പക്ഷേ ഫാനിക്ക് അത് പ്രശ്നമേ ആയിരുന്നില്ല. കുട്ടികളെ സൈക്കിളിലെ കുട്ടയിൽ ഇരുത്തി അവർ ഗ്രൗണ്ടിലേക്ക് പോയി.

ലണ്ടനിലെ ഒളിമ്പിക്സിൽ മത്സരിക്കാൻ എത്തിയപ്പോൾ ബിബിസി കമന്റേറ്ററും ബ്രിട്ടീഷ് അമേചർ അത്‌ലറ്റിക് ബോർഡിന്റെ ഹോണററി സെക്രട്ടറിയുമായ ജാക്ക് ക്രംപ് ഫാനിയെ ഉപദേശിച്ചത് കുട്ടികളെ നോക്കൂ എന്നാണ്. ''ഞാൻ എന്താണ് എന്ന് ട്രാക്കിൽ കാണിച്ചുതരാം'' എന്നായിരുന്നു ഫാനിയുടെ മറുപടി.

ലണ്ടനിലെ നനഞ്ഞ, ശീതമുള്ള കാലാവസ്ഥയിൽ, വൈറ്റ് ഷർട്ടും ഓറഞ്ച് ഷോർട്ടും ധരിച്ചുകൊണ്ട് കൊടുങ്കാറ്റുപോലെ നൂറുമീറ്റർ ഓട്ടത്തിൽ ഫാനി ടേപ്പ് തൊടുമ്പോൾ ബ്രിട്ടന്റെ ഡോറോത്തി മാൻലി മൂന്ന് യാർഡ് പിന്നിലായിരുന്നു. മത്സരശേഷം സ്വന്തം പിതാവിനുവേണ്ടി റേഡിയോ സംഭാഷണത്തിൽ അവർ കൂട്ടിച്ചേർത്തു ''ഞാൻ നൂറുമീറ്ററിൽ ജയിച്ചു, ഡാൻസ് തുടങ്ങിക്കോളൂ.'' അന്നു രാത്രി ഫാനി, ഭർത്താവിനോട് ചോദിച്ചു. ഇനി ഞാൻ മത്സരിക്കണോ? നൂറു മീറ്ററിലൂടെ എല്ലാവർക്കും മറുപടി നല്കിയില്ലേ?'' തികച്ചും ശാന്തനായി ജാൻ പറഞ്ഞു:

''ഫാനി, നീ മത്സരിക്കണം. ഒരമ്മയുടെ ഇച്ഛാശക്തി എന്താണെന്നു കാണിച്ചുകൊടുക്കണം.''

എൺപതുമീറ്റർ ഹർഡിൽസിൽ ഫാനിയുടെ തുടക്കം മോശമായിരുന്നു. ഗ്രേറ്റ് ബ്രിട്ടന്റെ മൗറീൻ ഗൾസ്നർ തുടക്കത്തിൽ മുന്നിലെത്തിയെങ്കിലും അവസാനം ബ്ലാങ്കേഴ്സ് കോയിൻ ആഞ്ഞുപിടിച്ചു. ഇരുവരും ഏതാണ്ട് ഒപ്പമാണ് ഫിനിഷ് ചെയ്തത്. പക്ഷേ ഫാനി മുമ്പിലേക്ക് ആഞ്ഞ് ടേപ്പ് തൊട്ടു. രണ്ടാമത്തെ സ്വർണം നേടിയപ്പോൾ ജാൻ അവളെ ആലിംഗനം ചെയ്തു ''തോല്ക്കാൻമാത്രം നിനക്ക് അത്രയൊന്നും പ്രായമായിട്ടില്ല.'' 200 മീറ്ററിൽ, വെംബ്ലിയിലെ ഡ്രസ്സിങ്ങ് റൂമിലിരുന്നു ഫാനി കരഞ്ഞു. നമുക്ക് വീട്ടിലേക്ക് പോകാം. അവൾ ജാനിനോട് പറഞ്ഞു. ഈ 200 മീറ്റർ നിനക്ക് വിധിക്കപ്പെട്ടതാണ്. മടങ്ങണമെങ്കിൽ മടങ്ങാം - ജാൻ പറഞ്ഞു. മഴ പെയ്തു തോർന്നശേഷം അല്പം വൈകിയ ഫൈനലിൽ ബ്രിട്ടന്റെ ഓഡ്രി വില്യംസിനെ 0.7 സെക്കന്റിന്റെ വ്യത്യാസത്തിൽ പിന്തള്ളി ഫാനി ജേതാവായി. നൂറുമീറ്റർ വിജയത്തിനുശേഷം റിലേയിൽ ഏറ്റവുമവസാനം ഓടിയ ഫാനിയുടെ മുമ്പിൽ ആസ്ത്രേലിയയുടെ ജോയ്സി കിങ്ങുണ്ടായിരുന്നു. അമ്പതു മീറ്റർ കഴിഞ്ഞപ്പോൾ ആരോ വിളിച്ചുപറഞ്ഞു. കുതിക്കൂ ഫാനി. ആ വാക്കുകളുടെ ആവേശത്തിരയിൽ ഫാനി മുന്നിലെത്തി. ജാൻ വിജയത്തിന്റെ മഹാമന്ത്രം പോലെ അവളിൽ ഊർജ്ജം നിറച്ചുവെച്ചു.

നാലു സ്വർണവുമായി ആ വീട്ടമ്മ മടങ്ങുമ്പോൾ ബ്രിട്ടീഷുകാർ അവളെ സ്നേഹത്തോടെ അഭിവാദ്യം ചെയ്തു. ഒരൊറ്റ ഒളിമ്പിക്സിൽ നാലു സ്വർണം നേടുന്ന ഏക വനിതയായി ഫാനി. തന്റെ വാക്കുകൾ പിഴച്ചുവെന്ന് ബിബിസി ലേഖകൻ ജാക്ക് ക്രംപിന് ബോധ്യമായി. ഫാനിയെ പ്രശംസകൾ കൊണ്ടു മൂടാൻ അയാൾ മടി കാണിച്ചില്ല.

നാട്ടിലെത്തിയ ഫാനിയെ രാജ്യം അഭിനന്ദനങ്ങൾ ചൊരിഞ്ഞു സ്വീകരിച്ചു. ഡച്ച് രാജ്ഞി അവൾക്ക് നൈറ്റ് ഹുഡ് പദവി സമ്മാനിച്ചു. ആസ്റ്റർഡാം കഷ്ടപ്പാടിന്റെ ദിനങ്ങളെ ഓർമ്മിപ്പിച്ചുകൊണ്ട് അവൾക്കൊരു സൈക്കിളാണ് സമ്മാനിച്ചത്.

1999 ൽ അന്താരാഷ്ട്ര അമേച്വർ അത്‌ലറ്റിക് ഫെഡറേഷൻ നൂറ്റാണ്ടിലെ വനിതാതാരമായി ഫാനി ബ്ലാങ്കേഴ്സ് കോയിനെ തിരഞ്ഞെടുത്തപ്പോൾ ജെസി ഓവൻസിന്റെ നാലു സ്വർണത്തിനോടൊപ്പം തിളക്കമുള്ളതായി ഫാനി നേടിയ നാലു സ്വർണവും.

■

വിൽമ ഗ്ലോഡിയൻ റുഡോൾഫ് (യു.എസ്)

ഇച്ഛാശക്തിയാണ് വിൽമ

ജനനം - 1940 ജൂൺ 23 ● മരണം - 1994 നവംബർ 12 ● 1956 മെൽബോൺ ഒളിമ്പിക്സ് 200 മീറ്റർ - മെഡൽ ഇല്ല ● 4 x 100 മീറ്റർ റിലേ - വെങ്കലമെഡൽ ● 1960 റോം ഒളിമ്പിക്സ്: 100 മീറ്റർ - സ്വർണ്ണമെഡൽ. 200 മീറ്റർ - സ്വർണ്ണമെഡൽ, 4 x 100 മീറ്റർ റിലേ - സ്വർണ്ണമെഡൽ.

''വിധിക്ക് കീഴടങ്ങി ജീവിക്കുന്നത് നിഷ്ഫലമാണ്. വിധിയെ നേരിടുന്നതിലാണ് ആത്മശക്തി പ്രകടിപ്പിക്കേണ്ടത്. അത് പ്രകൃതി നൽകുന്ന പാഠമാണ്. ഭാവി തലമുറയ്ക്കുള്ള സന്ദേശമാണ്.''

വിൽമ റുഡോൾഫിന്റെ ജീവിതംപോലെ ഒളിമ്പിക് ചരിത്രത്തിലെ താളുകളൊന്നിലും ഇത്രയും കഠിനമായ അതിജീവനഗാഥയില്ല. ഏറ്റവും പ്രതികൂലമായ ജീവിതസാഹചര്യങ്ങളിൽ ഇച്ഛാശക്തികൊണ്ടുമാത്രം വിൽമ ജീവിതത്തെ വീണ്ടെടുത്തതുപോലെ, മറ്റൊരു കഥയുമില്ല.

തകരാത്ത ഇച്ഛാശക്തിയും ദൃഢനിശ്ചയവും ചേർന്ന് അജ്ഞാതമെന്ന് തോന്നുന്ന വരങ്ങൾ വെട്ടിപ്പിടിച്ച ടെന്നസിക്കാരി പെൺകിടാവ് 1960ലെ റോം ഒളിമ്പിക്സിൽ മൂന്നു സ്വർണ്ണമെഡലുകൾ അണിഞ്ഞപ്പോൾ വിന്റേഴ്സ് കെല്ലി എന്നൊരു പത്രപ്രവർത്തകൻ എഴുതി. ''ഒളിമ്പിക്സിന്റെ

യഥാർത്ഥ ചരിത്രം എന്നെങ്കിലും എഴുതുമ്പോൾ ഒരിക്കലും മായാത്ത ഒരതിശയംപോലെ വിൽമ റുഡോൾഫിന്റെ ജീവിതം രേഖപ്പെടുത്തി യിട്ടുണ്ടാകും.''

ജെസി ഓവൻസ് എന്ന അനശ്വരനായ കറുത്ത അത്‌ലറ്റ് എഴുതി യതുപോലെ ''തന്റെ ശാരീരിക ബലഹീനതകളെ, ധീരത കൊണ്ടും നിശ്ചയദാർഢ്യം കൊണ്ടും കീഴടക്കുകയും തന്റെ ജീവിത സാഹചര്യ ങ്ങളെ ഒളിമ്പിക്സിലെ ഒരു മെഡൽകൊണ്ട് നിസ്സാരവത്കരിക്കുകയും ചെയ്ത വിൽമ ഒളിമ്പിക് ചരിത്രത്തിലെ ഏറ്റവും മനോഹരമായ പ്രതീകമാണ്.''

ചില മനുഷ്യർ ഭൂമിയിൽ വന്നു പിറക്കുന്നത്, അസാധ്യവും അചി ന്ത്യവുമായ വിധിയുടെ പ്രഹരങ്ങളെ നിർഭയം നേരിടുന്നതിനുവേണ്ടിയാണ്. അവർ, ചരിത്രത്തിൽ ജ്ഞാനസ്നാനം ചെയ്ത അപൂർവ്വ ജനുസ്സുകളാ കുന്നു. അദമ്യമായ ദൃഢനിശ്ചയവും അഭിവാഞ്ഛയും ഒരുപോലെ മനസ്സിൽ ചേർന്നു നിന്നപ്പോൾ ദാരിദ്ര്യവും വിധിയുടെ തിരിച്ചടികളും നേരിടാനുള്ള കരുത്ത് ജീവശക്തിയായി വിൽമയിൽ വന്നുചേർന്നു.

ഇന്നത്തെ ക്ലർക്ക്സ് വില്ലെയുടെ ഭാഗമായ ടെന്നസിയിലെ സെന്റ് ബെതല്ഹേം വിൽമയ്ക്ക് ഒരു നഗരമല്ല, ആ കൊച്ചു പട്ടണത്തിലെ മണ്ണും കാറ്റും മഞ്ഞും ഋതുഭേദങ്ങളും മൺപാതകളും നന്നായി അറിയാം. യേശുദേവന്റെ ബെത്‌ലേഹേം പോലെ വിൽമയ്ക്ക് ഈ പട്ടണം വിശുദ്ധ മായ ഒരു പുൽക്കൂടാണ് - ജീവിതത്തിന്റെ അജ്ഞാതമായ സിന്തറ്റിക് ട്രാക്ക്.

ഈ നൂറ്റാണ്ടിലെ അത്‌ലറ്റുകൾക്ക് ഒരിക്കലും സങ്കല്പിക്കാനാവില്ല വിൽമ റുഡോൾഫിന്റെ ജീവിതസമരം. അവർ ജീവിച്ചത് അനാലോഗ് യുഗത്തിലോ ഡിജിറ്റൽ യുഗത്തിലോ ആയിരുന്നില്ല. അവരുടെ ജീവിത കാലം അവമതികളുടേയും തിരസ്കാരത്തിന്റേതുമാണ്. കറുത്തവരെ ക്കുറിച്ച് ഒരു മിത്ത് പടർന്നുപിടിച്ച കാലമാണത്. അവർക്ക് ബുദ്ധി ശക്തിയില്ല. കുറ്റകൃത്യങ്ങളുടെ ഒരു മൂലകം അവരിലുണ്ട്. ശാരീരികമായി അവർ ശക്തരല്ല. 1935ൽ ജോസ് ലൂയിസ് ഈ മിത്ത് ശരിയല്ലെന്ന് തെളിയിച്ചു. 1936 ൽ ബെർലിൻ ഒളിമ്പിക്സ് വന്നപ്പോൾ ജെസി ഓവൻസ് ഈ മിത്തിനെ തകർത്തുകളഞ്ഞു. ബോക്സിങ്ങിൽ ജോസ് ലൂയിസ് വെളുത്ത വർഗക്കാരൻ പ്രിമോ കാർണേരയെ ഇടിച്ചിട്ടപ്പോഴാണ് കറു ത്തവന്റെ മുഷ്ടികളുടെ ബലം ബോധ്യമായത്. എന്നിട്ടും ആഫ്രിക്കൻ കാട്ടിൽനിന്നു വന്നയാൾ ഭീമനെ ഇടിച്ചിട്ടു എന്നായിരുന്നു കമന്റ്. വിൽമ വരുമ്പോഴുള്ള കാലം അതാണ്. വിൽമ റോമിൽ നിന്നു കൊണ്ടുവന്നത് സ്വർണമായിരുന്നു. വാസ്തവത്തിൽ, വിൽമയുടെ പേരിലുമുണ്ട് ഒരു സ്വർണസ്പർശം. വിൽമ ഗോൾഡിയൻ റുഡോൾഫ് എന്നാണ് പൂർണ്ണ മായ പേര്. 19 കുട്ടികളുടെ പിതാവാണ് വിൽമയുടെ ഡാഡ് ആയ എഡ് റുഡോൾഫ്. ആദ്യ വിവാഹത്തിൽ റുഡോൾഫിന് 11 മക്കളുണ്ടായിരുന്നു.

പിന്നീട് ബ്ലാൻച്ചെ റുഡോൾഫിനെ വിവാഹം കഴിച്ചു. ബ്ലാൻച്ചെയിൽ റുഡോൾഫിന് 8 മക്കളുണ്ടായി. അഞ്ചാമത്തേതാണ് വിൽമ. വിൽമ ജനിച്ചയുടനെ കുടുംബം ടെന്നസിയിലെ ക്ലർക്ക്സ് വില്ലെയിലുള്ള കെല്ലോഗ് സ്ട്രീറ്റിലേക്ക് താമസം മാറ്റി.

അച്ഛൻ റെയിൽവേ പോർട്ടറായിരുന്നു. അമ്മ വീട്ടുവേലക്കാരിയും. ജനിക്കുമ്പോൾ വിൽമയ്ക്ക് രണ്ടു കിലോഗ്രാമായിരുന്നു തൂക്കം. വളരാൻ വേണ്ട ഭക്ഷണമില്ല. വിളർച്ച രോഗവുമുണ്ട്. പക്ഷേ അവൾ എല്ലാവരുടേയും ഓമനയായിരുന്നു. നാലുവയസ്സുവരെ അവൾ ഏതൊരു കുട്ടിയേയും പോലെ ഓടിച്ചാടി നടന്നു.

വിൽമയുടെ ജീവിതത്തിൽ വിധിയുടെ ആദ്യത്തെ പ്രഹരം നാലാം വയസ്സിലായിരുന്നു. പൊടുന്ന ബാധിച്ച പോളിയോ അവളുടെ ഇടതു കാൽ തളർത്തിക്കളഞ്ഞു. അക്കാലത്ത് പോളിയോ വാക്സിനോ മറ്റു പ്രതിരോധ മാർഗ്ഗങ്ങളോ മരുന്നോ ഉണ്ടായിരുന്നില്ല. തൊട്ടുപിന്നാലെ വിൽമയെ ന്യൂമോണിയയും പിടികൂടി. അക്കാലത്ത് ശക്തമായിരുന്ന ഡബ്ൾ ന്യുമോണിയ അവളെ അർദ്ധപ്രാണനാക്കി. പിന്നാലെ വന്നു മറ്റൊരു രോഗം - സ്കാർലറ്റ് ഫീവർ. വിൽമ എന്ന പെൺകുട്ടി അപ്പോൾ മരണത്തെ മുഖാമുഖം കണ്ടു. കൈവിട്ടുപോകുമെന്ന ഭീതിയിൽ അമ്മ ബ്ലാൻച്ചെ നിത്യവും പ്രാർത്ഥിച്ചു. ആ പ്രാർത്ഥനയുടെ സാഫല്യമാവാം, ഇടതുകാൽ തളർന്ന കുഞ്ഞിനെ, വിധി അമ്മയ്ക്കുതന്നെ തിരികെ നല്കി. ജീവൻ മാത്രമുള്ള ശരീരവുമായി വിൽമ വീട്ടിൽ കിടന്നു. അമ്മ അവളെ നാഷ്‌വില്ലയിലെ മെഹാരി മെഡിക്കൽ കോളേജിലേക്ക് കൊണ്ടു പോകും. രണ്ടുവർഷം ചൂട് കിട്ടുന്നവിധം കാൽ ഉഴിയണമെന്ന് ഡോക്ടർമാർ വിധിച്ചു. ചൂടുവെള്ളം ഉപയോഗിച്ചുള്ള ആ ചികിത്സ കുറെയൊക്കെ ഫലിച്ചു. ആ കാൽ അമ്മയും സഹോദരങ്ങളും ചേർന്ന് നിത്യവും ഉഴിഞ്ഞു ചൂടുപിടിപ്പിച്ചു.

നാഷ്‌വില്ലയിലേക്കുള്ള യാത്രയിലാണ് വിൽമ അതു കണ്ടുപിടിച്ചത്. ബസ്സിൽ സഞ്ചരിക്കുമ്പോൾ കറുത്തവർ പിന്നിലിരിക്കുന്നു. വെളുത്തവർ മുമ്പിലാണ്. വെളുത്തവർക്ക് സീറ്റ് കിട്ടാതിരിക്കുമ്പോൾ കറുത്തവർ എഴുന്നേറ്റ് സീറ്റ് കൊടുക്കണം. ഒരിക്കൽ ബ്ലാൻച്ചെയ്ക്കും അതു ചെയ്യേണ്ടിവന്നു. അമ്മയ്ക്ക് സീറ്റ് ഒഴിഞ്ഞുകൊടുക്കേണ്ടി വന്നു. മാത്രമല്ല, കൊച്ചു വിൽമയെ ഒക്കത്തേന്തി നില്ക്കേണ്ടിയും വന്നു. വിൽമയ്ക്ക് അതിന്റെ അർത്ഥം അന്ന് അറിയാമായിരുന്നില്ല. പക്ഷേ കറുത്തവർ പതിതരാണെന്ന ആശയം അവളുടെ ഉള്ളിൽ മിന്നിക്കത്തിനിന്നു. നാല്പതുകളിൽ അമേരിക്കൻ ജീവിതത്തിൽ വർണ്ണവെറിയുടെ ചിത്രം വിശദവും പങ്കിലവുമായിരുന്നു. അതനുഭവിച്ച ഓരോ കറുത്ത കുട്ടിയുടെ മനസ്സിലും അതിന്റെ വടുക്കൾ മായാതെ കിടന്നു.

അഞ്ചുവയസ്സുള്ളപ്പോൾ വിൽമയുടെ ഇടതുകാലിൽ ഡോക്ടർമാർ സ്റ്റീൽ കവചമിട്ടു. രാവിലെ ഉണരുന്നതു മുതൽ രാത്രി ഉറങ്ങുന്നതു

വരെ വിൽമ അതു ധരിക്കണം. അപ്പോൾ അവളുടെ മനസ്സിൽ ഒരു ആശങ്ക പടരുകയായി. അവൾ ആ സ്റ്റീൽ തളയെ വെറുത്തു. അവൾ മറ്റൊരാളെപോലെയല്ല എന്നതിന്റെ തെളിവായിരുന്നു ആ സ്റ്റീൽ തള. ഒരു ശ്വാനന്റെ കഴുത്തിലെ അടിമത്തത്തിന്റെ ചങ്ങലപോലെ അത് അവളുടെ കാലിൽ കിടന്നു - 12 വയസ്സുവരെ. അമ്മ വീട്ടിലില്ലാത്തപ്പോൾ അവൾ അതു പണിപ്പെട്ട് അഴിച്ചുവെയ്ക്കും. മറ്റുള്ളവരെപോലെ നടക്കാൻ ആയാസപ്പെട്ടു ശ്രമിക്കും. മറ്റുള്ളവരെപ്പോലെ ആയാസരഹിതമായി, സ്വതന്ത്രമായി നടക്കണമെന്ന അന്തർദാഹം അവളിൽ ശക്തമായി. ''എല്ലാവരേയുംപോലെ നടക്കാൻ എനിക്ക് കഴിയണം. അതിനു കഴിയുമെന്ന് ഞാൻ വിശ്വസിച്ചു. ഞാൻ അതിനായി രഹസ്യമായി ശ്രമിച്ചു. അത് എന്റെ ഉള്ളിൽ അദമ്യമായ അഭിലാഷമായി വളർന്നു.'' വിൽമ പിൽക്കാലത്ത് തന്റെ ആത്മകഥയിൽ എഴുതി.

കറുത്ത വർഗ്ഗക്കാരിയായ, സമൂഹം അടിച്ചമർത്തിയ പെൺകുട്ടിയുടെ അഭിലാഷമായിരുന്നു അത്. ഇടതുകാൽ വലതുകാലിന്റെ ഒപ്പമല്ലെന്ന

ചിന്ത അവളിൽ ക്ഷോഭം നിറച്ചു. പതിനാലുവയസ്സുമുതൽ അവളുടെ ചിന്ത അതായിരുന്നു. ഇടതുകാൽ നിരന്തരമായി ചലിപ്പിച്ചും വലതു കാലിനൊപ്പമാവാൻ ശക്തിയായി വലിച്ചുനീട്ടിയും രണ്ടുമൂന്നുകൊല്ലം അവൾ കഠിനമായി ശ്രമിച്ചു. എല്ലാവരും അവളരെ പ്രോത്സാഹിപ്പിച്ചു. പക്ഷേ ആർക്കും അവളുടെ കാലിന്റെ രഹസ്യം അത്ര അറിഞ്ഞിരുന്നില്ല. പലരും കരുതിയത് അവൾക്ക് ഒരോട്ടക്കാരിയാവാനുള്ള തിടുക്കമാണെന്നാണ്. ഒരു കാര്യം അവളുടെ മനസ്സിൽ പതിഞ്ഞിരുന്നു. അവൾ എല്ലാവരേക്കാളും വേഗത്തിൽ ഓടും. 1957 ൽ അവൾ കെല്ലോഗിലെ ചെമ്മൺ പാതയിലൂടെ ഓടിത്തുടങ്ങി. ഓട്ടം തന്റെ കാലുകളുടെ ഊർജ്ജം തിരിച്ചുകൊണ്ടുവരുമെന്ന് അവൾ കരുതി. അതു ശരിയായിരുന്നു. അജ്ഞാതമായ ഏതോ ഒരു അനുഗ്രഹം അവളെ തേടിയെത്തിയിരുന്നു. അതോടൊപ്പം ഇച്ഛാശക്തിയും കൂടിച്ചേർന്നപ്പോൾ അവൾ പറക്കുന്ന പെൺകുട്ടിയായി. പക്ഷേ അന്ന് ലോകം അതറിഞ്ഞില്ല. കൂടുതൽ ഓടുംതോറും കാലുകളിലെ പേശികൾ പതുക്കെ ശക്തിയാർജ്ജിക്കുമെന്ന് ഡോക്ടർമാർ പറഞ്ഞിരുന്നു. പ്രത്യേകതരം ഷൂ ധരിച്ചായിരുന്നു അവളുടെ ഓട്ടം. ടെന്നസി ഹൈവേയ്ക്കു സമാന്തരമായുള്ള നാട്ടുപാതയിലൂടെ അവൾ നിത്യവും ഓടി. അപ്പോഴാണ് ഡോക്ടർമാർ ആശ്വാസകരമായൊരു സത്യം അവളെ അറിയിച്ചത്. അവർ വിചാരിച്ചതിനേക്കാൾ വേഗതയിൽ വിൽമ അവരുടെ വാക്കുകൾ മറികടന്ന് മുന്നേറുന്നു.

1947ൽ ക്ലാർക്ക്സ് വില്ലെയിൽ കോബ് എലിമെന്ററി സ്കൂളിൽ ചേർന്ന വിൽമ ആദ്യം അത്‌ലറ്റിക്സിലാണ് പരിശീലനം ആരംഭിച്ചത്. എട്ടാം ഗ്രേഡ് വരെ അത്‌ലറ്റിക്സിലും പിന്നീട് ബാസ്ക്കറ്റ് ബോളിലും അവൾ പരിശീലനം തുടർന്നു. ഒരു വർഷം അവൾ ബാസ്ക്കറ്റ്ബോളിൽ 803 പോയിന്റ് വരെ നേടി. അപ്പോഴേക്കും ബർട്ട് ഹൈസ്കൂളിലെ പരിശീലനക്ലാസ്സുകൾ അവൾ അതീവ ജാഗ്രതയോടെ പിന്തുടർന്നിരുന്നു. സ്കൂൾ ബാസ്ക്കറ്റ് ബോൾ ടീമിൽ കളിക്കുമ്പോഴാണ് ടെന്നസി സ്റ്റേറ്റ് ട്രാക്ക് ആന്റ് ഫീൽഡ് കോച്ച് എഡ് ടെംപിൾ അവളെ ശ്രദ്ധിക്കുന്നത്. അതോടെ പരിശീലനത്തിന്റെ ദിശ മാറി. അലബാമയിലെ ടച്ച്കീഗി ഇൻസ്റ്റിറ്റ്യൂട്ടിന്റെ മീറ്റിൽ പങ്കെടുത്തെങ്കിലും മത്സരത്തിൽ അവൾ പിന്നിലായി. എന്നാൽ ടെംപിൾ അവളെ തന്റെ ടെന്നസി കോച്ചിങ്ങ് ക്യാമ്പിലേക്ക് ക്ഷണിക്കുകയാണ് ചെയ്തത്. അവൾക്ക് ഓടാനുള്ള അദമ്യമായ ദാഹമുണ്ട്. പക്ഷേ ജയിക്കാൻ അതുമാത്രം പോര - ഇതായിരുന്നു ടെംപിളിന്റെ കണ്ടെത്തൽ. ആ കഠിനപരിശീലനത്തിലൂടെ അവളിൽ വിജയതൃഷ്ണ സൃഷ്ടിക്കാൻ കഴിഞ്ഞു. ഫിലാഡെൽഫിയയിലെ അമേച്വർ അത്‌ലറ്റിക് യൂണിയൻ ട്രാക്ക് മീറ്റിൽ റുഡോൾഫ് മത്സരിച്ച ഒമ്പത് ഇനത്തിലും വിജയിയായി. അപ്പോഴേക്കും ടെന്നസി സ്റ്റേറ്റ് യൂണിവേഴ്സിറ്റിയിൽ അവൾ പരിശീലനം തുടങ്ങിയിരുന്നു.

16 വയസ്സുള്ളപ്പോഴാണ് 1956 ലെ സിയാറ്റിലിൽ യു.എസ്. ഒളിമ്പിക് ട്രയൽസിൽ അവൾ പങ്കെടുക്കുന്നത്. 200 മീറ്ററിൽ മത്സരിക്കാനുള്ള

യോഗ്യത അവൾ നേടി. ആ ഒളിമ്പിക് ടീമിലെ ഏറ്റവും പ്രായം കുറഞ്ഞ അത്‌ലറ്റ് വിൽമയായിരുന്നു. പക്ഷേ 1956 ലെ മെൽബൺ ഒളിമ്പിക്സിലെ 200 മീറ്റർ ഹീറ്റ്സിൽത്തന്നെ അവൾ പുറത്തായി. 27 പേർ മത്സരിച്ച 200 മീറ്ററിൽ രണ്ടാമത്തെ ഹീറ്റ്സിൽ അവൾ മൂന്നാമതായാണ് ഓടിയെത്തിയത്. സമയം 24.6 സെക്കന്റ്. മെൽബണിൽ 23 സെക്കന്റിൽ ഓടിയെത്തുന്നവരാണ് ഫൈനലിൽ കടക്കുകയെന്ന് വിൽമയ്ക്ക് അറിയാമായിരുന്നു. അവൾ പ്രതീക്ഷിച്ചതുപോലെ 23.2 സെക്കന്റിന്റെ ലോക റെക്കോർഡ് സൃഷ്ടിച്ചുകൊണ്ട് ബെറ്റി കുത്ബെർട്ട് ചാമ്പ്യനായി. മെൽബൺ കാണികളുടെ നിർലോഭപിന്തുണയും ബെറ്റിക്ക് ലഭിച്ചു. മെൽബണിൽ ബെറ്റി മൂന്നു സ്വർണം നേടിയിരുന്നു. ഒരു കാര്യം വിൽമ ശ്രദ്ധിച്ചു. മിക്കവാറും സ്ത്രീകളുടെ മത്സരങ്ങളിൽ ബ്ലാക്ക് അത്‌ലറ്റുകൾ കുറവാണ്. അതുപോലെ നാട്ടുകാർക്ക് നല്ല തോതിൽ കാണികളുടെ പിന്തുണ ലഭിക്കുന്നുണ്ട്.

റോം ഒളിമ്പിക്സിനു ഇനിയും നാലുകൊല്ലം കാത്തിരിക്കണം. വിൽമ പഠനത്തിലേക്കുതന്നെ മടങ്ങി. എന്നാൽ പരിശീലനം മുടക്കിയില്ല. ഒളിമ്പിക്സിനുശേഷം ഡിഗ്രി എടുത്തു. ഒഴിവുസമയം കിട്ടിയപ്പോൾ സ്കൂളുകളിൽ പഠിപ്പിക്കാൻ പോയി.

വിൽമയുടെ ജീവിതത്തിലെ മധുരവും വിഷാദവും കലർന്ന ജീവിത പ്രതിസന്ധിയുണ്ടായത് മെൽബൺ ഒളിമ്പിക്സിനുശേഷമാണ്. ജൂനിയർ കോളേജിൽ പഠിക്കുന്ന കാലത്ത് റോബർട്ട് എൻറിഡ്ജുമായി പ്രണയത്തിലായി. അക്കാലത്ത് അതൊരു പുതുമയേ ആയിരുന്നില്ല. വിൽമയുടെ സഹപാഠിയായിരുന്നു എൻറിഡ്ജ്. മാസങ്ങൾക്കുശേഷമാണ് ഞെട്ടിക്കുന്ന ഒരു യാഥാർത്ഥ്യം അവൾ തിരിച്ചറിയുന്നത്. വിൽമയുടെ ഉദരത്തിൽ ഒരു കുഞ്ഞ് വളരുന്നുണ്ട്. ഇത് വീട്ടിൽ കോളിളക്കം സൃഷ്ടിച്ചു. അവൾ പരിശീലനത്തിൽനിന്ന് വിട്ടുനിന്നു. അധികം വൈകാതെ ഒരു പെൺകുട്ടിക്ക് ജന്മം നല്കുകയും ചെയ്തു. ആ കുഞ്ഞിന് യോളാണ്ട എന്നു പേരിട്ടു. വിൽമയുടെ അമ്മയും സഹോദരിമാരുമാണ് പിന്നീട് കുഞ്ഞിനെ വളർത്തിയത്.

1959ന്റെ തുടക്കത്തിൽ കോച്ച് എഡ് ടെംപിൾ അവളെ വിളിച്ചു. ടെന്നസി യൂണിവേഴ്സിറ്റിയിലെ സോഷ്യോളജി പ്രൊഫസറായിരുന്നു ടെംപിൾ. വാസ്തവത്തിൽ കോച്ചിങ്ങ് മൂലം യാതൊരു പ്രതിഫലവും അയാൾക്ക് ലഭിച്ചിരുന്നില്ല. ആഫ്രോ അമേരിക്കൻ വംശജരിൽനിന്ന് കൂടുതൽ പ്രതിഭകളെ വളർത്തിയെടുക്കുക എന്നത് ടെംപിളിന്റെ ജീവിതാഭിലാഷമായിരുന്നു.

ജെസി ഓവൻസിന്റെ വിജയകഥ മാത്രമല്ല, അലീഷ്യ കോച്ച്മാൻ ഡേവിസിന്റെ ജീവിതവും ടെംപിളിന്റെ മനസ്സിൽ കിടന്നിരുന്നു. 1948ലെ ലണ്ടൻ ഒളിമ്പിക്സിൽ ഹൈജംപിൽ സ്വർണ്ണം നേടിയ കറുത്ത വർഗ്ഗക്കാരിയാണ് അലീഷ്യ കോച്ച്മാൻ. അക്കാലത്ത് സ്ത്രീകൾ കായിക

രംഗത്തേക്ക് കടന്നുവരുന്നത് അമേരിക്കൻ പൊതുജീവിതത്തിൽ ചിന്തിക്കാൻ കഴിയാത്തതാണ്. നഗ്നപാദയായി ചളി നിറഞ്ഞ റോഡുകളിലൂടെ ഓടിയാണ് അൽബാനിക്കാരിയായ ഈ കറുത്ത പെൺകുട്ടി ഒളിമ്പിക്സിന് പോയത്. അവളുടെ അവസരം ഒളിമ്പിക് ട്രയൽസ് കഴിഞ്ഞപ്പോൾ ആർക്കും നിഷേധിക്കാനാവുമായിരുന്നില്ല. ട്രയൽസിലെ ആദ്യ ചാട്ടത്തിൽത്തന്നെ നിശ്ചിതയോഗ്യത മറികടന്ന അലീഷ്യ 1.68 മീറ്റർ മറികടന്നാണ് സ്വർണം നേടിയത്.

അലബാമ ടസ്കജിയിൽനിന്ന് വസ്ത്രനിർമ്മാണത്തിൽ ബിരുദം നേടിയശേഷം ഹോം ഇക്കോണമിയിൽ പഠനം പൂർത്തിയാക്കി അധ്യാപികയായി മാറുകയായിരുന്നു അലീഷ്യ.

ലണ്ടനിൽനിന്നു ജയിച്ച് നാട്ടിൽ എത്തിയപ്പോൾ അലീഷ്യയെ സ്വീകരിക്കാൻ കറുത്തവർ മാത്രമേ എത്തിയുള്ളൂ. അൽബാനിയിലെ സിറ്റി മേയർ അവർക്ക് ഹസ്തദാനം ചെയ്തില്ല. മാത്രമല്ല, ആദരം നടന്ന ഹാളിന്റെ പിൻവാതിലിലൂടെയാണ് ജേതാവ് പ്രവേശിച്ചത്. വിൽമയ്ക്ക് ഈ സംഭവങ്ങളൊക്കെ അറിയാമായിരുന്നു. എഡ് ടെംപിൾ ചരിത്രത്തിൽ തന്റെ സമൂഹം നേരിടുന്ന തിക്തമായ വിവേചനങ്ങൾ എപ്പോഴും ഓർമ്മിപ്പിച്ചിരുന്നു. നാല്പത്തിനാല് വർഷം പരിശീലകനായി തിളങ്ങിയ ടെംപിൾ പിൽക്കാലത്ത് പ്രശസ്തരായ വ്യോമിയടൈസ് (100 മീറ്റർ ഒളിമ്പ്ക് ചാമ്പ്യൻ) ചന്ദ്രചീസ് ബറോ എഡിത്ത് മഗ്വയർ എന്നിവരുടേയും പരിശീലകനായിരുന്നു. റോം ഒളിമ്പിക്സിനു തൊട്ടുമുമ്പാണ് വിൽമ അമേരിക്കൻ അമേച്വർ അത്‌ലറ്റിക് മീറ്റിൽ ചാമ്പ്യനായത്. ഒരാഴ്ചയ്ക്കകം 200 മീറ്ററിന്റെ ലോകറെക്കോർഡ് അവൾ തിരുത്തിയെഴുതി.

1960 സെപ്തംബർ രണ്ടിന് രാവിലെയായിരുന്നു 100 മീറ്റർ ഹീറ്റ്സ്. വൈകീട്ട് ഫൈനലും. കാലുകളിൽ ചിറകുകൾ ഒളിപ്പിച്ചുവെച്ചുകൊണ്ട് ഫൈനലിൽ വിൽമ പറന്നു. 11 സെക്കന്റ്. കാറ്റിന്റെ ആനുകൂല്യമുണ്ടായിരുന്നതുകൊണ്ട് അത് റെക്കോർഡായി പരിഗണിച്ചില്ല.

മൂന്നുദിവസം കഴിഞ്ഞായിരുന്നു 200 മീറ്റർ മത്സരം. ഹീറ്റ്സ് 23.3 സെക്കന്റ് കൊണ്ട് പൂർത്തിയാക്കിയ വിൽമ ഫൈനലിൽ 24 സെക്കന്റ് എടുത്തു. 200 മീറ്ററിലെ ലോക റെക്കോർഡ് വിൽമയുടെ പേരിൽത്തന്നെ നിലനിന്നു. മൂന്നുദിവസത്തിനകം രണ്ടു സ്വർണം നേടിയതോടെ വിൽമ റോമിന്റെ താരമായി. ജെസി ഓവൻസിന്റെ പെൺ പതിപ്പാണ് വിൽമയെന്ന് റോമിലെ പത്രങ്ങൾ എഴുതി. ഇംഗ്ലീഷ് പത്രങ്ങളിൽ കറുത്ത മാൻകിടാവ് (ബ്ലാക്ക് ഗാസെൽ) എന്നായിരുന്നു വിശേഷണം.

നാലു ദിവസത്തിനുശേഷം ലോകം ഉറ്റു നോക്കിയത് വിൽമ മൂന്നാമത്തെ സ്വർണം നേടുമോ എന്നായിരുന്നു. 4 x 100 മീറ്ററിൽ അവസാന ലാപ്പിലായിരുന്നു വിൽമ ഓടേണ്ടത്. റോമിൽ പൊള്ളുന്ന ചൂടായിരുന്നു. 43 ഡിഗ്രി സെന്റിഗ്രേഡ്. മാർത്താ ഹഡ്സണാണ് ആദ്യം ഓടിയത്. രണ്ടാം ലാപിൽ ബാർബറ ജോൺസ്, ജർമ്മൻ താരത്തിനൊപ്പമായിരുന്നു.

ലൂസിൻഡാന ഓടിയ മൂന്നാംലാപ്പിന്റെ അവസാനം ബാറ്റൺ കൈമാറിയത് വൈകിപ്പോയി. ജർമ്മൻ താരം ഒരടി മുന്നിൽ കയറിയെങ്കിലും വിൽമ സർവ്വശക്തിയുമെടുത്തു കുതിച്ചു. റിലേയിലും സ്വർണം. വിൽമക്ക് മൂന്നാം സ്വർണം. യു.എസ്. ടീമിന് 44.5 സെക്കന്റിന്റെ ലോകറെക്കോഡ്.

വിൽമയുടെ ഈ നേട്ടം ലോകത്തെ വിസ്മയിപ്പിച്ചു. ജെസി ഓവൻസിന്റേയും അലീഷ്യയുടേയും നിരയിൽ മൂന്നു സ്വർണവുമായി വിൽമയും പ്രതിഷ്ഠിക്കപ്പെട്ടു. ആ വിജയം ജന്മനാട്ടിൽ ആഘോഷങ്ങൾക്ക് വഴി തെളിയിച്ചുവെങ്കിലും വംശീയസംഘർഷങ്ങൾ തലപൊക്കി.

ഒളിമ്പിക്സിനു പിന്നാലെ ഇംഗ്ലണ്ട്, ജർമ്മനി, പോളണ്ട് എന്നിവിടങ്ങളിലെ മീറ്റിൽ പങ്കെടുത്തതിനു ശേഷമാണ് വിൽമ തിരിച്ചെത്തിയത്. ക്ലർക്ക്സ് വില്ലെയിൽ വിൽമയ്ക്ക് വരവേല്പ് നല്കാൻ നഗരം ഒരുങ്ങിയപ്പോൾ വിൽമ ഒരു നിബന്ധന വെച്ചു. സ്വീകരണം നല്കുകയാണെങ്കിൽ അതിൽ ആരും മാറിനില്ക്കാൻ പാടില്ല. വിൽമയുടെ ഈ നിലപാടിന് അമേരിക്കൻ മാധ്യമങ്ങൾ മികച്ച പിന്തുണ നല്കി.

തൊട്ടടുത്തവർഷം കായികതാരമായ വില്യം വാർഡിനെ വിൽമ വിവാഹം കഴിച്ചു. പക്ഷേ ആ ബന്ധം രണ്ടു കൊല്ലത്തിലധികം നീണ്ടില്ല. അവർ പരസ്പരസമ്മതത്തോടെ മോചനം നേടി. വിൽമ പഠനം തുടരുകയും ഡിഗ്രി നേടുകയും ചെയ്തു.

പുതിയ തലമുറയിലെ കായികതാരങ്ങൾക്കായി വിൽമ ഫൗണ്ടേഷൻ സ്ഥാപിച്ചു. അധ്യാപികയായി ജോലി ചെയ്തു. അമേരിക്കൻ പ്രതിനിധിയായി പടിഞ്ഞാറൻ ആഫ്രിക്കയിലും ഘാനയിലും സെനഗളിലും പര്യടനം നടത്തി.

തിരിച്ചുവന്ന വിൽമയെ പൗരാവകാശപ്രസ്ഥാനങ്ങളുടെ മുൻനിരയിലാണ് കണ്ടത്. ക്ലാർക്ക് വില്ലെയിൽ സിറ്റി റെസ്റ്റോറന്റുകളുടെ വർണവിവേചനത്തിനെതിരെ വിൽമ വൻ പ്രതിഷേധം അഴിച്ചുവിട്ടു. പല ഭോജനശാലകളിലും കറുപ്പ്-വെളുപ്പ് വ്യത്യാസം ഇല്ലാതായി.

തന്റെ പഴയ കാമുകനായ റോബർട്ട് എൻറിഡ്ജിനെ ആയിടക്കാണ് വിൽമ സ്വീകരിച്ചത്. അവർക്ക് മൂന്നു കുട്ടികൾ കൂടി പിറന്നു. പ്രൈമറി സ്കൂളിൽ അധ്യാപികയായി സൗജന്യസേവനമനുഷ്ഠിച്ചുകൊണ്ട് വിൽമ അമേരിക്കൽ സംസ്കാരത്തിന്റെ പുതിയ മുഖം തുറന്നു.

വിൽമയുടെ നേട്ടങ്ങൾ അറിഞ്ഞാണ് ഫ്ളോറൻസ് ഗ്രിഫിത്ത് ജോയ്നർ ഉയരങ്ങൾ കീഴടക്കാൻ ദൃഢനിശ്ചയത്തോടെ ഇറങ്ങിത്തിരിച്ചത്. ടെലിവിഷനിൽ ഫ്ളോറൻസിന്റെ ഓട്ടം ലൈവായി കണ്ട് വിൽമ പറഞ്ഞു. ‘‘അവൾ ഓടുമ്പോൾ ഞാൻ അവളുടെ കൂടെ ഓടുകയായിരുന്നു.’’

ജീവിതം മുഴുവൻ ചെമ്മൺ പാതകളിലൂടെ ഓടിയ വിൽമ, 1994ൽ തന്റെ ജീവിതത്തിലേക്ക് കാൻസർ ഓടിക്കയറി പിടിമുറുക്കുന്നതായി അറിഞ്ഞു. നവംബർ 12-ന് വിൽമയുടെ ദൃഢനിശ്ചയം മരണത്തിനുമുമ്പിൽ തലകുനിച്ചു. ■

വ്ളാദ്മിർ കുട്സ്

മനസ്സാണ് കുതിര

ജനനം - 1927 ഫെബ്രുവരി 7 ● മരണം - 1975 ആഗസ്റ്റ് 16 ● 1956 മെൽബൺ ഒളിമ്പിക്സ്, 5000 മീറ്റർ - സ്വർണ്ണമെഡൽ, 10000 മീറ്റർ - സ്വർണ്ണമെഡൽ, 10000 മീറ്ററിലും 5000 മീറ്ററിലും ലോക റെക്കോർഡ്.

''എന്റെ കടിഞ്ഞാൺ എന്റെ മനസാണ്.
ഞാൻ കുതിരയെ അഴിച്ചുവിടണോ എന്നു തീരുമാനിക്കുന്നത്
കടിഞ്ഞാൺ ആകുന്ന മനസ്സാണ്.''

രണ്ടാം ലോകമഹായുദ്ധം സമ്മാനിച്ച മുറിവുകളുമായാണ് വ്ളാദ്മിർ കുട്സ് എന്ന മധ്യദൂര ഓട്ടക്കാരൻ ജീവിച്ചത്. പക്ഷേ ഒരിക്കലും കീഴ ടങ്ങാൻ തയ്യാറില്ലാത്ത കുട്സിന്റെ ഇച്ഛാശക്തി അദ്ദേഹത്തെ എത്തി ച്ചത് ഒളിമ്പിക് സ്റ്റേഡിയങ്ങളിലാണ്. തന്റെ ശരീരകോശങ്ങളെ അമി തമായി വിശ്വസിച്ച കുട്സ്, മനസ്സ് നല്കുന്ന കല്പനകളാണ് ശരീരത്തെ കുതിപ്പിക്കുന്നതെന്ന് വിശ്വസിച്ചു. ശരീരം കൈവിട്ട നിമിഷം, കുട്സ്

കായികരംഗങ്ങളിൽ നിന്നു പിന്മാറി. ഒളിമ്പിക് ചരിത്രത്തിൽ, ദൃഢ നിശ്ചയത്തിന്റേയും ഇച്ഛാശക്തിയുടേയും പ്രതീകമായിത്തതീർന്നു ഈ ഉക്രെയിൻകാരൻ.

ഉക്രെയിനിലെ അലെക്സിനോയിലാണ് കുട്സ് ജനിച്ചത്. ഏതാണ്ട് 200 കുടുംബങ്ങൾ മാത്രമുള്ള ഗ്രാമം. അച്ഛൻ കരിമ്പുഫാക്ടറിയിലെ തൊഴിലാളിയായിരുന്നു.

കുഞ്ഞുനാളിൽ കുട്സ് ഇഷ്ടപ്പെട്ടത് മഞ്ഞുകാലമായിരുന്നു. അലെക്സിനോയിൽ മഞ്ഞുവീഴുമ്പോൾ കുട്സ് സ്കേറ്റിങ്ങിനും സ്കീയിങ്ങിനും ഇറങ്ങും.

കുട്സിനു 14 വയസ്സുള്ളപ്പോഴാണ് ജർമ്മൻകാർ ഉക്രെയിൻ കീഴടക്കിയത്. അതോടെ സ്കൂളുകൾ അടച്ചുപൂട്ടി. സ്കൂളുകളും ഗ്രൗണ്ടുകളും ജർമ്മൻ സായുധസേനയുടെ താവളമായി മാറി. ജർമ്മൻ സൈന്യം കുട്ടികളെക്കൊണ്ട് കഠിനമായി ജോലികൾ ചെയ്യിച്ചു. രണ്ടുതവണ ജർമ്മൻ ക്യാമ്പിൽനിന്ന് കുട്സ് പുറത്തുകടന്നു. പക്ഷേ ജർമ്മൻസേന അവനെ പിടികൂടി പ്രഹരിച്ചു. പുറത്ത് ചാട്ടവാറുകൊണ്ടുള്ള പ്രഹരമായിരുന്നു ശിക്ഷ. ചാട്ടവാറടിയേറ്റ് പുറത്ത് മുറിവുകളുണ്ടായി. ആഴ്ചകളോളം ഈ മുറിവുമായി, കല്ല് ചുമക്കേണ്ടിവന്നു. നിശ്ശബ്ദമായി കുട്സ് ആ പീഡനങ്ങൾ സഹിച്ചു. ആ രണ്ടുവർഷം കുട്സ് ജീവിച്ചത് ഇനി തോറ്റു പോകരുത് എന്ന ദൃഢനിശ്ചയത്തോടെയായിരുന്നു. ഒരു മാറ്റവുമില്ലാതെ ദുരിതപൂർണ്ണമായി ജീവിതം മുന്നോട്ടുപോയി. 1943 ൽ റെഡ് ആർമി അലെക്സിനോയിൽ എത്തി ഗ്രാമം തിരിച്ചുപിടിച്ചു. 16 വയസ്സ് തികയാത്ത കുട്സ്, റെഡ് ആർമി ഹെഡ് ക്വാർട്ടേഴ്സിൽ ലെയ്സൺ ബോയിയായി പണിയെടുത്തു. കുട്സിനെ സൈനികർക്ക് ഇഷ്ടമായിരുന്നു. അവർ അവനെ കുർസ്ക് ആർട്ടിലറി സ്കൂളിൽ പഠിക്കാൻ വിട്ടു. അക്കാലത്ത് കുർസ്ക്കിൽ പോരാട്ടം അവസാനിച്ചിരുന്നില്ല. റോഡ് ട്രെയിനിൽ (ട്രാം) പുറപ്പെട്ട കുട്സ് അവിടെ എത്തിയില്ല. ഒരു ജർമ്മൻ ബോംബിങ്ങിൽ ട്രാം തകർന്നുപോയിരുന്നു. കുട്സിന്റെ എല്ലാ പഠനരേഖകളും ആ അപകടത്തിൽ നഷ്ടപ്പെട്ടിരുന്നു. കുട്സ് മരിച്ചു പോയി എന്നാണ് എല്ലാവരും കരുതിയത്. എന്നാൽ, തീവണ്ടിയുടെ അവശിഷ്ടങ്ങൾക്കിടയിൽപ്പെട്ടുപോയ കുട്സ് തിരിച്ചുവന്നപ്പോൾ എല്ലാവരും അദ്ഭുതപ്പെട്ടു.

ഒന്നര വർഷത്തിനുശേഷം, ഉക്രെയിൻ നാവികസേനയായ ബാൾട്ടിക് ഫ്ളീറ്റിൽ ആർട്ടിലറി ഓഫീസറായി ചേരാൻ കുട്സ് ഗ്രാമം വിട്ടു. അക്കാലത്ത് കുട്സ് തടിയൻ കുട്ടിയായിരുന്നു. നേവിയുടെ വിക്ടറി ഡേയിൽ, എല്ലാവരും കായികമത്സരത്തിൽ പങ്കുകൊള്ളേണ്ടതുണ്ടായിരുന്നു. അതുകൊണ്ടുമാത്രം മൂവായിരം മീറ്റർ ഓട്ടമത്സരത്തിൽ പങ്കെടുത്തു. വിജയിച്ചില്ലെങ്കിലും കുട്സിന് അക്കാലത്ത് കായികമത്സരത്തിൽ യാതൊരു താല്പര്യവും ഉണ്ടായിരുന്നില്ല.

പക്ഷേ 1951ൽ പട്ടാളക്കാരും നാവികസേനക്കാരും പങ്കെടുത്ത മീറ്റിൽ കുട്സിന് മത്സരിക്കേണ്ടിവന്നു. ആ മീറ്റിൽ പങ്കെടുത്ത നാവികസേനയുടെ ഏക ദീർഘദൂര ഓട്ടക്കാരൻ കുട്സ് മാത്രമായിരുന്നു. മത്സരത്തിൽ കുട്സ് ജയിച്ചപ്പോൾ എല്ലാവരും അദ്ഭുതപ്പെട്ടു. അല്പം തടിയനായ കുട്സ് എങ്ങനെ വിജയിച്ചു എന്നായിരുന്നു എല്ലാവരുടേയും ചോദ്യം.

ആ ദിനങ്ങളിൽ തടി കുറയ്ക്കാൻ കുട്സ് ഓടിത്തുടങ്ങി. ഒരിക്കൽ ലൈബ്രറിയിലേക്ക് പോയ കുട്സ്, എമിൽ സാട്ടോപെക്കിന്റെ ഓട്ടത്തെക്കുറിച്ച് ഒരു റിപ്പോർട്ട് വായിച്ചു. ആ ചെക്ക് താരത്തിന്റെ ഒരുക്കങ്ങളും തയ്യാറെടുപ്പുകളും നിറഞ്ഞ റിപ്പോർട്ടുകൾ കുട്സ് താല്പര്യത്തോടെ വായിച്ചു. രാത്രി കുട്സ് തന്നെത്തന്നെ വിചാരണ ചെയ്തു. ഒരു നേവൽ സെയ്ലർ ആയി ജീവിക്കുന്നതിൽ അർത്ഥമില്ല. ലോകത്തിന്റെ മുമ്പിൽ കഴിവുകൾ പ്രദർശിപ്പിക്കുകയാണ് വേണ്ടത്. ആ തണുത്ത രാത്രിയിൽ കുട്സ് തീരുമാനിച്ചു. ഒരു ഓട്ടക്കാരനാവണം, ആദ്യത്തെ ലക്ഷ്യം 3000 മീറ്റർ. കുട്സിന്റെ കഠിനമായ പരിശീലനം പിറ്റേന്നു തന്നെ ആരംഭിച്ചു. രഹസ്യമായി പരിശീലിക്കുക ഓട്ടമത്സരങ്ങളിൽ പങ്കെടുക്കുക ഇതായിരുന്നു കുട്സിന്റെ രീതി. പങ്കെടുത്ത മീറ്റുകളിലൊക്കെ കുട്സ് ഒന്നാമതെത്തി. സോച്ചി മീറ്റിൽവെച്ച് കുട്സ് പരിശീലകൻ ലിയോനിദ് ഖൊമങ്കോവിനെ കണ്ടെത്തി. ഖൊമങ്കോവ് കുട്സിനെ ശാരീരികമായി മെരുക്കിയെടുത്തു. പക്ഷേ ദീർഘദൂര ഓട്ടങ്ങൾ ജയിക്കാനുള്ള സാങ്കേതിക നിർദ്ദേശങ്ങൾ നൽകാൻ ഖൊമങ്കോവിന് കഴിയുമായിരുന്നില്ല.

ബുക്കാറെസ്റ്റിൽ നടന്ന ലോകയൂത്ത് മീറ്റിൽ. അയ്യായിരം മീറ്ററിൽ എമിൽ സാട്ടോപെക്കും കുട്സും മത്സരിച്ചു. അവസാനത്തെ നൂറുമീറ്റർ വരെ കുട്സ് ആയിരുന്നു മുന്നിൽ. പക്ഷേ നൂറുമീറ്ററിൽ സാട്ടോപെക്ക് അസാമാന്യവേഗത്തിലോടി മത്സരം കൈയിലൊതുക്കി. ആ നൂറുമീറ്റർ സാട്ടോപെക്ക് ഓടിയത്, കരുതിവെച്ച ഊർജ്ജം പുറത്തെടുത്തായിരുന്നു. ഓട്ടത്തിനിടയിൽ നിലനിർത്തേണ്ട പൊതുവായ ശാരീരികശേഷിക്കപ്പുറം മത്സരം ജയിക്കാൻ അവസാനഘട്ടത്തിൽ കൂടുതൽ ഊർജ്ജം വേണ്ടിവരുമെന്നു കുട്സ് മനസ്സിലാക്കി. സാട്ടോപെക്കിന്റെ നിയന്ത്രണമാണ് കുട്സിനെ ശരിക്കും ആകർഷിച്ചത്. ശരീരത്തെ ശരിയായ ദിശയിലേക്ക് ചാർജ്ജ് ചെയ്യാൻ മനസ്സാണ് ഒരുക്കിയെടുക്കേണ്ടതെന്ന് കുട്സ് ഉറപ്പുവരുത്തി. അവസാനത്തെ നൂറുമീറ്റർ എന്നത് കുട്സിന്റെ വാശിയായി മാറി.

കുട്സ് ആദ്യം തേടിയത് ഒരു കോച്ചിനെയായിരുന്നു. 1954ൽ അദ്ദേഹം കോച്ച് ഗ്രിഗറി നിക്കിഫെറോവിനെ കണ്ടു. നിക്കിഫെറോവിന് കുട്സിന്റെ കഴിവിൽ നല്ല മതിപ്പുണ്ടായിരുന്നു. അയ്യായിരം മീറ്ററിനുപകരം പതിനായിരം മീറ്റർ കുട്സിനെക്കൊണ്ട് ഓടിച്ചാണ് നിക്കിഫെറോവ് പരിശീലനം തുടങ്ങിയത്. സ്റ്റാർട്ടിങ്ങിൽ എല്ലാ ഓട്ടക്കാരുടേയും പേസിനനുസരിച്ച്

സ്വയം ചിട്ടപ്പെടുത്താൻ നിക്കി ഫെറോവ് പ്രത്യേകം ശ്രദ്ധിച്ചു. ഓട്ടത്തിന്റെ മധ്യഘട്ടത്തിൽ സാധ്യതയുള്ളവരോടൊപ്പം പേസ് നിലനിർത്തേണ്ടതിന്റെ ആവശ്യകതയും നിക്കി ഫെറോവ് കുട്സിനെ പഠിപ്പിച്ചു. അവസാനത്തെ നൂറുമീറ്ററിൽ മനസ്സ് ശരീരത്തിന് കല്പന നല്കണം. മനസ് 'ഗോ ഓൺ' എന്ന് ചാർജ് ചെയ്യണം.

1952ലെ ബേൺ ചാമ്പ്യൻഷിപ്പിൽ കുട്സ് സാട്ടോപെക്കിനേയും ക്രിസ് ചാറ്റ്വെയേയും ഒരുപോലെ കീഴടക്കി 5000 മീറ്റർ തകർപ്പൻ ലോക റെക്കോർഡോടെ നേടി. അവസാനത്തെ നൂറുമീറ്റർ കുട്സ് ഒരു പന്തയക്കുതിരയെപ്പോലെ ഓടിയെന്നാണ് ചാറ്റ്വേ പറഞ്ഞത്. അക്കാലത്ത് മത്സരങ്ങൾ റിപ്പോർട്ട് ചെയ്യാൻ സോവിയറ്റ് മാധ്യമങ്ങൾ വന്നിരുന്നില്ല. ആദ്യമായി എത്തിയ 'സോവിയറ്റ് ഫ്ളിറ്റിന്റെ' റിപ്പോർട്ടർ വലന്റീന, കുട്സിന്റെ ഓട്ടത്തെ ഐതിഹാസികം എന്നാണ് വിശേഷിപ്പിച്ചത്. കുട്സിന്റെ ഒരഭിമുഖവും അവർ പ്രസിദ്ധപ്പെടുത്തി. പിൽക്കാലത്ത് കുട്സ് ജീവിതസഖിയായി സ്വീകരിച്ചത് വലന്റീനയെയായിരുന്നു.

പത്ത് ദിവസത്തിനുശേഷം കുട്സ് ലണ്ടൻ അത്‌ലറ്റിക് മീറ്റിൽ മത്സരിച്ചു. കുട്സും ചാറ്റ്വേയും പരസ്പരം വിട്ടുകൊടുക്കാതെയാണ് ഓടിയത്. ഫിനിഷിങ്ങിലേക്ക് ഇരുവരും ഒപ്പത്തിനൊപ്പമാണ് കുതിച്ചത്. നെല്ലിടദൂരം കുട്സായിരുന്നു മുന്നിൽ. പക്ഷേ ടേപ്പ് തൊടുന്നതിനു തൊട്ടുമുമ്പ് ചാറ്റ്വേ ടേപ്പിലേക്ക് ശരീരത്തെ ചാർജ് ചെയ്തു. ചാറ്റ്വേ വിജയിച്ചു. നിസ്സാര പിഴവിന് കുട്സ് രണ്ടാമനായി. കുട്സ് അന്ന് സ്വയം

ശാസിച്ചു. പക്ഷേ ആ പിഴവ് കുട്സ് പ്രേഗിൽ മറികടന്നു. ചാറ്റ്‌വേയെ തോല്പിച്ച് ലോക റെക്കോർഡോടെ കുട്സ് ചാമ്പ്യനായി.

അക്കാലത്ത് ദീർഘദൂര ഓട്ടങ്ങളിൽ കടുത്ത മത്സരം കാഴ്ചവെക്കുന്ന സാട്ടോപെക്കും ചാറ്റ്‌വേയും ഗോർഡോൺ പിരിയും കുട്ട്സിന്റെ അവസാനലാപ്പുകളിലെ കുതിപ്പ് ഒരു വിജയമാതൃകയായി സ്വീകരിച്ചിരുന്നു. അതുകൊണ്ട് എപ്പോഴും 5000 മീറ്ററിലും 10000 മീറ്ററിലും മത്സരങ്ങൾ കടുപ്പമുള്ളതായി. യൂറോപ്പിൽ ഈ നാൽവർ സംഘം സ്റ്റേഡിയങ്ങളിലേക്ക് കാണികളെ കൊണ്ടുവന്നു.

1956 ൽ മെൽബണിലാണ് ഒളിമ്പിക്സ്. മൂന്നു ദിവസം മുമ്പ് കൂട്ടുകാരൻ ക്ലീമോവും കോച്ച് നിക്കിഫെറോവുമൊന്നിച്ച് ഒളിമ്പിക് വില്ലേജിലേക്ക് വരുമ്പോൾ കാർ അപകടത്തിൽപ്പെട്ടു. കുട്സിന് ശരീരത്തിൽ അങ്ങിങ്ങ് മുറിവുകളുണ്ടായി. കുട്സ് ആ മുറിവുകളെ, നാസി കാലത്ത് ലഭിച്ച ചാട്ടവാറടികളെപോലെയാണ് കണ്ടത്. തുടർന്നുള്ള ആറു ദിവസം കുട്സ് വിശ്രമിച്ചു. ഓരോ നിമിഷവും കുട്സ് മനസ്സിനെ ബോധ്യപ്പെടുത്തിക്കൊണ്ടിരുന്നു. ശരീരത്തിൽ അസിഡിറ്റി കുറയുന്ന അസുഖം കുട്സിനെ ബാധിച്ചിരുന്നു. അതുകൊണ്ടുതന്നെ ഭക്ഷണം ദഹിക്കുകയില്ല. കുട്സ് ഒരു നാല് റൗണ്ട് ഓടി ഭക്ഷണത്തെ എരിച്ചുകളയും. ഒളിമ്പിക് സ്റ്റീപ്പിൾ ചേസ് ചാമ്പ്യൻ ക്രിസ് ബാഷർ കുട്സിന്റെ മനസ്സ് ഉരുക്കുപോലെ ദൃഢമായിരുന്നു എന്ന് അഭിപ്രായപ്പെട്ടിട്ടുണ്ട്. മെൽബൺ ഒളിമ്പിക്സിൽ ആദ്യമത്സരം പതിനായിരം മീറ്റർ. പ്രധാന എതിരാളി ഇംഗ്ലണ്ടിന്റെ ലോകചാമ്പ്യൻ ഗോർഡോൺ പിരി. ഒട്ടാകെ 28 പേർ. അവസാനത്തെ ആയിരം മീറ്ററിൽ മറ്റു ഓട്ടക്കാർ പിന്നിലായി. പക്ഷേ പിരി മാത്രം ഒപ്പമുണ്ട്. നൂറുമീറ്റർ സ്പ്രിന്റ് പോലെ അവസാനത്തെ 200 മീറ്റർ കുട്സും പിരിയും ഒപ്പം ഓടി. മെൽബൺ സ്റ്റേഡിയം ഇളകിമറിഞ്ഞു. അവസാന നിമിഷങ്ങളിൽ മനസ്സ് കുട്സിന് കല്പന കൊടുത്തു. ഗോ ഓൺ. കുട്സ് പറന്നു. പിരി 10 മീറ്റർ പിന്നിൽ. സ്വർണം കുട്സിന്. എന്നാൽ കായികരംഗത്തുനിന്ന് മാറിയതോടെ കുട്ട്സ് മറ്റൊരാളായി മാറുകയാണുണ്ടായത്. രക്തസമ്മർദ്ദം വല്ലാതെ വലച്ചുകൊണ്ടിരുന്നു. അതുമൂലം പരിശീലനം തുടരാൻ കഴിയാതെയായി. 1972 ൽ തലച്ചോറിൽ രക്തസ്രാവം ഉണ്ടായതോടെ 'ഇച്ഛാശക്തിയുടെ രാജാവ്' എന്ന് കേളികേട്ട ഈ അത്‌ലറ്റ് വിധിയിൽ വിശ്വസിക്കാൻ തുടങ്ങി. അമിതമായ മദ്യപാനം ആരോഗ്യം തകർത്തു. കുട്സിനു 5 വയസ്സുള്ളപ്പോൾ പിതാവ് മദ്യപാനം മൂലമുണ്ടായ തകരാറുകൾ കൊണ്ടാണ് മരിച്ചത്. അമിതമായ ഉറക്കഗുളികകൾ കഴിച്ച് ഉറങ്ങാൻ കിടന്ന കുട്സ് പിറ്റേ ദിവസം ഉണർന്നില്ല. വെറും നാല്പത്തിയെട്ടാമത്തെ വയസ്സിൽ ആ മഹത്തായ കായികജീവിതം ചരിത്രസ്മരണയായി. ■

ആൽഫ്രഡ് അഡോൾഫ് ഓർട്ടർ
അഥവാ അൽഓർട്ടർ (യു.എസ്.)

വഴി തെറ്റി വന്ന ഡിസ്ക് - അൽ ഓർട്ടറുടെ അമരകഥ

ജനനം - 1936 സെപ്തംബർ 19 അസ്റ്റോറിയ • മരണം - 2007 ഒക്ടോബർ 1 • നാല് ഒളിമ്പിക്സിൽ ഡിസ്കസ്ത്രോയിൽ 4 സ്വർണ്ണ മെഡൽ • എല്ലാ മെഡൽനേട്ടവും ഒളിമ്പിക് റെക്കോർഡോടെ. • 1956 - മെൽബൺ, 1960 - റോം, 1964 - ടോക്കിയോ, 1968 മെക്സിക്കോ.

"ഒരു ലക്ഷ്യം മുൻകൂട്ടി നിശ്ചയിച്ചാൽ അതിൽതന്നെ ഏകാഗ്രതയോടെ പ്രവർത്തിക്കുക. നിങ്ങൾ 69 മീറ്റർ എറിയുമ്പോൾ അജ്ഞാതനായ എതിരാളി എഴുപതുമീറ്റർ കടക്കുമെന്ന് ധരിക്കണം. അതുകൊണ്ട് നിങ്ങളുടെ ലക്ഷ്യം 75 മീറ്റർ ആയിരിക്കണം."

ന്യൂയോർക്കിനു അടുത്തുള്ള ലോങ്ങ് ഐലണ്ടിലെ സെവാനാക്ക ഹൈസ്ക്കൂളിലെ അത്‌ലറ്റിക് ഗ്രൗണ്ടിൽ പതിനഞ്ചുകാരൻ അൽ ഓർട്ടർ ഓടിക്കൊണ്ടിരിക്കെ ആരോ എറിഞ്ഞ ഒരു ഡിസ്ക് ദിശ തെറ്റി മുമ്പിൽ വന്നുവീണു. ഓട്ടത്തിനിടയിൽ ആ ഡിസ്ക് എടുത്ത് അൽ ഓർട്ടർ തിരിച്ചെറിഞ്ഞു. രണ്ടു കിലോഗ്രാം വരുന്ന ഡിസ്ക് അതെറിഞ്ഞ പയ്യനേയും കടന്ന് പവലിയന്റെ മുമ്പിൽ ചെന്നുവീണു.

ഈ രംഗം കണ്ടുകൊണ്ടിരുന്ന അത്‌ലറ്റിക് കോച്ച് ശരിക്കും ഞെട്ടി. ആ ഇനത്തിൽ അൽ ഓർട്ടർ മത്സരിച്ചിരുന്നെങ്കിൽ അതൊരു യു.എസ്. റെക്കോർഡ് ആകുമായിരുന്നു. കോച്ച് ഓടി അൽ ഓർട്ടറുടെ അരികിലെത്തി. ''നീയെങ്ങനെ ഇതു സാധിച്ചു?'' കോച്ച് ചോദിച്ചു. ''ഞാതു തിരിച്ചെറിഞ്ഞു, അത്രമാത്രം.'' അൽ ഓർട്ടറുടെ മറുപടി. ആ നിമിഷത്തിലാണ് ആൽഫ്രഡ് അഡോൾഫ് ഓർട്ടറുടെ ജീവിതം മറ്റൊന്നായി പോയത്. യാദൃച്ഛികമായ ഈ സംഭവം, ഓർട്ടറുടെ ജീവിതത്തെ മാറ്റി മറിച്ചു. 1952 ലെ വസന്തകാലത്ത് നടന്ന ഈ സംഭവം ഓർക്കാപ്പുറത്ത് ഉണ്ടായതാണെങ്കിലും അൽ ഓർട്ടർക്ക് അതിനൊരു വിശദീകരണമുണ്ട്.

''നിങ്ങളുടെ ജീവിതത്തിൽ ഒരു വഴിത്തിരിവുണ്ടാക്കിയ കാര്യം സംഭവിക്കുന്നു. അതു കൊള്ളാമെന്ന് മറ്റൊരാൾ നിങ്ങളോട് കാര്യമായി പറയുന്നു. അവിടെനിന്ന് നിങ്ങൾ പുതിയതായി തുടങ്ങുമ്പോൾ നിങ്ങളുടെ ഇച്ഛാശക്തിയും തീരുമാനവുമാണ് പ്രധാനം. ഡിസ്ക്കസിലേക്ക് തിരിഞ്ഞപ്പോൾ അതുകൊണ്ട് നേട്ടങ്ങൾ കൊയ്യാനാകുമെന്ന് ഞാൻ തീരുമാനിച്ചു. ഇനി മറ്റൊന്നിലേക്ക് വ്യതിചലിക്കരുതെന്നും നിശ്ചയിച്ചു. പിന്നീട് ജീവിതത്തിന്റെ ഓരോ മിനിറ്റും ഞാൻ ഡിസ്ക്കസിനുവേണ്ടിയാണ് ചെലവഴിച്ചത്.'' പില്ക്കാലത്ത് ഒരഭിമുഖത്തിൽ അൽ ഓർട്ടർ പറഞ്ഞു.

യാദൃച്ഛികമായി സംഭവിക്കുന്നതിനെ നിറഞ്ഞ മനസ്സോടെ വേണം സ്വീകരിക്കാൻ. കാരണം, അതാണ് നിങ്ങളുടെ ഭാഗധേയം നിർണ്ണയിക്കാൻ പോകുന്നതെന്ന് ഒരു സെൻ വാക്യമുണ്ട്. അങ്ങനെ സംഭവിക്കുന്ന ഭാഗ്യമോ നിർഭാഗ്യമോ നിങ്ങൾ എങ്ങനെ നേരിടുന്നു എന്നതിനെ ആശ്രയിച്ചിരിക്കും നിങ്ങളുടെ ജീവിതം. അത്തരമൊരു യാദൃച്ഛികതയിൽനിന്നാണ് അൽ ഓർട്ടർ, ഒരു ഒളിമ്പിക് അമരകഥയായി മാറിയത്.

ഇരുനൂറ് മീറ്റർ ഓട്ടത്തിലും 1500 മീറ്ററിലും സ്പെഷലൈസ് ചെയ്യാൻ നിശ്ചയിച്ച ഓർട്ടർ അങ്ങനെ ഡിസ്ക്കസിലേക്ക് വഴിമാറി. കോച്ച് അൽ ഓർട്ടറെ നാഷണൽ സ്കൂൾ മീറ്റിൽ പങ്കെടുക്കാൻ നിർബന്ധിച്ചു. പക്ഷേ അൽ ഓർട്ടർ ആ മീറ്റിൽ പങ്കെടുക്കുന്നതിനുപകരം ഡിസ്കസ്ത്രോ പരിശീലനം തുടരുകയാണുണ്ടായത്. ഡിസ്കസ് എറിയുന്നതിന്റെ സാങ്കേതികതയെക്കുറിച്ച് പഴയൊരു അത്‌ലറ്റ് പ്രസിദ്ധീകരിച്ച ഒരു സ്പോർട്സ് പുസ്തകം ഓർട്ടറിന് ബൈബിൾ പോലെയായിരുന്നു. ഒരു കൊല്ലത്തിനുശേഷം ഓർട്ടർ അമേരിക്കൻ സ്കൂൾ കായികമേളയിൽ ചരിത്രമെഴുതി. ഓർട്ടർ ഡിസ്കസ് മറ്റാരുമെത്താത്ത ദൂരത്തേക്ക് എറിഞ്ഞ് റെക്കോർഡ് സ്ഥാപിച്ചു. മൂന്നുവർഷത്തിനുശേഷം ഒളിമ്പിക് ട്രയൽസ് നടക്കുമ്പോൾ അൽ ഓർട്ടർക്ക് ഒരൊറ്റ തവണ മാത്രമേ ഡിസ്ക് എറിയേണ്ടി വന്നുള്ളൂ. അതുതന്നെ ദേശീയ റെക്കോർഡായിരുന്നു. അന്ന് ഓർട്ടർക്ക് 19 വയസ്സേയുള്ളൂ. അപ്പോഴേക്കും ആ യുവാവ് സ്കൂൾ വിട്ട് കൻസാസ് സർവ്വകലാശാലയിൽ വിദ്യാർത്ഥിയായി ചേർന്നിരുന്നു.

കൻസാസ് സർവ്വകലാശാലയിൽ അൽ ഓർട്ടർ വിദ്യാർത്ഥിയായി എത്തുമ്പോൾ അമേരിക്കയുടെ കോച്ചിങ്ങ് ചരിത്രത്തിലെ ലജണ്ടായ

ബില്ലി ഈസ്റ്റൺ അവിടെയുണ്ടായിരുന്നു. രണ്ടു അമേരിക്കൻ ചാമ്പ്യന്മാരേയും നാല് ഒളിമ്പ്യന്മാരേയും കോച്ച് ചെയ്ത ഈസ്റ്റൺ തന്നെയായിരുന്നു 1968 ലെ ഒളിമ്പിക് ടീമിന്റേയും തലവൻ. കോളേജിൽ എത്തിയ ഓർട്ടറുടെ കഠിനാദ്ധ്വാനം ഈസ്റ്റണിൽ മതിപ്പ് ജനിപ്പിച്ചു. ഡിസ്ക്കസ്സിൽ പുതിയ ദൂരങ്ങൾ കണ്ടെത്താനുള്ള ഓർട്ടറുടെ പരിശ്രമങ്ങൾക്ക് ഈസ്റ്റൺ നല്ല പിന്തുണ നല്കി.

പകരം വെയ്ക്കാനില്ലാത്ത ചരിത്രം അവിടെനിന്നാണ് ആരംഭിച്ചത്. നാലു ഒളിമ്പിക്സിൽ മത്സരിക്കുക, നാലിലും ഒരേയിനത്തിൽ മത്സരിക്കുക, നാലുതവണയും സ്വർണമെഡൽ നേടുക, നാലുതവണയും ഒളിമ്പ്ക് റെക്കോർഡുകൾ സൃഷ്ടിക്കുക - ഓർട്ടറുടെ ഈ പടയോട്ടത്തിനു ബദൽ ഇല്ല. 1956-ലെ മെൽബൺ ഒളിമ്പിക്സ്, 1960-ലെ റോം ഒളിമ്പിക്സ്, 1964-ലെ ടോക്കിയോ ഒളിമ്പിക്സ്, 1968-ലെ മെക്സിക്കോ ഒളിമ്പിക്സ് എന്നീ നാലു കായികമാമാങ്കങ്ങളിലും അൽ ഓർട്ടർ ജേതാവായപ്പോൾ ലോകം ആ ഇച്ഛാശക്തിക്കു മുന്നിൽ തലകുനിച്ചു.

മെൽബണിൽ യു.എസ്. ടീം ശക്തരായ ഡിസ്ക്കസ് താരങ്ങളെയാണ് ഇറക്കിയത്. ആ ടീമിലെ ഫോർച്ചൂൺ ഗാർഡിയൻ 1948-ലെ ഒളിമ്പിക്സിൽ ഡിസ്ക്കസ്സിൽ വെങ്കലമെഡൽ നേടിയ താരമായിരുന്നു. ഗാർഡിയനായിരുന്നു ലോക റെക്കോർഡുകാരനും. ഡെസ്മണ്ട് കോച്ച് കരുത്തനായ മറ്റൊരു പ്രതിയോഗിയായിരുന്നു. പക്ഷേ 56.36 മീറ്റർ ഡിസ്ക് ചുറ്റിയെറിഞ്ഞ് ഓർട്ടർ ആദ്യം ലോകറെക്കോർഡ് തിരുത്തി. പിന്നാലെ ഒളിമ്പിക് റെക്കോർഡും സ്ഥാപിച്ചു. ഫോർച്യൂൺ വെള്ളി മെഡലും കോച്ച് വെങ്കലവും നേടി. 1956 മുതൽ 60 വരെ ഓർട്ടർ പാൻ അമേരിക്കൻ ഗെയിംസിൽ മൂന്നുതവണ ചാമ്പ്യനായി.

റോം ഒളിമ്പിക്സിൽ മത്സരിക്കാനെത്തുമ്പോൾ, എല്ലാവരും പ്രതീക്ഷിച്ചത് പോളണ്ടിലെ ലോക റെക്കോർഡുകാരനായ എഡ്മണ്ട് പിയറ്റോവ്സ്കിയെ ആയിരുന്നു. പക്ഷേ എല്ലാവരേയും ഞെട്ടിച്ച് ഓർട്ടർ 59.18 മീറ്ററിന്റെ ഒളിമ്പിക് റെക്കോർഡ് സൃഷ്ടിച്ചു. 1962 ലെ ലോസ് ഏഞ്ചൽസ് മീറ്റിൽ ഓർട്ടർ ഡിസ്ക് 60 മീറ്റർ കടത്തി. 60.10 മീറ്റർ എറിഞ്ഞാണ് ഓർട്ടർ ലോകറെക്കോർഡ് സ്ഥാപിച്ചത്. ലെനിൻഗ്രാഡിൽ വളദ്മിർ ട്രൂസന്യേവ് 62.44 മീറ്ററിന്റെ റെക്കോർഡ് സ്ഥാപിച്ചെങ്കിലും ഒരു വർഷത്തിനകം ഓർട്ടർ 62.94 മീറ്ററിന്റെ പുതിയൊരു ലോക റെക്കോർഡ് സ്ഥാപിച്ചു. 1964 ലെ ടോക്യോ ഒളിമ്പിക്സിനെത്തുമ്പോൾ ചെക്കോസ്ലോവാക്യയുടെ ലുഡ്‌വിഗ് ഡാനെക്ക് 64.55 മീറ്ററിന്റെ ലോക റെക്കോർഡ് സ്ഥാപിച്ചിരുന്നു. ഇത്തവണ ഓർട്ടർക്ക് പ്രതീക്ഷയില്ലെന്ന് പൊതുവെ വിലയിരുത്തപ്പെട്ടു. പക്ഷേ അൽ ഓർട്ടർ ഇച്ഛാശക്തിയുടെ അവതാര മൂർത്തിയായിരുന്നു. ഡാനെക്കിനാണ് സാധ്യതയെന്ന് ഓർട്ടർക്ക് അറിയാമായിരുന്നു. ആ വർഷം 45 മീറ്റുകളിൽ പരാജയമറിയാതെ മുന്നേറുകയായിരുന്നു ഡാനെക്. അൽ ഓർട്ടറിന് എല്ലാം പ്രതികൂലമായിരുന്നു. അരക്കെട്ടിനുണ്ടായ പരിക്കുമൂലം നടുവേദന തുടങ്ങിയപ്പോൾ കഴുത്ത്

അനക്കാതിരിക്കാൻ ഓർട്ടർ നെക്ക് ബ്രേസ് ധരിച്ചിരുന്നു. ഒളിമ്പിക്സിന് ഒരാഴ്ചമുമ്പ് നനഞ്ഞ ഒരു ഗ്രൗണ്ടിൽ പരിശീലനം നടത്തിക്കൊണ്ടിരിക്കെ ഓർട്ടർ കാൽ തെന്നി വീണു. കാലിനും വാരിയെല്ലിനും ക്ഷതം പറ്റി. വാരിയെല്ല് ഒടിഞ്ഞ് ആന്തരികസ്രാവം പോലുമുണ്ടായി. നടക്കാനോ, ഉറങ്ങാനോ കഴിയാത്ത അവസ്ഥയായി. ആസ്പിരിൻ വിഴുങ്ങി വാരിയെല്ലിൽ ഐസു വെച്ചുകെട്ടി മത്സരിക്കാൻ തീരുമാനിച്ചപ്പോൾ ഡോക്ടർമാർ മത്സരിക്കരുതെന്ന് വിലക്കി. പക്ഷേ ഒളിമ്പിക്സാണ്. ഒളിമ്പിക്സിൽ മത്സരിക്കുന്നില്ലെങ്കിൽ താൻ മരിച്ചുപോകും എന്നു തോന്നിപ്പോയി. ആ നാളുകളെക്കുറിച്ച് ഓർട്ടർ അങ്ങനെയാണ് ഓർക്കുന്നത്. ആറു റൗണ്ടിൽ നാല് റൗണ്ട് കഴിഞ്ഞപ്പോൾ ഓർട്ടർ മൂന്നാംസ്ഥാനത്തായിരുന്നു. ആറാമത്തെ ഏറിൽ ഡാനെയ്ക്ക് വിജയിക്കുമെന്ന് ഓർട്ടർക്ക് തോന്നി. വാരിയെല്ല് ഒടിഞ്ഞാലും അഞ്ചാമത്തെ ത്രോ ജീവന്മരണ പോരാട്ടമായി ഓർട്ടർ കരുതി. അഞ്ചാമത്തെ ത്രോയിൽ ഓർട്ടർ അറുപത്തിയൊന്നുമീറ്റർ ഡിസ്ക് പറപ്പിച്ചു. ഡാനകിന്റെ ത്രോയേക്കാൾ അരമീറ്റർ കൂടുതൽ. പുതിയ ഒളിമ്പിക് റെക്കോർഡ്. ഡിസ്ക് എവിടെയാണ് വീണതെന്നുപോലും ഓർട്ടർ കണ്ടില്ല. ത്രോ കഴിഞ്ഞയുടനെ വേദനകൊണ്ട് നിലവിളിച്ച് ഓർട്ടർ ഗ്രൗണ്ടിൽ കിടന്നു.

1968ൽ ഓർട്ടർ മത്സരിക്കാൻ തയ്യാറെടുത്തപ്പോൾ ലോകത്തിന് അവിശ്വസനീയമായ അനുഭവമായിരുന്നു. പോരാത്തതിന് 68.4 മീറ്ററിന്റെ ലോക റെക്കോർഡ് സൃഷ്ടിച്ചുകൊണ്ട് നാട്ടുകാരനായ ജോ സിൽവസ്റ്റർ അക്കാലത്ത് മുന്നിലായിരുന്നു. മെക്സിക്കോയിലെ സാഹചര്യത്തിൽ ഡിസ്ക് 64 മീറ്ററിലധികം എറിഞ്ഞാൽ സ്വർണം കിട്ടുമെന്ന് ഓർട്ടർക്ക് അറിയാമായിരുന്നു. മെക്സിക്കോയിലെ പ്രത്യേകമായ ആൾട്ടിഡ്യൂഡിൽ ഓർട്ടർ ഇതു പരീക്ഷിച്ച് ഉറപ്പുവരുത്തി. ജോ സിൽവസ്റ്റർ ഒളിമ്പിക്സിനെത്തിയപ്പോൾ മികവു പുലർത്താനായില്ല. 64.78 മീറ്റർ എറിഞ്ഞ് ഓർട്ടർ പുതിയ ഒളിമ്പിക് റെക്കോർഡ് സൃഷ്ടിച്ചപ്പോൾ രണ്ടും മൂന്നും സ്ഥാനങ്ങൾ നേടിയ ലോതർ മൈൽഡിന്റേയും ഡാനെക്കിന്റേയും ത്രോകൾ 64.5 മീറ്ററിൽ ഒതുങ്ങി. അതൊരു ചരിത്ര നിമിഷമായിരുന്നു. മെക്സിക്കോയിൽ ഓർട്ടർ ഒരദ്ഭുത മനുഷ്യനായി. ഓർട്ടറിന്റെ അതിജീവനശേഷി അപാരമാണെന്ന വിലയിരുത്തലുണ്ടായി. ആ ഒളിമ്പിക്സ് ഓർട്ടറുടെ പേരിൽ അറിയേണ്ടതായിരുന്നു. പക്ഷേ 200 മീറ്ററിൽ വിജയിച്ച അമേരിക്കയിലെ നീഗ്രോ വംശജരായ ടോമീ സ്മിത്തും ജോൺ കാർലോസും അമേരിക്കയിലെ വർണ്ണ വിവേചനത്തിൽ പ്രതിഷേധിച്ച് വിക്ടറി സ്റ്റാൻഡിൽ മുഷ്ടി ചുരുട്ടിയപ്പോൾ ലോകത്തിന്റെ ശ്രദ്ധ അവിടേക്കു മാറി. മെക്സിക്കോയിലെ വിജയത്തിനുശേഷം ഓർട്ടർ റിട്ടയർ ചെയ്തു. തുടർന്ന് ഒരു കമ്പ്യൂട്ടർ എഞ്ചിനീയറായി ജോലി ചെയ്തു. 1976 ൽ ഓർട്ടർക്ക് മത്സരിക്കണമെന്ന അഭിലാഷം ശക്തമായി. ഏതാണ്ട് അറുപത്തിയഞ്ച് മീറ്ററിൽ അധികമെറിഞ്ഞ് ഓർട്ടർ നല്ല സൂചനകൾ നല്കി. കഠിനമായ പരിശീലനത്തിനു തുടക്കമിടുകയും ചെയ്തു. പേശികളുടെ ബലക്കുറവ് ഓർട്ടറെ കുഴക്കിയിരുന്നു. അതിനെ മറികടക്കാൻ ചില സ്റ്റീറോയ്ഡുകൾ ഓർട്ടർ ഉപയോഗിച്ചു.

പക്ഷേ അപകടകരമാംവിധം രക്തസമ്മർദ്ദം കൂടിയപ്പോൾ ആശുപത്രിയെ ശരണം പ്രാപിക്കേണ്ടിവന്നു. അതിനുശേഷം അത്തരം മരുന്നുകൾക്കെതിരായ ശക്തനായ പ്രചാരകനായി ഓർട്ടർ. 1980 ൽ ഒളിമ്പിക് ട്രയൽസിൽ നാലാമതെത്തിയെങ്കിലും മോസ്കോ ഒളിമ്പിക്സ് അമേരിക്ക ബഹിഷ്കരിച്ചതിനാൽ, ആ സ്വപ്നം സ്വപ്നമായി തന്നെ അവശേഷിച്ചു. എൺപതുകൾക്കുശേഷമുള്ള ഒളിമ്പിക് മത്സരങ്ങളെക്കുറിച്ച് ഒരു തത്വചിന്തികന്റെ ആഴത്തോടെയാണ് ഓർട്ടർ അഭിപ്രായങ്ങൾ പങ്കുവെച്ചത്. അമ്പതുകളിൽ താൻ മത്സരിക്കുമ്പോൾ എതിരാളികളെല്ലാം സുഹൃത്തുക്കളായിരുന്നു. അവരുടെ പേശീദൃഢമായ ശരീരങ്ങൾക്കുള്ളിൽ സൗഹൃദത്തിന്റെ നീരുറവകൾ കണ്ടിട്ടുണ്ട്. അന്ന് ഒരു മെഡലല്ലാതെ മറ്റൊന്നും മോഹിക്കാനുണ്ടായിരുന്നില്ല. എൺപതുകളാപ്പോഴേക്കും അത്‌ലറ്റുകൾക്ക് സൗഹൃദങ്ങൾ കുറഞ്ഞു. പ്രതിയോഗിയെ അവർ പ്രതിയോഗിയായിത്തന്നെ കണ്ടു. അവർക്ക് സ്പോൺസർമാരുണ്ടായി. ടെലിവിഷനുകൾ അവരുടെ ഓരോ നീക്കവും ഒപ്പിയെടുത്തു. മത്സരിച്ചുകിട്ടുന്നതിനേക്കാൾ കൂടുതൽ പണം അവർക്ക് പരസ്യങ്ങളിൽ നിന്നുകിട്ടി. ഒളിമ്പിക്സിന്റെ ആദർശാധിഷ്ഠിതമായ തത്ത്വങ്ങൾക്ക് വിലയില്ലാതായി.

ഈ ഘട്ടത്തിൽ മത്സരിക്കാനുള്ള കമ്പം ഓർട്ടർക്ക് കുറഞ്ഞുപോയിരുന്നു. 42-ാം വയസ്സിൽ തന്റെ ശാരീരികക്ഷമതയെക്കുറിച്ച് ശരീരത്തിൽ ഇലക്ട്രോഡുകൾ ഘടിപ്പിച്ച് ഓർട്ടർ പരീക്ഷണം നടത്തിയിരുന്നു. ഇസ്രായേൽ അത്‌ലറ്റായ ഗിഡിയോൺ ഏരിയലാണ് ഇതിന് അദ്ദേഹത്തെ സഹായിച്ചത്. ഈ പരീക്ഷണത്തിൽ തന്റെ ശാരീരികക്ഷമതയനുസരിച്ച് 75 മീറ്റർ വരെ ഡിസ്ക് എറിയാമെന്ന് ഓർട്ടർ കണ്ടെത്തി. 1986 ൽ ജർമ്മനിയുടെ യർഗൻ ഷൂൾ 74.08 മീറ്റർ എറിഞ്ഞപ്പോൾ ഈ നൂറ്റാണ്ടിൽ ആരെങ്കിലും എൺപതു മീറ്റർ കണ്ടെത്തുമെന്ന് ഓർട്ടർ പ്രത്യാശിക്കുന്നു. തൊണ്ണൂറുകളുടെ ഒടുവിൽ ഓർട്ടറുടെ കൂടെ മത്സരിച്ച ഫൊർച്യൂൺ ഗാർഡിയനും ഡെസ്മണ്ട് കോച്ചും ലുഡ്‌വിക് ഡാനെയ്ക്കുമെല്ലാം ലോകം തന്നെ വിട്ടുപോയിരുന്നു. ഈ കാലയളവിൽ ഓർട്ടർ കലയിലേക്ക് തിരിഞ്ഞു. ജീവിതത്തിന്റെ അവസാനലാപ്പിൽ പെയിന്റർ ആയാണ് ഓർട്ടർ അറിയപ്പെട്ടത്.

71-ാമത്തെ വയസ്സിൽ തന്റെ ഭാര്യ കാത്തി ഓർട്ടർക്ക് ഒരുപാട് പെയിന്റിങ്ങുകളും ഓർമ്മകളും നൽകി അൽ ഓർട്ടർ വിട വാങ്ങുമ്പോൾ അത്‌ലറ്റിക് ലോകത്തിന് പ്രചോദനത്തിന്റെ പാഠങ്ങളും ലോകത്തിനാകെ അതിജീവനത്തിന്റെ വീരകഥകളും ബാക്കിവെച്ചിരുന്നു.

■

മുഹമ്മദ് അലി - കാഷ്യസ് ക്ലേ (യു.എസ്.)

ബോക്സിങ് റിങ്ങിലെ ദൈവം

ജനനം - 1942 ജനുവരി 17 - ലൂയിവില്ലെ • മരണം - 2016 ജൂൺ 3 • 1960 റോം ഒളിമ്പിക്സ് ലൈറ്റ് വെയ്റ്റ് ബോക്സിങ്ങ് വിഭാഗത്തിൽ സ്വർണ്ണം • ഒളിമ്പിക്സിനുശേഷം പ്രൊഫഷണൽ ബോക്സർ.

''വെല്ലുവിളികളെ നേരിടാൻ ആളുകൾ ഭയക്കുന്നതിനു
കാരണം വിശ്വാസമില്ലായ്മയാണ്.
ഞാൻ എന്നിൽ പൂർണ്ണമായും വിശ്വസിക്കുന്നവനാണ്.''

ചുരുട്ടിയ മുഷ്ടിയുടെ ധർമ്മം ശത്രുവിന് മാനസികമായ ആഘാതം സൃഷ്ടിക്കുക എന്നതാണ്. മുഹമ്മദ് അലിയുടെ ചുരുട്ടിയ മുഷ്ടി അതേ വലുപ്പത്തിൽതന്നെ പിക്ചർ പോസ്റ്റ് പ്രസിദ്ധപ്പെടുത്തിയത് ആ മുഷ്ടി

കൊണ്ടുള്ള ഇടിയേറ്റാലുണ്ടാകുന്ന മാരകഫലങ്ങളെക്കുറിച്ച് ഓർമ്മിപ്പിക്കാനായിരുന്നില്ല.

അത് ലോകത്തോടുള്ള അലിയുടെ എക്സ്പ്രഷൻ ആയിരുന്നു. ഒരു ജനതയോട് ആവോളം സംസാരിക്കാൻ വേണ്ടിയാണ് താൻ മുഷ്ടി ഉപയോഗപ്പെടുത്തിയത് എന്നാണ് അലി വിശദീകരിച്ചത്. തനിക്ക് നിവർന്നു നില്ക്കേണ്ടതുണ്ടായിരുന്നു. ജനങ്ങളെ കൂടെ നിർത്തേണ്ടതുണ്ടായിരുന്നു. അതിനുവേണ്ടി തിരഞ്ഞെടുത്ത ഒരു മാർഗ്ഗമായിരുന്നു ബോക്സിങ്ങ്.

ബോക്സിങ്ങിലൂടെ മുഹമ്മദലി നേടിയെടുത്ത വിഖ്യാതമായ വിജയം ഒളിമ്പിക് സ്വർണമായിരുന്നു. പക്ഷേ വിഭജിക്കപ്പെട്ട ഒരു ജനത, ആ നേട്ടത്തിന് ഒരു വിലയും നല്കുന്നില്ലെന്ന് തോന്നിയ നിമിഷം അലി, ആ മെഡൽ ഓഹിയോ നദിയിലേക്ക് വലിച്ചെറിഞ്ഞു.

ഒളിമ്പിക്സിൽ ജേതാവായശേഷം സ്വർണ്ണമെഡൽ കഴുത്തിലണിഞ്ഞുകൊണ്ടാണ് 18 കാരനായ അലി (അന്ന് കാഷ്യസ്ക്ലേ) ലൂയിവില്ലിയിൽ സഞ്ചരിക്കുക.

റോണി എന്ന കൂട്ടുകാരനോടൊപ്പം അലി ഒരു മോട്ടോർ ബൈക്കിൽ ലൂയി വില്ലയിലൂടെ സഞ്ചരിക്കുകയാണ്. ആ യാത്രക്കിടയിൽ അവന് നേരെ പലരും കൈവീശുന്നുണ്ട്. അപ്രതീക്ഷിതമായി മഴ തുടങ്ങി. അവർ യാത്ര നിർത്തി. തൊട്ടടുത്തുകണ്ട റെസ്റ്റോറന്റിൽ രണ്ടു ചീസ് ബർഗറിനും രണ്ടു വാനില മിൽക്ക് ഷേക്കിനും ഓർഡർ നല്കി. പക്ഷേ അവരെ രൂക്ഷമായി നോക്കിയശേഷം റെസ്റ്റോറന്റിലെ വിളമ്പുകാരി നീഗ്രോകൾക്ക് ഇവിടെ ഭക്ഷണം വിളമ്പാറില്ല എന്നു പറഞ്ഞു.

താൻ ഒളിമ്പിക് ജേതാവ് കാഷ്യസ് ക്ലേ ആണെന്ന് അലി പറഞ്ഞു. അപ്പോൾ കൂട്ടുകാരൻ കഴുത്തിൽ അണിഞ്ഞിരുന്ന മെഡൽ കാണിച്ചു കൊടുത്തു. അതുകേട്ടുവെങ്കിലും ആ പെൺകുട്ടി ഇവിടെ ഭക്ഷണം നല്കാനാവില്ലെന്ന് തീർത്തുപറഞ്ഞു.

ഏതാനും മിനിറ്റുകൾകൊണ്ട് അലിയും കൂട്ടുകാരനും അനുഭവിച്ച അപമാനം വർണ്ണിക്കാനാവില്ല. അപമാനഭാരത്തോടെ അവർ മടങ്ങി. തുടർന്നുള്ള യാത്ര നിശ്ശബ്ദമായിരുന്നു. തലമുറകളായി കറുത്തവർ അനുഭവിക്കുന്ന അപമാനത്തിന്റെ ചിത്രങ്ങൾ അവന്റെ മനസ്സിൽ തെളിഞ്ഞു നിന്നു. അന്നു വൈകീട്ട് അവൻ ഓഹിയോനദിക്ക് കുറുകെയുള്ള പാലത്തിന്റെ രണ്ടാം നമ്പർ സ്ട്രീറ്റിൽ ചെന്നുനിന്നു. തന്റെ വർഗ്ഗത്തെ അപമാനത്തിൽനിന്നു രക്ഷിക്കാൻ ആ മെഡലിനു കഴിയില്ലെന്ന സത്യം അവനെ ചുട്ടുപൊള്ളിച്ചു. അടിമ-ഉടമ എന്നീ രണ്ടു ഘടകങ്ങൾ, കറുത്തവർ-വെളുത്തവർ എന്നീ രണ്ടു വർണങ്ങൾ, രണ്ടു പകുതിയായിത്തീർന്ന സമൂഹം, അവന്റെ ചിന്തയിലൂടെ ലാവയായി ഉരുകിയൊലിച്ചു. രാവും പകലും ഓമനയെപ്പോലെ കൊണ്ടുനടന്ന ആ മെഡൽ അവൻ നദിയിലേക്ക് വലിച്ചെറിഞ്ഞു.

54 വർഷങ്ങൾക്കുശേഷം 2014 ജൂൺ 21 ന് ഓഹിയോ നദി വൃത്തിയാക്കുന്നതിനിടയിൽ റോബർട്ട് ബ്രാഡ്ഫെറി എന്നയാൾക്ക് ആ മെഡൽ കിട്ടി. അതിനുമുമ്പുതന്നെ അറ്റ്ലാന്റ ഒളിമ്പിക്സിനു ദീപം തെളിയിച്ചപ്പോൾ സംഘാടകർ മറ്റൊരു മെഡൽ അലിയെ അണിയിച്ചിരുന്നു. കാഷ്യസ് മാഴ്സില്ലസ് ക്ലേ എന്ന പില്ക്കാലത്തെ മുഹമ്മദലി, നീതിരഹിതമായ സാമൂഹ്യനിയമങ്ങൾക്കെതിരെ പോരാടുന്ന ഒരു ഒറ്റയാൾ പ്രസ്ഥാനമായിരുന്നു. ''മനുഷ്യൻ മഹത്തായ സൃഷ്ടിയാണ്. അതിന്റെ വിലയിടിക്കുന്ന ഒന്നിനും ഞാൻ കൂട്ടുനില്ക്കില്ല.'' ഒരിക്കൽ അലി പറഞ്ഞു. അലിയുടെ ജീവിതത്തിന്റെ മൗലികമായ ഒരു സ്റ്റേറ്റ്മെന്റാണിത്.

കെന്റക്കിയിലെ ലൂയി വില്ലയിൽ പിറന്നുവീണശേഷം കാഷ്യസ്ക്ലേ എന്ന കുട്ടി കാണുന്നതെല്ലാം വിവേചനത്തിന്റെ ചിത്രങ്ങളാണ്. ബോക്സർ ആദ്യം ജനിക്കുന്നത് കാഷ്യസിന്റെ ഉള്ളിൽത്തന്നെയാണ്. എല്ലാ ആക്രമണങ്ങളേയും ഇടിച്ചിടാൻ കഴിയുന്ന ഒരു യോദ്ധാവിന്റെ മൂർത്തഭാവമാണ് ബോക്സർ.

ചുമരുകൾക്കും ബോർഡുകൾക്കും പെയിന്റ് അടിക്കുന്ന, അതിൽ ചിത്രം വരയ്ക്കുന്ന കലാകാരനായ കാഷ്യസ് മാഴ്സില്ലസ് ക്ലേ സീനിയറിയന്റേയും ഒഡേസാ ഗ്രാഡിയുടേയും മകനായി 1942 ജനുവരി 17-നാണ് കാഷ്യസ് ക്ലേ ജനിക്കുന്നത്. കാഷ്യസിന് നാല് സഹോദരന്മാരും സഹോദരിയും ഉണ്ടായിരുന്നു. അമ്മ മകനെ കാരുണ്യത്തിന്റെ പാഠങ്ങൾ മാത്രമല്ല പഠിപ്പിച്ചത്. 12 വയസു തികയുമ്പോഴേക്കും ലൂയി വില്ലയിലെ സാമൂഹ്യാവസ്ഥകൾ മുഴുവൻ അവൾ ഉൾക്കൊണ്ടു കഴിഞ്ഞിരുന്നു. ലൂയിവില്ല കെന്റക്കി സംസ്ഥാനത്തെ വലിയ പട്ടണമാണ്.

ജനസംഖ്യയിൽ 30 ശതമാനത്തോളം കറുത്തവരുണ്ട്. അവർ പ്രത്യേക ഗെട്ടോകളിലാണ് താമസിച്ചിരുന്നത്. കറുത്തവരും വെളുത്തവരും ഒരിടത്തും ഇടകലർന്നു ജീവിച്ചിരുന്നില്ല. ലൂയിവില്ല ഇന്ന് അലിയുടെ ജന്മനഗരമായാണ് അറിയുന്നതെങ്കിലും കെന്റക്കി ചിക്കന്റെ ആസ്ഥാനവും സർവ്വകലാശാലയും അവിടെയായിരുന്നു.

നാല്പതുകളുടെ ഒടുവിൽ കറുത്തവർക്ക് നിയന്ത്രണങ്ങൾ ഏർപ്പെടുത്തുന്ന ജിംക്രോ നിയമങ്ങൾ ഒരു നുകം പോലെ ചുമന്നാണ് കറുത്തവർ ജീവിച്ചത്.

അലിയുടെ ബാല്യകാലത്ത് ലൂയിവില്ലയിൽ കറുത്തവർക്ക് പ്രത്യേക നിയമങ്ങൾ തന്നെ നടപ്പാക്കിയിരുന്നു. എല്ലാം വെള്ളക്കാരുടെ ജീവിതത്തിൽനിന്ന് കറുത്തവരെ മാറ്റിനിർത്തുന്ന മാനവികമല്ലാത്ത ക്രൂര നിയമങ്ങൾതന്നെ. കറുത്തവർക്കുവേണ്ടി പോരാടിയ മാർട്ടിൻ ലൂതർ കിങ്ങിനെക്കുറിച്ച് ഒഡേസ മകന് പറഞ്ഞുകൊടുത്തിരുന്നു. കറുത്തവർ ആദ്യം വേണ്ടത് സമൂഹത്തിൽ സ്വന്തം കഴിവുകൾ തെളിയിക്കുകയാണ്. ഒഡേസ് മകനോട് പറഞ്ഞു. ഈ വാചകം അലിയുടെ മനസ്സിൽ തറച്ചുനിന്നു.

പതിമൂന്നാം വയസ്സിലാണ് അലി ബോക്സിങ്ങ് പഠനം ആരംഭിക്കുന്നത്. തന്റെ പ്രിയപ്പെട്ട വാഹനമായ സൈക്കിൾ മോഷണം പോയത് അറിയിക്കാൻ പൊലീസുകാരനായ ജോ മാർട്ടിന്റെ അരികിൽ എത്തുന്നതോടെയാണ്. അവൻ ചെന്നപ്പോൾ ജോ മാർട്ടിൻ കൊളംബിയ ഹാളിൽ ബോക്സിങ്ങ് പരിശീലനത്തിലായിരുന്നു. സൈക്കിൾ കളവുപോയ കാര്യം അലി പറയുമ്പോൾ ജോമാർട്ടിൻ അവന്റെ ബോഡിഷെയ്പ്പ് ആണ് നോക്കിയത്. തിരിച്ചുപോരുമ്പോൾ ബോക്സിങ്ങ് പരിശീലനത്തിനുള്ള ഒരപേക്ഷാഫോറവും നല്കിയിരുന്നു.

സ്കൂൾ പഠനത്തോടൊപ്പം ബോക്സിങ്ങ് പരിശീലനവും അവൻ തുടങ്ങിയപ്പോൾ പരിശീലകനായ ജോ മാർട്ടിൻ അവനെ പ്രത്യേകം ശ്രദ്ധിച്ചു. എപ്പോഴും ജിമ്മിൽ ആദ്യമെത്തുന്നത് അലിയായിരുന്നു. ജോ മാർട്ടിൻ പിന്നീട് ഒരു മികച്ച ബോക്സിങ്ങ് ട്രെയിനറായ ഫ്രെഡ്സ്റ്റോണറെ പരിശീലനച്ചുമതല ഏല്പിച്ചു. സ്റ്റോണർ ഒരുപാടു കുട്ടികളെ പരിശീലിപ്പിച്ചുവെങ്കിലും ബോക്സിങ്ങ് പഠിക്കാനുള്ള ഭ്രാന്തമായ ആവേശം കാഷ്യസിലാണ് കണ്ടത്. ശക്തമായി പഞ്ച് ചെയ്യുന്ന വിധവും എങ്ങനെ ബ്ലോക്ക് ചെയ്യണമെന്നും കാഷ്യസ് കൃത്യമായി ഉൾക്കൊണ്ടു. ശരീരം ക്ഷീണിക്കാതെ കുറഞ്ഞ കായികശക്തി ഉപയോഗിച്ച് എതിരാളിയെ കീഴ്പ്പെടുത്താം എന്നതായിരുന്നു സ്റ്റോണറുടെ രീതി. പഠനം കഴിഞ്ഞാൽ പ്രാദേശികമായി നടക്കുന്ന ബോക്സിങ്ങ് കാണാൻ പോകും. കാഷ്യസിന്റെ ഉള്ളിൽ വലിയ ലക്ഷ്യമുണ്ട് - കറുത്തവന്റെ ശക്തി ലോകത്തിനു കാണിച്ചുകൊടുക്കണം. അതോടെ ലോകം അവനെ ശ്രദ്ധിക്കും, സ്നേഹിക്കും.''

തെരുവുകളുടെ രാജാവ് എന്ന് സ്വയം വിശേഷിപ്പിച്ചുകൊണ്ടിരുന്ന കുർക്കിബേക്കർ എന്ന ബോക്സർ, ലൂയിവില്ലിയിലെ കിരീടംവെക്കാത്ത രാജാവായിരുന്നു. തെരുവുകളെ ഭയപ്പെടുത്തി പണം തട്ടിക്കുന്ന കുർക്കിയെ, കാഷ്യസ് വെല്ലുവിളിച്ചത് വലിയ വാർത്ത സൃഷ്ടിച്ചു. അമ്മ ഭയന്നുപോയി. പണത്തിനുവേണ്ടിയായിരുന്നില്ല ആ മത്സരം. അക്കാലത്ത് കാഷ്യസിന് 17 വയസ് കഴിഞ്ഞിരുന്നു. കുർക്കിയെ തോല്പിച്ചാൽ പാവപ്പെട്ട ജനങ്ങൾ സന്തോഷിക്കുമെന്നായിരുന്നു കാഷ്യസിന്റെ വിശദീകരണം. രണ്ടാം റൗണ്ട് തീരുംമുമ്പേ കാഷ്യസ് കുർക്കിയെ ഇടിച്ചിട്ടു. കുർക്കി, അപ്പോൾതന്നെ റിങ്ങിൽനിന്ന് ഇറങ്ങിയോടി. കുർക്കിയെ തോല്പിച്ചപ്പോൾ വലിയൊരു ബോക്സറെ നേരിടുമ്പോഴുണ്ടാകുന്ന ഭയത്തേയും കാഷ്യസ് തോല്പിച്ചിരുന്നു. അതോടെ ജോ മാർട്ടിനും സ്റ്റോണറും ഒരു കാര്യം ഉറപ്പിച്ചു. തന്ത്രശാലിയായ ബോക്സറാണ് കാഷ്യസ്. എതിരാളിയെ ക്ഷീണിപ്പിക്കുക നിർണ്ണായകഘട്ടങ്ങളിൽ പറന്നുയർന്ന് പഞ്ചുചെയ്യുക എന്ന അവന്റെ ബോക്സിങ്ങ് രീതി അവരെ കീഴടക്കി.

ആയിടയ്ക്ക് കാലിഫോർണിയയിൽ ഒളിമ്പിക് ട്രയൽസ് നടത്തുന്ന സമയമായിരുന്നു. ലൈറ്റ് വെയ്റ്റ് വിഭാഗത്തിൽ കാഷ്യസിനെ മത്സരിപ്പിക്കാൻ അവർ തീരുമാനിച്ചു.

റോം ഒളിമ്പിക്സിൽ തന്നേക്കാൾ പ്രായമുള്ളവരുമായാണ് കാഷ്യസ് മത്സരിച്ചത്. ബെൽജിയത്തിന്റെ വ്യോൺ ബിക്കോസിനെ രണ്ടാം റൗണ്ടിൽത്തന്നെ ഇടിച്ചിട്ടു. റഫ്റി മത്സരം നിർത്തി കാഷ്യസിനെ വിജയിയായി പ്രഖ്യാപിച്ചു. ക്വാർട്ടറിൽ ഒളിമ്പിക് മെഡൽ ജേതാവ് റഷ്യക്കാരൻ ഗെന്നഡി ഷാറ്റ്കോവിനേയും പരാജയപ്പെടുത്തി. അഞ്ചാം റൗണ്ടിലാണ് കാഷ്യസ് ഷാറ്റ്കോവിനെ വീഴ്ത്തിയത്. അപ്രതീക്ഷിതമായി മിന്നൽ വേഗത്തിൽവരുന്ന പഞ്ചുകൾ നേരിടാനാവാതെ ഷാറ്റ്കോവ് ശരിക്കും കുഴങ്ങി. സെമിയിൽ ആസ്ത്രേലിയയുടെ ടോണി മാഡിഗനും കാഷ്യസിനെ തടയാനായില്ല. 25 വയസ്സുള്ള യൂറോപ്പിൽ പ്രശസ്തനായ പോളീഷ് ബോക്സർ സ്ബിഗ്ന്യു പിയേദോകോവ്സ്കിയായിരുന്നു എതിരാളി. ഈ മത്സരത്തിന് റോമിൽ വൻപ്രചാരം ലഭിച്ചു. പതിനെട്ടുകാരനായ കാഷ്യസ് എന്ന കൗമാരക്കാരൻ ബോക്സിങ്ങ് റിങ്ങിൽ നടത്തുന്ന മിന്നൽ വേഗതയിലുള്ള പഞ്ചുകളും കൃത്യമായ ബ്ലോക്കുകളും കാണാൻ ബോക്സർമാർ തന്നെയെത്തി. ഒരു ഫൈറ്റർ എങ്ങനെയാണ് റിങ്ങിൽ കാലുകൾ ഉപയോഗിക്കേണ്ടതെന്ന് ഇതിനകം കാഷ്യസ് പഠിച്ചുകഴിഞ്ഞിരുന്നു.

രണ്ടാം റൗണ്ടിലാണ് യൂറോപ്യൻ ചാമ്പ്യനെതിരെ തന്റേതായ ട്രേഡ്മുകൾ എടുത്തത്. ആദ്യറൗണ്ടിൽ കാഷ്യസിന്റെ പരിചയക്കുറവ് പ്രകടമായിരുന്നു. ഒരു മിനിറ്റ് കഴിഞ്ഞപ്പോൾ പെട്ടെന്ന് അവൻ മിന്നൽ വേഗത്തിൽ പിയട്രോകോവ്സ്കിയുടെ ശിരസ്സിൽ നാലുതവണ പഞ്ച് ചെയ്തു. അപ്രതീക്ഷിതമായ ഈ നീക്കത്തിൽ അയാൾ ഇടറിപ്പോയി.

ഒഴിഞ്ഞുമാറുക എന്നതായിരുന്നു മൂന്നാംറൗണ്ടിലെ കാഷ്യസിന്റെ തുടക്കത്തിലുള്ള നീക്കം. ഈ സമയം എതിരാളി രണ്ടുകൈകൾ ഉപയോഗിച്ച് ഒട്ടേറെത്തവണ പഞ്ചുചെയ്തുവെങ്കിലും കാഷ്യസ് ഒഴിഞ്ഞുമാറി. പിയട്രകോവ്സ്കിയുടെ നിരന്തര പഞ്ചിങ്ങിൽ അയാളുടെ സ്റ്റാമിന നഷ്ടപ്പെട്ട നിമിഷം കാഷ്യസ് ഉഗ്രൻ പഞ്ചുകളോടെ മത്സരം സ്വന്തമാക്കി. ഒളിമ്പിക് ഗ്രാമത്തിൽ കാഷ്യസ് ഒരു ഹീറോ ആയി. രാത്രി ആ മെഡൽ കഴുത്തിലണിഞ്ഞാണ് കാഷ്യസ് ഉറങ്ങിയത്. 21 ദിവസത്തിനുശേഷം കാഷ്യസ് വിമാനമിറങ്ങിയപ്പോൾ പത്രക്കാർ അവനെ വളഞ്ഞു. അവരുടെ മുമ്പിൽ കാഷ്യസ് ഒരു കവിത ചൊല്ലി. അതിന്റെ തലക്കെട്ട് 'കാഷ്യസ് എങ്ങനെ റോമിലെത്തി' എന്നായിരുന്നു.

ആ ഒരു നിമിഷം മുതലാണ് 18-കാരൻ കാഷ്യസ് ക്ലേ ലോകമറിയുന്ന മനുഷ്യസ്നേഹിയും പോരാളിയും ചാമ്പ്യനുമായി മാറുന്നത്. ഒളിമ്പിക്സിനുശേഷമാണ് അലി, ഒളിമ്പിക്സിനെ കൂടുതൽ പ്രകാശിപ്പിച്ചതെന്ന് ഒരു പണ്ഡിതൻ എഴുതി. ബോക്സിങ്ങിന്റെ ഏറ്റവും ആരാധ്യനായ കമന്റേറ്റർ ജോ ലൂയിസ് പറഞ്ഞതുപോലെ അലി പ്രൊഫഷണൽ ബോക്സിങ്ങിന്റെ റിങ്ങിലേക്ക് വന്നപ്പോഴാണ് ക്രൗര്യത്തേക്കാൾ, അതിന്റെ സൗന്ദര്യാത്മകത ലോകത്തിനു ബോധ്യപ്പെട്ടത്. അത് റിങ്ങിൽ നിന്ന് പുറത്തേക്ക് കടന്ന് രാജ്യത്തിന്റെ അതിരുകൾ മായ്ച്ചു എന്നു പറയുന്നതാവും ശരി. ഏഷ്യൻ രാജ്യങ്ങളിൽപ്പോലും ആദ്യം കേട്ട പേര് കാഷ്യസ് ക്ലേ എന്നായിരുന്നു.

1962ൽ പ്രൊഫഷണൽ ബോക്സറായി മാറിയ കാഷ്യസ് പരുക്കൻ ബോക്സറായ ടണ്ണി ഹാൻസാകഡ, ടോണി എസ് വെർട്ടി, ജിം റോബിൻസൺ തുടങ്ങിയ ലോക്കൽ ഹീറോമാരെ തോല്പിച്ചശേഷമാണ് ലോക ലൈറ്റ് വെയ്റ്റ് ചാമ്പ്യനായ ആർച്ചി റൂറിനെ പരാജയപ്പെടുത്തിയത്. അലിയുടെ ഗുരു കൂടിയാണ് ആർച്ചി റൂർ. ഈ സന്ദർഭത്തിലാണ് ബോക്സർമാർ തമ്മിലുള്ള ആശയവിനിമയത്തിൽ പുലർത്തേണ്ട വാശിയും ആത്മവിശ്വാസവും നിർഭയത്വവുമൊക്കെ എങ്ങനെ പ്രകടിപ്പിക്കണമെന്ന തന്ത്രം കാഷ്യസിന് ലഭിക്കുന്നത്. അത് പഠിപ്പിച്ചത് പരിശീലകനായ ആഞ്ചലോ ഡൻഡിയായിരുന്നു. അക്കാര്യത്തിൽ തന്നേക്കാൾ എത്രയോ മുന്നിലാണ് കാഷ്യസെന്ന് ഡൺഡിക്ക് വേഗം മനസ്സിലായി. സ്ലിങ്ങ് നടക്കുമ്പോഴും പ്രകോപനപരമായി ബോക്സർമാർ സംസാരിക്കാറുണ്ട്. അത് ജോർജ്ജസ് ജോർജ്ജ് എന്ന ബോക്സറാണ് പറഞ്ഞുകൊടുത്തത്.

സോണി ലിസ്റ്റൺ എന്ന ലോകപ്രശസ്തനായ ബോക്സറെ പുലർച്ചെ മൂന്നുമണിക്കാണ് കാഷ്യസ് വെല്ലുവിളിച്ചത്. കോപാകുലനായ ലിസ്റ്റൺ ഒരാഴ്ചയ്ക്കുശേഷം ഫൈറ്റ് ചെയ്യാൻ തയ്യാറായി. മയാമിബീച്ചിലെ കൺവെൻഷൻ ഹാളിലായിരുന്നു ഫൈറ്റ്. പത്രസമ്മേളനങ്ങളിലൂടേയും നോട്ടീസുകളിലൂടേയും ഇരുകൂട്ടരുടേയും വാദപ്രതിവാദങ്ങൾ ആരംഭിച്ചു. ഒടുവിൽ കാഷ്യസ് പറഞ്ഞത് ഫൈറ്റ് കഴിഞ്ഞാൽ സോണി

ലിസ്റ്റനെ എടുക്കാനുണ്ടാവില്ല എന്നായിരുന്നു. ക്രിമിനൽ പാരമ്പര്യവും മാഫിയാസംഘവുമുള്ള ഒരാൾ കൂടിയായിരുന്നു ലിസ്റ്റൺ. ഫൈറ്റ് തുടങ്ങിയപ്പോൾ ദേഷ്യംകൊണ്ട് വിറച്ച ലിസ്റ്റൺ ഇടി തുടങ്ങി. കാഷ്യസ് വിദഗ്ധമായി ഒഴിഞ്ഞുമാറി. രണ്ടു റൗണ്ടുകൾ ലിസ്റ്റൺ കാഷ്യസിനേക്കാൾ മികച്ചവനെന്ന് തോന്നിച്ചു. മൂന്നാം റൗണ്ടിൽ കാഷ്യസ് തന്റെ കൂറ്റൻ പഞ്ചുകൾകൊണ്ട് ലിസ്റ്റനെ കുടുക്കി. പലപ്പോഴും ലിസ്റ്റൺ കയറിലേക്ക് ചാഞ്ഞു. ഏഴു റൗണ്ടുകൾ കഴിഞ്ഞപ്പോൾ ലിസ്റ്റൺ ക്ഷീണിച്ചു. 'അയാം ദ ഗ്രേറ്റസ്റ്റ്' കാഷ്യസ് വിളിച്ചുപറഞ്ഞു. അടുത്ത റൗണ്ടിൽ മൗത്ത് ഗാർഡ് തുപ്പിക്കളഞ്ഞ് ഇനി ഫൈറ്റ് ചെയ്യുന്നില്ലെന്ന് ലിസ്റ്റൺ വിളിച്ചുപറഞ്ഞു. മത്സരത്തിൽനിന്ന് ഊരിച്ചാടി രക്ഷപ്പെടുകയായിരുന്നു ലിസ്റ്റൺ.

ഈ ഫൈറ്റിലെ വിജയത്തിനുശേഷമാണ് താൻ ഇസ്ലാമിലേക്ക് ചേരുകയാണെന്നും മുഹമ്മദ് അലി എന്ന പേർ സ്വീകരിക്കുകയാണെന്നും കാഷ്യസ് പ്രഖ്യാപിച്ചത്. അതിനുമുമ്പുതന്നെ നാഷൻ ഓഫ് ഇസ്ലാമിന്റെ നേതാവായ എലിജാ മുഹമ്മദുമായി വളരെ അടുത്തിരുന്നു കാഷ്യസ്. അതേ സംഘടനയുടെ പ്രമുഖ വക്താവായ മാൽക്കം എക്സുമായും അലി സാഹോദര്യം പുലർത്തിയിരുന്നു. ട്രെയിനർ ആഞ്ചലോ ഡൺഡിയടക്കമുള്ള വെള്ളക്കാർക്ക് കാഷ്യസ് പ്രിയപ്പെട്ടവനായിരുന്നു. ഈ മാറ്റം അവർക്കും പ്രയാസമുണ്ടാക്കി. മാൽക്കം എക്സ് പിന്നീട് എലിജാ മുഹമ്മദുമായി തെറ്റിപ്പിരിഞ്ഞു. അതേ സംഘടനയിലെ തന്നെ ആളുകൾ മാൽക്കമിനെ വെടിവെച്ചുകൊന്നു. അത് വലിയ പ്രതിസന്ധിയാണ് അലിയിൽ സൃഷ്ടിച്ചത്.

അതിനുശേഷം സോണി ലിസ്റ്റണനുമായുള്ള റീമാച്ചിലും അലി ജയിച്ചു. ഒന്നാം റൗണ്ടിൽത്തന്നെ ലിസ്റ്റൺ റിങ്ങിൽ വീണു. അലിയുടെ ഒരു പഞ്ചാണ് ലിസ്റ്റണെ വീഴ്ത്തിയത്. ആരും കാണാത്തതുകൊണ്ട് അതിനു 'ഫാന്റം പഞ്ച്' എന്ന പേരും വീണു. അങ്ങനെ അലി ഒന്നാം റൗണ്ടിൽത്തന്നെ അജയ്യനായി. ഫ്ളോയ്ഡ് പാറ്റേഴ്സൺ, കനേഡിയ ബോക്സർ ജോർജ് ചുവാലോ, ഏണീടെറൽ, ഹെൻട്രികൂപ്പർ എന്നിവരെ തോല്പിച്ച അലി ബോക്സിങ്ങ് ചരിത്രത്തിൽ അപരാജിതനായി മുന്നേറുമ്പോഴാണ് വിയറ്റ്നാം യുദ്ധം അരങ്ങേറുന്നത്. പട്ടാളസേവനം നടത്താനുള്ള ഔദ്യോഗിക അറിയിപ്പ് അലി നിരസിച്ചു. താൻ വിയറ്റ്നാമിലേക്ക് പോകുന്നില്ല. വിയറ്റ്നാം ജനത അവരുടെ സ്വാതന്ത്ര്യത്തിനുവേണ്ടിയാണ് പോരാടുന്നത്. അമേരിക്കയുടെ ഇടപെടൽ ശരിയായ ധാർമ്മിക പ്രവൃത്തിയല്ല - അലി പരസ്യമായി തന്റെ നിലപാട് വ്യക്തമാക്കി.

അലിയുടെ പ്രസ്താവന വന്നയുടനെ, അലിയുടെ ബോക്സിങ്ങ് ലൈസൻസ് സസ്പെന്റ് ചെയ്തു. മെഡലുകൾ തിരിച്ചെടുത്തു. 5 വർഷത്തെ ജയിൽശിക്ഷയും പതിനായിരം ഡോളർ പിഴയും വിധിച്ചു. അലിയുടെ പ്രസ്താവനകൾക്കെതിരെ അമേരിക്കയിൽ സമ്മിശ്ര

പ്രതികരണമായിരുന്നു. അലി, നേഷൻ ഓഫ് ഇസ്ലാമിന്റെ അടിമയായിരിക്കുന്നുവെന്ന് പലരും കുറ്റപ്പെടുത്തി. അലി, ശിക്ഷയ്ക്കെതിരെ അപ്പീൽ നല്കിയിരുന്നു. പക്ഷേ വെള്ളക്കാരനായ ജഡ്ജി വിധി മാറ്റിയില്ല.

വിലക്കിനുശേഷം 1970 ൽ തിരിച്ചുവന്ന അലി പെട്ടെന്ന് റിങ്ങിലേക്ക് മടങ്ങിയില്ല. അതിനുപകരം ഒരു പ്രഭാഷകനായി മാറി. മാത്രമല്ല, അലിയുടെ പില്ക്കാല ബോക്സിങ്ങ് ജീവിതം ഇടയ്ക്കിടെ പരാജയങ്ങളും വരുത്തിവെച്ചു. ഹെവി വെയ്റ്റ് ചാമ്പ്യൻഷിപ്പിൽ ജോ ഫ്രേസിയറോട് തോറ്റ അലി ലോക ഹെവി വെയ്റ്റ് ചാമ്പ്യൻഷിപ്പിൽ ജോർജ്ജ് ഫോർമാനെ തോല്പിച്ചു. ഏറ്റവും ഒടുവിലെ ഇതിഹാസപോരാട്ടം ലിയോൺ സ്പിങ്ക്സുമായിട്ടായിരുന്നു. സ്പിങ്ക്സിനോട് ആദ്യം തോറ്റെങ്കിലും റീമാച്ചിൽ അയാളെ തോല്പിച്ച് കിരീടം കരസ്ഥമാക്കി.

അലി, ബോക്സറായ മകൾ ലൈല അലിയോടൊപ്പം

സ്പിങ്ക്സും ജോ ഫ്രേസിയറും ജയിച്ചപ്പോൾ അലി തോറ്റു എന്നായിരുന്നു പ്രധാന വാർത്ത. മുഹമ്മദ് അലിയോട് ഏറ്റുമുട്ടിയപ്പോഴാണ് ഹോംസിനേയും ബെർബിയേയും ലോകം അറിഞ്ഞത്.

ചരിത്രത്തിലാദ്യമായി മൂന്നുതവണ ലോക ഹെവി വെയ്റ്റ് ചാമ്പ്യൻ പട്ടം നേടിയ ബോക്സർ എന്ന നിലയിൽനിന്ന് പ്രായമായപ്പോൾ വീണ്ടും ബോക്സിങ്ങ് റിങ്ങിലെത്താൻ അലിയെ പ്രേരിപ്പിച്ചത് എന്തു ഘടകമായിരിക്കും? ഏതു കായികതാരവും വിശ്വസിക്കേണ്ടതും തേച്ചു മിനുക്കേണ്ടതും കായികശേഷിയാണ്. അപാരമായ ഇച്ഛാശക്തി കൂടെയുണ്ടെങ്കിൽ വിജയം അകലെ ആയിരിക്കില്ല.

പക്ഷേ മുഹമ്മദ് അലി, തന്റെ മനസ്സിന്റെ കരുത്തിൽ വല്ലാതെ വിശ്വസിച്ചു. മനസ് വിചാരിക്കുന്ന ഇടത്തേക്ക് ശരീരം കൊണ്ടുപോകാനാവുമെന്ന് വിശ്വസിച്ചു. ബഹ്മാസിൽ 1981 ഡിസംബർ 11ന് ബെർബിക്കുമായി നടന്ന ഫൈറ്റിൽ അലിക്ക് തന്റെ ശരീരം ഭാരമാണെന്ന് തോന്നി. പത്താമത്തെ റൗണ്ടിൽ മൂന്നു വിധികർത്താക്കളും ഏകപക്ഷീയമായി വിധിയെഴുതി. ബെർബിക്കാണ് വിജയി.

അതിനുശേഷം ലാറി ഹോംസുമായുള്ള പോരാട്ടവും സാമ്പത്തികമായി തകർന്ന അലിക്ക് അതിജീവനത്തിനുള്ള ഉപാധി മാത്രമായിരുന്നു. വാസ്തവത്തിൽ അലി 1980 ഒക്ടോബർ രണ്ടിനു തന്നെ റിങ്ങിനോട് വിടപറഞ്ഞുകഴിഞ്ഞിരുന്നു. ലാസ് വെഗാസിലെ സീസേഴ്സ് പാലസിലായിരുന്നു പോരാട്ടം. അതിനു മുന്നോടിയായുള്ള പത്രസമ്മേളനത്തിൽ അലി പതിവുപോലെ എതിരാളിക്കെതിരെ ആക്രോശിച്ചു. അലിയോട് ബഹുമാനമുണ്ടായിരുന്ന ലാറി ഹോംസാകട്ടെ അലിയെ കുറ്റപ്പെടുത്താൻ തയ്യാറായില്ല. ''അവൻ ലിസ്റ്റണല്ല, ഫോർമാനല്ല, ഫ്രേസിയറല്ല, വെറും ലാറി ഹോംസ് മാത്രമാണ്. എനിക്കവൻ ഒന്നുമല്ല. നാലാമത്തെ ടൈറ്റിൽ മത്സരത്തിലെ ഒരു വ്യക്തി മാത്രം.'' അലി ഹോംസിനെപ്പറ്റി പറഞ്ഞു. അഭിപ്രായ വിനിമയം ലക്ഷ്യമാക്കിയുള്ള ഈ പത്രസമ്മേളനത്തിൽ വിഷമത്തോടെയാണ് ലാറി ഹോംസ് അലിയുടെ വീരവാദം കേട്ടത്.

''സംശയങ്ങൾ കൊണ്ട് റിങ്ങിൽ ജയിക്കാനാവില്ല. ഞാൻ അലിയെ നോക്കൗട്ട് ചെയ്യും എന്നാണ് എന്റെ ഉറച്ച വിശ്വാസം'' ഹോംസ് ശാന്തമായി മറുപടി നല്കി. അതിനുള്ള അലിയുടെ മറുപടി രൂക്ഷമായിരുന്നു. ''ഹോംസ് പോയി തുലയട്ടെ, ഞാനവനെ തിന്നും, ജാബുകൾകൊണ്ട് ഞാനവനെ കുത്തും, വലംകൈ ക്രോസുകൾ കൊണ്ട് തുടർച്ചയായി കുത്തും. ഞാൻ വൃദ്ധനാണല്ലോ. ഈ കിഴവൻ റിങ്ങിൽ ചെയ്യാൻ പോകുന്നത് എന്താണെന്നു കാണാം.''

വാഗ്വാദം അങ്ങനെ തുടർന്നു കൊണ്ടിരുന്നു. അഞ്ചുവർഷം അലിയുടെ കൂടെ കഴിഞ്ഞയാളാണ് ഹോംസ്. ഹോംസിനു അലിയോട് ബഹുമാനമുണ്ട്.

ഫൈറ്റ് തുടങ്ങിയപ്പോൾ അലിക്ക് ലാറി ഹോംസിനു മുമ്പിൽ പിടിച്ചുനില്ക്കാനായില്ല. റിഫ്ളക്സുകൾ വളരെ സാവധാനത്തിലായിരുന്നു. അലിയുടെ റിങ്ങ് കരിയർ അവസാനിച്ചുവെന്ന് കമന്റേറ്റർമാർ വിധിയെഴുതി. ഓരോ റൗണ്ട് കഴിയുമ്പോഴേക്കും അലി കൂടുതൽ പരിക്ഷീണനായി. ഫൈറ്റ് നിർത്തുകയാണെന്ന് അലിയുടെ സഹായി പറഞ്ഞു. 11-ാം റൗണ്ടിൽ ഫൈറ്റ് അവസാനിച്ചു.

മത്സരത്തിനുശേഷം ഹോംസ് കരഞ്ഞുകൊണ്ടാണ് റിപ്പോർട്ടർമാരെ നേരിട്ടത്. അലിയെ ഇടിച്ചതിൽ വളരെ ദുഃഖിക്കുന്നു. അലി ലോക ചാമ്പ്യനായി നില്ക്കേണ്ട വ്യക്തിത്വമാണ്. താൻ മൂലം അലിക്ക് ഒരു കിരീടം നഷ്ടപ്പെടുന്നതിന്റെ ശാപം വിട്ടുപോവുകയില്ലെന്ന് അയാൾ

കരഞ്ഞുകൊണ്ട് പറഞ്ഞു. ഫൈറ്റിനുശേഷം വിശ്രമിക്കുകയായിരുന്ന അലിയെ കാണാൻ ഹോസ് ചെന്നു. ''താങ്കൾ എന്നും മഹാനായ ഫൈറ്ററായിരിക്കും'' ഹോംസ് പറഞ്ഞു.

എന്നാൽ തൈറോയ്ഡ്മൂലം മാനസികാവസ്ഥ തന്നെ കുഴമറിഞ്ഞ അലി ചോദിച്ചത് ''എന്നാണ് റീമാച്ച്'' എന്നാണ്. നമുക്ക് എപ്പോൾ വേണമെങ്കിലും നടത്താമെന്ന് ഹോംസ് പറഞ്ഞൊഴിഞ്ഞു. എങ്ങനെ ഫൈറ്റ് ചെയ്യണമെന്ന് തന്നെ പഠിപ്പിച്ച അലിയോട് ഏറ്റുമുട്ടിയതിൽ പില്ക്കാലത്ത് ദുഃഖിതനായിരുന്നു ഹോംസ്. ഈ തോൽവിക്കു ശേഷം അലിയുടെ ആരോഗ്യം ക്ഷയിച്ചുതുടങ്ങിയിരുന്നു. ബോക്സിങ്ങിൽ അലിയുഗം അവസാനിക്കുകയായിരുന്നു. താൻ ബോക്സിങ്ങിൽനിന്ന് വിരമിച്ചതായി വൈകാതെ അലി പ്രഖ്യാപിച്ചു. പിതാക്കന്മാരുടെ കാലം കഴിഞ്ഞു. ഞാൻ നിർത്തുകയാണ്. യാഥാർത്ഥ്യത്തെ ഞാൻ ആദരവോടെ നേരിടുന്നു. എനിക്ക് നാല്പത് വയസ്സായെന്ന് ബോധ്യപ്പെട്ടു. ജീവിതത്തിലാദ്യമായി എന്റെ വാർദ്ധക്യം എന്നോട് പറഞ്ഞുകഴിഞ്ഞു. ഞാൻ ചോരയൊലിപ്പിച്ചുനില്ക്കുന്ന ദൃശ്യം നിങ്ങൾ കാണുകയില്ല.''

അവിടെനിന്ന് അലി മനുഷ്യനെന്ന നിലയിലുള്ള പോരാട്ടം തുടരുകയാണുണ്ടായത്. അലിയിലുള്ള ആ മനുഷ്യൻ പിന്നെയും ലോകത്തിനുവേണ്ടി നിരാലംബരുടെ അവകാശങ്ങൾക്കായി നിരന്തരം ശബ്ദിച്ചുകൊണ്ടിരുന്നു. അലിയെ, റിങ്ങിൽനിന്ന്, ലോക സാഹോദര്യത്തിന്റെ വലിയ റിങ്ങിലേക്ക് നയിച്ചത് മനുഷ്യനിലുള്ള വിശ്വാസമാണ്.

വർഷങ്ങൾക്കുശേഷം അലിയുടെ പ്രതിയോഗി കെൻ നോർട്ടൺ ഒരപകടത്തിൽപ്പെട്ട് ആശുപത്രിയിലായി. അലിയുടെ താടിയെല്ല് തകർത്തയാളാണ് നോർട്ടൺ. പക്ഷേ ശരീരം തളർന്ന നോർട്ടന് അരികെ ആദ്യമെത്തിയത് അലിയായിരുന്നു. അലിയുടെ ജീവിതത്തിൽ ഉടനീളം മനുഷ്യനോടുള്ള സാഹോദര്യം കാണാം.

ആഴ്ചകൾക്കുശേഷം ആത്മഹത്യചെയ്യാൻ ഒരു കെട്ടിടത്തിന്റെ മുകളിൽ കയറിയ യുവാവിനെ 20 മിനിറ്റ് സംസാരിച്ച് അനുനയിപ്പിച്ചു കൊണ്ടുവന്ന അലി വീണ്ടും മാധ്യമങ്ങളിൽ നിറഞ്ഞു.

1986-ൽ അലി, വെറോനിക്കയുമായുള്ള വിവാഹബന്ധം വേർപെടുത്തി. കുട്ടിക്കാലം മുതൽ തനിക്ക് പരിചയമുണ്ടായിരുന്ന മകോരി ലോണി വില്ല്യംസിനെ പ്രേയസിയായി സ്വീകരിച്ചു. മിഷിഗണിലെ ബെറിയർ സ്പ്രിങ്ങ്സിലാണ് അവർ താമസിച്ചത്. പിന്നീടുള്ള മുപ്പതു വർഷം ലോകസേവനത്തിന്റേയും രോഗപീഡയുടേയും നാളുകളായിരുന്നു. എങ്കിലും പല സന്ദർഭങ്ങളിലായി ലോകരാജ്യങ്ങൾ സന്ദർശിച്ചു. 1989 ൽ അലി കോഴിക്കോട് വന്നു. ഒരാഴ്ച താമസിച്ചു. പാവപ്പെട്ടവർക്ക് ഭക്ഷണവും മരുന്നും വൈദ്യസഹായവും നല്കുന്നതിനുള്ള വിശദമായൊരു പദ്ധതി അലി ആരംഭിച്ചു.

1990-ൽ ഇറാഖ് കുവൈറ്റിനെ ആക്രമിച്ചത് ലോകം മുഴുവൻ നടുക്കത്തോടെ അറിഞ്ഞു. ഈ ഘട്ടത്തിലാണ് 15 അമേരിക്കൻ പൗരന്മാർ ഇറാഖിൽ പിടിയിലായത്. അവരെ മോചിപ്പിക്കാൻ അലി തന്നെ ഇറാഖിലെത്തി. സദ്ദാം ഹുസൈൻ ആദരവോടുകൂടിയാണ് അലിയെ സ്വീകരിച്ചത്. പാർക്കിൻസൺ രോഗം പിടിമുറുക്കിയിരുന്നെങ്കിലും സദ്ദാമുമായി സംസാരിച്ച് അലി ആ നാട്ടുകാരേയും കൂട്ടി തിരിച്ചുപറന്നു. അമേരിക്ക മുഴുവൻ നന്ദിസൂചകമായി അലിയുടെ നേരെ കൈകൂപ്പി.

അറ്റ്ലാന്റ ഒളിമ്പിക്സിലെ ദീപം കൊളുത്താൻ അലിയാണ് നിയുക്തനായത്. വിറയ്ക്കുന്ന കൈകൾകൊണ്ട് അലി ദീപം കൊളുത്തുന്നത് മൂന്നുകോടി ജനങ്ങൾ തത്സമയം കണ്ടു. ആ നിമിഷത്തിൽ കറുത്തവനെ വെറുക്കപ്പെട്ടവനാക്കുന്നു എന്ന ആത്മനിന്ദയാൽ ഓഹിയോ നദിയിലേക്ക് മെഡൽ വലിച്ചെറിഞ്ഞ സന്ദർഭം അലി ഓർമ്മിച്ചിരിക്കണം.

സ്നേഹത്തിന്റേയും വിശ്വാസത്തിന്റേയും വിളികൾ ഓരോന്നായി അലിയെ തേടിവരികയായിരുന്നു. 1998-ൽ ഐക്യരാഷ്ട്രസഭാ സെക്രട്ടറി കോഫി അന്നൻ അലിയെ സമാധാന ദൂതനായി തിരഞ്ഞെടുത്തു. അതിനു പിന്നാലെ ലൂയി വില്ലയിൽ മുഹമ്മദലി സെന്റർ സ്ഥാപിതമായി. അതേ കാലത്തുതന്നെ പ്രസിഡണ്ട് ജോർജ്ജ് ബുഷ് അലിക്ക് ഫ്രീഡം മെഡൽ സമ്മാനിച്ചു. ഒമ്പതുമക്കളിൽ ലൈലാ അലി ബോക്സറായത് അലിയെ വളരെയധികം ആഹ്ലാദഭരിതനാക്കി. അലി ദിനങ്ങൾ എണ്ണിയില്ല. ''ദിനങ്ങൾ നിങ്ങളെ എണ്ണട്ടെ'' അലി പറഞ്ഞു. ജോ ഫ്രേസിയർ, കെൻ നോർട്ടൻ, ഹെന്റി കൂപ്പർ, ഫ്ളോയിഡ് പാറ്റേഴ്സൺ തുടങ്ങിയവരൊക്കെ ഓരോരുത്തരായി ജീവിതത്തോട് വിട പറഞ്ഞു. 2016 ജൂൺ മൂന്നിന് 74-ാം വയസ്സിൽ മഹമ്മദ് അലിയെ ദൈവം വിളിച്ചു. മരണത്തിനുമുമ്പ് അലി എഴുതിവെച്ചു. ''കറുപ്പും വെളുപ്പുമില്ലാത്ത പാവപ്പെട്ടവർക്ക് എന്റെ ശവസംസ്കാരം കാണാൻ കഴിയണം.'' ■

മിൽഖാ സിങ്ങ് (ഇന്ത്യ)

ഭാഗ് മിൽഖാ ഭാഗ് - പറക്കും സിങ്ങ്

ജനനം - 1929 നവംബർ 20 - ഗോവിന്ദപുര (പാക്കിസ്ഥാൻ) • മരണം - 2021 ജൂൺ 18 - ചണ്ഡിഗഢ് • 1956 മെൽബൺ ഒളിമ്പിക്സ് • 1960 റോം ഒളിമ്പിക്സ് 400 മീറ്റർ - നാലാം സ്ഥാനം • 1958, 1962 ഏഷ്യൻ ഗെയിംസിൽ 4 സ്വർണം - 200 മീറ്റർ, 400 മീറ്റർ, 4 x 400 മീറ്റർ റിലേ • കോമൺവെൽത്ത് ഗെയിംസിൽ സ്വർണ്ണം 440 യാർഡ്സ്.

''ജീവിതത്തിൽ നിങ്ങൾക്ക് എന്തും എത്തിപ്പിടിക്കാം.
പക്ഷേ അതിനെ ആശ്രയിച്ചിരിക്കുന്നത്
നിങ്ങളുടെ രണ്ടും കല്പിച്ചുള്ള പരിശ്രമമാണ്.''

''ഭാഗ് എന്ന വാക്ക് എന്റെ ജീവിതത്തിന്റെ വാക്കാണ്. പ്രാണൻ വിട്ടുപോകുംമുമ്പ് എന്റെ പിതാവ് പറഞ്ഞ വാക്കാണ്. ഭാഗ് മിൽഖാ ഭാഗ് (ഓട് മിൽഖ ഓട്). 1947 ൽ ജീവനുവേണ്ടി ഓടിത്തുടങ്ങിയ ഞാൻ, ഇപ്പോൾ ലോകത്തോട് നന്ദി പറയുന്നു. എനിക്ക് നല്കിയ ജീവിതം ഞാൻ ശരിയായി ജീവിച്ചു തീർത്തുവെന്നാണ് എന്റെ വിശ്വാസം.'' 1989ൽ തൽക്കുത്തോറ നീന്തൽക്കുളത്തിന്റെ ഒരു വരാന്തയിൽ, ഒരു സംഘം സന്ദർശകരോട് സംസാരിക്കുകയായിരുന്നു മിൽഖ. ആ സന്ദർശകസംഘത്തിൽ ഉണ്ടായിരുന്ന ഞാൻ മിൽഖയുടെ മുഖത്തേക്ക് സൂക്ഷിച്ചുനോക്കി. വായിച്ചുതീർക്കാൻ കഴിയാത്ത ഒരു വിഷാദം ഞാൻ കണ്ടു. ഇന്ത്യ കണ്ട മഹാനായ അത്‌ലറ്റായിരുന്നു മിൽഖ. ലോകത്തിലെ ഏറ്റവും വിഖ്യാതരായ അത്‌ലറ്റിക് ഇതിഹാസങ്ങൾക്കൊന്നും മിൽഖയുടെ ജീവിതം പോലെ ഇത്രയും ദുരന്തപൂർണ്ണമായ ജീവിതകഥയില്ല.

എമിൽ സാട്ടോപെക്ക് പാവോ നൂർമി, തോർപ്പെ, ബോൾ മെർക്ക, വിൽമ റുഡോൾഫ്? ഒരു കഥയിലും തിരക്കഥയിലും മിൽഖയുടെ ജീവിതം പോലെ ഒന്നില്ല.

മിൽഖാസിങ്ങിന്റെ ജീവിതത്തിലെ ഏറ്റവും സങ്കടം നിറഞ്ഞ വാക്കാണ് ഭാഗ് (ഓട്...). ആ വാക്കാണ് ഈ കായികതാരത്തിന്റെ ജീവിത മന്ത്രമായത്. ചോരച്ചാലുകളിൽ നിന്നുയർന്ന ആ വാക്ക് പിന്നീട് അതിജീവനമായി ട്രാക്കുകളിലൂടെ മിൽഖയുടെ പാദങ്ങളിലൂടെ തുടർന്നുകൊണ്ടിരുന്നു. വിഭജനത്തിന്റെ തീപിടിച്ച നാളുകളിലാണ് മിൽഖയുടെ ജീവിതം തിരിഞ്ഞുപോകുന്നത്. ഗോതമ്പുകറ്റകൾ കൂട്ടിവെക്കുമ്പോഴാണ് രക്തം പുരണ്ട വാളുകളുമായി മതാന്ധരായ ആൾക്കൂട്ടം പടിഞ്ഞാറൻ പഞ്ചാബിലെ മുസാഫർഗഢിലുള്ള ഗോവിന്ദപുരയിലെ കോട്ടഡു ഗ്രാമത്തിലെത്തിയത്. പിതാവ് സമ്പൂരാൻ സിങ്ങിന്റേയും ചവാലി കൗറിന്റേയും നെഞ്ചിലെ തീ കെട്ടടങ്ങിയിരുന്നില്ല. രണ്ടു ദിവസങ്ങളിലായി എട്ടു വീട്ടുകാരാണ് കൊലയാളികളുടെ വാളുകൾക്കിരയായത്. തലേന്ന് രാത്രി ഗ്രാമപ്രമുഖന്മാർ അക്രമികളുമായി ചർച്ചയ്ക്കുപോയിരുന്നെങ്കിലും വിവരമൊന്നും അറിഞ്ഞിരുന്നില്ല. ഗോതമ്പുകറ്റകൾ കൂട്ടിയിടാൻ മുതിരുമ്പോഴാണ് കൊലവിളിയുമായി ആൾക്കൂട്ടം വന്നത്. മിൽഖ എന്ന പതിനഞ്ചുകാരൻ കറ്റകൾക്കുള്ളിൽ ഒളിച്ചു. ആ കണ്ണുകൾക്കു മുമ്പിൽ രണ്ടു സഹോദരിമാർ ഉൾപ്പെടെ അഞ്ചു കുടുംബാംഗങ്ങൾ വാളുകൾക്കിരയായി. അക്രമികൾ തിരിച്ചുപോയപ്പോൾ, പ്രാണൻ പോകുന്ന പിടച്ചിലിലാണ് മിൽഖ പിതാവിന്റെ ശബ്ദം കേട്ടത്. ''ഭാഗ് മിൽഖ ഭാഗ്'' ഏതു നിമിഷവും ജീവൻ പോകുമെന്നായപ്പോൾ മുഷിഞ്ഞ ഒരു തുണി വാരിയെടുത്ത് മിൽഖ കാട്ടിലേക്കോടി. കീറിപ്പോയ ഒരു ഷർട്ടായിരുന്നു അത്. അതിന്റെ കീശയിൽ ഒരു മേൽവിലാസവുമുണ്ടായിരുന്നു - ദൽഹിയിലുള്ള സഹോദരിയുടെ. പുലർച്ചെ മുൾട്ടാനിൽനിന്ന്

ദില്ലിയിലേക്ക് പുറപ്പെട്ട തീവണ്ടിയിൽ അവൻ കയറിപ്പറ്റി. ആദ്യത്തെ ബോഗിയിൽ ശവങ്ങൾ കൂട്ടിയിട്ടിരിക്കുകയായിരുന്നു. ഒടുവിൽ സ്ത്രീ കളുടെ കമ്പാർട്ടുമെന്റിൽ ഒരു സീറ്റിനുകീഴെ അവൻ ഒളിച്ചിരുന്നു. ദൽഹി പുരാണകിലയിലെ അഭയാർത്ഥി ക്യാമ്പിൽ രണ്ടാഴ്ച കഴിഞ്ഞ ശേഷം, മൈക്കിൽ പേര് വിളിച്ചുപറയുന്നത് കേട്ടാണ് സഹോദരി അവനെ കാണുന്നത്. ഇന്ത്യയിലെ ഏറ്റവും മഹാനായ അത്‌ലറ്റിന്റെ ജീവിതപോരാട്ടം ഇവിടെ നിന്നാണ് തുടങ്ങുന്നത്. വിഭജനത്തിനുശേഷം എല്ലാ അർത്ഥത്തിലും ഹതാശമായ ഒരു രാഷ്ട്രത്തിന്റെ തലസ്ഥാന നഗരിയിൽ കുറച്ച് ആട്ടയ്ക്കും ദാലിനുംവേണ്ടി പല ജോലികൾ ചെയ്ത് വളർന്ന മിൽഖ, സഹോദരിയുടെ വീട്ടിലെ അംഗങ്ങളുടെ ‘‘നിസ്സഹക രണം’’ മൂലം കൊള്ളക്കാരനാകാനാണ് നിശ്ചയിച്ചത്. ഇതിനിടയ്ക്ക് കള്ളവണ്ടി കയറിയതിന്റെ പേരിൽ തിഹാർ ജയിലിലുമെത്തി. സഹോദരി ഇഷാവർ കമ്മൽ വിറ്റ് ജയിലിൽ നിന്നിറക്കി. മൂന്നുതവണ പട്ടാളത്തിൽ ചേരാൻ ശ്രമിച്ചെങ്കിലും പ്രവേശനം കിട്ടിയില്ല. ദില്ലിയിൽ ഉണ്ടായിരുന്ന മറ്റൊരു സഹോദരൻ മൽഖൻ സിങ്ങാണ് ഇലക്ട്രിക് മെക്കാനിക്കൽ എഞ്ചിനീയറിങ്ങ് ബ്രാഞ്ചിൽ ഒരു താൽക്കാലിക ജോലി തരപ്പെടുത്തി ക്കൊടുത്തത്. അതുവഴി സൈന്യത്തിൽ ചേർന്ന മിൽഖ, ഒരു ക്രോസ് കൺട്രിയിൽ പങ്കെടുത്തത് വഴിത്തിരിവായി. മത്സരത്തിൽ ആറാമതാ യാണ് മിൽഖ ഫിനിഷ് ചെയ്തത്. സ്കൂളിൽ പഠിക്കുന്ന കാലത്ത് 10 കിലോമീറ്റർ ഓടിയും നടന്നുമാണ് എത്തിയിരുന്നത്. അതുകൊണ്ട് ക്രോസ് കൺട്രി പ്രശ്നമായിരുന്നില്ല. ഇടയ്ക്ക് നടന്നും ഇരുന്നുമാണ് ക്രോസ് കൺട്രി പൂർത്തിയാക്കിയതെന്ന് ക്രോസ് കൺട്രി പരിശീലകൻ ഹവിൽദാർ ഗുരുദേവ് സിങ്ങിനു മനസ്സിലായി. പിറ്റേ ദിവസം രാവിലെ ഹവിൽദാർ അവനെ 200 മീറ്റർ ഓടിച്ചു. അവിടെവെച്ച് മിൽഖ പറന്നു. അത് ആ സൈനിക യൂണിറ്റിന്റെ എന്നല്ല, മറ്റെല്ലാ യൂണിറ്റുകളുടേയും റെക്കോർഡുകൾ തകർത്ത പ്രകടനമായിരുന്നു. മിൽഖ വീണ്ടും തന്റെ ഭാഗധേയം ഓടുക എന്നാണെന്ന് തിരിച്ചറിഞ്ഞു.

ഗുരുദേവ് സിങ്ങ് പുതിയ ശിഷ്യനെ രാവിലെ മുതൽ ഓടിച്ചുതുടങ്ങും. യമുനയുടെ തീരത്തുകൂടി ഓടി, കുന്നുകൾ കയറിയിറങ്ങി ഓടി. ഓടിക്കൊണ്ടിരിക്കുന്ന മീറ്റർഗേജ് തീവണ്ടിയോടൊപ്പവും ഓടി. ഓടിത്തളർന്ന് രക്തം ഛർദ്ദിച്ച സന്ദർഭം വരെയുണ്ടായി. മിൽഖയുടെ കോച്ചിന് സ്പ്രിന്റ് എങ്ങനെ സ്റ്റാർട്ട് ചെയ്യണമെന്നുപോലും അറിയില്ല. എന്നിട്ടും മിൽഖ 200 മീറ്ററിലും 400 മീറ്ററിലും സമ്മാനം നേടി.

ഒരു കൊല്ലത്തിനുശേഷം ഗുരുവും ശിഷ്യനും സ്പ്രിന്റ് എങ്ങനെ ഓടണമെന്ന് പഠിച്ചു. പട്യാല സർവ്വീസസ് മീറ്റിൽ ഈ രണ്ടിനത്തിലും ദേശീയ റെക്കോർഡ് സ്ഥാപിച്ചതോടെ ഇന്ത്യ മിൽഖ സിങ്ങ് എന്ന പഞ്ചാബി യുവാവിനെ കേട്ടറിഞ്ഞു. ആ കാലത്തെപ്പറ്റി മിൽഖ ഇങ്ങനെയാണ് വിശദീകരിച്ചത്. ''എങ്ങനെ സ്റ്റാർട്ട് ചെയ്യണമെന്ന് അറിയില്ല. സമയം കണക്കാക്കി ഓടാൻ പറ്റിയ ആധുനിക ട്രാക്കുകളില്ല, ഭക്ഷണം എന്താണ് വേണ്ടതെന്നുപോലും അറിയില്ല. പോഷകാഹാരം എന്താണെന്ന് കോച്ചുകൾക്കുപോലും അറിയാത്ത കാലം. ഓടാൻ പറ്റുന്ന ജഴ്സിക്കുപകരം കാക്കി ട്രൗസർ ധരിച്ചുകൊണ്ടുള്ള ഓട്ടം ഞാൻ മറക്കുകയില്ല. ഇന്ന് നിങ്ങൾക്കെല്ലാമുണ്ട്. ഇന്ന് അത്‌ലറ്റുകൾക്ക് വ്യക്തിഗത കോച്ചുണ്ട്. ഇന്നു കീറ്റോൺ സ്റ്റഡിയുണ്ട്. വീഡിയോ ട്രാക്കിങ്ങ് ഉണ്ട്. മസിൽ സ്ട്രെച്ച് മെഷറിങ്ങ് ഉണ്ട്. എന്നിട്ടും മെഡലുകൾ ഉണ്ടാകാത്തത് എന്തുകൊണ്ട്?''

ടോക്കിയോ ഏഷ്യൻ ഗെയിംസിലാണ് മിൽഖയുടെ വേഗത ലോകം കണ്ടത്. 200 മീറ്ററിലും 400 മീറ്ററലും സ്വർണം നേടിയ മിൽഖ കാർഡിഫ് കോമൺവെൽത്ത് ഗെയിംസിൽ ഇന്ത്യയ്ക്കുവേണ്ടി ആദ്യമായി 400 മീറ്ററിൽ സ്വർണം നേടി. മിൽഖയുടെ കാലത്ത് 80 മത്സരങ്ങളിൽ എഴുപത്തിയേഴിലും ഒന്നാമതെത്തിയ മിൽഖ എല്ലാ അർത്ഥത്തിലും അന്താരാഷ്ട്ര താരമായി.

മിൽഖയുടെ ജീവിതത്തിലെ രണ്ടാമത്തെ ദുരന്തം റോം ഒളിമ്പിക്സിലാണ് സംഭവിച്ചത്. മിൽഖയാണ് 400 മീറ്ററിലെ സാധ്യതയെന്ന് ലോക അത്‌ലറ്റുകൾ തന്നെ ഉറപ്പിച്ചിരുന്നു. ഹീറ്റ്സിൽ 47.6 സെക്കന്റിന്റെ സമയം. സെമി ഫൈനലിൽ 46.5 സെക്കന്റിന് രണ്ടാമതായി ഓടിയെത്തി. മിൽഖയ്ക്ക് മെഡൽ ഉറപ്പാണെന്ന് കമന്റേറ്റർമാർ പ്രഖ്യാപിച്ചു. പക്ഷേ

ഫൈനലിൽ 250 മീറ്റർ കഴിഞ്ഞപ്പോൾ മിൽഖ തിരിഞ്ഞുനോക്കിക്കൊണ്ട് ഓടി. വേഗത കുറഞ്ഞു. അമേരിക്കയുടെ ഓട്ടിസ് ഡേവിഡ് മുന്നിൽ കടന്നു. പിന്നാലെ വന്ന കാൾ കൗഫ്മാനും മാൽക്കം സ്പെൻസും കടന്നുപോയപ്പോഴാണ് മിൽഖയ്ക്ക് അബദ്ധം മനസ്സിലായത്. മൂന്നാമതെത്തിയ സ്പെൻസും മിൽഖയും തമ്മിൽ .001 സെക്കന്റിന്റെ വ്യത്യാസം. മിൽഖ നാലാമത്. ആദ്യത്തെ നാലുസ്ഥാനക്കാരും - മിൽഖ ഉൾപ്പെടെ - ഒളിമ്പിക് റെക്കോഡ് ഭേദിച്ചു. ഇന്ത്യയിൽ മിൽഖയുടെ ആ റെക്കോഡ് നിലനിന്നത് 45 വർഷം. ആ നഷ്ടം മിൽഖയ്ക്ക് മറക്കാനായില്ല. ദിവസങ്ങളോളം മിൽഖ കരഞ്ഞു. ജക്കാർത്ത ഏഷ്യൻ ഗെയിംസിൽ മിൽഖ രണ്ടു സ്വർണം നേടിയിരുന്നു. പക്ഷേ റോമിലെ വൻദുരന്തം, തന്റെ കുടുംബത്തിനു നേരിട്ട ദുരന്തം പോലെ മിൽഖയെ വേട്ടയാടി.

1962 ലെ കറാച്ചി മീറ്റിനു പോകാൻ മിൽഖ ഒരുക്കമായിരുന്നില്ല. തന്റെ കുടുംബത്തെ കൊലചെയ്ത മണ്ണിലേക്ക് മടങ്ങുന്നതെങ്ങനെ? പക്ഷേ മീറ്റിൽ പങ്കെടുക്കണമെന്ന് നിർബന്ധിച്ചത് പണ്ഡിറ്റ് നെഹ്റുവായിരുന്നു. മുറിവുകൾ മറക്കുക, അയൽരാജ്യത്തോട് അനുഭാവം കാട്ടുക, വിജയിച്ചുകൊണ്ട് മധുരമായ പ്രതികാരം നിർവ്വഹിക്കുക - പ്രധാനമന്ത്രി പറഞ്ഞു. അന്നത്തെ ഏഷ്യൻ ചാമ്പ്യനായ പാക്കിസ്ഥാന്റെ അബ്ദുൾ ഖാലിഖിനെ മൂന്നാം സ്ഥാനത്തേക്ക് പിന്തള്ളി പറന്നുവന്ന മിൽഖയോട് സമ്മാനദാനച്ചടങ്ങിൽവെച്ച് പാക്ക് പ്രസിഡണ്ട് അയൂബ് ഖാൻ പറഞ്ഞു ''മിൽഖ, നിങ്ങൾ ഓടുകയല്ല, പറക്കുകയായിരുന്നു. നിങ്ങൾ പറക്കും സിങ്ങാണ്.''

ഇന്ത്യക്കുവേണ്ടി പോരാടിയ ഈ ഓട്ടക്കാരന്റെ ജീവിതം നന്മകളുടേതാണ്, മാനവികതയുടേതാണ്. മിൽഖയിൽ കാരുണികനായ ഒരു ആത്മാവ് ഉണ്ടായിരുന്നു.

റോമിൽ താൻ ഉപയോഗിച്ച 'ഷൂ' ലേലത്തിൽ വിറ്റാണ് മിൽഖ കുട്ടികളെ സഹായിക്കാൻ നിധിയുണ്ടാക്കിയത്. മാത്രമല്ല, പട്യാലയിലെ സ്പോർട്സ് മ്യൂസിയത്തിന് തന്റെ എല്ലാ മെഡലുകളും റോയൽറ്റികളും

നല്കി. പുതിയ അത്‌ലറ്റുകൾക്കായി സൗജന്യ പരിശീലനത്തിന് അക്കാദമിയുണ്ടാക്കി. ''രാജ്യം എനിക്ക് നല്കിയതെല്ലാം ഞാൻ തിരിച്ചു നല്കുന്നു'' ഒരിക്കൽ മിൽഖ പ്രഖ്യാപിച്ചു. എന്തും വെട്ടിത്തുറന്നു പറയുന്ന മിൽഖ, ക്രിക്കറ്റാണ് ഇന്ത്യൻ കായികരംഗത്തെ തകർത്തതെന്ന് തുറന്നടിക്കാൻ ഒരു മടിയും കാട്ടിയില്ല.

1955-ലാണ് മിൽഖ, ഇന്ത്യയുടെ വോളിബോൾ ക്യാപ്റ്റനായിരുന്ന നിർമ്മൽ കൗറിനെ കണ്ടുമുട്ടിയത്. ഏഴുവർഷത്തിനുശേഷം അവർ വിവാഹിതരായി. മൂന്നു പെൺമക്കളും ഒരാൺകുട്ടിയുമായി ജീവിതം തുടങ്ങിയ മിൽഖയുടെ മകൻ ജീവ് മിൽഖ സിങ്ങ് ഇന്ന് ഇന്ത്യ മുഴുവൻ അറിയപ്പെടുന്ന ഗോൾഫ് താരമാണ്. മിൽഖയും മകൾ സോണിയയും ചേർന്ന്, 'ദ റേസ് ഓഫ് മൈ ലൈഫ്' എന്നൊരു ആത്മകഥയും എഴുതി. മൂന്നുവർഷം മിമ്പ് മിൽഖയുടെ ജീവിതത്തെ ആധാരമാക്കി ഭാഗ് മിൽഖ ഭാഗ് എന്നൊരു ഹിന്ദി സിനിമയും പുറത്തിറങ്ങി. ഏഴു പതിറ്റാണ്ടിനു ശേഷവും ആ ജീവിതം മനുഷ്യരേയും നാടിനേയും സ്നേഹിച്ചുകൊണ്ട് മുന്നോട്ടുപോയി.

എന്നിട്ട് നമ്മുടെ കായികമേധാവികൾ മിൽഖയോട് ചെയ്തത് എന്തായിരുന്നു? മകനും ഗോൾഫ് താരവുമായ ജീവ് മിൽഖാ സിങ്ങിന് അർജ്ജുന നല്കിയശേഷം രണ്ടു പതിറ്റാണ്ടു കഴിഞ്ഞപ്പോൾ മിൽഖയ്ക്ക് അർജ്ജുന പ്രഖ്യാപിച്ചു. മിൽഖ അത് സ്വീകരിച്ചില്ല.

ഏറ്റവുമൊടുവിൽ മിൽഖ ഞെട്ടിച്ചത് ഇന്ത്യൻ മനഃസാക്ഷിയെയായിരുന്നു. 1999-ൽ കാർഗിലിൽ കൊല്ലപ്പെട്ട ഹവിൽദാർ ബിക്രം സിങ്ങിന്റെ ഏഴുവയസ്സുകാരനായ മകൻ മൻജിതിനെ സ്വന്തം വീട്ടിലേക്ക് കൊണ്ടുവന്നു. ''മൻജിത് ഇനി എന്റെ മകനാണ്'' മിൽഖ പ്രഖ്യാപിച്ചു. നന്മകളാണ് മനുഷ്യനെ യഥാർത്ഥ മനുഷ്യനാക്കുന്നതെന്ന് തെളിയിച്ച മിൽഖയുടെ ജീവിതത്തിന്റെ എല്ലാമായ നിർമ്മൽ കൗറിനെ കോവിഡാണ് അപഹരിച്ചത്. 6 ദിവസത്തിനുശേഷം മിൽഖയും കോവിഡിന് കീഴടങ്ങി.

മിൽഖയ്ക്കുള്ള ഏറ്റവും വലിയ പ്രശംസ മകൻ ജീവ് മിൽഖാ സിങ്ങിന്റേതാണ്: ''ഞാൻ മിൽഖാസിങ്ങിനെ നോക്കുമ്പോൾ മനുഷ്യൻ എന്ന നിലയിൽ അദ്ദേഹത്തിന്റെ ഉള്ളിലുള്ള സമർപ്പണബോധവും ഇച്ഛാശക്തിയും കാണാനായി... എന്നെ അച്ചടക്കമുള്ളവനായി വളർത്താനാണ് ആദ്യം ശ്രമിച്ചത്. അതിൽ വിട്ടുവീഴ്ച എന്നൊന്നില്ലായിരുന്നു. ഗോൾഫ് കളിക്കാരൻ എന്ന പേരല്ല, ഗോൾഫ് കളിക്കാരിൽ ഏറ്റവും മികച്ചവൻ എന്ന പേര് നേടണമെന്നായിരുന്നു അദ്ദേഹത്തിന്റെ ആവശ്യം. അദ്ദേഹത്തെപ്പോലെ പ്രചോദിപ്പിക്കാൻ കഴിയുന്ന മറ്റൊരാളില്ല. എഴുപതുവയസ്സു കഴിഞ്ഞിട്ടും എന്റെ പിതാവിൽ അണയാത്ത തീ ഞാൻ കണ്ടിരുന്നു. ഗോൾഫ് കളിക്കുമ്പോൾ അത് എന്നിൽ കോരിയിടാനാണ് അദ്ദേഹം ശ്രമിച്ചത്.

■

അബീബ് ബികില (എത്യോപ്യ)

നഗ്നപാദനായ അജ്ഞാതൻ

ജനനം - 1932 ആഗസ്റ്റ് 7 • മരണം - 1973 ഒക്ടോബർ 25 - ജാട്ടോ • 1960 റോം ഒളിമ്പിക്സ് മാരത്തോൺ - സ്വർണ്ണമെഡൽ • 1964 ടോക്കിയോ ഒളിമ്പിക്സ് മാരത്തോൺ - സ്വർണ്ണമെഡൽ • 15 മാരത്തോൺ ഓടി പന്ത്രണ്ടിലും വിജയം.

"സ്വർണം കിട്ടിയത് ദൈവനിശ്ചയംകൊണ്ടാണ്.
വിജയങ്ങൾ സ്വീകരിക്കുന്നതുപോലെ
ദുഃഖങ്ങളും സ്വീകരിക്കണം. അതു സ്വീകരിച്ച്
സമചിത്തതയോടെ നേരിടുന്നതാണ് ജീവിതവിജയം."

റോമിലേക്ക് അനുപമമായ ഒരു ചരിത്രമാണ് 1960-ൽ ഇറങ്ങിവന്നത്. അബിസീനിയൻ സാമ്രാജ്യത്തിന്റെ തലസ്ഥാനമായ ആഡിസ് അബാബയിൽനിന്ന് ഹെയ്ലിസിലാസി ചക്രവർത്തിയുടെ അംഗരക്ഷകനായ അബീബ് ബികില മാരത്തോണിൽ റോമിലെ സ്റ്റേഡിയത്തിൽ ഓടി എത്തിയത് നഗ്നപാദനായാണ്. അയാൾ ഫിനിഷിങ്ങ് ടേപ്പ് തൊട്ടപ്പോൾ സ്റ്റേഡിയം വിസ്മയിച്ചു... ചെറിയ മനുഷ്യൻ, കറുത്തവൻ, നഗ്നപാദൻ, ചുവന്ന ജെഴ്സി, പച്ച ബനിയൻ നമ്പർ 11...

"എന്തൊരദ്ഭുതം, നഗ്നപാദനായാണ് അയാൾ ഓടുന്നത്. എത്യോപ്യക്കാരനാണ്. ആരാണയാൾ?" ബിബിസി കമന്റേറ്റർ അദ്ഭുതപ്പെട്ടു. അതിനു മിനിറ്റുകൾക്ക് മുമ്പുതന്നെ ഒരാഫ്രിക്കക്കാരനാണ് മാരത്തോണിന്റെ മുന്നിലെന്ന് സ്റ്റേഡിയത്തിൽ അറിയിപ്പ് വന്നിരുന്നു. പക്ഷേ

ആരാണ് ഈ എത്യോപ്യക്കാരനെന്ന് കമന്റേറ്റർമാർക്ക് പിടിയുണ്ടായിരുന്നില്ല. ബികില അവസാന നിമിഷത്തിലാണ് ടീമിൽ കയറിപ്പറ്റിയത്. പരിക്കുമൂലം പ്രധാന മാരത്തോൺ താരമായ വാമി ബിയാറ്റ പിന്മാറിയപ്പോൾ പകരക്കാരനായി ബികില എത്തുകയായിരുന്നു.

ബികിലയുടെ മാരത്തോൺ ഓട്ടങ്ങൾ അനൗദ്യോഗികമായിരുന്നതിനാൽ സാധ്യതയുള്ള അത്‌ലറ്റായി ആരും കണക്കാക്കിയിരുന്നില്ല.

റോമിൽ ബികില എത്തിയത് ഒരേയൊരു ജോഡി ഷൂസുമായാണ്. പക്ഷേ ഒരു മാസത്തെ പരിശീലന ഓട്ടത്തിനിടയിൽ ആ ഷൂസ് കേടായി. പുതിയ ഷൂസ് വാങ്ങിയെങ്കിലും അതു ധരിക്കുമ്പോൾ പാദങ്ങളിൽ വ്രണം പ്രത്യക്ഷപ്പെട്ടു. അതോടെ നഗ്നപാദനായി ഓടാൻ തീരുമാനിക്കുകയായിരുന്നു. ബികിലയ്ക്ക് അതൊരു പ്രശ്നമായിരുന്നില്ല. എത്യോപ്യയിലെ കുന്നിൻചരിവുകളിൽ നഗ്നപാദനായി ഓടിയോടി ആ കാലടികൾക്ക് പതം വന്നിരുന്നു.

അതുവരെ തന്റെ പരിശീലനകാലത്തൊരിക്കലും ബികില ഓട്ടക്കാർക്കുള്ള ഷൂസ് ധരിച്ചിരുന്നില്ല. അയാളുടെ ആനന്ദം നഗ്നപാദനായി ഓടുന്നതായിരുന്നു. അതിൽ അയാൾ അപാകതയൊന്നും കണ്ടിരുന്നില്ല.

ഭൂമിയിൽ മനുഷ്യൻ ആദ്യമായി പിറന്ന എത്യോപ്യയിലെ നോർത്ത് ഈസ്റ്റിലെ നോർത്തഷോവയിലാണ് ബികിലയുടെ ജനനം. ജന്മഗ്രാമമായ ജാട്ടോ തൊട്ടടുത്തുള്ള മെൻസിസ ടൗണിൽനിന്ന് 25 കിലോമീറ്റർ

അകലെയായിരുന്നു. ബികില 1932 ആഗസ്റ്റ് 7-ന് ജനിക്കുമ്പോൾ ലോസ് ഏഞ്ചൽസിൽ പ്രശസ്തമായ മാരത്തോൺ നടക്കുകയായിരുന്നു.

ഒരു ആട്ടിടയന്റെ മകനായിരുന്നു ബികില. ചെറുപ്പത്തിൽ ഗ്രാമത്തിലെ കുളത്തിൽ നീന്താൻ പോകും. അച്ഛൻ സെമിസി ബിക്കിലി മേന്യ, അമ്മ വുഡിനോസ് ബെണബെറു. നീന്തുന്നതിലും ഫീൽഡ് ഹോക്കിയോട് സാമ്യമുള്ള ഗുണ കളിക്കുന്നതിലും ആ യുവാവിന് അസാമാന്യ കഴിവുണ്ടായിരുന്നു.

ജാട്ടോയിലെ ഏതൊരു കുട്ടിയേയും പോലെ പള്ളിക്ലാസ്സുകളിൽ അയാൾ പങ്കെടുക്കാറുണ്ടായിരുന്നു. അതായിരുന്നു ഏക വിദ്യാഭ്യാസം. ഇക്കാലത്ത് ബികില അശ്വാഭ്യാസം നടത്തി. പക്ഷേ ഈ കറുത്ത കൗമാരക്കാരന്റെ ഏറ്റവും വലിയ ശക്തി മെൻസീസ ടൗണിലേക്കുള്ള യാത്രയാണ്. കുന്നുകൾ കയറിയിറങ്ങിയുള്ള നടത്തവും ഓട്ടവും അയാളിൽ കരുത്ത് കോരിനിറച്ചു.

പതിനേഴാം വയസ്സിൽ ബികില, രാജ്യത്തിന്റെ തലസ്ഥാനമായ ആഡിസ് അബാബയിലേക്ക് ഭാഗ്യം തേടിയിറങ്ങി. ആദ്യം തൊഴിൽ തേടിയത് എത്യോപ്യൻ സേനയിൽതന്നെയായിരുന്നു. സമർത്ഥനായ അശ്വാഭ്യാസിയായിരുന്നു ബികില. ഈ കഴിവാണ് സേനയിൽ സ്ഥാനം നേടിക്കൊടുത്തത്. അധികം താമസിയാതെ അയാൾ ചക്രവർത്തിയുടെ അശ്വസേനയിലെ ഭടനായി. ആദ്യത്തെ സൈനിക മീറ്റിൽ ബികില മാരത്തണിലാണ് പങ്കെടുത്തത്. എത്യോപ്യയുടെ ചരിത്രത്തിലാദ്യമായി അയാൾ രണ്ടുമണിക്കൂർ 39 മിനിറ്റുകൊണ്ട് മാരത്തൺ ഓടിയെത്തി. അന്ന് അത്‌ലറ്റിക് കോച്ചായിരുന്ന ഫിൻലണ്ടുകാരൻ ഒന്നി നിസ്കാനെൻ ഈ എത്യോപ്യക്കാരനിൽ ഒരു മാരത്തോൺ അത്‌ലറ്റിനെ കണ്ടു. എത്യോപ്യൻ ചക്രവർത്തി ഹെയ്‌ലി സിലാസിക്ക് തന്റെ സേനയിലെ ഈ ചെറുപ്പക്കാരനിൽ വലിയ പ്രതീക്ഷ തോന്നി. കൂടുതൽ പരിശീലനത്തിനുവേണ്ടി, കൂടുതൽ ഒഴിവുനേരം ലഭിക്കാൻ ബികിലയെ തന്റെ അംഗരക്ഷകനാക്കി. ബികിലയ്ക്ക് പുറമെ അബേബ വാകിജെറ എന്നൊരു അത്‌ലറ്റ് കൂടി ഒളിമ്പിക്സിൽ പങ്കെടുക്കാൻ അർഹത നേടിയിരുന്നു. ബികിലയ്ക്ക് ഒളിമ്പിക്സ്, പ്രശസ്തി നേടാനുള്ള ഒരത്‌ലറ്റിന്റെ മാർഗ്ഗമായിരുന്നില്ല. ഒളിമ്പിക്സിൽ ഏതെങ്കിലും ഒരു മെഡൽ മാത്രമാണ് ബികില ആദ്യമാദ്യം പ്രതീക്ഷിച്ചത്. അതുകൊണ്ട് തന്റെ കുടുംബത്തിന്റെ ദാരിദ്ര്യം തീരുമെന്ന് അയാൾ സ്വപ്നം കണ്ടിരുന്നു. എന്നാൽ നിസ്കാനെൻ അയാളിൽ ആഫ്രിക്കയുടെ കൊടിയുയർത്തുന്ന ഒരു അത്‌ലറ്റിനെ കണ്ടു. ആഡിസ് അബാബയിലെ മൈതാനങ്ങളിൽ ബികില നിത്യവും ഓടിക്കൊണ്ടിരുന്നു. മാരത്തണിന്റെ ആദ്യത്തെ 10 കിലോമീറ്റർ കഴിയുമ്പോഴാണ് ശരീരത്തിന്റെ ഊർജ്ജം ശരിക്ക് വിനിയോഗിക്കേണ്ടതെന്നും അവസാന അഞ്ഞൂറ് മീറ്റർ സ്പ്രിന്റ് ചെയ്താണ് ഓടേണ്ടതെന്നും താരത്തെ പഠിപ്പിച്ചത് നിസ്കാനെൻ തന്നെയായിരുന്നു.

അവസാനത്തെ അഞ്ചുകിലോമീറ്ററിൽ ഇരട്ടി ഊർജ്ജം കരുതിവെക്കണമെന്നും അയാൾ ഓർമ്മിപ്പിച്ചു. ഈ പാഠങ്ങളാണ് ബികില പകർത്തിയത്. അന്നത്തെ ലോക റിക്കാർഡുകാരൻ സെർജി പൊപ്പോവിന്റെ സമയം പരിശീലനത്തിനിടയിൽത്തന്നെ ബികില മറികടന്നിരുന്നു. നിസ്കാനനിൽ പ്രതീക്ഷ വളർത്തിയത് ബികിലയുടെ പരിശീലനമുറയോടുള്ള സമർപ്പണമാണ്. അയാളുടെ മനസ്സിൽ നിസ്കാനെൻ പറഞ്ഞ മറ്റൊരു അത്‌ലറ്റിന്റെ ചിത്രം കൂടി വരഞ്ഞിട്ടിരുന്നു. അത് മൊറോക്കോക്കാരൻ അബിസലേം റാദിയായിരുന്നു. റാദി ആദ്യത്തെ പത്തു കിലോമീറ്റർ കഴിഞ്ഞാൽ കൂട്ട ഓട്ടക്കാരെ മറികടന്ന് വേഗതയിൽ കുതിക്കുന്ന കൗശലക്കാരനായിരുന്നു. അതുകൊണ്ട് ആദ്യത്തെ പത്തു കിലോമീറ്ററിനുശേഷം, ഓട്ടത്തിന്റെ ഗതിവേഗം തന്നെ മാറ്റണമെന്ന് ബികില മനസ്സിൽ ഉറപ്പിച്ചു. ഇതിനിടക്കാണ് മാരത്തണിനുള്ള പുതിയ ജോടി ഷൂ ലഭിക്കുന്നത്. എന്നാൽ അതു ധരിച്ച് ഓടിത്തുടങ്ങിയപ്പോൾ പാദത്തിൽ വിള്ളലുകൾ ഉണ്ടായി. അസഹ്യമായ വേദനയും പിടികൂടി. ഈ ഘട്ടത്തിൽ ബികില ഷൂ ഇല്ലാതെ ഓടാൻ തുടങ്ങി. ബികിലയ്ക്ക് അത് പരിചിതമായിരുന്നു. ഷൂ ഇല്ലാത്തതുമൂലം തനിക്ക് യാതൊരു പ്രശ്നവുമില്ലെന്ന് അയാൾ നിസ്കാനനോട് പറഞ്ഞു. മാത്രമല്ല, ഷൂ ധരിക്കാതെ ഓടുമ്പോഴും ബികിലയ്ക്ക് പഴയ വേഗം നിലനിർത്താനായി.

റോമിലെ ഓട്ടത്തിനു രണ്ടുദിവസം മുമ്പ് നിസ്കാനൻ ബികിലയ്ക്ക് ചില നിർദ്ദേശങ്ങൾ നല്കി. അതോടൊപ്പം ഓരോ എതിരാളിയെക്കുറിച്ചും വിശദാംശങ്ങൾ നല്കി. അവസാനം നിസ്കാനൻ പറഞ്ഞത് ഒരേയൊരു വാചകമാണ്. അത് അദ്ദേഹം രണ്ടുതവണ നിർത്തി നിർത്തി പറഞ്ഞു. ''ഓടുമ്പോൾ നിർഭയനായി ഓടുക.''

റോം ഒളിമ്പിക്സിലെ കാണികൾക്ക് അദ്ഭുതമായിരുന്നു ബികില. ലോകപ്രശസ്ത കലാകാരൻ മൈക്കലാഞ്ചലോ, രൂപകല്പന ചെയ്ത കാപിറ്റോൾ ഹില്ലിലെ കാച്ചി ഡോഗ്ലിയ സ്ക്വയറിൽനിന്ന് ഓട്ടം തുടങ്ങുമ്പോൾതന്നെ ബികില, ഒരു സഹതാപ കഥാപാത്രമായിരുന്നു. വളരെ മെലിഞ്ഞ, കറുത്ത ഒരാഫ്രിക്കക്കാരൻ എങ്ങനെയാണ് മാരത്തോൺ പൂർത്തിയാക്കുക എന്നായിരുന്നു പലരുടേയും സംശയം. യുദ്ധകാലത്ത്, ഇറ്റലിയുടെ അടിമരാജ്യമായ എത്യോപ്യയിൽനിന്ന്, റോമൻകാർ കടത്തിക്കൊണ്ടുവന്ന ഒളിമ്പിക്സ് ആകർഷണം ടാക്കൻ, എന്ന ജന്മനാടിന്റെ പ്രതിമയെ വലംവെച്ച് ബികില ഓടുമ്പോൾ, സെർഗി പൊപ്പോവ് എന്ന ലോക റിക്കാർഡുകാരനും, റാദിബെൻ അബ്ദുൾ വലേം എന്ന മൊറോക്കോക്കാരനായ മാരത്തോൺ സ്പെഷലിസ്റ്റിനും ബികില ആരാണെന്ന് അറിയുമായിരുന്നില്ല. അവരെ രണ്ടുപേരേയും പ്രത്യേകം ശ്രദ്ധിക്കണമെന്ന് കോച്ച് പറഞ്ഞിരുന്നുവെങ്കിലും നമ്പർ ഓർമ്മയില്ലാത്തതുകൊണ്ട് ബികില ഒന്നും ശ്രദ്ധിച്ചിരുന്നില്ല. 16 മൈൽ തീരാനുള്ളപ്പോൾ റാദിബെൻ തന്റെ സർവ്വശക്തിയുമുപയോഗിച്ച് സ്പ്രിന്റ് ചെയ്തിരുന്നു. അഞ്ചുമൈൽ ബാക്കിയുള്ളപ്പോൾ, കറുത്ത

ഒരു നിഴൽ മുന്നിലുണ്ടെന്ന് റാദിബെന്ന് മനസ്സിലായി. അത് ആരാണെന്ന് അയാൾക്ക് പിടിയുണ്ടായിരുന്നില്ല. പക്ഷേ, അവസാനത്തെ മൈൽ എതിരാളികളെ കാത്ത് ബികില ഊർജ്ജം സംഭരിച്ചുവെച്ചു. പിന്നിൽ ആരെങ്കിലും വരികയാണെങ്കിൽ ഷൂസിന്റെ ശബ്ദം അയാൾ കേൾക്കും. ബികില ഒരിക്കലും തിരിഞ്ഞുനോക്കാറില്ല. പോർട്ട സ്യാൻ സെബാസ്റ്റിനോയിൽ എത്തിയപ്പോൾ ബികില റാദി ബെന്നിനെ കണ്ടിരുന്നു. പക്ഷേ, റാദിബെൻ ആണെന്ന് ബികിലയ്ക്ക് അറിയാമായിരുന്നില്ല. പിന്നീട് റാദി മുമ്പിൽ കടന്നിട്ടുണ്ടാകുമെന്ന ശങ്കയിൽ ബികില വേഗം കൂട്ടി. ഒളിമ്പിക് സ്റ്റേഡിയത്തിലേക്ക് കടക്കുമ്പോൾ ബികിലയ്ക്ക് ഉറപ്പായി ആരും മുന്നിലില്ല. അവസാനത്തെ അഞ്ഞൂറ് മീറ്റർ ബികില സ്പ്രിന്റ് ചെയ്തു. കാണികളുടെ ആരവങ്ങൾക്കിടയിൽ രണ്ടുമണിക്കൂർ പതിനഞ്ച് മിനിറ്റും, 16 സെക്കന്റും പിന്നിട്ട് ബികില ടേപ്പ് തൊടുമ്പോൾ ക്യാമറകൾ ബികിലയെ പൊതിഞ്ഞു. എതിരാളികളുടെ വരവ് കാത്ത് ബികില പിന്നെയും നിന്നു. അപ്പോൾ ഒളിമ്പിക് സ്റ്റേഡിയത്തിൽ കമന്റേറ്റർ ആ വിജയം വിളിച്ചുപറഞ്ഞു. സ്വർണം നേടുന്ന ആദ്യത്തെ ആഫ്രിക്കൻ താരമാണ് ബികില.

1964-ലെ ടോക്കിയോ ഒളിമ്പിക്സിന് ആറാഴ്ച മുമ്പ് ബികിലക്ക് സുഖമില്ലാതായി. അപ്പന്റിസൈറ്റിസ് ശസ്ത്രക്രിയയ്ക്ക് വിധേയനായ ബികില തികച്ചും ആശങ്കാകുലനായിരുന്നു. പക്ഷേ പരിശീലനം തുടങ്ങിയപ്പോൾ ബികിലയ്ക്ക് ആത്മവിശ്വാസം കൂടിവന്നു. 78 പേരാണ് ടോക്കിയോ മാരത്തണിൽ പങ്കെടുത്തത്. 58 പേർക്ക് മാത്രമേ ഫിനിഷ് ചെയ്യാൻ കഴിഞ്ഞുള്ളൂ. ഇത്തവണ വെല്ലുവിളി ഉയർത്താൻ ഹങ്കറിയുടെ ജോസഫ് സാട്ടോ, ഗ്രേറ്റ് ബ്രിട്ടന്റെ ബാസിൽ ഹേറ്റ്ലി, ബ്രിയാൻ കിൽബി, എത്യോപ്യയുടെ തന്നെ ഡെമിസി വോൾഡി, ജപ്പാന്റെ കോക്കിച്ചു സുബുറായ എന്നിവർ ഉണ്ടായിരുന്നെങ്കിലും ഓസ്ട്രേലിയയുടെ റോൺക്ലർക്കും അയർലണ്ടിന്റെ ജിം ഹോഗനും തുടക്കത്തിൽ മുന്നേറി. ഇത്തവണ ബികില ഷൂസ് ധരിച്ചുകൊണ്ടാണ് ഓടിയത്. ബികില ആദ്യത്തെ 10 കിലോമീറ്ററിനകം ഇവരേയും പിന്തള്ളി. ഹോഗൻ ആഞ്ഞുപിടിച്ചെങ്കിലും ഊർജ്ജം ചോർന്ന് മത്സരം പൂർത്തിയാക്കാൻ കഴിഞ്ഞില്ല. അവസാനത്തെ ആയിരം മീറ്ററിൽ അതിവേഗത്തിൽ ഓടി ബികില ബാസിൽ ഹേറ്റ്ലിയേയും ജപ്പാൻകാരൻ കോക്കിച്ചിയേയും വളരെ പിന്നിലാക്കി രണ്ടു മണിക്കൂർ പന്ത്രണ്ട് മിനിറ്റ് പതിനൊന്ന് സെക്കന്റോടെ ലോക റെക്കോർഡ് സൃഷ്ടിച്ചുകൊണ്ട് ചരിത്രം രചിക്കുമ്പോൾ രണ്ടാമനായ ഹേറ്റ്ലിയും കോക്കിച്ചിയും സ്റ്റേഡിയത്തിൽപ്പോലും എത്തിയിരുന്നില്ല. ഒളിമ്പിക് മാരത്തോണിൽ രണ്ടാമതും സ്വർണം നേടുന്ന അത്‌ലറ്റായി മാറി ബികില.

പക്ഷേ ബികില മറക്കാതിരുന്നതും, എപ്പോഴും മനസ്സിൽ സൂക്ഷിച്ചിരുന്നതും 1961ലെ മെയ്നാച്ചി മാരത്തണായിരുന്നു. ഒകാസയിൽ നടന്ന ഈ മാരത്തൺ കണ്ടത് 10 ലക്ഷം പേരായിരുന്നു. ലോകം അറുപതുകളിൽ ബികിലയുടെ ഒട്ടേറെ മാരത്തണുകൾക്ക് സാക്ഷ്യം വഹിച്ചു.

1968 ലെ മെക്സിക്കോ ഒളിമ്പിക്സിൽ, താൻ ഒളിമ്പിക് മാരത്തൺ ജേതാവാകുമെന്ന് ബിക്കില പ്രഖ്യാപിച്ചിരുന്നു. എന്നാൽ കാലിനേറ്റ പരിക്ക് ബികിലയെ ഹാട്രിക്കിൽ നിന്ന് തടഞ്ഞു. മത്സരം പൂർത്തിയാക്കാൻ അയാൾക്ക് കഴിഞ്ഞില്ല. എത്യോപ്യൻ ചക്രവർത്തി ഹെയ്‌ലി സിലസി ബികിലയെ ജർമ്മനിയിലേക്ക് ചികിത്സയ്ക്കായി അയയ്ക്കുകയും ചെയ്തു.

ആ മത്സരത്തിൽ 15 കിലോമീറ്റർ മാത്രമേ ഓടിയുള്ളൂ. ഓട്ടത്തിൽ നിന്നു പിന്മാറുന്നതിനുമുമ്പ് കൂടെ ഓടിയിരുന്ന നാട്ടുകാരൻ മാമോ വോൾസെയോട് രാജ്യത്തിനുവേണ്ടി മെഡൽ നേടാൻ ആശംസകൾ നേർന്നാണ് അയാൾ പിന്മാറിയത്. പിന്മാറുന്നതുവരെ ബികിലയായിരുന്നു മുന്നിൽ. ഒളിമ്പിക്സിനുശേഷവും ബികിലയുടെ വിജയഗാഥ തുടർന്നു. 1962 ബെർലിനിലെ 10000 മീറ്ററിലും ബോസ്റ്റണിലെ മാരത്തണിലും മാത്രമാണ് ബികില പിന്നിലായത്.

അനുപമമായ വിജയങ്ങൾക്കുശേഷം ഹെയ്‌ലി സിലാസിയുടെ വിശ്വസ്തനായി ബികില അവരോധിക്കപ്പെട്ടു. ബികിലയെ കരുവാക്കി ഹെയ്‌ലി സിലാസിയുടെ ഭരണം അട്ടിമറിക്കാനുള്ള ശ്രമം പോലും അയാളുടെ ജാഗ്രതകൊണ്ട് വിഫലമായിരുന്നു.

വെല്ലുവിളികളെ നേരിടാനുള്ള ചങ്കുറപ്പായിരുന്നു ബികിലയുടെ മൂലധനം. 1969 ൽ വീട്ടിലേക്ക് മടങ്ങുമ്പോൾ ബികിലയ്ക്ക് ഒരു കാറപകടത്തിൽ പരിക്കേറ്റു. എത്യോപ്യയുടെ മഹാനായ അത്‌ലറ്റിന്റെ അരക്കെട്ട് തളർന്നു. ചക്രവർത്തി മുൻകൈയെടുത്ത് ബികിലയെ ഇംഗ്ലണ്ടിലെ സ്റ്റോക്ക് മാണ്ടിവെല്ലെ ആശുപത്രിയിലേക്ക് അയച്ചുവെങ്കിലും ഫലമുണ്ടായില്ല. ചികിത്സയ്ക്കുശേഷം ബികില വിമാനത്താവളത്തിൽ നിന്ന് ഒരു വീൽചെയറിൽ എത്തിയപ്പോൾ, വൻ ജനാവലിയാണ് അദ്ദേഹത്തെ എതിരേല്ക്കാൻ എത്തിയത്. ബികിലയുടെ ഇച്ഛാശക്തിക്ക് ഒരു കുറവും ഉണ്ടായിരുന്നില്ല. 1971 ൽ അംഗപരിമിതിയുള്ളവരുടെ ഒളിമ്പിക്സിൽ ആർച്ചെറിയിൽ മത്സരിച്ച് അത് തെളിയിച്ചു. മറ്റൊരിക്കൽ അദ്ദേഹം ഡോഗ്സ്ലെഡ് മത്സരത്തിൽ പങ്കെടുത്ത് ജേതാവായി. 1972ലെ മ്യൂണിച്ച് ഒളിമ്പിക്സിൽ ബികില പ്രത്യേക ക്ഷണിതാവായി എത്തി. ഒരു വീൽ ചെയറിൽ ബികില എത്തിയപ്പോൾ സ്റ്റേഡിയം മുഴുവൻ എഴുന്നേറ്റ് നിന്ന് ഹർഷാരവം മുഴക്കി. അദ്ദേഹത്തിന്റെ ജന്മദിനം ആഘോഷിച്ചത് അത്‌ലറ്റിക് വില്ലേജിലായിരുന്നു.

1973 ഒക്ടോബർ 20-ന് 41-ാമത്തെ വയസ്സിൽ ബികിലയുടെ ശ്വാസം നിലയ്ക്കുമ്പോൾ ആഡിസ് അബാബയിലെ സെന്റ് ജോസഫ് സെമിത്തേരിയിൽ 75000 നാട്ടുകാർ ഉണ്ടായിരുന്നു. അവരുടെ മുമ്പിൽ ചക്രവർത്തി തന്നെ നിലകൊണ്ടത് മഹാനായ ആ അത്‌ലറ്റിനുള്ള രാജ്യത്തിന്റെ പ്രണാമമായിരുന്നു.

■

ഓൾഗ വലന്റീന കോർബട്ട് - ബെലാറസ്

(സോവിയറ്റ് യൂണിയൻ താരം)

ജീവിതം അവസാനിക്കുന്നില്ല

ജനനം - 1955 മെയ് 16 - ഗ്രോസ്നോ • 1972 മ്യൂണിച്ച് ഒളിമ്പിക്സ് - ജിംനാസ്റ്റിക്സ്. ബാലൻസ്ബീമിൽ - സ്വർണ്ണമെഡൽ ഫ്ളോർ എക്സർബെസിൽ - സ്വർണ്ണമെഡൽ. അൺഈവൻബാറിൽ - വെള്ളിമെഡൽ. ടീം ഓവറോൾ - സ്വർണമെഡൽ • 1976 മോൺടിയൽ ഒളിമ്പിക്സ് ടീം ഓവറോൾ - സ്വർണമെഡൽ, ബാലൻസ് ബീമിൽ - വെള്ളി മെഡൽ.

"ഏറ്റവും കഠിനാധ്വാനം വേണ്ട കായികരൂപമാണ് ജിംനാസ്റ്റിക്സ്. പരിശീലനം തുടങ്ങിയാൽ 24 മണിക്കൂറും പോരാതെ വരും മറ്റൊന്നിനും ഇത്രയും കഠിനമായ വ്യായാമമുറകൾ ഇല്ല. ശരീരത്തിന്റെ ഏതു ഭാഗവും ഒടിക്കാനല്ല, വളയ്ക്കാനാണ് കഠിനശ്രമം വേണ്ടത്."

1972ൽ മ്യൂണിച്ച് ഒളിമ്പിക്സ് അവസാനിച്ചപ്പോൾ സോവിയറ്റ് യൂണിയനിലെ ഓരോ പ്രവിശ്യയിലും മനുഷ്യരുടെ ചുണ്ടുകളിൽ മന്ത്രം പോലെ ഒരു പേർ ഉയർന്നുകൊണ്ടിരുന്നു. ഓൾഗ വലന്റീന കോർബട്ട്.

15 വയസ്സ്. നാല് ഒളിമ്പിക് മെഡൽ. നാല് ഇഞ്ചുമാത്രം വീതിയുള്ള ബീമിലൂടെ അവൾ പിന്നാക്കം മലക്കം മറിഞ്ഞത് വിശ്വസിക്കാനാവാതെ ലോകം സ്തബ്ധമായിരിക്കുമ്പോൾ അവളുടെ നാട്ടിലെ കുടുംബങ്ങൾ പലതും തീരുമാനമെടുത്തുകഴിഞ്ഞിരുന്നു; മകളെ ജിംനാസ്റ്റിക്സ് അഭ്യസിപ്പിക്കണം.

സോവിയറ്റ് യൂണിയനിൽ 87 ലക്ഷം കുട്ടികളാണ് പുതുതായി ജിംനാസ്റ്റിക്സ് പരിശീലനത്തിനു ചേർന്നതെങ്കിൽ ബ്രിട്ടനിൽ രണ്ടു കൊല്ലത്തിനുള്ളിൽ ജിംനാസ്റ്റിക്സ് ക്ലബ്ബുകളിലെ അംഗസംഖ്യ അഞ്ചു ലക്ഷമായി കുതിച്ചുയർന്നു. പക്ഷേ യുണൈറ്റഡ് സ്റ്റേറ്റ്സ് അതിനെ മറ്റൊരു വിധത്തിലാണ് കണ്ടത്. 18 ഇനങ്ങളിലെ 54 മെഡലുകൾക്കു വേണ്ടി അവർ ദീർഘമായൊരു പദ്ധതി തയ്യാറാക്കി. ഒടുവിൽ സ്വർണം നേടിയ രാജ്യങ്ങളിലെ പരിശീലകരെതന്നെ അമേരിക്കയിലേക്ക് കടത്തി. അവിടത്തെ താരങ്ങൾ സമ്പന്നരായി. ഓൾഗയെപ്പോലുള്ളവർ ജീവിക്കാൻ പണിപ്പെട്ടു. മ്യൂണിച്ചിൽ ഓൾഗയുടെ പിന്നാക്കം മലക്കം മറിഞ്ഞുള്ള പ്രകടനം പിന്നീട് ദ കോർബട്ട് ഫ്ളിപ്പ് എന്നാണ് അറിയപ്പെട്ടത്. ജിംനാസ്റ്റിക് വാൾട്ടിൽ കോർബട്ടിന്റെ പാത പിന്തുടർന്ന എലീന

മുഖിന ഈ ഇനത്തിൽ മത്സരിക്കുന്നതിനിടെ താഴെ വീണ് നട്ടെല്ലിനു ക്ഷതമേറ്റപ്പോൾ, കോർബട്ട് ഫ്ളിപ്പ് അഥവാ കോർബട്ട് ലൂപ്പ്, ഒളിമ്പിക് കമ്മിറ്റി നിരോധിക്കുകയാണുണ്ടായത്. പിൽക്കാലത്ത് ജീവിതത്തിൽ അതിനേക്കാൾ വേഗത്തിൽ കോർബട്ട് തന്നെ വീണുപോയി. ഇന്ന് അമേരിക്കയിലെ അരിസോണയിലെ സ്കോട്ട്ഡെയ്‌ലിൽ കഴിയുന്ന ഓൾഗ ജീവിക്കാൻവേണ്ടി മെഡലുകൾ വിറ്റു. ഒളിമ്പിക്സിലെ ജിംനാസ്റ്റിക്സ് പ്രകടനത്തിന്റെ ചിത്രം ഓൾഗ 15 ഡോളറിന് വിറ്റ് ജീവിതം പുലർത്തുകയാണ്.

ഓൾഗയെ കൂടാതെ മാർക്സ്പിറ്റ്സ്, ലാസെവിരൻ, ഷെയിൻഗൂൾഡ് എന്നിവരൊക്കെ മ്യൂണിച്ച് ഒളിമ്പിക്സിനെ ദീപ്തമാക്കിയെങ്കിലും രണ്ടാമത്തെ ആഴ്ചയിൽ പാലസ്തീൻ ഭീകരസംഘമായ 'ബ്ലാക്ക് സപ്തംബർ' ഇസ്രായേൽ ടീമിനെതിരെ നടത്തിയ കൂട്ടക്കുരുതിയാണ് ആ കായികമേളയുടെ ശപിക്കപ്പെട്ട ഓർമ്മ.

ഓൾഗ കോർബട്ടിന്റെ ജീവിതം കോച്ച് റെനാൾഡ് ക്നിഷ് എന്ന പരിശീലകന്റെ ജീവിതവുമായി കെട്ടുപിണഞ്ഞുകിടക്കുന്നു. ബെലാറസിലെ ഗ്രോഡ്നയിൽ ജനിച്ച ഓൾഗ കലിൻ കാവിച്ചിലെ ഡുബനൃാക്കിൽ നിന്നാണ് ഈ പട്ടണത്തിലേക്കെത്തിയത്. എട്ടാം വയസ്സിൽ ബെലാറ്റിലെ സ്പോർട്സ് സ്കൂളിൽ പ്രവേശനം കിട്ടിയതോടെയാണ്. ഈ കൃശഗാത്രിയായ പെൺകുട്ടിയിൽ എലേന വോൾചെറ്റ്സ്കായ എന്ന മുൻ ഒളിമ്പിക് താരം നോട്ടമിടുന്നത്. 1964ലെ ഒളിമ്പിക്സിൽ എലേന സ്വർണമെഡൽ നേടിയിരുന്നു. ഓൾഗയ്ക്ക് കൂടുതൽ അനുഭവസമ്പത്തുള്ള ഒരു പരിശീലകനെ ആവശ്യമുണ്ടെന്നു തോന്നിയതിനാൽ എലേനെ തന്നെ അവളെ റെനാൾഡിന്റെ കീഴിൽ പരിശീലനത്തിനുവിട്ടു.

റെനാൾഡുമായുള്ള പരിശീലനം ഓൾഗയ്ക്ക് ദുസ്സഹമായിരുന്നു. ഒമ്പതാമത്തെ വയസ്സിൽ ഓൾഗ കഠിനമായ പരിശീലനത്തിന് വിധേയയായി. റെനാൾഡിന് ഓൾഗയെ ഇഷ്ടമായിരുന്നില്ല. അവൾ അലസയും നൂറുതരം സ്വഭാവങ്ങളുള്ളവളുമാണെന്ന് റെനാൾഡ് വിധിച്ചു. എന്നിട്ടും ആ പെൺകുട്ടിയിൽ വലിയൊരു പ്രതിഭ ഒളിഞ്ഞിരിക്കുന്നുണ്ടെന്നും റെനാൾഡിന് അറിയാമായിരുന്നു. സ്വന്തം ശരീരത്തെ അദ്ഭുതകരമായ രീതിയിൽ വളയ്ക്കാൻ കഴിയുന്ന ആ ഒമ്പതുവയസ്സുകാരിയിൽ അയാൾ സോവിയറ്റ് യൂണിയന്റെ മഹത്തായൊരു താരത്തെ സ്വപ്നം കണ്ടു. കോർബട്ടിന് ആ കോച്ചിനേയും ഇഷ്ടമായിരുന്നില്ല. പക്ഷേ തന്നിഷ്ടക്കാരനും ഒറ്റയാനും കോപിഷ്ഠനുമായ കോച്ചിന്റെ പരിശീലനരീതിയിൽ അവൾക്ക് മതിപ്പുണ്ടായിരുന്നു. ജിംനാസ്റ്റിക്സിന്റെ പേരിൽ മാത്രം അവർ തമ്മിലൊരു രസതന്ത്രം ഉടലെടുത്തു. കഠിനവും നീണ്ടതുമായിരുന്നു ആ പരിശീലനം. ഇതുവരെ മറ്റാരും പ്രയോഗിക്കാത്ത പുതിയ മൂവ്മെന്റുകൾ ലെനാർഡ് പരിശീലിപ്പിച്ചു. മൂന്നുകൊല്ലം നീണ്ട പരിശീലനത്തിനിടയിൽ ബിമിൽ പിന്നാക്കം മലക്കം മറിയാനും അവളെ പരിശീലിപ്പിച്ചു. ഓരോ മൂവ്മെന്റും നൂറു തവണയാണ് കോർബട്ട്

റിഹേഴ്സ് ചെയ്തിരുന്നത്. നിത്യവും 14 മണിക്കൂർ അവൾ ബീമിലും പാരലൽ ബാറിലും റിങ്ങിലും പരിശീലനം തുടർന്നു.

1969 ലാണ് ഓൾഗ ആദ്യത്തെ മത്സരത്തിൽ പങ്കെടുക്കുന്നത്. അത് സോവിയറ്റ് ദേശീയ ജിംനാസ്റ്റിക് ചാമ്പ്യൻഷിപ്പായിരുന്നു. 16 വയസ്സുള്ളവർക്കേ ചാമ്പ്യൻഷിപ്പിൽ മത്സരിക്കാനാവൂ. എന്നിട്ടും കോച്ചിന്റെ നിർബന്ധംകൊണ്ട് നിയമങ്ങളിൽ ഇളവ് വരുത്തി പതിനഞ്ചുകാരിയായ ഓൾഗക്ക് മത്സരിക്കാൻ അനുവാദം നല്കി. മത്സരത്തിൽ അഞ്ചാമതായി ഓൾഗ ഫിനിഷ് ചെയ്തു. പക്ഷേ മത്സരത്തിലുടനീളം ജിംനാസ്റ്റിക്സിൽ അതുവരെ കാണാത്ത മൂവ്മെന്റുകൾ ഉള്ളതുകൊണ്ട് വിധികർത്താക്കൾ അവളുടെ മാർക്കുകൾ കുറയ്ക്കുകയായിരുന്നു. തുടർന്നുള്ള മാസങ്ങളിൽ അവൾ പങ്കെടുത്ത മത്സരങ്ങളിലെല്ലാം തന്റെ അന്യൂനമായ പ്രകടനംകൊണ്ട് അവൾ ശ്രദ്ധയാകർഷിച്ചു. മ്യൂണിച്ചിൽ, അവൾ മെഡൽ നേടുമെന്ന് എല്ലാവർക്കും അറിയാമായിരുന്നു.

മ്യൂണിച്ചിൽ ബാലൻസ് ബീമിൽ കോർബട്ട് ഇതുവരെ കാണാത്ത ഒരു മൂവ്മെന്റ് അവതരിപ്പിച്ചു. 4.5 ഇഞ്ച് മാത്രം വീതിയുള്ള ബീമിൽ അവൾ പിന്നാക്കം മലക്കംമറിഞ്ഞു. കാണികൾ സ്തബ്ധരായി. ഫ്ളോറിൽ മാത്രം കാണാറുള്ള ബാക്ക്വേർഡ് ഫ്ളിപ്പ്. അവർ ആ ബീമിൽ കണ്ടു, അവിശ്വസനീയതയോടെ. ഒരു നിമിഷത്തിനുശേഷം സദസ്സ് പൊട്ടിത്തെറിച്ചു. കൈയടികളുടെ നിലയ്ക്കാത്ത ആരവം അവളുടെ കോച്ച് നേരത്തെ പ്രതീക്ഷിച്ചിരുന്നു. ‘‘എല്ലാവരും അതൊരു കയറു പോലെ സൂക്ഷ്മമായി ഉപയോഗിക്കേണ്ടതാണ് എന്നാണ് കരുതിയിരുന്നത്. പക്ഷേ

ഓൾഗയുടെ കുടുംബം

ഞങ്ങൾക്ക് പ്രത്യേകിച്ചും ഓൾഗക്ക് ബീം ഒരു ഫ്ളോർ പോലെയാണ്.'' ലെനാർഡ് വിശദീകരിച്ചു. കോർബർട്ട് ബിം ഇനത്തിൽ സ്വർണം നേടി, ഫ്ളോർ എക്സർസൈസിലും അവൾക്കായിരുന്നു സ്വർണം. ടീം ഇനത്തിൽ കോർബട്ട് മറ്റൊരു സ്വർണം കൂടി നേടിയപ്പോൾ ഒളിമ്പിക്സിലെ പ്രധാന നായിക കോർബട്ടായി മാറി.

പക്ഷേ അൺ ഈവൻ ബാറിൽ കോർബട്ട് പതറിപ്പോയി. അവൾ പോലുമറിയാതെ തെറ്റുകൾ സംഭവിച്ചു. ഒരു ശ്രമത്തിനിടെ കാലിടറിയപ്പോൾ അവൾ പരസ്യമായി പൊട്ടിക്കരഞ്ഞു. ഒരു സോവിയറ്റ് അത്‌ലറ്റ് കരയുകയോ? എല്ലാവർക്കും അതു പുതുമയായിരുന്നു. പക്ഷേ ഫൈനലിൽ അവൾ ഗംഭീരമായ പ്രകടനം നടത്തി. അതിന്റെ ഹൈലൈറ്റ് ഓൾഗയുടെ ഫ്ളിപ്പായിരുന്നു. അവൾ പിന്നാക്കം മലക്കം മറിഞ്ഞപ്പോൾ, സദസ്സ് സ്തംഭിച്ചുപോയി. ഇങ്ങനെ ആരെങ്കിലും മുമ്പ് ചെയ്തിട്ടുണ്ടോ? മാധ്യമപ്രവർത്തകർ അന്യോന്യം അന്വേഷിച്ചു. അമേരിക്കൻ ടെലിവിഷൻ കമന്റേറ്റർ പറഞ്ഞു, ''ഇല്ല, ഒരിക്കലുമില്ല. ഒരാൾക്കും ഇത് വിശ്വസനീയമായി നിർവ്വഹിക്കാനാവില്ല. ഇത് അസാദ്ധ്യമായതിനെ സാധ്യമാക്കുന്നു. ഞാനിതുകണ്ടപ്പോൾ എന്റെ ഉടലിലൂടെ ഒരു തണുപ്പ് പാഞ്ഞുപോയി.'' ജിംനാസ്റ്റിക്സ് അരീനയിലുണ്ടായിരുന്ന പതിനായിരം കാണികൾ അത് ഹർഷാരവങ്ങളോടെ സ്വീകരിച്ചു. വിധികർത്താക്കളുടെ 9.8 മാർക്ക് (പത്തിൽ) അവൾക്ക് സ്വീകാര്യമായില്ല. അവൾ ബഹളം കൂട്ടി. എങ്കിലും വിധികർത്താക്കൾ അവരുടെ മാർക്കിൽ ഉറച്ചുനിന്നു. ജിംനാസ്റ്റിക്സിന്റെ എഴുതിവെച്ച അതിരുകൾ തകർത്തുവിട്ട കോർബട്ട് ഒളിമ്പിക്സിന്റെ ഓമനയായി മാറി. മത്സരത്തിലുടനീളം അവൾ സോവിയറ്റ് ധാരണകളെ തിരുത്തിയെഴുതി. വികാരവൈവശ്യങ്ങളുള്ള അത്‌ലറ്റാണ് താനെന്ന് തെളിയിച്ചു. ഇരുമ്പ് മറയ്ക്കപ്പുറം താനും, ഒരു മാനുഷികതരുണിയാണെന്ന് ഓൾഗ തെളിയിച്ചു. സോഷ്യലിസം ഒരു മനുഷ്യാത്മകമായ വിശദീകരണം എന്നുപോലും കോർബട്ടിനെ അവതരിപ്പിക്കാൻ എഴുത്തുകാരുണ്ടായി. മ്യൂണിച്ചിലെ പ്രകടനത്തോടെ സോവിയറ്റ് ജിംനാസ്റ്റിക്സ് ടീം, വിസ്മയകരമായ വിധത്തിൽ ആ രാജ്യത്തിന്റെ അനൗദ്യോഗിക സാംസ്കാരിക അംബാസഡർമാരായി മാറി. എന്തിന് അമേരിക്കൻ പ്രസിഡന്റ് റിച്ചാർഡ് നിക്സൺ പോലും അവളെ പ്രശംസകൊണ്ട് മൂടി. എപ്പോഴും സ്വന്തം കാലിൽ തന്നെ കൃത്യമായി വിശ്വാസമർപ്പിച്ച് ജിംനാസ്റ്റിക്സ് ഫ്ളോറിൽ പതറാത്ത വ്യക്തിത്വമായി അവൾ മാറി.

പതിനൊന്നു മാസത്തിനുശേഷം സുരക്ഷാ കാരണങ്ങളാൽ ബാലൻസ് ബീമിൽ പിന്നാക്കമുള്ള മലക്കം മറിയൽ നിർത്തലാക്കിയപ്പോൾ ഓൾഗ പറഞ്ഞു ''ജിംനാസ്റ്റിക്സിലും പരിക്കുകൾ പറ്റാം. പക്ഷേ ജിംനാസ്റ്റിക്സ് ഒരു കായികരൂപം മാത്രമല്ല, അതൊരു ആവിഷ്കാരമാണ്.

1976 ലെ മോൺടിയൽ ഒളിമ്പിക്സിൽ മത്സരിച്ചെങ്കിലും രണ്ട് ഇനങ്ങളിൽ അവൾ വെള്ളിമെഡലിൽ ഒതുങ്ങി. ഓൾഗയുടെ നാട്ടുകാരി

നെല്ലി കിം പ്രകടനത്തിൽ ഓൾഗയെ അതിശയിപ്പിച്ചു. ഓൾഗയാകട്ടെ, കോച്ച് റെനാൾഡ് കനിഷുമായി തെറ്റിപ്പിരിഞ്ഞിരുന്നു. വർഷങ്ങൾക്കു ശേഷം റെനാൾഡ് തന്നെ ലൈംഗികമായി പീഡിപ്പിച്ചുവെന്ന് അവൾ കുറ്റപ്പെടുത്തിയിരുന്നു. റെനാൾഡ് അത് ശക്തമായി നിഷേധിക്കുകയും ചെയ്തിരുന്നു. ക്നിഷ് റെനാൾഡ് അവളെ തല്ലുകയും മറ്റും ചെയ്തിരുന്നു. എന്നാൽ അവളെ ബലാൽസംഗം ചെയ്തുവെന്ന ആരോപണം വെറും ആലങ്കാരികമായ പ്രസ്താവനയായാണ് ആളുകൾ കണ്ടത്. മാത്രമല്ല, മോൺട്രിയൽ ഒളിമ്പിക്സിൽ റുമാനിയയിൽനിന്നുള്ള ഒരദ്ഭുത ബാലിക - നാദിയ കൊമനേച്ചി പത്തിൽ പത്തുമാർക്കും നേടി ലോകത്തെ അതിശയിപ്പിച്ചിരുന്നു. കോർബട്ടിന് ഇത്തരം മത്സരങ്ങളുടെ ക്ഷണികതയെക്കുറിച്ച് അറിയില്ലായിരുന്നു. ക്യാമറകൾ അവളെ ഉപേക്ഷിച്ച് നാദിയയിലേക്ക് തിരിഞ്ഞപ്പോൾ ഓൾഗയുടെ കായികജീവിതം പടിയിറങ്ങുകയായിരുന്നു.

പിന്നീട് കോർബട്ട് വാർത്തകളിൽ നിറയുന്നത് ദുരന്തപുത്രിയായാണ്. മ്യൂണിച്ച് ഒളിമ്പിക്സിനുശേഷം ഓൾഗയുടെ വീട്ടിലേക്ക് നിത്യേന ഇരുപതിനായിരത്തോളം കത്തുകൾ വരുമായിരുന്നു. അതിനുവേണ്ടി സോവിയറ്റ് ഗവൺമെന്റ് ഒരു പ്രത്യേക പോസ്റ്റ്ഓഫീസ് തന്നെ തുറന്നു.

പ്രശസ്തമായ ഒരു കായികജീവിതവും, അപ്രശസ്തമായ ഒരു പിൽക്കാലജീവിതവും ഓൾഗ അനുഭവിച്ചു. 1986 ൽ ഒരു പൈതൃകലേലത്തിൽ അവൾ 14700 പൗണ്ടിന് സ്വർണമെഡലുകൾ വിറ്റു. മിൻസ്കിലെ സ്പേരോ എന്ന കൊച്ചുപക്ഷിയുടെ ഓർമ്മകൾ കാണികൾ തുടച്ചുമാറ്റി. അവർ പുതിയതിനെ മാത്രം സ്വാഗതം ചെയ്തു.

ബെലാറസിലെ പാട്ടുകാരനായ ലിയോണിറ്റ് ബെർക്കവിച്ചിനെയാണ് ഓൾഗ ജീവിതപങ്കാളിയായി സ്വീകരിച്ചത്. പിന്നിടവർ അമേരിക്കയിലേക്ക് ചേക്കേറി. അറ്റ്ലാന്റയിൽ ഓൾഗ ആരുടേയും ഓമനയായിരുന്നില്ല. 2001ൽ ആ വിവാഹം വേർപിരിഞ്ഞു. അതേ വർഷത്തിന്റെ ഒടുവിൽ വായ്പത്തുക അടയ്ക്കാത്തതിന് ഒരു സംഘം വീട്ടിലെത്തി സാധനങ്ങൾ വലിച്ചെറിഞ്ഞു. പുറത്തേക്ക് വലിച്ചെറിഞ്ഞതിൽ ഓൾഗ കൈവശം വെച്ചിരുന്ന വെള്ളിമെഡലുകളും ഉണ്ടായിരുന്നു. പിൽക്കാലത്ത് ഓൾഗ വാർത്തയിൽ ഇടം പിടിച്ചതെല്ലാം, നിസ്സഹായയായ ഒരു അത്‌ലറ്റ് എന്ന നിലയിലാണ്. ഒരു സൂപ്പർ മാർക്കറ്റിൽ വ്യാജ ഡോളർ നോട്ട് കൊടുത്തതിന്റെ പേരിൽ മകൻ റിച്ചാർഡ് ബെർക്കെവിച്ച് അറസ്റ്റിലായി.

ഇപ്പോൾ ഓൾഗ ഒരു പ്രൊഫഷണൽ കൗൺസിലറാണ്. കുക്കിങ്ങ്, പർവ്വതാരോഹണം, എക്സർസൈസ് എന്നിവയിലൊക്കെ പ്രാവീണ്യമുള്ളതുകൊണ്ട് ക്ലാസ്സുകൾ നടത്തി ജീവിക്കുന്നു. ബെലാറസിൽനിന്ന് അരിസോണയിലെത്തിയ ഈ അത്‌ലറ്റ് പോയ കാലത്തിന്റെ പ്രതീകവും വർത്തമാനകാലത്തിന്റെ ദയാരഹിതമായ തിരസ്കാരത്തിന്റെ പ്രതീകവുമാണ്.

■

മാർക്ക് സ്പിറ്റ്സ് (യു.എസ്.)

ഗോൾഡൻ സ്പിറ്റ്സ്

ജനനം - 1950 ഫെബ്രുവരി 10 - മോഡസ്റ്റോം കാലിഫോർണിയ • 1968 മെക്സിക്കോ ഒളിമ്പിക്സ് - 4 x 100 മീറ്റർ ടീം റിലേ - സ്വർണ്ണ മെഡൽ • 1968 മെക്സിക്കോ ഒളിമ്പിക്സ് - 4 x 200 മീറ്റർ ടീം റിലേ - സ്വർണ്ണ മെഡൽ, 100 മീറ്റർ ഫ്രീ സ്റ്റൈറ്റൽ - വെള്ളി മെഡൽ • 1972 മ്യൂണിച്ച് ഒളിമ്പിക്സ് -100 മീറ്റർ ബട്ടർഫ്ളൈ - സ്വർണ്ണമെഡൽ, 100 മീറ്റർ ഫ്രീസ്റ്റൈൽ - സ്വർണ്ണമെഡൽ, 200 മീറ്റർ ബട്ടർഫ്ളൈ - സ്വർണ്ണ മെഡൽ, 200 മീറ്റർ ഫ്രീസ്റ്റൈൽ - സ്വർണ്ണമെഡൽ, 4 x 100 മീറ്റർ ഫ്രീസ്റ്റൈൽ - സ്വർണ്ണമെഡൽ, 4 x 100 മീറ്റർ മെഡ്‌ലി - സ്വർണ്ണമെഡൽ, 4 x 200 മീറ്റർ ഫ്രീസ്റ്റൈൽ - സ്വർണ്ണമെഡൽ, ഏഴ് സ്വർണമെഡൽ.

"എല്ലാം തയ്യാറാക്കുന്നതിൽ പരാജയപ്പെട്ടാൽ
നിങ്ങൾ തോല്ക്കാൻ തയ്യാറായിരിക്കണം.
മത്സരമല്ല, മത്സരത്തിനുള്ള ഒരുക്കമാണ് പരമപ്രധാനം.
നീന്തൽക്കുളം പോലെ ശാന്തനായിരിക്കണം നിങ്ങൾ."

കുട്ടിക്കാലത്തു നിന്ന് കൗമാരത്തിലേക്കുള്ള വളർച്ചയ്ക്കിടയിലാണ് മാർക്ക് സ്പിറ്റ്സിന് നീന്തലിന്റെ നീലജലാശയങ്ങൾ പ്രചോദനം

നല്കിയത്. അവിടെനിന്ന് ഒരൊറ്റ ഒളിമ്പിക്സിൽനിന്ന് മാർക്ക് നീന്തിയെടുത്തത് ഏഴ് സ്വർണ്ണമെഡലുകൾ. ആഹ്ലാദവും അമ്പരപ്പും നിറഞ്ഞ ആ മെഡലുകളായിരുന്നു മ്യൂണിച്ച് ഒളിമ്പിക്സിന്റെ ആദ്യദിനങ്ങളിലെ കഥകൾ. അതു മറച്ചുകളഞ്ഞത് ഒളിമ്പിക് വില്ലേജിലെ കൂട്ടക്കൊലയുടെ ദുരന്തവാർത്തകളാണ്. ഈ ഉയർച്ചയും താഴ്ചയും മാർക്ക് എന്നും അനുഭവിച്ചു. 1984ലെ ലോസ് ഒളിമ്പിക്സ് മാർക്ക്സ്പിറ്റ്സ് സ്റ്റേഡിയത്തിലെ കാണികളുടെ കൂട്ടത്തിലിരുന്നാണ് കണ്ടത്. ഒരൊറ്റ ഒളിമ്പിക്സിൽ ഏഴു മെഡലുകൾ നേടിയ ഈ ഇതിഹാസമായിരുന്നു യഥാർത്ഥത്തിൽ ആ ഒളിമ്പിക്സിന്റെ ദീപശിഖ തെളിയിക്കേണ്ടിയിരുന്നത്. എന്നാൽ ഒളിമ്പിക് സംഘാടകസമിതിയുടെ തലവൻ പീറ്റർ യുബറോത്തിനെതിരെ അഴിമതി ആരോപണം ഉന്നയിച്ച സ്പീറ്റ്സിന് കായികവേദികൾ വലിയ കോർപറേറ്റ് ഏജന്റുമാർ കൈയടക്കുന്നതിൽ തികഞ്ഞ വേദനയുണ്ടായിരുന്നു.

സ്പിറ്റ്സിനെ ഈ വിധത്തിൽ അവഗണിച്ചതിനെ മാധ്യമങ്ങൾ വിമർശിച്ചുവെങ്കിലും ഒളിമ്പിക്സിൽ പീറ്റർ യുബറോത്തിന്റെ സംഘാടനത്തെ അവർ വിലമതിച്ചിരുന്നു. സ്പിറ്റ്സിനെ അവഗണിച്ചതുകൊണ്ട് യഥാർത്ഥത്തിൽ ചെറുതായത് യുബറോത്തും സംഘവും തന്നെയായിരുന്നു. എല്ലാ ദിവസവും അയാൾ ഒളിമ്പിക് സ്റ്റേഡിയത്തിൽ സാധാരണ കാണിയായി കല്പടവുകളിൽ വന്നിരുന്നു. അദ്ഭുതം കൂറിയ കാണികൾ അയാളെ ആശ്ലേഷിച്ചുകൊണ്ട് സ്നേഹം പ്രകടിപ്പിച്ചു. അമേരിക്കയിൽപോലും അത്രതന്നെ പ്രശസ്തനല്ലാത്ത ഒരു താരം, ഒളിമ്പിക് ദീപശിഖ കത്തിക്കുമ്പോൾ കാണികൾ മാർക്കിനു ചുറ്റും പതാകകൾ വീശി. തലേന്ന്, ഒരു അമേരിക്കൻ ചാനൽ, അമേരിക്കയുടെ

ഏറ്റവും വലിയ മെഡൽ വേട്ടക്കാരനെ ഇന്റർവ്യൂ ചെയ്തിരുന്നു. നിങ്ങളുടെ ചെയ്തികളാണ് പില്ക്കാലത്ത് നിങ്ങളുടെ മഹത്വം അളക്കുന്നതെന്ന വിശുദ്ധവാക്യം എത്ര ശരി.

മെഡൽ നേടാൻ ഏറ്റവും പ്രധാനം വിജയിക്കണം എന്ന അദമ്യ വികാരമാണെന്ന് സ്പിറ്റ്സ് പറയുന്നു. തോൽവികളിൽനിന്ന് പാഠം ഉൾക്കൊള്ളണം. എന്നിട്ട് പോരാളിയെപ്പോലെ പൊരുതണം.

1968ൽ മാർക്ക് മെക്സിക്കോ ഒളിമ്പിക്സിൽ മത്സരിച്ചിരുന്നു. ഒരൊറ്റ മെഡൽപോലും ലഭിച്ചില്ല. 200 മീറ്റർ ബട്ടർഫ്ളൈ ഇനത്തിൽ അവസാനത്തെ താരമായാണ് അയാൾ നീന്തിക്കയറിയത്. റിലേ ടീമുകളിൽ പങ്കെടുത്ത് അയാൾ രണ്ടു സ്വർണം നേടിയെന്നത് ശരിതന്നെ. പക്ഷേ വ്യക്തിഗത ഇനങ്ങളിൽ അയാൾ തീർത്തും പരാജയപ്പെട്ടു. ഒരു നീന്തൽ താരമായി അറിയപ്പെടാനുള്ള സ്പിറ്റ്സിന്റെ അഭിലാഷങ്ങൾക്ക് തിരിച്ചടിയായിരുന്നു ആ ഒളിമ്പിക്സ്. വ്യക്തിഗത ഇനങ്ങളിലെ പരാജയങ്ങൾ അയാളെ നിസ്സഹായനാക്കി. അതിനു മറ്റു കാരണങ്ങളും ഉണ്ടായിരുന്നു. മെക്സിക്കോവിലെ ആൾട്ടിട്യൂഡ് ട്രെയിനിങ്ങിൽ ജലദോഷം മൂലം അയാൾക്ക് പങ്കെടുക്കാൻ കഴിഞ്ഞില്ല. അതിനേക്കാളേറെ മാർക്കിനെ അപമാനിതനാക്കിയത് സ്വന്തം ടീമംഗങ്ങളുടെ ജൂതവിരുദ്ധ മനോഭാവങ്ങളും പരുഷ പരിഹാസവുമായിരുന്നു. അന്നയാൾ രാത്രികളിൽ ഒരു കുട്ടിയെപോലെ പൊട്ടിക്കരഞ്ഞിട്ടുണ്ട്. അവിടെനിന്ന് ഇൻഡ്യാന യൂണിവേഴ്സിറ്റിയിൽ എത്തിയപ്പോഴാണ് മാർക്കിന് കുറേയെങ്കിലും ശാന്തി കിട്ടിയത്. ഇന്ത്യാന കോച്ച് ജെയിംസ് സോക്ക് കൗൺസിൽമാൻ അക്കാലത്ത് ഏറ്റവും മികച്ച സ്വിമ്മിങ്ങ് കോച്ചായിരുന്നു. അമേരിക്കൻ കായിക കലാവസ്ഥയിൽഎന്നും അധികൃതർ കറുത്തവരേയും ജൂതരേയും കഴിയുന്നത്ര അകറ്റിനിർത്തിയിരുന്നു. മാർക്ക്സ്പിറ്റ്സ് അനുഭവിച്ചതും അതേ വിവേചനമായിരുന്നു. ആ സാഹചര്യത്തിൽ കറുത്തവരും ജൂതരും അത്‌ലറ്റിക് മികവുകൊണ്ടാണ് പിടിച്ചുനിന്നത്.

നാല് വർഷം കഴിഞ്ഞ് മ്യൂണിക്കിലെത്തിയപ്പോൾ സ്പിറ്റ്സ് എന്ന നീന്തൽ താരം കുറേക്കൂടി വിവേകശാലിയായിരുന്നു. മികച്ച ഒരു മത്സരം കാഴ്ചവെക്കുകയെന്നുമാത്രമല്ല, വലിയ ലക്ഷ്യങ്ങൾ മുന്നിൽക്കണ്ട് പൊരുതുകയെന്നത് മാർക്കിന്റെ സ്വഭാവത്തിൽ കണ്ട പ്രകടമായ മാറ്റമാണെന്ന്, കുട്ടിക്കാലത്ത് മാർക്കിന്റെ കോച്ചായിരുന്ന ഷേൺ ചാവൂർ സാക്ഷ്യപ്പെടുത്തുന്നു.

മ്യൂണിച്ച് സ്പിറ്റ്സിന്റെ സ്വപ്നനഗരമായിരുന്നു. ഒരു ജൂതനായിരുന്നുവെങ്കിലും ജർമ്മനിയെ അയാൾ ഇഷ്ടപ്പെട്ടിരുന്നു. അവിടെ വിജയിക്കാൻ അയാൾ ഉള്ളാലെ കൊതിച്ചു.

200 മീറ്റർ ഫ്രീസ്റ്റൈലിൽ സ്റ്റീവ് ജെന്ററായിരുന്നു മാർക്കിന്റെ മുഖ്യ എതിരാളി. ജെന്റർ ഒരാഴ്ചമുമ്പ് ശ്വാസകോശസംബന്ധമായ അസുഖത്തെ തുടർന്ന് ആശുപത്രിയിലായിരുന്നു. അവിടെനിന്നാണ് അയാൾ

ദിവസങ്ങൾക്കുള്ളിൽ മത്സരത്തിനായി ഒരുങ്ങിയത്. മാർക്കിനോട് ഒരു പത്രപ്രവർത്തകൻ ജെന്ററുടെ അവസ്ഥയെക്കുറിച്ച് അഭിപ്രായമാരാഞ്ഞു. കേട്ടിട്ട് ഭയങ്കരമായി തോന്നുന്നു. പക്ഷേ ഞാൻ അയാളെക്കുറിച്ച് ഓർത്ത് വേദനിക്കുന്നില്ല'' എന്നായിരുന്നു മാർക്കിന്റെ മറുപടി. മാർക്കിന്റെ മറുപടി കേട്ട് ജെന്റർ കോപാകുലനായി. വാസ്തവത്തിൽ ആ മറുപടി ജെന്റർക്ക് വളരെ വേഗം സുഖം പ്രാപിക്കാനുള്ള പ്രേരണ നല്കുകയാണുണ്ടായത്. മാത്രമല്ല, ജെന്ററെ കണ്ടപ്പോൾ മത്സരത്തിൽനിന്ന് പിന്മാറുന്നതാണ് നല്ലതെന്ന് മാർക്ക് അയാളെ ഉപദേശിക്കുകയും ചെയ്തു. ജെന്റർ ശരിക്കും കോപാകുലനായി. മത്സരത്തിൽ അയാൾ മാർക്കിന് നല്ല വെല്ലുവിളിയുയർത്തി. എന്നാൽ അവസാനഘട്ടത്തിൽ മാർക്കിന്റെ കുതിപ്പിനു ഒപ്പമെത്താൻ ജെന്റർക്ക് കഴിഞ്ഞില്ല. ആഗസ്റ്റ് 30-നു സ്പിറ്റ്സ് 100 മീറ്റർ ബട്ടർഫ്ളൈ ഇനത്തിൽ സ്വർണം നേടി. നാല്പതുമിനിറ്റിനുശേഷം 4 x 200 മീറ്റർ റിലേയിൽ ടീമിനെ നയിച്ചു. അതോടെ മ്യൂണിച്ചിലെ മാധ്യമലോകം, ഒളിമ്പിക്സിന്റെ താരമായി മാർക്കിനെ വാഴ്ത്തിത്തുടങ്ങി. സ്പിറ്റ്സ് അഞ്ചാം സ്വർണം നേടിയപ്പോൾ 1920ൽ ഇറ്റലിയുടെ ഫെൻസിങ്ങ് താരം നെഡോനാഡി നേടിയ 5 സ്വർണം എന്ന റിക്കാർഡിനു ഒപ്പമെത്തിയിരുന്നു. 4 x 100 മീറ്ററിൽ ഫ്രീസ്റ്റൈൽ മെഡ്ലിയിൽ സ്പിറ്റ്സ് ആറാമത്തെ സ്വർണം കണ്ടെത്തിയതോടെ ഒളിമ്പിക്സ് മാർക് സ്പിറ്റിനു സ്വന്തമായി. ഇനി 100 മീറ്റർ ഫ്രീസ്റ്റൈൽ മാത്രം ബാക്കി. ഇതിനിടയിൽ സഹതാരമായ ജെറി ഹെയ്ൻറീക്ഷ് ഹീറ്റ്സിൽ സ്പിറ്റ്സിനെ മറികടന്നിരുന്നു. ഏഴാമത്തെ സ്വർണം നേടിയേ തീരൂ. വനിതാ നീന്തൽ ടീമിന്റെ കോച്ചായ ഷാവൂർ സ്പിറ്റ്സിനോട് പറഞ്ഞു. നൂറു മീറ്റർ ഫ്രീസ്റ്റൈലിൽ നീ തോറ്റുപോയാൽ ഈ ആറു സ്വർണത്തിനു വലിയ വിലയുണ്ടാവില്ല.

ഏറ്റവും വേഗതയേറിയ മത്സരത്തിൽ നീ തോറ്റു എന്നേ പറയൂ. ഏഴാമത്തെ സ്വർണം നേടിയാൽ നീ ലോകത്തിന്റെ നെറുകയിൽ. അല്ലെങ്കിൽ... അതു ഞാൻ പറയുന്നില്ല.'' ഷാവൂറിന്റെ ഈ വാക്കുകളാണ് സ്പിറ്റ്സിനെ മത്സരത്തിലേക്ക് തിരിച്ചെത്തിച്ചത്. ഫൈനലിൽ സ്പിറ്റ്സ് സ്വർണമണിയുക തന്നെ ചെയ്തു. ഹെയിൽ റീഷും സ്പിറ്റ്സും തമ്മിലൊരു കിടമത്സരം തന്നെയുണ്ടായിരുന്നു. പക്ഷേ അപ്പോഴേക്കും സ്പിറ്റ്സ് അജയ്യതയുടെ തലത്തിലേക്ക് ഉയർന്നു കഴിഞ്ഞിരുന്നു. സ്പിറ്റ്സിന്റെ ഓരോ ഫൈനലും ഓരോ ലോക റിക്കാർഡായിരുന്നു. ഹെയ്ൻറീഷ് രണ്ടു സ്വർണവും ഓരോ വെള്ളിയും ഓടും നേടിയെങ്കിലും സ്പിറ്റ്സിനെപ്പോലെ ലോകതാരമായില്ല. ആ ഒളിമ്പിക്സ് ഹെയ്ൻറീഷിന് മാനസികമായ ഉത്തേജനം നല്കിയില്ല. ജീവിതാവസാനംവരെ അതു ഹെയിൻ റീഷിനെ അലട്ടിക്കൊണ്ടിരുന്നു. 2002ൽ അമ്പത്തിരണ്ടാംവയസ്സിൽ അയാൾ സ്വയം ജീവനൊടുക്കുകയാണുണ്ടായത്.

പക്ഷേ സെപ്തംബർ അഞ്ചുമുതൽ മാർക്കായിരുന്നില്ല ആ ഒളിമ്പിക്സിലെ വിഷയം. അന്നു രാവിലെ സ്പിറ്റ്സ് പത്രസമ്മേളനത്തിനെത്തിയപ്പോഴാണ് ഒരു പത്രപ്രവർത്തകൻ മ്യൂണിച്ചിലെ കൂട്ടക്കുരുതിയെക്കുറിച്ച് പറഞ്ഞത്.

ഒളിമ്പിക്സിന്റെ സംഘാടകർക്ക് സ്പിറ്റ്സിനെ രക്ഷിക്കേണ്ടത് ബാധ്യതയായി മാറി. ഈ സൂപ്പർതാരത്തിനുനേരെ, ഒരു ജൂതൻ ആയതുകൊണ്ട് ആക്രമണം ഉണ്ടാകുമെന്ന് അവർ സംശയിച്ചു. സ്പിറ്റ്സിന് കമ്മറ്റി സായുധരായ ആറ് അംഗരക്ഷകരെ നല്കി. മണിക്കൂറുകൾക്കുശേഷം സംഘാടകർ സ്പിറ്റ്സിനെ ലണ്ടനിലേക്കുള്ള ആദ്യവിമാനത്തിൽ തിരിച്ചയച്ചു. ലണ്ടനിൽ സ്പിറ്റ്സ് ഏഴു സ്വർണമെഡലുകൾ കഴുത്തിലണിഞ്ഞുനില്ക്കുന്ന ചിത്രം അമേരിക്കയിൽ ഏറ്റവുമധികം വിറ്റഴിഞ്ഞ പോസ്റ്ററായി മാറി. അമേരിക്കയിൽ എത്തിയശേഷം സ്കരമെന്റോയിലെ വീട്ടിൽ ഒളിമ്പിക്സ് കാണാൻ വീട്ടിലിരിക്കുമ്പോഴും മാർക്കിനെ മ്യൂണിച്ചിലെ ആ കൂട്ടക്കുരുതിയെക്കുറിച്ചുള്ള നടുക്കം വേട്ടയാടിയിരുന്നു. അതിനുമുമ്പ് ഒളിമ്പിക്സിൽ അഞ്ചു സ്വർണ്ണമണിഞ്ഞ നീന്തൽതാരം ജോണി വീസ്മുള്ളർ ടാർസനായി ഹോളിവുഡിലെത്തിയിരുന്നു. പിന്നാലെ നീന്തൽതാരം ബസ്റ്റർ ക്രാബ്ബെയും ഹോളിവുഡ് താരമായി. പക്ഷേ മാർക്കിന് അതിൽ അശേഷം താല്പര്യമുണ്ടായിരുന്നില്ല. പക്ഷേ അമേരിക്കയിലെ ഒട്ടേറെ ഉല്പന്നങ്ങളുടെ അവതാരകനായി സ്പിറ്റ്സ് കോടികൾ കൊയ്തു.

1989ൽ നീന്തൽക്കുളങ്ങൾ വീണ്ടും മാർക്കിനെ വിളിച്ചു. ടോം ജാഗറിനോടും മാറ്റ് ബിയോണ്ടിയോടും ഒപ്പം മത്സരിച്ചെങ്കിലും മാർക്കിന് യോഗ്യത നേടാനായില്ല. പിന്നീട് മൈക്കേൽ ഫെൽപ്പ്സിന്റെ യുഗം പിറന്നപ്പോൾ സ്പിറ്റ്സിന്റെ വീരകഥകളുടെ നിറം ചോർന്നു. അതിനെ പില്ക്കാലത്ത് മാർക്ക് തന്നെ വിലയിരുത്തിയത് തത്ത്വചിന്തകനെന്നപോലെയാണ്. ■

ബോബ് ബീമോൺ (യു.എസ്.എ.)

ചരിത്രത്തിലേക്ക് ഒരു ഭീമൻ ചാട്ടം

ജനനം - 1946 ആഗസ്റ്റ് 29 - സൗത്ത് ജമൈക്ക - ന്യൂയോർക്ക് • 1968 മെക്സിക്കോ ഒളിമ്പിക്സ് - ലോങ്ങ്ജംപ് ലോകറെക്കോർഡ് - സ്വർണ്ണ മെഡൽ.

''സത്യസന്ധമായി പറഞ്ഞാൽ ഒരു കുരുക്കിൽപ്പെട്ടാൽ രക്ഷിക്കാൻ ഒരുത്തനും വരികയില്ല. കായികരംഗത്തെ കാര്യവും അതുതന്നെ. നിങ്ങളുടെ ഇച്ഛാശക്തികൊണ്ട് നിങ്ങൾ രക്ഷാമാർഗ്ഗം കണ്ടെത്തണം.''

ജീവിതത്തിൽ ഊറിക്കൂടിയ കയ്പിൽനിന്ന് മനുഷ്യന് എപ്പോഴെങ്കിലും മോചനമുണ്ടാവുമോ? അധികം കയ്പും പിന്നെ ചവർപ്പും, കുറേ മധുരവും ചേർന്നതാണ് ജീവിതം. റോബർട്ട് ബോബ് ബീമോൺ ജീവിതത്തിന്റെ രൂക്ഷമായ കുരുക്കിൽനിന്ന് രക്ഷപ്പെടാൻ ലോങ്ങ്ജംപിനെയാണ്

ആശ്രയിച്ചത്. കുരുക്കിൽപ്പെടുമ്പോൾ രക്ഷിക്കാൻ ഒരുത്തനും വരികയില്ലെന്നും, നിങ്ങൾതന്നെ രക്ഷാമാർഗ്ഗം കണ്ടെത്തണമെന്നും ബീമോൺ അറിയുന്നു. അതിൽനിന്നു രക്ഷപ്പെടണമെങ്കിൽ, നിങ്ങളുടെ ജീവിതത്തിന് വലിയ വിലയുണ്ടെന്ന് അറിയുകയും വേണം.

അഴുക്ക് പിടിച്ച ഒരു ജീവിതത്തിന്റെ ചെളിക്കുണ്ടിൽ വീണ ബിമോൺ ഒരു രാത്രി സ്വയം ഒരു ചോദ്യം ചോദിച്ചു. ''ബീമോൺ നിങ്ങൾ യഥാർത്ഥത്തിൽ ആരാണ്? നിങ്ങൾ എന്താണ് ജീവിതത്തിൽ തെളിയിച്ചത്?''

ബീമോൺ ഈ ചോദ്യത്തിന് ഉത്തരം കണ്ടെത്തിയത് 1968 ഒക്ടോബർ 18–ന് ഉച്ചക്ക് 3 മണിക്കാണ്. മെക്സിക്കോ സിറ്റിയിലെ 2240 മീറ്റർ തുംഗതയിൽ ഒളിമ്പിക് സ്റ്റേഡിയത്തിലെ ജംപിങ്ങ് പിറ്റിൽനിന്ന് അമാനുഷികമെന്ന് തോന്നാവുന്ന 8.90 മീറ്റർ (29.25 അടി) ദൂരം കണ്ടെത്തി. അവിശ്വസനീയമായ ഒരു ഐതിഹാസിക ചാട്ടം. ആ ചാട്ടം രേഖപ്പെടുത്തിയ ഇലക്ട്രോണിക് മീറ്റിൽപോലും ആ ദൂരം ഉണ്ടായിരുന്നില്ല. ഒടുവിൽ ഒഫീഷ്യൽസ് ടേപ്പ് കൊണ്ടുവന്ന് അളന്നുനോക്കിയപ്പോൾ 8.90 മീറ്റർ. ഭൂമിയിൽ മറ്റൊരു മനുഷ്യനും ഇതുവരെ ചാടിയിട്ടില്ലാത്ത യമണ്ടൻ ദൂരം. പെട്ടെന്ന് ഒളിമ്പിക് സ്റ്റേഡിയം തിളച്ചുമറിഞ്ഞു. അറുപതിനായിരം കാണികൾ സാക്ഷ്യം വഹിച്ചത് 21–ാം നൂറ്റാണ്ടിലേക്കുള്ള ഒരു കറുപ്പൻ യുവാവിന്റെ അഭൗമമായ പ്രകടനത്തിനാണ്. അതുവരെ മെക്സിക്കോ ഒളിമ്പിക്സ് കായിക ബാഹ്യമായ പ്രശ്നങ്ങളിൽ വീർപ്പുമുട്ടുകയായിരുന്നു.

ആ ഒളിമ്പിക്സിനു ഒരാഴ്ചമുമ്പാണ് മെക്സിക്കൻ പൊലീസ് പ്രതിഷേധപ്രകടനം നടത്തിയ ഒരാൾക്കൂട്ടത്തെ വെടിവെച്ചുവീഴ്ത്തിയത്. അതു കൂട്ടക്കുരുതി തന്നെയായിരുന്നു. അമേരിക്കയിൽ മാർട്ടിന്റെ ലൂതർ കിങ്ങും ബോബ് കെന്നഡിയും വധിക്കപ്പെടുകയും പൗരവകാശ പ്രസ്ഥാനങ്ങൾ തെരുവിലിറങ്ങുകയും ചെയ്ത കാലമാണിത്. അതിന്റെ കാറ്റ്, അയൽരാജ്യമായ മെക്സിക്കോയിലും വീശിയടിച്ചിരുന്നു. ഒളിമ്പിക് സ്റ്റേഡിയത്തിലെ മെഡൽദാനച്ചടങ്ങിൽ ടോമി സ്മിത്തും ജോൺ കാർലോസും മുഷ്ടിചുരുട്ടി 'ബ്ലാക്ക് പവർസല്യൂട്ട്' നടത്തിയത് മെക്സിക്കൻ ഒളിമ്പിക്സിലെ ഏറ്റവും ചർച്ച ചെയ്യപ്പെട്ട വിഷയമായി മാറി. ലോകമെമ്പാടുമുള്ള വംശീയ അടിച്ചമർത്തലിൽ രോഷം പ്രകടിപ്പിച്ച് വിയറ്റ്നാം സമരത്തിൽ ഇടപെടുകയും പ്രേഗിലെ വസന്തത്തെ ഇരുട്ടിലാക്കുകയും മാനവികതയും പാട്ടുകാരായ ബോബിനേയും മാർട്ടിൻ ലൂതറിനേയും വെടിയുണ്ടകൾക്ക് ഇരയാക്കുകയും ചെയ്ത സാമ്രാജ്യശക്തികളോടുള്ള പ്രതികരണമായിരുന്നു ചുരുട്ടിപ്പിടിച്ച ആ മുഷ്ടി. ആ പ്രതിഷേധത്തിനോട് ബീമോണും ഐക്യദാർഢ്യം പ്രഖ്യാപിച്ചിരുന്നു.

ലോങ്ങ്ജംപിന്റെ ചരിത്രത്തിൽ ജെസ്സി ഓവൻസാണ് ആദ്യത്തെ 8 മീറ്റർ ദൂരം കുറിച്ചത്. 8.13 മീറ്റർ ദൂരം കണ്ടെത്തിയ ഓവൻസിന്റെ

റെക്കോർഡ് 25 വർഷം നിലനിന്നു. 1961 ൽ റാൽഫ് ബോസ്റ്റൺ 8.24 മീറ്റർ ദൂരം കണ്ടെത്തി. അതേവർഷം തന്നെ ഇഗോർ വെസന്യാൻ റാൽഫിനെ പിന്തള്ളി 8.31 മീറ്റർ ചാടി. 1967ൽ രണ്ടുപേരും 8.35 മീറ്റർ കണ്ടെത്തി. ആ ദൂരമാണ് ബീമോൺ മാറ്റിയെഴുതിയത്. ഒരൊറ്റ ചാട്ടത്തിലൂടെ 21 ഇഞ്ചിലധികമാണ് ബിമോൺ മറികടന്നത്. പിന്നീട് ആ റെക്കോർഡ് പുതുക്കാനുള്ള ശ്രമം, യു.എസ്. താരങ്ങളായ മൈക്ക് പവലും കാൾ ലൂയിസും എൺപതുകളിൽ തുടങ്ങിവെച്ചു. 1991 ൽ മൈക്ക് പവൽ 8.95 മീറ്റർ ദൂരം കണ്ടെത്തിയതോടെ ബീമോണിന്റെ റെക്കോർഡ് താഴെ വീണു. പക്ഷേ ഒളിമ്പിക്സിൽ ഇന്നേവരെ ആരും ആ നേട്ടം മറികടന്നിട്ടില്ല. 51 വർഷം കഴിഞ്ഞിട്ടും ഒളിമ്പിക് ചരിത്രത്തിലെ തകർക്കപ്പെടാനാവാത്ത ഏറ്റവും പഴയ റെക്കോർഡായി അത് ഇന്നും നിലനില്ക്കുന്നു.

അനശ്വരമായ ഈ ഒരൊറ്റ ചാട്ടത്തിലൂടെ ബിമോൺ തന്റെ ജീവിതം എന്തെന്ന് തെളിയിച്ചു. ബോബ് ബീമോൺ 1946 ആഗസ്റ്റ് 29ന് ന്യൂയോർക്ക് നഗരത്തിനടുത്ത നോർത്തേൺ ജമൈക്ക എന്ന നഗരപ്രാന്തത്തിൽ ജനിച്ചു. അമ്മ നവോമി ബ്രൗൺ ബീമോണ് 6 മാസം പ്രായമുള്ളപ്പോൾ

ക്ഷയരോഗം മൂലം മരിച്ചു. രണ്ടാനച്ഛൻ ബോബ് ബ്രൗൺ ക്ഷയരോഗിയായിരുന്നു. പക്ഷേ എന്നും ഭാര്യയെ തല്ലും. ഗർഭിണിയായിരിക്കെ ഭാര്യയെ തല്ലിയപ്പോൾ, വയറ്റിൽ കിടക്കുന്ന കുഞ്ഞിനും അത് ആഘാതമായി. ബീമോണിന്റെ സഹോദരൻ ആൻഡ്രുവിന് ജന്മനാ മസ്തിഷ്ക്കരോഗം വരാൻ അതായിരുന്നു കാരണം. അമ്മൂമ്മ ബെസ്സി ബ്രൗണാണ് പിന്നീട് ബീമോണെ എടുത്തുവളർത്തിയത്. ചെറുപ്പത്തിൽ ബീമോൺ പടുവികൃതിയായിരുന്നു. അധ്യാപകനെ തല്ലിയതിന് സ്കൂളിൽനിന്നു പുറത്താക്കപ്പെട്ടു. പിന്നീട് കുട്ടികൾക്കുള്ള ജയിലിലായി താമസം. അവിടെനിന്ന് സ്കൂളിലേക്ക് പോകുന്നത് കാട്ടിലൂടെയാണ്. ആ കാട്ടിൽ കുരുത്തംകെട്ട കുട്ടിക്കൂട്ടങ്ങളുണ്ടാകും. ബീമോൺ അതിലൊന്നിൽ അംഗമായി. അക്രമം, ലഹരി, അധോലോകം എന്നിവയിൽ ബീമോൺ പെട്ടുപോയി. ഒരു സംഘത്തിനു മറ്റൊരു സംഘം എതിരാളിയാണ്. അവരിൽ ഒരാളുടെ കൈയോ കാലോ നഷ്ടപ്പെടുന്ന സന്ദർഭങ്ങളുമുണ്ട്. അത്തരമൊരു സംഘർഷത്തിൽ തന്റെ ഒരു കൂട്ടുകാരൻ കൊല്ലപ്പെടുന്നത് ബീമോൺ കണ്ടിട്ടുണ്ട്.

ഈ ഘട്ടത്തിലാണ് ആ യുവാവിന്റെ ഉള്ളിൽനിന്ന് ഇത്തരം ചോദ്യങ്ങൾ ഉയരുന്നത്. അതിന്റെ ഉത്തരമാണ് ബീമോൺ എന്ന ഒളിമ്പിക് ചാമ്പ്യൻ. നോർത്ത് കരോളിന അത്‌ലറ്റിക് ട്രെയിനിങ്ങ് സെന്ററിൽ ബാസ്ക്കറ്റ് ബോൾ കളിക്കാൻ തുടങ്ങിയ ബീമോൺ മികച്ച പ്രകടനത്തിലൂടെ എല്ലാവരുടേയും അഭിനന്ദനത്തിനു പാത്രമായി. ബാസ്ക്കറ്റ് ബോൾ കളിക്കുന്നവരെ പൊതുവെ കുട്ടികൾപോലും ഹീറോ ആയാണ് കാണുക. യുവാക്കളുടെ അക്രമിക്കൂട്ടംപോലും ബാസ്ക്കറ്റ് ബോൾ കളിക്കാരനായതുകൊണ്ട് ബീമോണെ വെറുതെ വിട്ടു. ഇതിനിടെ അമ്മൂമ്മ ബെസ്സി മരിച്ചത് ബീമോണിന് വലിയൊരു പ്രഹരമായിരുന്നു. ജീവിതത്തിൽ ഒറ്റപ്പെട്ടുപോയവന്റെ ദുഃഖം ശരിക്കും താൻ അനുഭവിച്ചുവെന്ന് ബീമോൺ പിന്നീട് ആത്മകഥയിൽ എഴുതി.

ആ കാലങ്ങളിൽ നിരന്തരമായി ഒന്നിനു പുറകെ മറ്റൊന്നായി പ്രശ്നങ്ങൾ ഉയർന്നുവന്നു. ഇതിനിടയിൽ ടെ-ബസ് എൽപാസോ യൂണിവേഴ്സിറ്റിയിൽ ബിരുദപഠനത്തിനു ചേർന്നു. ഈ സമയത്താണ് ബീമോൺ കൗമാരക്കാരുടെ ഒരു അത്‌ലറ്റിക് മീറ്റിൽ 7.34 മീറ്റർ ചാടുന്നത്. അതു കണ്ട് കോച്ചിങ്ങ് ഡയറക്ടറാണ് ലോങ്ങ്ജംപിലേക്ക് മാറണമെന്ന് നിർദ്ദേശിച്ചത്. തുടർന്നുള്ള നാളുകളിൽ 23 മീറ്റുകളിലും പങ്കെടുത്തു. 22 മീറ്റുകളിലും ഒന്നാമനായത് ബീമോൺതന്നെ.

ഇരുപത്തിമൂന്നാമത്തെ മീറ്റിൽ കോച്ചും മറ്റും നിർബന്ധിച്ചുവെങ്കിലും ബിർഹാം യൂണിവേഴ്സിറ്റി പുലർത്തുന്ന വംശീയ അധിക്ഷേപത്തിൽ പ്രതിഷേധിച്ച് ബീമോൺ മത്സരത്തിൽനിന്ന് വിട്ടുനിന്നു. ഇതിന്റെ പേരിൽ ബീമോണിനെ സസ്പെന്റ് ചെയ്തു. മെക്സിക്കൻ ഒളിമ്പിക്സിന് മൂന്നു മാസം ബാക്കിയുള്ളപ്പോൾ നടന്ന ഈ സംഭവം മൂലം ബീമോണിന് പരിശീലകനെയും ലഭിച്ചില്ല.

ഒളിമ്പിക് ടീമിലെടുത്തുവെങ്കിലും പരിശീലകനില്ലാത്തതുകൊണ്ട് പ്രതിസന്ധിയിലായിരുന്നു ബീമോണിന്റെ മത്സരം. ഈ ഘട്ടത്തിൽ നിലവിലുള്ള ഒളിമ്പിക് ചാമ്പ്യൻ റാൽഫ് ബോസ്റ്റൺ സഹായിക്കാനെത്തിയത് വലിയ തുണയായി. ബോസ്റ്റൺ, ബീമോണിന് പരിശീലനത്തിനുള്ള അവസരമൊരുക്കിക്കൊടുത്തു. മെക്സിക്കോയിൽ റാൽഫും മത്സരിക്കുന്നുണ്ടായിരുന്നു. പോരാത്തതിന് ബീമോണിന്റെ പ്രശ്നം ഫൗൾജംപ് ആണ്. പല മത്സരങ്ങളിലും ബീമോൺ ഫൗൾജംപ് നടത്തി മത്സരത്തിൽനിന്ന് പുറകോട്ട് പോകേണ്ടിവന്നിട്ടുണ്ട്. യോഗ്യതാമത്സരത്തിൽതന്നെ ബീമോൺ ഫൗൾ സ്റ്റാർട്ട് വരുത്തിയിരുന്നു. ഒടുവിൽ റാൽഫ് ഇടപ്പെട്ടു. ''ആദ്യം റിലാക്സ് ചെയ്യുക, ടെൻഷൻ ഒട്ടുമേ വേണ്ട, ബോർഡിൽ ആദ്യത്തെ സ്റ്റെപ്പിൽ ഒരു കാൽ പുറകോട്ടു വെക്കുക, ഫൗളാവാതെ ശ്രദ്ധിക്കുക, എല്ലാം ശരിയാവും. പോയി ചാടൂ.'' ആ ഉപദേശമാണ് ബീമോണിനെ മെക്സിക്കോയിൽ എത്തിച്ചത്.

മെക്സിക്കോയിൽ എത്തുന്നതിനുമുമ്പ് ബീമോണിന് ടെക്സാസ് എൽപാസോ സ്കോളർഷിപ്പ് നഷ്ടപ്പെട്ടിരുന്നു. അതൊക്കെ ആലോചിച്ച് ബീമോണിന് ആശങ്കയായി. പിന്നെയൊന്നും ആലോചിച്ചില്ല. ടൗണിൽ പോയി ഒരു ഷോട്ട് തെകിില കഴിച്ചു. ഗേൾഫ്രണ്ട് ഗ്ലോറിയയുടെ കൂടെ കിടന്നുറങ്ങി. പിന്നീട് ആത്മകഥയിൽ ഒരു കായികതാരത്തിനു ചേരാത്തവിധം താൻ പാപം ചെയ്തുവെന്ന് ബീമോൺ എഴുതി. ഫൈനൽസിനുമുമ്പ് റാൽഫ് പറഞ്ഞു: ''തികഞ്ഞ ഏകാഗ്രതയോടെ

സമീപിക്കുക, മറ്റൊന്നും ആലോചിക്കേണ്ട.'' പക്ഷേ ബീമോൺ ലോങ്ങ ജംപ് ഫൈനലിലെ ആദ്യത്തെ രണ്ടു ചാട്ടവും പാഴാക്കി. അവസാന ചാട്ടത്തിൽ 8.13 മീറ്റർ കടന്ന് ഫൈനൽ റൗണ്ടിലെത്തി.

മെക്സിക്കോ ഒളിമ്പിക് സ്റ്റേഡിയം. ഒക്ടോബർ 18. ഉച്ചക്കുശേഷം ക്ലോക്ക് 3.45 എന്നു അടയാളപ്പെടുത്തി. പൊതുവെ റാൽഫിന് സ്വർണം കിട്ടുമെന്നായിരുന്നു എല്ലാവരുടേയും പ്രതീക്ഷ. ക്വാളിഫയിങ്ങ് റൗണ്ട് റാൽഫ് ബോസ്റ്റൺ 8.27 മീറ്റർ ചാടിയിരുന്നു. ബീമോണിന് 8.19 മീറ്ററേ ചാടാൻ കഴിഞ്ഞുള്ളൂ. മത്സരിച്ച 35 പേരിൽ ആരുംതന്നെ ഇവർ ഒഴികെ എട്ട് മീറ്റർ കടന്നിരുന്നില്ല. മെഡൽ സാദ്ധ്യത കല്പിച്ചിരുന്ന ലിൻഡേ വിച്ചിന് ഫൈനൽസിൽ 7.94 മീറ്റർ ചാടാനേ കഴിഞ്ഞുള്ളൂ.

ചരിത്രം സൃഷ്ടിച്ച ചാട്ടത്തിന് ബിമോൺ എടുത്തത് ആറു സെക്കന്റ് മാത്രം. അതിവേഗത്തിൽ ഓടി. ബോർഡിൽ കാലുകുത്തിയശേഷം രണ്ടു കാലുകളും ചേർത്തുവെച്ച് ബീമോൺ ആകാശത്തിലേക്കുയർന്നു. ആ കുതിപ്പിനുശേഷം ബീമോൺ ലാൻഡ് ചെയ്തപ്പോൾ മത്സരം റെക്കോഡ് ചെയ്ത ഒളിമ്പിക് ഒഫീഷ്യൽസിന് ആശയക്കുഴപ്പമായി. ചാട്ടം രേഖപ്പെടുത്തിയ എഡ്രോമെക് മെഷീനിൽ 8 മീറ്റർ വരെ മാത്രമേ അടയാളപ്പെടുത്താനാകൂ. ഒടുവിൽ അവർ ടേപ്പ് കൊണ്ടുവന്ന് അളന്നു. 8.90 മീറ്റർ – 29 അടി നാലിഞ്ച്. റാൽഫ് ബോസ്റ്റൺ അന്തംവിട്ടു. ഇല ക്ട്രോണിക് സ്കോർ ബോർഡിൽ പുതിയ ലോങ്ങ് ജംപ് റെക്കോർഡ് തെളിഞ്ഞു. 8.90 മീറ്റർ. ലോക റെക്കോർഡ്. അതു വെറും ചാട്ടമല്ല. നില വിലുള്ള ലോക റോക്കോർഡിനെ ഒന്നേമുക്കാൽ അടിയോളം മറികടന്നി രിക്കുന്നു. ഒരു നൂറ്റാണ്ടിലെ ചാട്ടം. ആ ലോകറെക്കോർഡ് സ്റ്റേഡിയ ത്തിൽ പ്രഖ്യാപിച്ചപ്പോൾ, ഷോക്കേറ്റ ബീമോണിന് വിറയൽ (കാറ്റലസ്റ്റിക് സീഷർ) ഉണ്ടായി. റഷ്യൻ എതിരാളി ടെർ ഓവർ ന്യാസൽ പറഞ്ഞു. ''ഇതാണ് ചാട്ടം. ഞങ്ങളൊക്കെ വെറും കുട്ടികൾ.'' മുൻ ഒളിമ്പിക് ചാമ്പ്യൻ ലിൻ ഡേവിഡ് പറഞ്ഞത് ''ബീമോൺ, ആ ഈവന്റിനെ ത്തന്നെ നശിപ്പിച്ചു എന്നാണ്.''

ബീമോൺ 8.90 മീറ്റർ ചാടിയപ്പോൾ റാൽഫ് ബോസ്റ്റൺ 8.27 മീറ്റ റാണ് ചാടിയത്. ക്ലാസ്ബീർ 8.16 മീറ്റർ ചാടി. പക്ഷേ ബീമോണിന് രണ്ടാമത് ചാടിയപ്പോൾ 8.19 മീറ്റർ കണ്ടെത്താനേ കഴിഞ്ഞുള്ളൂ. ആ ഒളിമ്പിക്സിലെ ഏറ്റവും മികച്ച കായിക നേട്ടം ബീമോണിന്റെ ഈ അതിശയകരമായ ചാട്ടമായിരുന്നു.

മെക്സിക്കോ ഒളിമ്പിക്സിന് ഇതിലേറെ അഭിമാനിക്കാൻ മറ്റൊന്നു മില്ല. ഒളിംപിക്സ് യഥാർത്ഥ കായിക പോരാട്ടത്തിന്റെ മാറ്റുരയ്ക്കുന്ന വേദിയാണെന്ന് ബോധ്യപ്പെടുത്തുന്നതായിരുന്നു ബീമോണിന്റെ പ്രകടനം.

■

ഡിക്ക് ഫോസ്ബറി (യു.എസ്.)

ഫോസ്ബറി ഒരു പേരല്ല

ജനനം – 1947 മാർച്ച് 6 – പോർട്ട്ലാന്റ് • 1968 മെകസിക്കോ ഒളിമ്പിക്സ് ഹൈജംപിൽ സ്വർണ്ണമെഡലും ലോകറെക്കോർഡും. • വായുവിൽ മലർന്ന് ഹൈജംപ് ചാടുന്ന ഡിക്കിന്റെ രീതി പില്ക്കാലത്ത് 'ഫോസ്ബറി ഫ്ളോപ്പ്' എന്ന പേരിൽ പ്രഖ്യാതമായി.

"മത്സരത്തിൽ ഒരു പ്രത്യേക ലെവലിൽ എത്തിയാൽ പിന്നെ വിജയം 10 ശതമാനം ശാരീരികവും 90 ശതമാനം മാനസികവുമാണ്. മനസ്സാണ് വിജയത്തിന്റെ ഗുരു. ആ ഘട്ടത്തിൽ നിങ്ങൾ നിങ്ങളോടുതന്നെയാണ് മത്സരിക്കുന്നത്."

ഹൈജംപിലേക്കുള്ള 'ഡിക്ക്' ഫോസ്ബറിയുടെ ഇഷ്ടത്തിന് ഒരു യുക്തിയേയുള്ളൂ. "ചാടിയുയർന്ന്, മലർന്ന്, താഴേക്ക് ലാന്റ് ചെയ്യുമ്പോൾ കണ്ണിലേക്ക് ഇരച്ചുകയറുന്ന നീലാകാശവും വെളിച്ചവും."

നല്ല ഉയരമുള്ള വിദ്യാർത്ഥിയായിരുന്നു ഡിക്ക് ഫോസ്ബറി. പക്ഷേ ബാസ്ക്കറ്റ് ബാളിലും ഫുട്ബോളിലും രക്ഷ കിട്ടിയില്ല. എന്നിട്ട് അവസാനം ശ്രമിച്ചതാണ് ഹൈജംപ് പരിശീലനം.

അമേരിക്കയിലെ ഒറിഗോണിലുള്ള പോർട്ട്ലണ്ടിൽ 1947 മാർച്ച് ആറിന് ജനിച്ച ഡിക്കിന്റെ വീട്ടിൽ കായികരംഗത്തുള്ള ആരുംതന്നെയുണ്ടായിരുന്നില്ല.

പതിനാറാം വയസ്സിൽ മെഡ്ഫോർഡ് ഹൈസ്കൂളിൽ പഠിക്കാൻ ചെന്നപ്പോഴാണ് ഡിക്ക് ഹൈജംപിലേക്ക് ശ്രദ്ധ തിരിച്ചത്. അക്കാലത്ത് ഹൈജംപിൽ രണ്ടു രീതികൾ ഉണ്ടായിരുന്നു. അതിലൊന്ന് ഒരു കാൽ ക്ലിയർ ചെയ്തതിനുശേഷം മറ്റേ കാൽ പൊന്തിച്ച് ബാർ കടത്തുന്ന സിസേഴ്സ് ജംപ് ആയിരുന്നു. 1920 ൽ ഒളിമ്പിക് സ്വർണം നേടിയ റിച്ച്മണ്ട് ലാൻഡൻ പ്രയോഗിച്ച രീതിയാണിത്. വെസ്റ്റേൺ റോൾ എന്നൊരു രീതിയും പില്ക്കാലത്ത് പ്രചാരത്തിൽ വന്നു. ചെറുപ്പത്തിൽ ഡിക്ക് ഉപയോഗിച്ചത് ശരീരം ഉയർത്തി മധ്യഭാഗം ക്ലിയറിങ്ങ് ബാർ കടത്തുന്ന ഈ രീതിയായിരുന്നു.

എന്നാൽ ഫോസ്ബറി, ഈ രീതി ഉപയോഗിച്ച് പരിശ്രമം നടത്തിയെങ്കിലും അഞ്ചേകാൽ അടിയിലേറെ ക്ലിയർ ചെയ്യാൻ കഴിഞ്ഞില്ല. ഈ രീതിക്ക് ഒട്ടേറെ പരിമിതികളുണ്ടെന്ന് കോച്ച് തന്നെ ആ പതിനാറുകാരനെ ഓർമ്മിപ്പിച്ചു. അന്ന് ആറടി നാലിഞ്ചായിരുന്നു ഫോസ്ബറിയുടെ പൊക്കം. എന്നിട്ടും ഫോസ്ബറി പഴയ ദൂരം തന്നെ താണ്ടിയപ്പോൾ സ്കൂളിലെ അത്‌ലറ്റിക് കോച്ച് തന്നെ ഫോസ്ബറിയെ ഉപേക്ഷിച്ചു.

പക്ഷേ ഫോസ്ബറി വിട്ടില്ല. സിസേഴ്സ് രീതിയിലേക്ക് മടങ്ങിപ്പോയി ഹൈജംപ് വീണ്ടും പരിശീലിച്ചാലോയെന്ന് ഫോസ്ബറി കോച്ചിനോടു ചോദിച്ചു. പക്ഷേ കോച്ച് പ്രോത്സാഹിപ്പിച്ചില്ല. പകരം ഏതെങ്കിലും ഒന്ന് തിരഞ്ഞെടുത്തോളൂ എന്നായിരുന്നു നിർദ്ദേശം.

ഫോസ്ബറി, സിസേഴ്സ് രീതി പിന്തുടരാൻ തീരുമാനിച്ചു. എന്നിട്ടും കാര്യമായ പുരോഗതിയുണ്ടായില്ല. ഒരിക്കൽ സ്കൂൾ മീറ്റിൽ ഹൈജംപ് ചാടിയപ്പോൾ കമിഴ്ന്ന് ഒരു കാൽ പൊന്തിച്ചു കടത്തുന്നതിനുപകരം മലർന്ന് ഒരു കാൽ പൊന്തിക്കാനൊരു ശ്രമം നടത്തി. ഈ ശ്രമത്തിൽ ഫോസ്ബറി വിജയിച്ചു എന്നു മാത്രമല്ല അരയടി കൂടുതൽ ഉയരം കണ്ടെത്തുകയും ചെയ്തു. മലർന്ന് അരക്കെട്ട് മുകളിലേക്കുയർത്തി ആദ്യം കൈകളും പിന്നീട് കാലുകളും ക്ലിയർ ചെയ്യുന്ന രീതി ഫോസ്ബറി നിത്യേന തുടർന്നു. രണ്ടുവർഷം ഫോസ്ബറി ഈ രീതി പരിശീലിച്ചു. ഫോസ്ബറിയുടെ ഈ രീതിയെ പക്ഷേ കോച്ചോ മറ്റുള്ളവരോ പ്രോത്സാഹിപ്പിച്ചതേയില്ല. പക്ഷേ ഫോസ്ബറി സ്കൂൾ മീറ്റിൽ ആറിഞ്ച് കൂടുതൽ ഉയരം കണ്ടെത്തിയപ്പോൾ കോച്ച് പോലും അമ്പരന്നു. പലയിടത്തും ഈ രീതി സ്വീകരിക്കാൻ പലരും മടിച്ചു. ഫോസ്ബറിയുടെ ഈ മരമണ്ടൻ കണ്ടെത്തലിനെ ഫോസബറി ഫ്ളോപ്പ് എന്നാണ് ആളുകൾ പേരിട്ടത്. എന്നാൽ കാനഡായിലെ ഡെബ്ബി ബ്രിൽ എന്ന വനിതാ അത്‌ലറ്റ് ഇതേ രീതിയിൽ ഹൈജംപ് ചാടുകയുണ്ടായി. 1966 ലാണ് ഡെബ്ബി

ബ്രിൽ ഈ രീതി പ്രയോഗിച്ചത്. എന്നാൽ ഫോസ്ബറി ഇതേ രീതി ഉപയോഗിച്ചത് കണ്ട് അവർ വിസമയിച്ചു. അതുവരെ താൻ മാത്രമാണ് ഈ രീതി പിന്തുടർന്നതെന്നായിരുന്നു ഡെബ്ബിയുടെ ധാരണ.

പക്ഷേ 1965 ൽ മെഡ്ഫോർഡ് മെയിൽ ട്രൈബ്യൂൺ എന്ന ദിനപത്രം ഫോസ്ബറിയുടെ ചാട്ടത്തിന്റെ ചിത്രം നല്കിയിരുന്നു. വിജയത്തിലേക്കുള്ള ഒരു ഫ്ളോപ്പ് എന്ന മട്ടിൽ ചാട്ടത്തിന്റെ ഫോട്ടോക്ക് ഒരടിക്കുറിപ്പ് നല്കുകയും ചെയ്തു. പക്ഷേ ആ ചിത്രത്തിനു താഴെയുണ്ടായിരുന്ന റിപ്പോർട്ടിൽ പത്രലേഖകൻ ഇങ്ങനെ എഴുതി ''കടലിൽനിന്നുപിടിച്ച മത്സ്യം ബോട്ടിൽനിന്ന് പുറത്തേക്ക് ചാടുന്നതുപോലെ ഫോസ്ബറി ചാടി.''

സ്കൂൾ വിട്ട് ഒറിഗോൺ യൂണിവേഴ്സിറ്റിയിൽ ചേർന്നപ്പോൾ, കോച്ച് ബേൺ വാഗ്നർ, വെസ്റ്റേൺ റോൾ രീതി പിന്തുടരാനാണ് ഉപദേശിച്ചത്. ഇതേച്ചൊല്ലി വാഗ്നറും ഫോസ്ബറിയും തമ്മിൽ കടുത്ത അഭിപ്രായ വ്യത്യാസങ്ങൾ ഉണ്ടായി. ഇത് പരസ്യമാവുകയും ചെയ്തു.

പക്ഷേ കായികരംഗം അസാധാരണമായ ശൈലിയിൽ ഹൈജംപ് ചാടുന്ന ഫോസ്ബറിയെ ശ്രദ്ധിച്ചിരുന്നു. ഈ പുതിയ രീതി ഉപയോഗിച്ചാണ് ഫോസ്ബറി അമേരിക്കൻ ഒളിമ്പിക് ട്രയൽസിൽ മുന്നേറിയത്. ദേശീയ കോളേജിയറ്റ് അത്ലറ്റിക് അസോസിയേഷന്റെ മീറ്റിലും ഫോസ്ബറി ചാടിയത് താൻ കണ്ടെത്തിയ ശൈലി ഉപയോഗിച്ചായിരുന്നു.

അക്കാലത്ത് കായിക റിപ്പോർട്ടർമാർ ഫോസ്ബറിയുടെ ശൈലിയെ വിശദീകരിക്കാൻ ശരിക്കും വിഷമിച്ചു. ലോസ് ഏഞ്ചൽസ് ടൈംസിന്റെ റിപ്പോർട്ടർ എഴുതിയത് 30 നിലയുള്ള കെട്ടിടത്തിൽനിന്ന് ഒരാളെ

ജനാലവഴി പുറത്തേക്ക് തള്ളിവിട്ടതുപോലെയാണ് ഫോസ്ബറി ചാടിയത് എന്നാണ്. രണ്ടു കാലുള്ള ഒട്ടകം പോലെ ചാടി എന്നാണ് സ്പോർട്സ് ഇല്ലസ്ട്രേറ്റഡ് വിശേഷിപ്പിച്ചത്.

"ഞാൻ നേരെ തന്നെ ടേക്ക് ഓഫ് ചെയ്തു. പിന്നീട് നേരെ തിരിഞ്ഞ് സ്വയം ഉയർന്നു. കാലുകൾ ഉപയോഗിച്ച് പൊങ്ങിയശേഷം ഞാൻ അരക്കെട്ട് ആദ്യം ലിഫ്റ്റ് ചെയ്തു. പിന്നീട് കാലുകൾ ഉയർത്തി, ബാർ കടന്നു.'' ഇങ്ങനെയാണ് ചാട്ടത്തെപ്പറ്റി ഫോസ്ബറി വിശദീകരിച്ചത്. ഒളിമ്പിക്സ് ആരംഭിക്കുന്നത് ഒരു വർഷം മുമ്പുവരെ ഡിക്ക് ഫോസ്ബറി ഹൈജംപിൽ 61-ാം റാങ്കുകാരനായിരുന്നു. എന്നാൽ, ട്രയൽസിൽ മെഡൽ സാധ്യതയുള്ള അത്‌ലറ്റായാണ് പരിഗണിക്കപ്പെട്ടത്. ഈ ഘട്ടത്തിലും ഫോസ്ബറി ഉറപ്പായും മെഡൽ നേടുമെന്ന് ആരും വിശ്വസിച്ചിരുന്നില്ല. മാത്രമല്ല, ഫോസ്ബെറി ആവിഷ്കരിച്ച ശൈലി, മറ്റാർക്കും അനുകരിക്കാൻ പോലും കഴിഞ്ഞില്ല.

68-ലെ മെക്സിക്കോ ഒളിമ്പിക്സിൽ ഡിക്ക് ഫോസ്ബറിയെ ആരുമറിഞ്ഞിരുന്നില്ല. മാത്രമല്ല, അയാൾ ഒളിമ്പിക് വില്ലേജിൽ നിന്ന് കൂട്ടുകാരോടൊപ്പം ആസ്ടെക് പിരമിഡ് കാണാൻ പോയി. ജാവ ലിൻ ത്രോ താരം ഗാരി സ്റ്റെൻലുങ്ങിന്റെ കാരവൻ വണ്ടിയിൽ വനിതാ നീന്തൽ താരങ്ങളായ സയന്തിയെ ഗോയറ്റ്, ഡോണ ഡി വെറോന എന്നിവരോടൊപ്പം തിയോതിഹ്വകാൻ പൈതൃകങ്ങളുടെ നടുവിൽ അവർ രാത്രി പിന്നിട്ടു. ആ നക്ഷത്രരാത്രിയിൽ പാതിര പങ്കിടാനെത്തിയ ആയിരങ്ങളോടൊപ്പം സൂപ്പുണ്ടാക്കിയും ബിയർ കുടിച്ചും അവർ ഒളിമ്പിക്സ് ആഘോഷിച്ചു. പിറ്റേന്ന് മെക്സിക്കോവിലേക്കുള്ള ട്രാഫിക് ജാം കാരണം ഉദ്ഘാടനച്ചടങ്ങിനെത്താൻ കഴിഞ്ഞില്ല.

മെക്സിക്കോയിൽ, മഴയും കാറ്റും വീശിയ ദിവസം ഒരു നേരം മാത്രമാണ് ഫോസ്ബറിക്ക് പരിശീലനം നടത്താൻ കഴിഞ്ഞത്.

നാലുമണിക്കൂർ നീണ്ടതായിരുന്നു മത്സരം. ഓരോ ചാട്ടം കഴിയു മ്പോഴും ഒഫീഷ്യലുകളുടെ പരിശോധന അരോചകമായിരുന്നു. കാണി കൾക്കും ബോറടിച്ചു കാണണം. ഫോസ്ബറി തന്റേതായ നൂതന ശൈലിയിൽ ആദ്യം ചാടിയപ്പോൾ ജനങ്ങൾ ചിരിച്ചു. എന്നാൽ പിന്നീട് അവർ ഫോസ്ബറിയെ കയ്യടിച്ചു പ്രോത്സാഹിപ്പിച്ചു. അവരുടെ പിന്തുണ കിട്ടിയപ്പോൾ ഫോസ്ബറിയും ഉത്സാഹഭരിതനായി.

ഒഫീഷ്യൽസ് 48 ചാട്ടങ്ങൾക്കുശേഷം ബാർ 2.20 മീറ്റർ ഉയർത്തി വെച്ചു. അമേരിക്കൻ താരം എഡ് കറുത്തേഴ്സും സോവിയറ്റ് താരം, വലന്റിൻ ഗോവറിലോവും മാത്രമാണ് ആ ഘട്ടത്തിൽ ഫോസ്ബറി യുടെ എതിരാളികൾ. ഒരു കാര്യം ഉറപ്പായി. ഫോസ്ബറിക്ക് ഏതെങ്കി ലുമൊരു മെഡൽ ലഭിക്കും. ആ ചിന്ത അയാൾക്ക് എന്തെന്നില്ലാത്ത ഊർജ്ജം നല്കി. 2.20 മീറ്റർ മൂന്നുപേരും ചാടി. പക്ഷേ, ബാർ 2.22 മീറ്റർ ഉയർത്തിയപ്പോൾ ഗാവ്റിലോവ് പരാജയപ്പെട്ടു. ഫോസ്ബെറിക്ക് വെള്ളി മെഡൽ ഉറച്ചു. ഒരൊറ്റ ചാട്ടം പോലും ഫോസ്ബെറിക്ക് ഫൗൾ ആയിട്ടില്ല. കറുത്തേഴ്സ് അഞ്ചുവട്ടം പരാജയപ്പെട്ടിരുന്നു.

ഹൈജംപ് 2.24 മീറ്ററായി ഉയർത്തി. ഫോസ്ബെരി ഹൈജംപ് ബാക്ക് നോക്കി. താൻ ആദ്യം ചാടിയപ്പോൾ തെളിഞ്ഞുകണ്ട നീലാകാശവും സൂര്യരശ്മികളും ഓർമ്മ വന്നു. 7 അടി 4 ഇഞ്ച് ചാടിയാൽ ലോക റെക്കോർഡ് ഉറപ്പാണ്. ഫോസ്ബറിയിൽ ആത്മവിശ്വാസം ഉറപ്പിച്ചത് ആ ചിന്തയാണ്. എന്നിട്ടും കറുത്തേഴ്സും ഫോസ്ബറിയും ഒരുപോലെ പരാജയപ്പെട്ടു. മൂന്നാമത്തെ ജംപ് കറുത്തേഴ്സ് വീണ്ടും ബാർ വീഴ്ത്തി. ഒരേയൊരു ചാൻസ്. ഫോസ്ബറി തന്റെ ഓട്ടത്തിന്റെ നീളം അല്പം കൂടി. കണ്ണുകൾ ബാറിൽ ഉറപ്പിച്ചു. എല്ലാം മിന്നൽ വേഗതയിൽ നടന്നു. ഫോസ്ബറി ലോകറെക്കോർഡുമായി ചാടി. എൺപതിനായിരം വരുന്ന കാണികൾ ആർത്തുവിളിച്ചു. അതിനിടയിൽ മാരത്തോൺ ചാമ്പ്യനായ മാമോ വോൾഡെ, ഗ്രൗണ്ടിലേക്ക് പ്രവേശിച്ചതൊന്നും കാണികൾ അറിഞ്ഞില്ല.

'ഫോസ്ബറി ഫ്ളോപ്പ്' ലോകം അംഗീകരിച്ചെങ്കിലും പല കോച്ചുകളും ആ രീതിയിൽ സംശയം പ്രകടിപ്പിച്ചു. പക്ഷേ ഫോസ്ബറി ഉറച്ചുനിന്നു. ഒളിമ്പിക് മെഡലുമായി തിരിച്ചെത്തിയശേഷം ബിൽ കോസ്ബിയുടെ 'ജോണി കാർസൻ ഷോയിൽ ഫോസ്ബെറി അതിഥിയായി എത്തി. നടി റാക്വൽ വെൽച്ചും ഈ ഷോയിൽ ഉണ്ടായിരുന്നു. ജംപ് ടെക്നിക് കാണിക്കാൻ ബിൽ കോസ്ബി, ഫോസ്ബറിയോട് ആവശ്യപ്പെട്ടു. പക്ഷേ മിനുസമുള്ള തറയിൽ വഴുക്കി ഫോസ്ബെറിക്ക് അതു കാണിക്കാൻ കഴിഞ്ഞില്ല. പതുക്കെപ്പതുക്കെ, ഫോസ്ബറി, തന്റെ പുതിയ പ്രശസ്തി ഉപേക്ഷിക്കാൻ തുടങ്ങി. 1972 ലെ മ്യൂണിച്ച് ഒളിമ്പിക്സിനുള്ള യോഗ്യതാമത്സരത്തിൽ ഫോസ്ബറി പരാജയപ്പെട്ടതോടെ, അയാൾക്ക് സ്വയം വെറുപ്പ് തോന്നിയിരുന്നു.

പക്ഷേ പിന്നീട് ചരിത്രം കണ്ടത് ഫോസ്ബറിയുടെ ഫ്ളോപ്പ് വൻ വിജയമാകുന്നതാണ്. പിന്നീട് ഒളിമ്പിക് ചരിത്രത്തിൽ ഹൈജംപിൽ എല്ലാവരും വിജയകരമായി ഫോസ്ബറി ഫ്ളോപ്പ് ഉപയോഗിച്ചു. അതോടെ വീണ്ടും ഡിക്ക് ഫോസ്ബറി, ഒരു ചാമ്പ്യനായി. ആ ടെക്നിക് ലോകത്തിനു പരിചയപ്പെടുത്തിയ ഫോസ്ബറി ജീവിക്കുന്ന ഇതിഹാസമായി. പ്രസിഡന്റുമാരും രാജാക്കന്മാരും ഡിക്കിനെ വാഴ്ത്തി.

2008-ൽ ഫോസ്ബറിയെ കാൻസർ ബാധിച്ചു. 'ലിംഫോമ' യാണ് ഈ കാൻസർ ഭീകരനെന്ന് ഫോസ്ബറി തിരിച്ചറിഞ്ഞു. തന്റെ നട്ടെല്ലിനെ ബാധിച്ച അസുഖം കീമോതെറാപ്പിയിലൂടെ അദ്ദേഹം തൂത്തെറിഞ്ഞു. കാൻസറിനെ ചങ്കുറപ്പോടെ എതിരിട്ട ധീരനായി മാറി ഡിക്ക്.

2014 ൽ ഫോസ്ബറി ഇദാഹോയിലെ തിരഞ്ഞെടുപ്പിൽ ഡെമോക്രാറ്റിക് സ്ഥാനാർത്ഥിയായി മത്സരിച്ചിരുന്നു. പക്ഷേ റിപ്പബ്ലിക്കൻ സ്ഥാനാർത്ഥി സ്റ്റീവ് മില്ലറോട് പരാജയപ്പെടുകയാണുണ്ടായത്. ആ പരാജയത്തെ നല്ല ലക്ഷണമായി കണ്ട ഫോസ്ബറി 45 അത്‌ലറ്റുകളോടൊപ്പം സ്പോർട്സ് സമാധാനത്തിനുവേണ്ടി എന്ന ലക്ഷ്യവുമായി വിജയകരമായ ഒരു പ്രസ്ഥാനം ആരംഭിക്കുകയാണ് ചെയ്തത്. ■

നദിയ കൊമനേച്ചി (റുമാനിയ)

പെർഫെക്ട് ടെൻ

ജനനം – 1961 നവംബർ 12. ഓണസ്റ്റി ● 1976 മോൺട്രിയൽ ഒളിമ്പിക്സ്. ഒളിമ്പിക് ചരിത്രത്തിൽ ആദ്യത്തെ പെർഫെക്റ്റ് ടെൻ നേടിയ ജിംനാസ്റ്റ് ബാലൻസ് ബീമിൽ സ്വർണം. ഓൾ റൗണ്ട് പ്രകടനം – സ്വർണം. അൺ ഈവൻ ബാറിൽ സ്വർണം. ടീം ഈവന്റിൽ വെള്ളി. ഫ്ളോർ എക്സർസൈസിൽ വെങ്കലം ● 1980 മോസ്കോ ഒളിമ്പിക്സ് – ബീമിൽ സ്വർണ്ണമെഡൽ. ഫ്ളോർ എക്സർസൈസിൽ സ്വർണ്ണമെഡൽ. ടീം ഈവന്റിൽ വെള്ളി. ആകെ 5 സ്വർണം, 3 വെള്ളി, 1 വെങ്കലം ● 1993 – ഹാൾ ഓഫ് ഫെയിം ജിംനാസ്റ്റിക്സ്.

"ഓരോ തലമുറയിലും ഉജ്ജ്വല കഴിവുകളുള്ള ഒരു കായികതാരം ഉയർന്നുവരും. അടുത്ത നദിയ ആകാൻ ആരും ആഗ്രഹിക്കുമെന്നു തോന്നുന്നില്ല. അവർക്ക് വലിയ നേട്ടങ്ങൾക്കുള്ളിലും അവരായിരുന്നാൽ മതി."

ആറാമത്തെ വയസ്സിൽ തുടങ്ങിയ പരിശീലനമാണ്. നീണ്ട എട്ട് വർഷങ്ങൾ. ജിംനാസ്റ്റിക്സിനു വേണ്ടി, ഈ കാലമത്രയും നദിയ എല്ലാം ത്യജിച്ചു. ഇഷ്ടമുള്ള ഭക്ഷണം, നൃത്തം, കൂട്ടുകാരികളുമൊത്തുള്ള കളികൾ, പിക്നിക്കുകൾ. പരിശീലനം കഴിഞ്ഞ് സൈക്കിൾ ചവിട്ടി ഏകാന്തഭീകരമായ രാത്രിയിൽ അവൾ വീട്ടിലെത്തും.

ഈ കഠിന ജീവിതത്തിന്റെ ഒടുവിൽ ആ പതിന്നാലുകാരി പെൺകുട്ടി മോൺട്രിയൽ ഒളിമ്പിക്സിന്റെ ജിംനാസ്റ്റിക്സ് മത്സരഹാളിൽ അൺ ഈവൻ പാരലൽ ബാറിൽ മത്സരിക്കാൻ ഒരുങ്ങുകയാണ്. 2.4 മീറ്റർ

ഉയരമുള്ള വലിയ ബാറിലും 1.65 മീറ്റർ ഉയരമുള്ള ചെറിയ ബാറിലും അവൾ പ്രതീക്ഷകൾ മുഴുവൻ സമർപ്പിച്ചിരിക്കുന്നു. അന്ന് ഒളിമ്പിക്സിന്റെ രണ്ടാം ദിനവും ജിംനാസ്റ്റിക്സിന്റെ ഒന്നാം ദിവസവുമാണ്.

നദിയ കൊമനേച്ചി, റുമാനിയ നമ്പർ 76. തീരെ മെലിഞ്ഞ ഒരു പെൺകുട്ടി. നീളം കുറഞ്ഞ മുടി പോണിടെയിൽ ആയി കെട്ടിവെച്ചിട്ടുണ്ട്. നിസ്സംഗമെന്നു തോന്നുന്ന മുഖം. ഒളിമ്പിക്സിന്റെ ഒഫീഷ്യൽ ടൈംകീപ്പർ സ്വിസ് ടൈംസാണ്. അവരാണ് സ്ക്രീൻ സെറ്റ് ചെയ്തത്. പക്ഷേ ഡിജിറ്റൽ സ്ക്രീനിൽ മൂന്നക്കം വരെ രേഖപ്പെടുത്താനേ കഴിയൂ. 9.99 വരെ സെറ്റ് ചെയ്യാം. പക്ഷേ 10.00 എന്ന നാല് അക്കങ്ങൾ രേഖപ്പെടുത്താനാവില്ല. അതിനുപകരം ഒന്ന് എന്നു കാണിച്ചാൽ മതിയെന്നായിരുന്നു ഒഫീഷ്യൽസിന്റെ പരിഹാരനിർദ്ദേശം. പക്ഷേ നദിയ സകല കണക്കുകളും തെറ്റിച്ചു. അവളുടെ ജംപിങ്ങും ലാന്റിങ്ങും ഒരുപോലെ പെർഫെക്ട്. മിന്നൽ വേഗതയിൽ അവൾ ബാറിൽ മലക്കം മറിഞ്ഞു. വെള്ളനിറമുള്ള ഒരു പൂമ്പാറ്റയുടെ പ്രകടനംപോലെ തോന്നിച്ചു. ജഡ്ജിമാർ വിധിയെഴുതി. പെർഫെക്റ്റ് 10. ഡിജിറ്റൽ ബോർഡിൽ ഒന്ന് എന്നാണ് കാണിച്ചത്. അതു കണ്ടപ്പോൾ പരിശീലകൻ ബെല കരോൾയിക്ക് പരിഭ്രാന്തിയായി. അയാൾ ജഡ്ജിയോട് ഉറക്കെ വിളിച്ചു ചോദിച്ചു. ജഡ്ജി 10 വിരലുകളും ഉയർത്തി 'ടെൻ ഔട്ട് ഓഫ് ടെൻ'. അപ്പോഴാണ് അത് പെർഫെക്റ്റ് ടെൻ എന്ന് ടീമംഗങ്ങൾക്ക് മനസ്സിലായത്. പിന്നീട് കാതടപ്പിക്കുന്ന കരഘോഷമായിരുന്നു. അതൊരു വിപ്ലവം തന്നെ.

ജിംനാസ്റ്റിക്സിന്റെ ചരിത്രത്തിലെ ആദ്യത്തെ പെർഫെക്റ്റ് ടെൻ. അതുകണ്ട് നടുക്കത്തോടെ നില്ക്കുകയായിരുന്നു ജിംനാസ്റ്റിക്സിലെ ഇന്നലെകളുടെ രാജകുമാരി ഓൾഗ കോർബട്ട്. ഒരു നിമിഷം ആ

യാഥാർത്ഥ്യത്തിനു മുമ്പിൽ അവൾ പകച്ചുപോയി. തന്റെ എതിരാളിയുടെ ബാലൻസ്, റിഥം, പോസ്, പൊസിഷനിങ്ങ്, ജംപ്, ടേണിങ്ങ്, ലാന്റിങ്ങ് എല്ലാം അനുപമം. അൺ ഈവൻ ബാറിൽ നാലുതവണ പെർഫെക്ട് ടെൻ, ബിം വിഭാഗത്തിൽ മൂന്നുതവണ പെർഫെക്ട് ടെൻ. ബാറിലും ബീമിലും ഓൾ റൗണ്ട് വിഭാഗത്തിലും 7 തവണ പെർഫെക്റ്റ് ടെൻ. മൂന്നു സ്വർണമെഡൽ ടീമിനത്തിൽ ഒരു സിൽവറും ഫ്ളോർ എക്സർസൈസിൽ ഒരു വെങ്കലവും. ഒരൊറ്റ പകൽകൊണ്ട് നദിയ ജിംനാസ്റ്റിക്സ് ഇതിഹാസമായി, മോൺട്രിയലിന്റെ താരമായി.

1980 ലെ മോസ്കോ ഒളിമ്പിക്സിന് എത്തുമ്പോൾ നദിയ സൂപ്പർസ്റ്റാർ ആയി മാറി. കാലം അവളെ കൂടുതൽ മനോഹരിയാക്കി. ബാലൻസ് ബീമിലും ഫ്ളോർ എക്സർസൈസിലും വീണ്ടും സ്വർണം. ഓൾ റൗണ്ട് ടീമിൽ ഒരു വെള്ളി മെഡൽ കൂടി. രണ്ട് ഒളിമ്പിക്സിൽ നിന്നായി അവൾ അണിഞ്ഞത് ഒമ്പത് മെഡലുകൾ. അവൾ ഇതിഹാസതാരമായി വളർന്നു കഴിഞ്ഞു. ഒളിമ്പിക്സിൽ 18 മെഡലുകൾ നേടിയ ലാറിസ ലാറ്റിനിന (1956, 60, 64) 11 മെഡലുകൾ നേടിയ വേര കാസ്‌ലെവസ്ക (1960, 64, 48) എന്നിവരെ ലോകം കണ്ടതിനേക്കാൾ ആരാധന നദിയയെ ചൂഴ്ന്നു നിന്നു.

നദിയയുടെ ജീവിതകഥ പരിശീലകൻ ബെല കരോൾയിയുടെ കഥ കൂടിയാണ്. റുമാനിയയിൽ കാർപാത്യൻ മലനിരകൾക്ക് താഴെയുള്ള ഓനെസ്റ്റിയിലാണ് നദിയ ജനിച്ചത്. അച്ഛൻ ജോർജി ഒരു കാർ മെക്കാനിക്കായിരുന്നു. അമ്മ സ്റ്റെഫാനി അലക്സാൻഡ്രിയ ഒരു ഫാക്ടറി ജോലിക്കാരിയും. നാലുവയസ്സുള്ളപ്പോൾ ആ വീട്ടിൽ മറ്റൊരു കുട്ടി പിറന്നു. അഡ്രിയാൻ.

ബെല കരോൾയി ഹങ്കേറിയൻ വംശജനാണ്. അയാൾ ജനിച്ചത് കൊളോസ്‌വറിലാണ്. ഇന്നത് റുമാനിയയിലാണ്. ബെല ആദ്യം ബോക്സിങ്ങിലാണ് പരിശീലനം നടത്തിയത്. പിന്നീട് ത്രോയിങ്ങ് ടീമിലും അംഗമായി. അതിനിടയ്ക്ക് ജിംനാസ്റ്റിക്സിലും ഒരു കൈ നോക്കി. മുതിർന്നപ്പോൾ ജിംനാസ്റ്റിക്സ് പരിശീലകനാവാനുള്ള പ്രത്യേക പരീക്ഷകൾ പാസായി. കോളേജിൽ പഠിക്കുമ്പോൾത്തന്നെ പെൺകുട്ടികളുടെ ടീമിനെ ജിംനാസ്റ്റിക്സ് പരിശീലിപ്പിക്കാൻ നിയോഗം ലഭിച്ചിരുന്നു. അങ്ങനെയാണ് മാർത്ത ഇറോസിനെ കാണുന്നത്. ഇരുവരും പ്രണയത്തിലായി. 1963 ലായിരുന്നു വിവാഹം. ആദ്യം കൊളോസ്‌വറിലായിരുന്നുവെങ്കിലും പിന്നീട് അവർ ജ്യോർജെ ജ്യോർജെ (ഓനെസ്റ്റിയുടെ പഴയ പേരാണിത്) യിൽ വന്നു. അവിടെ ഇരുവരും ഒരു വീടെടുത്തു താമസം തുടങ്ങി. ബെലയുടെ വലിയ ആഗ്രഹം ഒരു ജിംനാസ്റ്റിക്സ് സ്കൂൾ തുടങ്ങണമെന്നായിരുന്നു. പക്ഷേ ആദ്യമായി ഓനെസ്റ്റി ബോർഡിങ്ങ് സ്കൂളിൽ പരിശീലനക്ലാസ്സ് തുടങ്ങുകയാണ് ചെയ്തത്.

നദിയ ആദ്യം ബാലെ നർത്തകിയാവാനാണ് പരിശീലനം തുടങ്ങിയത്. അത് ദൂരെയായിരുന്നു. അപ്പോഴാണ് ബോർഡിങ്ങ് സ്കൂളിൽ

ജിംനാസ്റ്റിക്സ് തുടങ്ങുന്നതായി അറിഞ്ഞത്. അങ്ങനെ ആറാം വയസ്സിൽ ജിംനാസ്റ്റിക്സ് ക്ലാസ്സിൽ ചേർന്നു. ഒരു കൂട്ടുകാരിയോടൊപ്പം സൈക്കിളിലാണ് നദിയ പരിശീലനത്തിന് എത്തിയിരുന്നത്.

ബെല കരോൾയി നല്ല കടുപ്പക്കാരനാണ്. പെട്ടെന്ന് കോപാകുലനാവുന്ന പ്രകൃതം. പരിശീലനത്തിന്റെ കാര്യത്തിൽ ഒരു ഒത്തുതീർപ്പിനുമില്ല. പ്ലാസ്റ്റിക് മോൾഡ് ചെയ്യുന്നതുപോലെ കുട്ടികൾക്ക് എളുപ്പത്തിൽ ശരീരവഴക്കം ഉണ്ടാക്കാൻ ബെലയ്ക്ക് കഴിയും. ഭക്ഷണകാര്യത്തിൽ കടുംപിടുത്തക്കാരനാണ്. കുട്ടികൾക്ക് തൂക്കംകൂടുമ്പോൾ ബീമിലായാലും ഫ്ളോറിലായാലും റിഥവും ഹാർമണിയും ആഗ്രഹിച്ചപോലെ കിട്ടുകയില്ലെന്ന് ബെലയ്ക്ക് നന്നായറിയാം. ഒരു കാലിൽ ബാലൻസ് നിലനിർത്താനും പലതരം തലകുത്തിമറിയലുകളിലൂടെ ബോഡി ബാലൻസ് പാലിക്കാനും ബെല നിർബന്ധം പിടിച്ചിരുന്നു.

1974 ലാണ് ബെല കരോൾയി അന്താരാഷ്ട്ര പരിശീലകനായി മാറിയത്. 1975 ൽ റുമാനിയൻ ജിംനാസ്റ്റിക്സ് ടീമിനെ പരിശീലിപ്പിക്കാൻ ബെല നിയുക്തനായി. പ്രസിഡന്റ് ചെഷസ്ക്യൂവിന്റെ ഉരുക്കുഭരണം നടക്കുന്ന കാലമാണ്. റൊമാനിയൻ സെൻട്രൽ ട്രെയിനിങ്ങ് സിസ്റ്റത്തിന്റെ ചുമതലക്കാരനും പ്രസിഡന്റ് തന്നെയാണ്. പല ഘട്ടങ്ങളിലും ബെല പ്രധാന ഉദ്യോഗസ്ഥരുമായി കലഹിച്ചു. എങ്കിലും അയാളുടെ പരിശീലനത്തിൽ അവർ തൃപ്തരായിരുന്നു.

ഏഴാമത്തെ വയസ്സിലാണ് നദിയ ആദ്യമായൊരു മത്സരത്തിൽ പങ്കെടുത്തത്. അതിൽ അവൾക്ക് 13-ാം സ്ഥാനമായിരുന്നു. 1972 ലെ പ്രീ ഒളിമ്പിക് ജൂനിയർ മീറ്റിൽ അവൾ മൂന്നു സ്വർണമെഡലുകൾ നേടി. അന്നു മുതലാണ് നദിയയുടെ കാര്യത്തിൽ ബെല പ്രത്യേക ശ്രദ്ധ പതിപ്പിക്കുന്നത്. അപ്പോൾ അവൾക്ക് പന്ത്രണ്ട് വയസ്സേയുള്ളൂ. 1975 മുതൽ ബെല എല്ലാ അന്താരാഷ്ട്ര മത്സരങ്ങളിലും അവളെ പങ്കെടുപ്പിച്ചു. പ്രീ ഒളിമ്പിക് സീനിയർ മീറ്റിൽ അവൾ നാല് സ്വർണം നേടി. ഈ ഘട്ടം മുതൽ ബെല അവളെ കഠിനമായ വ്യായാമമുറകൾ

പരിശീലിപ്പിച്ചുതുടങ്ങി. ശരീരം റബ്ബർ പോലെയാവണമെന്ന് പരിശീലകന് നിർബന്ധമായിരുന്നു.

ബെലയുടെ കണ്ണിൽ ഏറ്റവും പെർഫെക്റ്റ് എന്ന് വിശേഷിപ്പിക്കാവുന്ന പെൺകുട്ടിയാണ് നദിയ. മോൺട്രിയലിൽ മത്സരിക്കുമ്പോൾ അവൾക്ക് അഞ്ചടി ഉയരം പോലുമില്ല. മെലിഞ്ഞതായിരുന്നു അവളുടെ ശരീരം. ഫ്ളോറിന്റെ 12 മീറ്റർ വിസ്തീർണ്ണത്തിനുള്ളിൽ അവൾക്ക് നിരന്തരം ട്രെയിനിങ്ങ് നൽകി. ബാലൻസ് ബീമിലും അൺഈവൻ ബാറിലും പ്രത്യേക പരിശീലനം നടത്തി അവൾക്ക് ആത്മവിശ്വാസം പകർന്നു.

നദിയ പ്രതിഭയുള്ളവളാണ്. അധ്വാനിക്കാനും എത്ര സമയം വേണമെങ്കിലും ബീമിലും ബാറിലും പ്രാക്റ്റീസ് ചെയ്യാനും അവൾ തയ്യാറായിരുന്നു. ചിലപ്പോൾ രാത്രിവരെ പരിശീലനം തുടരും. അവളുടെ പ്രതിബദ്ധത പ്രശംസ പിടിച്ചുപറ്റുന്നതാണ്. പ്രചോദനവും ഭാഗ്യവും ലഭിച്ചാൽ റുമാനിയക്ക് അവൾ മെഡൽ കൊണ്ടുവരും. അക്കാര്യം ബെലക്ക് ഉറപ്പായിരുന്നു.

മോൺട്രിയലിന് തൊട്ടുമുമ്പ് യൂറോപ്യൻ ചാമ്പ്യൻഷിപ്പിൽ അഞ്ചു തവണ ചാമ്പ്യനായ റഷ്യക്കാരി യുറിഷ് ചെവയെ അവൾ അൺ ഈവൻ ബാറിൽ മറികടന്നിരുന്നു. അന്ന് നദിയ ബാറിൽ ഒരു ബാക്ക് വാർഡ് ഡബിൾ സാൾട്ടോ (ബാറിൽ ഉയർന്നുചാടി പിന്നാക്കം മറിയൽ) ചെയ്തത് എല്ലാവരും വിസ്മയത്തോടെയാണ് കണ്ടത്. അതുകൊണ്ട് മോൺട്രിയലിൽ നദിയ എതിരാളിയാകുമെന്ന് ടൂറിവ് ചേവക്കും നെല്ലി കിമ്മിനും ഓൾഗ കോർബറ്റിനും അറിയാമായിരുന്നു.

മോൺട്രിയലിൽ അതുതന്നെയാണ് സംഭവിച്ചത്. ആ വിജയത്തിനുവേണ്ടി ശാരീരികമായി മാത്രമല്ല, മാനസികമായും നദിയ തയ്യാറായിരുന്നു. "പതിന്നാല് വയസ്സുള്ള, ലോകം എന്തെന്ന് അറിയാത്ത ഒരു പെൺകുട്ടിയായിരുന്നു ഞാൻ. മെഡലല്ല പ്രധാനമെന്നും ഭംഗിയായി ലോകത്തിനുമുന്നിൽ കഴിവുകൾ കാണിക്കലാണ് ഒരു ജിംനാസ്റ്റിന്റെ ധർമ്മമെന്നും ഒരിക്കൽ ആരോ പറഞ്ഞിരുന്നു. ഞാനത് മനസ്സിൽ സൂക്ഷിച്ചു. പറ്റുമെങ്കിൽ 9.9 വരെ എത്തണം. അൺ ഈവൻ ബാറിലും ബീമിലും എനിക്ക് നല്ല ആത്മവിശ്വാസമുണ്ടായിരുന്നു. അതെ, ആത്മവിശ്വാസം തന്നെയാണ് പരമപ്രധാനം. നല്ല പരിശീലനത്തെപ്പോലെ, കഠിനാധ്വാനത്തെപ്പോലെ വിലപിടിച്ചതാണ് ആത്മവിശ്വാസം."

"ആദ്യ മത്സരം കഴിഞ്ഞപ്പോൾ അങ്ങനെയൊന്ന് ചെയ്യുന്നുവെന്ന തോന്നലൊന്നും എനിക്കുണ്ടായില്ല. പക്ഷേ പെർഫെക്ട് ടെൻ എന്ന് ബെലയും മറ്റ് കുട്ടികളും പറഞ്ഞപ്പോഴാണ് എനിക്ക് പരിഭ്രമം തോന്നിയത്." നദിയ പിന്നീട് പറഞ്ഞു.

1980 നുശേഷം നദിയയുടെ ജീവിതത്തിൽ മാറ്റത്തിന്റെ കാറ്റ് വീശിത്തുടങ്ങി. കമ്മ്യൂണിസ്റ്റ് ഭരണം അതിന്റെ ദ്രംഷ്ട്രകൾ ഇടയ്ക്കിടെ

പ്രദർശിപ്പിച്ചുതുടങ്ങി. താനാണ് സ്റ്റേറ്റ് എന്ന് ചെഷസ്ക്യു പറയാതെ പറഞ്ഞുതുടങ്ങി. ഒളിമ്പിക്സിൽ മെഡൽ നേടിയശേഷം ചെഷസ്ക്യു നദിയക്ക് ഹീറോ ഓഫ് സോഷ്യലിസ്റ്റ് ലേബർ എന്ന ബഹുമതി പ്രഖ്യാപിച്ചു. പ്രസിഡന്റിന്റെ പ്രധാന സാംസ്കാരിക പരിപാടികളിലെല്ലാം നാദിയ അതിഥിയായി. ബാലൻസ് ബീമിലെ ഒളിമ്പിക് പ്രകടനത്തോടൊപ്പം ഒരു തീം മ്യൂസിക് ഉപയോഗിച്ച് സംവിധാനം ചെയ്ത ആൽബത്തിന് 1977 ലെ ഗ്രാമി അവാർഡ് കൂടി നേടിയതോടെ പ്രശസ്തി ഉച്ച കോടിയിലെത്തി.

1980 ലെ മോസ്കോ ഒളിമ്പിക്സിനുശേഷം നദിയയെപ്പോലെ പ്രശസ്തിയിലേക്കുയർന്ന കോച്ച് ബെലയ്ക്ക് കൂടുതൽ അവസരങ്ങൾ ലഭിച്ചു. ബെല ഒരു സെലിബ്രിറ്റി കോച്ചായി മാറി. എന്നാൽ റുമാനിയൻ കായിക മന്ത്രാലയവുമായുള്ള ഭിന്നതകൾ ശക്തമായിരുന്നു.

1980-ന്റെ അവസാനം തന്റെ ജിംനാസ്റ്റിക് പ്രതിഭകളുമായി ബെല, ഭാര്യ മാർത്തയോടൊപ്പം അമേരിക്കൻ പര്യടനത്തിന് പുറപ്പെട്ടു. കൊറിയോഗ്രാഫർ ഗെഡ പോപ്പറും കൂടെ അനുഗമിച്ചു. പുതുവർഷത്തിന്റെ തുടക്കത്തിൽ നദിയയും കൂട്ടുകാരും അവതരിപ്പിച്ച വിവിധ ജിംനാസ്റ്റിക്സ് ഇനങ്ങൾ കാഴ്ചക്കാരുടെ മനസ്സ് നിറച്ചു. ഏറ്റവും അവസാനം ഗെഡ പോപ്പർ സംവിധാനം ചെയ്ത ഒരു സംഗീതശില്പവും അവിസ്മരണീയമായി.

പര്യടനത്തിന്റെ അവസാനം ഓക്കലഹാമയിൽ താമസമാക്കിയ ബെലയും മാർത്തയും പോപ്പറും കൂറുമാറി. കോളിളക്കമുണ്ടാക്കിയ രാഷ്ട്രീയപ്രശ്നമായി അതു വളർന്നു. 7 വയസ്സുള്ള മകളെ ബന്ധുക്കളോടൊപ്പം നിർത്തിയാണ് അവർ അമേരിക്കൻ പര്യടനത്തിന് ഇറങ്ങിത്തിരിച്ചത്. ഹൂസ്റ്റണിൽ നഷ്ടത്തിൽ പ്രവർത്തിച്ചിരുന്ന ജിംനാസ്റ്റിക് സെന്റർ അവർ ഏറ്റെടുത്തുനടത്തി.

നാട്ടിൽ തിരിച്ചെത്തിയ നദിയയും സംഘവും ഒട്ടേറെ തവണ ചോദ്യം ചെയ്യലിനു വിധേയരായി. എന്നാൽ ചെഷസ്ക്യുവുമായുള്ള ബന്ധം അവളെ ഈ ഘട്ടത്തിൽ രക്ഷിച്ചു. എങ്കിലും അവിടം മുതലുള്ള ജീവിതം തടവിനു സമാനമായി.

ഈ സന്ദർഭത്തിൽ ചെഷസ്ക്യുവിന്റെ മകനാണ് പലപ്പോഴും നദിയയുടെ വിവിധ പരിപാടികളുടെ സംരക്ഷകനായിരുന്നത്. എങ്കിലും രാജ്യത്തിനു പുറത്തേക്ക് പോകാൻ അനുമതി നിഷേധിച്ചു. രാഷ്ട്രത്തിന്റെ പൊതുസ്വത്തായ ഈ ജിംനാസ്റ്റ് കൂറുമാറുകയോ, മറുനാട്ടിൽ താമസമുറപ്പിക്കുകയോ ചെയ്താൽ സംഭവിക്കുന്ന തിരിച്ചടികളെക്കുറിച്ച് അവർക്ക് നല്ല ബോധ്യമുണ്ടായിരുന്നു. ഏതാണ്ട് 1983 ൽ തന്നെ നദിയയ്ക്ക് ജീവിതം മടുത്തുകഴിഞ്ഞു. റുമാനിയയുടെ തടങ്കൽ ഭരണത്തിൽനിന്ന് രക്ഷ കിട്ടിയാലേ, തന്റെ ജിംനാസ്റ്റിക് ജീവിതം രക്ഷപ്പെടുകയുള്ളൂ എന്ന് ബോധ്യമായി.

ലോസ് ഏഞ്ചൽസ് ഒളിമ്പിക്സിൽ റുമാനിയയുടെ ജിംനാസ്റ്റിക് ടീമിന്റെ ചുമതലക്കാരിൽ ഒരാൾ നദിയയായിരുന്നു. 1984-ലെ ലോസ് ഏഞ്ചൽസ് ഒളിമ്പിക്സ് പല കമ്മ്യൂണിസ്റ്റ് രാജ്യങ്ങളും ബഹിഷ്കരിച്ചുവെങ്കിലും റുമാനിയ അതിൽ പങ്കെടുക്കാൻ തയ്യാറായി. എന്നാൽ ഒരു വ്യവസ്ഥ അവർ മുന്നോട്ടുവെച്ചു. റുമാനിയയുടെ അത്‌ലറ്റിക് സംഘത്തിലെ ആരെങ്കിലും കൂറുമാറിയാൽ അവർക്ക് അമേരിക്ക അഭയം നൽകരുത്. യു.എസ്. ഒളിമ്പിക് കമ്മിറ്റി അത് അംഗീകരിച്ചു. ലോസ് ഏഞ്ചൽസിൽ എത്തിയ നദിയ അവിടെവെച്ച് ബെലയുടെ പുതിയ താരം മേരി ലൂറെട്ടനെ കണ്ടുമുട്ടി. ബെലയുമായി സംസാരിക്കാൻ റുമാനിയൻ സംഘത്തിനോടൊപ്പമുണ്ടായിരുന്ന ഗെസ്റ്റപ്പോകൾ സമ്മതിച്ചില്ല. പിന്നീട് മോസ്കോയിലേക്കും ക്യൂബയിലേക്കും ജിംനാസ്റ്റിക് സംഘവുമായി നദിയ സഞ്ചരിച്ചുവെങ്കിലും കൂടെ കമ്മ്യൂണിസ്റ്റ് ഭരണത്തിന്റെ ചാരസംഘമുണ്ടായിരുന്നു. 1984 ൽ താൻ വിരമിക്കുകയാണെന്ന് നദിയ പ്രഖ്യാപിച്ചു.

''ജീവിതം കൊടിയ നിരാശയിലേക്ക് കൂപ്പുകുത്തി. എന്റെ കുടുംബത്തെ വേണ്ടിവിധം പോറ്റാനുള്ള ചെറിയ പണത്തിനുപോലും അവസരം കിട്ടാതായി. എന്റെ കുടുംബം വലിയ പ്രതിസന്ധിയിലായി. റുമാനിയക്കാർക്ക് എവിടെ വേണമെങ്കിലും യാത്ര ചെയ്യാം. എനിക്കതിന് അനുവാദമില്ല. എന്റെ ജിംനാസ്റ്റിക്സ് ജീവിതം അവസാനിക്കുകയായി. എന്റെ ജീവിതത്തിൽ ആഹ്ലാദമെന്നത് ഉണ്ടായിട്ടില്ല. ഞാൻ അവർക്കുവേണ്ടി എല്ലാം ചെയ്തു. ശരിക്കും ഞാനൊരു തടവുകാരിയായി.''

റുമാനിയയിൽ എല്ലാം അടിയിൽ തിളച്ചുമറിയുകയായിരുന്നു. ഭരണകൂടത്തിനെതിരായ ജനങ്ങളുടെ രോഷം പതുക്കെപ്പതുക്കെ ഉണരാൻ തുടങ്ങി. രക്ഷപ്പെടാനുള്ള മാർഗ്ഗങ്ങളെക്കുറിച്ച് നദിയയും ചിന്തിച്ചുകൊണ്ടിരുന്നു. ഈ ഘട്ടത്തിലാണ് അമേരിക്കൻ ജിംനാസ്റ്റ് ബർട്ട് കോർണറുടെ ചിരിക്കുന്ന മുഖം അവളെ നിരന്തരം ഉണർത്തിക്കൊണ്ടിരുന്നത്.

1976 ൽ മോൺട്രിയൽ ഒളിമ്പിക്സിൽ മാഡിസൺ സ്ക്വയർ പാർക്കിൽ ഒരു ടോക്ക് ഷോയിൽ പങ്കെടുക്കാൻ ചെന്നപ്പോൾ കോണറെ കണ്ടിരുന്നു. ന്യൂയോർക്ക് ടൈംസിന്റെ ഒരു ഫോട്ടോഗ്രാഫർ, കോണർ ആരാധനകൊണ്ട് നദിയയുടെ കവിളിൽ ചുംബിക്കുന്ന രംഗം ഷൂട്ട് ചെയ്തിരുന്നു. ന്യൂയോർക്ക് ടൈംസിൽ പ്രാധാന്യത്തോടെ ഈ ചിത്രം അച്ചടിച്ചുവന്നിരുന്നു. എന്നാൽ നദിയ ഈ ചിത്രം കാണുന്നത് 1981ൽ അമേരിക്കൻ പര്യടനത്തിന് എത്തിയപ്പോഴാണ്. ടൂർ ചെയ്യുന്ന ബസ്സിൽവെച്ചാണ് കോണർ ആ ചിത്രം കാണിച്ചുകൊടുക്കുന്നത്.

വളരെ പെട്ടെന്ന് ചങ്ങാത്തം കൂടുന്ന കോണർ, നദിയയുടെ മനസ്സിൽ കയറിക്കൂടി. 1984ൽ അവർ വീണ്ടും കണ്ടുമുട്ടി. ജീവിതത്തെക്കുറിച്ച് അവർ പല സങ്കല്പങ്ങളും പങ്കുവെച്ചു. 1989 ൽ കോണർ ബുക്കാറസ്റ്റിൽ വന്ന് നദിയയെ കണ്ടു. രക്ഷപ്പെടാനുള്ള മാർഗ്ഗങ്ങളെക്കുറിച്ച് അവർ പദ്ധതി തയ്യാറാക്കി.

നദിയയുടെ മാനേജർ കോൺസ്റ്റാന്റിൻ പാനിറ്റാണ് ഇതിനുള്ള നീക്കങ്ങൾ നടത്തിയത്. രക്ഷപ്പെടാൻ തയ്യാറായി വേറെയും ആളുകളുണ്ടായിരുന്നു. പാനിറ്റിനു മറ്റൊരു പ്ലാൻ ഉണ്ടായിരുന്നു. നദിയയെ മുൻനിർത്തി പണമുണ്ടാക്കാനുള്ള വിദ്യകൾ അയാൾ മെനഞ്ഞു. നല്ലൊരു തുക ഇതിനകം അയാൾ കൈക്കലാക്കിയിരുന്നു.

1989 നവംബറിൽ ഹങ്കേറിയൻ അതിർത്തിയിലേക്ക് കടന്ന നദിയ സെഗെഡ് എന്ന അതിർത്തി നഗരത്തിലെ ഹോട്ടലിലാണ് ആദ്യം എത്തിയത്. പാനിറ്റ് പറഞ്ഞതുപോലെ അവിടെ യാതൊരു സൗകര്യവും ഹങ്കേറിയൻ അധികൃതർ ചെയ്തിരുന്നില്ല. മാത്രമല്ല, അവിടം വിടാനാണ് ഹങ്കറിയുടെ നിർദ്ദേശം വന്നത്.

അതോടെ തകർന്നുപോയ നദിയ രണ്ടുമൂന്നു ഹങ്കേറിയൻ ഉദ്യോഗസ്ഥരുടെ സഹായത്തോടെ രാത്രി സെഗെഡിൽനിന്ന് ആസ്ട്രിയൻ അതിർത്തിയിലേക്ക് വേഷം മാറി നടന്നു. തണുത്തുറഞ്ഞ ചെളിവെള്ളത്തിലൂടെ മഞ്ഞുപാടങ്ങൾ ചവിട്ടിക്കയറി ആസ്ട്രിയൻ അതിർത്തിയിലെ

നദിയ 2006ൽ

ഉരുക്കുകമ്പികൾക്കിടയിലൂടെ നുഴഞ്ഞുകയറിയ നദിയ പുതിയ രാജ്യത്തെത്തുമ്പോൾ ശരീരമാകെ ചോരയിൽ കുതിർന്നിരുന്നു. ആസ്ട്രിയയിൽനിന്ന് അമേരിക്കയിലേക്ക് എത്തുന്നതിനുള്ള പദ്ധതികൾ ബെലയും കോണറും ചേർന്ന് മണിക്കൂറുകൾക്കുള്ളിൽ ആസൂത്രണം ചെയ്തു. ആസ്ട്രിയയിലെ അമേരിക്കൻ എംബസിയിലാണ് അവർ എത്തിച്ചേർന്നത്. അവിടെനിന്ന് ഒരു പ്രത്യേക ജെറ്റ് വിമാനത്തിൽ ലോസ് ഏഞ്ചൽസിൽ ഇറങ്ങിയപ്പോഴാണ് നദിയയ്ക്ക് ശ്വാസം നേരെ വീണത്. ആസ്ട്രിയൻ ആഭ്യന്തരമന്ത്രാലയം യു.എസ്. എംബസിയുടെ നിർദ്ദേശമനുസരിച്ച് ആസ്ട്രിയൻ വിമാനത്താവളത്തിൽ എത്താനുള്ള സൗകര്യങ്ങൾ ചെയ്തിരുന്നു. എങ്കിലും എംബസി ഓഫീസിലാണ് അവർ ആദ്യമെത്തിയത്.

റുമാനിയ ഒഴിച്ച് ലോകമെല്ലാം നദിയയുടെ മോചനം റിപ്പോർട്ട് ചെയ്തു. നാലു ദിവസത്തിനുശേഷം റുമാനിയയിൽ കലാപം പൊട്ടിപ്പുറപ്പെട്ടു. നിക്കോളേ ചെഷസ്ക്യൂവും കുടുംബാംഗങ്ങളും പട്ടാള വിചാരണയെത്തുടർന്ന് വെടിയേറ്റു മരിച്ചു. ഈ മരണത്തിനുശേഷം, അമ്മ സ്റ്റെഫാനിയ, നദിയയെ ചെഷസ്ക്യൂവിന്റെ ഇളയമകൻ നിക്കു മാനഭംഗപ്പെടുത്തിയതായി ആരോപിച്ചിരുന്നു. എന്നാൽ നദിയ അത് നിഷേധിക്കുകയാണുണ്ടായത്. പക്ഷേ കമ്മ്യൂണിസ്റ്റ് ഭരണത്തിന്റെ കീഴിൽ താനൊരു തടവുകാരിയെപ്പോലെയാണ് ജീവിച്ചതെന്ന് നദിയ തുറന്നുപറയുകയുണ്ടായി.

അമേരിക്കയിലെത്തിയശേഷം നദിയ ബെലയുടേയും മുൻ ബോക്സിങ്ങ് പരിശീലകനും റുമാനിയക്കാരനുമായ അലക്സാണ്ടർ സ്റ്റെഫ്യുവിന്റേയും സഹായത്തോടെയാണ് പാനിറ്റിനെ ഒഴിവാക്കിയത്. മുമ്പ് കല്യാണം കഴിച്ചിട്ടുള്ള പാനിറ്റ് നാല് കുട്ടികളുടെ പിതാവായിരുന്നു. നദിയയോടൊപ്പം താൻ താമസിക്കുമെന്ന് മാധ്യമങ്ങളോട് പറഞ്ഞ പാനിറ്റ്, നദിയയുടെ പണവുമായി പിന്നീട് അപ്രത്യക്ഷനാകുകയായിരുന്നു. സ്റ്റെഫ്യുവിന്റെ കുടുംബത്തോടൊപ്പം താമസിച്ച നദിയ 1996 ൽ ബർട്ട് കോണറെ വിവാഹം കഴിച്ചു. ദമ്പതികളുടെ വിവാഹ ആഘോഷം ബുക്കാറസ്റ്റിൽ ലൈവ് ആയാണ് ജനങ്ങൾ കണ്ടത്. 2006-ൽ അവർക്കൊരു മകൻ പിറന്നു - സൈലാൻ. ഓക്ക്ലയിലെ നോർമനിൽ അവർ ഒരു ജിംനാസ്റ്റിക് അക്കാദമി തുറന്നു. അതിനുപുറമെ ടെലിവിഷൻ പ്രൊഡക്റ്റ് കമ്പനിയും സ്ഥാപിച്ചു.

‘‘ഒരു സ്വപ്നസഞ്ചാരിണിയല്ല ഞാൻ. ജീവിതം എനിക്ക് മികച്ചതെല്ലാം തന്നു.’’ അതുകൊണ്ടുതന്നെ കാരുണ്യപ്രവർത്തനങ്ങൾക്കായി ബുക്കാറസ്റ്റിൽ നദിയ മികച്ച ഒരു ചിൽഡ്രൻസ് ക്ലിനിക്ക് തുറന്നിട്ടുണ്ട്.

ഇന്നും നദിയ ഓക്ക്ലയിൽ മറ്റ് എക്സർസൈസുകളോടൊപ്പം അര മണിക്കൂർ ഫ്ളോറിൽ ജിംനാസ്റ്റിക് എക്സർസൈസുകൾ ചെയ്യും. അതിന്റെ വിശദീകരണം ഇങ്ങനെ ‘‘ഫ്ളോറിൽ എത്തുമ്പോഴാണ് എന്റെ ജീവിതം സമ്പൂർണ്ണമാണെന്ന് ബോധ്യപ്പെടുന്നത്.’’

■

സെബാസ്റ്റ്യൻകോ & സ്റ്റീവ് ഓവറ്റ് (ബ്രിട്ടൻ)
പല സ്നാപ്പുകളിൽ രണ്ട് ജീവിതം

സെബാസ്റ്റ്യൻകോ

ജനനം - 1956 സെപ്തംബർ 29 ലണ്ടൻ • 1980 മോസ്കോ ഒളിമ്പിക്സ് - 1500 മീറ്റർ - സ്വർണ്ണ മെഡൽ, 800 മീറ്റർ - വെള്ളി മെഡൽ • 1984 ലോസ് ഏഞ്ചൽസ് ഒളിമ്പിക്സ് - 1500 മീറ്റർ - സ്വർണ്ണ മെഡൽ, 800 മീറ്റർ - വെള്ളി മെഡൽ.

സ്റ്റീവ് ഓവറ്റ് - ബ്രിട്ടൻ

ജനനം - 1955 ഒക്ടോബർ 9 ബ്രൈറ്റൺ • 1980 മോസ്കോ ഒളിമ്പിക്സ് - 800 മീറ്റർ - സ്വർണ്ണ മെഡൽ, 1500 മീറ്റർ - ഓട്ടുമെഡൽ.

"ലക്ഷ്യം എന്നത് കാല്പനികമായ ഒരു സങ്കല്പമാണ്. സ്വയം ബോധ്യപ്പെട്ടാൽ തന്റെ കഴിവുകൾകൊണ്ട് ലക്ഷ്യം നേടാനാവും."
- സെബാസ്റ്റ്യൻകോ

"ഓടുമ്പോൾ ഒരു പ്രതിബന്ധവും തോന്നാറില്ല. ഗ്രൗണ്ട് പോലും ഉണ്ടെന്ന് തോന്നുകയില്ല. പ്രധാനം നാം ഓടുന്ന നിമിഷങ്ങളാണ്."
- സ്റ്റീവ് ഓവറ്റ്

ഏതുതരം ആയുധങ്ങളാണ് എതിരാളിയുടെ കൈയിലെന്ന് അറിഞ്ഞിരിക്കുന്നത് പോരാളിയുടെ ശാസ്ത്രമാണ്. എതിരാളിയുടെ കൈയിൽ എന്തെങ്കിലും പുതുതായി ഉണ്ടാകുമെന്ന് അയാൾ അറിഞ്ഞിരിക്കുകയും

വേണം. എൺപതുകളുടെ കായികചരിത്രത്തിൽ ബ്രിട്ടനിൽനിന്നുള്ള രണ്ട് അത്‌ലറ്റുകൾ ഈ സത്യം ഉൾക്കൊണ്ടു. അവർക്ക് വിജയിക്കണമെങ്കിൽ ശക്തനായ എതിരാളി ഉണ്ടാകണം. സ്റ്റീവ് ഓവറ്റിന്റെ എതിരാളി സെബാസ്റ്റ്യൻകോ ആയിരുന്നു. കോയുടെ എതിരാളി ഓവറ്റും. ഇവർ ട്രാക്കുകളെ തീപിടിപ്പിച്ചപോലെ മറ്റാരും ചെയ്തിട്ടില്ല. രണ്ടു പേരും പങ്കെടുക്കുന്ന ഒരോട്ടപ്പന്തയത്തിന് എൺപതുകളിൽ ഒരു ഫുട്ബോൾ മത്സരത്തേക്കാൾ കാണികളുണ്ടായിരുന്നു.

പതിനേഴ് വർഷം നീണ്ടുനിന്ന ഈ മത്സര ശത്രുതയ്ക്കുശേഷം ഇരുവരും തിരിച്ചറിഞ്ഞത് തങ്ങൾക്ക് ഒരുപാട് സമാനതകളുണ്ടെന്നാണ്. ഇന്ന് അവർ ജീവിതത്തിലെ ഏറ്റവും മികച്ച സൗഹൃദം സൂക്ഷിക്കുന്നു.

സസക്സിലെ ബ്രൈറ്റനിൽ 1955 ൽ ജനിച്ച സ്റ്റീവൻ മൈക്കേൽ ജെയിംസ് ഓവറ്റ് എന്ന സ്റ്റീവ് ഓവറ്റ് ഇപ്പോൾ ബ്രിട്ടീഷ് സാമ്രാജ്യത്തിലെ പ്രധാനപ്പെട്ട ഉദ്യോഗസ്ഥനാണ്. ഒരു വയസ്സ് കൂടുതൽ പ്രായമുള്ള സെബാസ്റ്റ്യൻകോ അന്താരാഷ്ട്ര അമേചർ അത്‌ലറ്റിക് ഫെഡറേഷന്റെ പ്രസിഡണ്ടും. മുമ്പ് ലണ്ടൻ ഒളിമ്പിക്സിന്റെ സംഘാടകസമിതി ചെയർമാനായിരുന്നു കോ. 1992 മുതൽ അദ്ദേഹം കൺസർവേറ്റീവ് പാർട്ടിയുടെ ഹൗസ് ഓഫ് ലോർഡ്സ് അംഗമാണ്. 1973 സ്യൂയ്സ് ബർഗിൽ 800 മീറ്റർ ജയിച്ചുകൊണ്ടാണ് ഓവറ്റ് അന്താരാഷ്ട്ര ശ്രദ്ധയാകർഷിച്ചത്. 1976 ലെ മോൺട്രിയോൾ ഒളിമ്പിക്സിൽ മത്സരിച്ചെങ്കിലും അഞ്ചാം സ്ഥാനമേ ലഭിച്ചുള്ളൂ.

ഷെഫീൽഡിൽ ജനിച്ച സെബാസ്റ്റ്യൻകോ ജീവിതത്തിന്റെ നല്ല ഭാഗം ജീവിച്ചത് ലണ്ടൻ നഗരത്തിൽ തന്നെയാണ്. എണ്ണൂറ് മീറ്ററായിരുന്നു കോയുടെ പ്രിയപ്പെട്ട ഇനം. സ്റ്റീവിനെപോലെയല്ല കോ. സ്റ്റീവിന് തുറന്ന പെരുമാറ്റമാണ്. കായികതാരം മാത്രമല്ല ഒന്നാന്തരം കാമുകൻ കൂടിയാണ് ഓവറ്റ്. 1980 ലെ മോസ്കോ ഒളിമ്പിക്സിൽ ഓവറ്റ് എത്തുന്നത് കാമുകി റേച്ചലുമൊത്താണ്. 1500 മീറ്ററാണ് ഇഷ്ടയിനം. അന്തർമുഖനാണ് കോ. ഗൗരവക്കാരൻ. അച്ഛന്റെ മകൻ. അച്ഛൻ പീറ്റർ കോ തന്നെയാണ് കോച്ച്. ബ്രിട്ടീഷ് മാധ്യമങ്ങൾ എഴുപതുകളുടെ തുടക്കത്തിൽത്തന്നെ ഈ അത്‌ലറ്റുകളെക്കുറിച്ച് ഒട്ടേറെ ഫീച്ചറുകൾ പ്രസിദ്ധീകരിച്ചിരുന്നു. 1978 ൽ ഇരുവരും യൂറോപ്യൻ ചാമ്പ്യൻഷിപ്പിൽ മത്സരിക്കാനിറങ്ങിയപ്പോൾ മാധ്യമങ്ങൾ രണ്ടു ചേരികളായി. പക്ഷേ 800 മീറ്ററിൽ ബ്രിട്ടീഷ് മാധ്യമങ്ങളുടെ കണക്കുക്കൂട്ടലുകൾ തെറ്റിച്ച് കിഴക്കൻ ജർമ്മനിയിലെ ഒലാഫ് ബെയർ ചാമ്പ്യനായി. ഓവറ്റിനായിരുന്നു വെള്ളി. കോ മൂന്നാമനായാണ് എത്തിയത്. മത്സരം ആന്റി ക്ലൈമാക്സിലാണ് അവസാനിച്ചതെങ്കിലും കോയും ഓവറ്റും പിന്നീട് ഒന്നിച്ചുമത്സരിക്കുന്നത് മോസ്കോ ഒളിമ്പിക്സിലാണ്. ഡേവ് മൂർക്രോഫ്റ്റ് ഈ ഒളിമ്പിക്സിനെ കോ-ഓവറ്റ് ഒളിമ്പിക്സ് എന്നാണ് വിശേഷിപ്പിച്ചത്. അമേരിക്കയുടേയും പശ്ചിമ ജർമ്മനിയുടേയും സഖ്യരാജ്യങ്ങളുടേയും

ബഹിഷ്കരണം, ഒളിമ്പ്യാഡിന്റെ ശോഭ കെടുത്തിയിരുന്നെങ്കിലും മികച്ച പ്രകടനങ്ങളാൽ സമൃദ്ധമായിരുന്നു മോസ്കോ.

ഒളിമ്പിക്സിനുമുമ്പ് നടന്ന മത്സരങ്ങളിലെല്ലാം കോയും ഓവറ്റും വൻവിജയങ്ങൾ നേടിയിരുന്നു. എന്നാൽ ഇരുവരും നേർക്കുനേർ വരാതെ പല മത്സരങ്ങളും ഒഴിവാക്കി. ബർമ്മിങ്ങാമിൽ മാത്രമാണ് ഇരുവരും മത്സരിച്ചത്. ഇവരെ മീറ്റിൽ പങ്കെടുപ്പിക്കാൻ സംഘാടകർ മികച്ച പ്രതിഫലം നല്കിയിരുന്നു. എന്നാൽ കോയ്ക്കു നല്കിയ അത്രയും പ്രതിഫലം തനിക്ക് ഇല്ലെന്നറിഞ്ഞ് ഓവറ്റ് ആ മീറ്റിൽനിന്ന് പിന്മാറിയതായിരുന്നു. പിന്നീട് ഓവറ്റ് മത്സരിച്ചെങ്കിലും കടുത്ത അസുഖം മൂലം മികവോടെ കോയ്ക്ക് ഒത്ത എതിരാളിയാവാൻ കഴിഞ്ഞില്ല. കോ ഒന്നാമതെത്തിയപ്പോൾ ഒമ്പതാമനായാണ് ഓവറ്റ് ഫിനിഷ് ചെയ്തത്.

അതുപോലെ ക്രിസ്റ്റൽ പാലസിൽ കോ മത്സരിക്കാനെത്തിയപ്പോഴാണ് അവസാനമിനിറ്റിൽ ഓവറ്റും വരുന്നുണ്ടെന്ന് അറിഞ്ഞത്. ഓവറ്റ് ഇല്ല എന്ന് ഉറപ്പുവരുത്തിയശേഷമാണ് കോ ക്രിസ്റ്റൽ പാലസിലേക്ക് വന്നത്. ഒടുവിൽ കോ 800 മീറ്ററിലേക്ക് മാറി. ഓവറ്റ് 1500 മീറ്ററിൽ മാത്രം മത്സരിച്ചു. രണ്ടുപേരും ഒന്നാമതായി ഫിനിഷ് ചെയ്തു. ഓട്ടത്തിൽ ഓവറ്റിന്റെ സമീപനം അല്പം വ്യത്യസ്തമായിരുന്നു. മത്സരത്തിൽ പങ്കെടുക്കുകയും മികച്ച പ്രകടനം കാഴ്ചവെക്കുകയും ചെയ്യുന്നതിലാണ് ഓവറ്റ് ആനന്ദിച്ചത്. മെഡലുകൾ എല്ലായ്പ്പോഴും ലഭിച്ചെന്ന് വരികയില്ല. കാരണം മത്സരത്തിൽ പങ്കെടുക്കുന്നത് സഹജമായ ദൗർബല്യങ്ങളുള്ള മനുഷ്യരാണ്. ആരും 'സൂപ്പർമാൻ' അല്ലെന്നും ഓവറ്റ് വിശ്വസിച്ചു.

ഓവറ്റ്, കോ

വിജയത്തിൽ കവിഞ്ഞൊന്നിലും കോ വിശ്വസിച്ചിരുന്നില്ല. ഏതെങ്കിലും മത്സരത്തിൽ പരാജയപ്പെട്ടാൽ അച്ഛനും മകനും അതിന്റെ കാരണങ്ങളെക്കുറിച്ച് അപഗ്രഥിക്കും. വിദഗ്ദ്ധരുടെ അഭിപ്രായങ്ങൾ തേടും. മകനെ പലരീതിയിൽ പരിശീലിപ്പിച്ചശേഷമാണ് പീറ്റർ മത്സരത്തിന് തയ്യാറാവുക. ബ്രിഡ്ജന്റ് മെർത്തിർമാവറിലെ മണൽക്കൂനകളിലൂടെ പീറ്റർ മകനെ എണ്ണമറ്റ തവണ ഓടിച്ചിട്ടുണ്ട്. പല ദൂരങ്ങൾ മാറിമാറി ഓടിപ്പിച്ചു. ഒളിമ്പിക്സിനു രണ്ടാഴ്ചമുമ്പ് കോ, ക്രിസ്റ്റൽ പാലസിൽ 600 മീറ്ററും ഗോതൻബർഗിൽ 800 മീറ്ററും ഓസ്ലോവിൽ ഒരു മൈലും വെൽവിൻ ഗാർഡനിൽ 3000 മീറ്ററും ഓടുകയുണ്ടായി. ഡാർട്ട്ഫോസിൽ കോ ഹാഫ് മാരത്തോണിലാണ് മത്സരിച്ചത്. ഒളിമ്പിക്സിനുമുമ്പുള്ള ഒരു വർഷം കോ അദ്ഭുതങ്ങൾ തന്നെ സൃഷ്ടിച്ചു.

800 മീറ്ററിലും 1500 മീറ്ററിലും ഒരു മൈലിലും 1000 മീറ്ററിലും ലോകറെക്കോർഡ് സൃഷ്ടിച്ചുകൊണ്ട് അയാൾ മുന്നേറി. 41 ദിവസത്തിനുള്ളിലാണ് കോയുടെ പുതുസമയങ്ങൾ പിറന്നത്. ഇത്രയും മത്സരങ്ങളിൽ നാലിനങ്ങളിലും റെക്കോർഡ് സൃഷ്ടിച്ച ഒരേയൊരാൾ എന്ന ബഹുമതിയും നേടി. എന്നാൽ രണ്ടാഴ്ചയ്ക്കകം ഓവറ്റ് 1500 മീറ്ററിൽ കോയുടെ സമയത്തിന് ഒപ്പമെത്തി. തൊട്ടുപിന്നാലെ ഒരു മൈലിൽ പുതിയ റെക്കോർഡ് സൃഷ്ടിക്കുകയും ചെയ്തു. അതോടെ മോസ്കോ ഒളിമ്പിക്സ് കോയുടേയും ഓവറ്റിന്റേയും പോരാട്ടവേദിയായി.

ആദ്യം നടന്നത് 800 മീറ്റർ ഫൈനലാണ്. കോയുടെ പ്രിയപ്പെട്ട ഇനമാണിത്. എല്ലാവരും കോ വിജയിക്കുമെന്നുതന്നെ കരുതി. രാത്രി, എല്ലാം തകിടം മറിഞ്ഞു. തലേന്നുരാത്രി അതുവരെ അനുഭവപ്പെടാത്ത തളർച്ചമൂലം അയാൾക്ക് ഉറങ്ങാനായില്ല. പിറ്റേന്ന് ആലസ്യത്തോടെ കോ പ്രഭാതഭക്ഷണം കഴിച്ചു. മത്സരത്തിനുമുമ്പ് പാൽ കുടിക്കുന്നത് പതിവായിരുന്നു. പക്ഷേ മനംപിരട്ടൽ മൂലം പാലും കഴിക്കാനായില്ല. രാവിലെ ഉല്ലാസത്തോടെ തുടങ്ങിയ ഓവറ്റിനു മത്സരം തുടങ്ങിയപ്പോൾ, രണ്ടു കിഴക്കൻ ജർമ്മൻ താരങ്ങളുടെ ഇടയിൽപ്പെട്ട് വേണ്ടത്ര ഊർജ്ജത്തോടെ കുതിക്കാൻ കഴിഞ്ഞില്ല. കോ ആകട്ടെ പുറത്തെ ട്രാക്കിലൂടെ ഓടി മുന്നേറാൻ ശ്രമിച്ചെങ്കിലും പിന്നിലായി. 300 മീറ്റർ കഴിഞ്ഞപ്പോൾ അയാൾ ഏറ്റവും പിന്നിലായി. ജർമ്മൻ താരങ്ങളുടെ ഇടയിൽനിന്ന് രണ്ടാം ലൈനിലേക്ക് മാറിയ ഓവറ്റിന് നാനൂറ് മീറ്റർ കഴിഞ്ഞപ്പോൾത്തന്നെ കുതിപ്പിന്റെ റിഥം കിട്ടിയിരുന്നു. ''ഓടുന്നതിനിടയിലും ഞാൻ ചിന്തിക്കുകയായിരുന്നു കോ എവിടെ? എവിടെയാണ് കോ? മുന്നിൽ കയറിയിട്ടുണ്ടാകും എന്ന അങ്കലാപ്പിൽ ഞാൻ സർവ്വശക്തിയുമെടുത്ത് പാഞ്ഞു'' ഓവറ്റ് പിന്നീട് എഴുതി. എന്നിട്ടും കോ വിട്ടില്ല. മത്സരം കൈവിട്ടുപോയെന്ന് ഉറപ്പിച്ച നിമിഷത്തിൽ സ്വയം ചാർജ്ജു ചെയ്ത് മുന്നേറി. അപ്പോഴേക്കും ഓവറ്റ് ടേപ്പ് തൊട്ടിരുന്നു.

മത്സരശേഷം കോ പറഞ്ഞു. ''ഇരുപതുകൊല്ലത്തിനിടയിൽ ഞാൻ ഇത്രയും മോശമായി ഓടിയിട്ടില്ല. ആദ്യത്തെ ഒന്നര മിനിറ്റിൽ മത്സരം

എന്നെ കൈവിട്ടു.'' കൂടെയുണ്ടായിരുന്ന അച്ഛൻ പറഞ്ഞത് അവൻ ഒരു വിഡ്ഢിയെപ്പോലെ ഓടി എന്നാണ്.

1500 മീറ്റർ ഓവറ്റിന്റെ കുത്തകയാണ്. അത് അറിയാവുന്നത് കോയ്ക്കു തന്നെയാണ്. മത്സരം തുടങ്ങിയപ്പോൾ ഓവറ്റ് പതിവുപോലെ സാവധാനം തുടങ്ങി. ആദ്യത്തെ 500 മീറ്റർ പതുക്കെ ഓടി. പിന്നീട് വേഗം കൂട്ടി ഓടുന്നതാണ് ഓവറ്റിന്റെ ശൈലി. പക്ഷേ ജർമ്മൻ താരം ജർഗൻ സ്ലാബ് കണക്കുകൂട്ടിയാണ് മത്സരിക്കാനെത്തിയത്. 750 മീറ്റർ വരെ സ്ലാബ് മുന്നിൽ കടന്നു. അടുത്ത അമ്പതു മീറ്ററിനുള്ളിൽ കോ മറികടക്കുന്നത് സ്ലാബ് കണ്ടു. സ്ലാബ് വീണ്ടും വേഗത കൂട്ടി. ഓവറ്റ് ഈ സമയത്ത് കോയാണ് മുന്നിലെന്ന യാഥാർത്ഥ്യം തിരിച്ചറിഞ്ഞു. ഏറ്റവും അവസാനലാപ്പിൽ അവസാനത്തെ വളവിൽ സ്ലാബും കോയും ഓവറ്റും ഒപ്പത്തിനൊപ്പമായിരുന്നു. പക്ഷേ കണ്ണടച്ചു തുറക്കുംമുമ്പ് കോ, വിസ്മയകരമായവിധത്തിൽ കുതിച്ചുപാഞ്ഞു. പിന്നാലെ സ്ലാബും കുതിച്ചപ്പോൾ മത്സരം കൈവിട്ടതായി ഓവറ്റിന് ബോധ്യമായി. മൂന്നുകൊല്ലം 45 മത്സരങ്ങളിൽ പങ്കെടുത്ത് 1500 മീറ്ററിൽ ചാമ്പ്യനായ ഓവറ്റിന് ആ ഒളിമ്പിക്സിൽ അതു കൈവിടേണ്ടിവന്നു. ഈ മത്സരത്തിൽ പങ്കെടുത്ത സ്റ്റീവ് ക്രാം എട്ടാമതായാണ് ഫിനിഷ് ചെയ്തത്. സെബാസ്റ്റ്യൻകോ അവസാനത്തെ വളവിനുശേഷം ഒരു സ്പ്രിന്ററെ പോലെ കുതിക്കുന്നതാണ് താൻ കണ്ടതെന്ന് മത്സരശേഷം ക്രാം പറഞ്ഞു.

മോസ്കോ ഒളിമ്പിക്സിനുശേഷം ഓവറ്റിനും കോയ്ക്കും നല്ലകാലമായിരുന്നു. ഇരുവരുടേയും ഫിറ്റ്നസ് അവരെ ഒട്ടേറെ മത്സരങ്ങളിൽ വിജയം നേടാൻ സഹായിച്ചു. എന്നാൽ ഓവറ്റ് - കോ പോരാട്ടത്തിനു പിന്നേയും കാത്തിരിക്കേണ്ടിവന്നു. ഒരു മൈലിൽ കോ പുതിയ ലോക റെക്കോർഡ് സ്ഥാപിച്ചെങ്കിലും ഓവറ്റ് അതു തകർക്കുകതന്നെ ചെയ്തു.

ഓവറ്റും കോയും ഇപ്പോൾ

പക്ഷേ ഒമ്പതു ദിവസത്തിനകം പുതിയ റെക്കോർഡ് സൃഷ്ടിച്ചുകൊണ്ട് കോ അതു തിരിച്ചുപിടിച്ചു. ഫ്ളോറൻസ് മീറ്റിൽ കോ 800 മീറ്ററിൽ പുതിയ ലോക റെക്കോർഡ് സ്ഥാപിച്ചു.

1982 ൽ പരിക്ക് ഓവറ്റിനേയും കോയേയും പിടികൂടി. ആ വർഷം ഇരുവരും പരസ്പരം മത്സരിക്കാൻ തയ്യാറായതായിരുന്നു. പക്ഷേ ഫിറ്റ്നസ് പ്രശ്നംമൂലം നടന്നില്ല. അതേവർഷം സ്റ്റീവ് ക്രാം 1500 മീറ്ററിൽ പുതിയ ചാമ്പ്യനായി ഉദയംചെയ്തു.

1984-ൽ വീണ്ടും കോ-ഓവറ്റ് പോരാട്ടവാർത്തകൾ വന്നുനിറഞ്ഞു. പക്ഷേ ആഴ്ചകൾക്കുമുമ്പ് ഓവറ്റിന് ബ്രോങ്കൈറ്റീസ് ബാധിച്ചു. എങ്കിലും 800 മീറ്ററിൽ രണ്ടു ഹീറ്റ്സിലും രണ്ടാമനായി ഫൈനലിലെത്തി. കോ രണ്ടു ഹീറ്റിലും ഒന്നാമതായാണ് ഓടിയെത്തിയത്. പക്ഷേ ഫൈനലിൽ ഓവറ്റിന് മത്സരിക്കാനായില്ല. അസുഖം മൂലം ഓവറ്റ് ആശുപത്രിയിലായി. തന്റെ എതിരാളിയില്ലാതായപ്പോൾ സെബാസ്റ്റ്യൻകോ പതിവു ശൈലിയിൽ തുടങ്ങാൻ വിഷമിച്ചു. പക്ഷേ ബ്രസീലിയൻ ജോകിം ക്രൂസ് മികച്ച പ്രകടനത്തോടെ സ്വർണം നേടി. കോ വെള്ളിമെഡൽ കൊണ്ട് തൃപ്തിപ്പെട്ടു.

പക്ഷേ 1500 മീറ്ററിൽ ഓവറ്റ് മത്സരിക്കാനെത്തി. ഒപ്പം സ്റ്റീവ് ക്രാമുമുണ്ടായിരുന്നു. 350 മീറ്റർ പിന്നിട്ടപ്പോൾ ഓവറ്റ് തളർന്നുവീണു. 300 മീറ്റർ കഴിഞ്ഞപ്പോൾത്തന്നെ ഓവറ്റ് തളരുകയും ക്രാം കുതിക്കുകയും ചെയ്തിരുന്നു. ഈ ഘട്ടത്തിൽ കോ, ക്രാമിന്റെ ഒപ്പമെത്താൻ വേഗത കൂട്ടി. ഏതാണ്ട് 1200 മീറ്റർ വരെ ക്രാം ഒപ്പം നിന്നു. പക്ഷേ അവസാനത്തെ 300 മീറ്റർ സെബാസ്റ്റ്യൻ കോയുടേതായിരുന്നു. ലോസ് ഏഞ്ചൽസ് സ്റ്റേഡിയത്തിലെ കാണികളെ ഇരിപ്പിടത്തിൽനിന്ന് എഴുന്നേല്പിച്ചുകൊണ്ടോ കോ ടേപ്പിലേക്ക് കുതിച്ചു. ചരിത്രത്തിൽ 1500 മീറ്റർ ചാമ്പ്യൻസ്ഥാനം നിലനിർത്തുന്ന ആദ്യഒളിമ്പ്യനായി സെബ്കോ.

അതോടെ ഓവറ്റ് - കോ പോരാട്ടങ്ങൾക്ക് അന്ത്യമായി. ഇരുവരും ആറു മീറ്റുകളിലാണ് നേർക്കുനേർ വന്നത്. അതിൽ നാലും ഒളിമ്പിക്സിലായിരുന്നു. ഒളിമ്പിക്സിന്റെ കണക്കുനോക്കുമ്പോൾ കോ രണ്ടു സ്വർണവും രണ്ടു വെള്ളിയും ഓവറ്റ് ഒരു സ്വർണവും ഒരു വെങ്കലവും നേടി.

കോയ്ക്ക് 1984 ൽ ആദ്യം അഭിനന്ദനം നേർന്നവരിൽ ഒരാൾ ഓവറ്റായിരുന്നു. പിന്നീട് ഇരുവരും സുഹൃത്തുക്കളായി മാറി. ജന്മസിദ്ധമായ കഴിവുകൾ ഓവറ്റിനായിരുന്നുവെന്ന് കോ പറയുന്നു. എന്നാൽ ബ്രിട്ടനിലെ മധ്യദൂര ഓട്ടക്കാരിൽ ഗ്രേറ്റസ്റ്റ് കോ തന്നെയാണെന്നാണ് ഓവറ്റിന്റെ പക്ഷം. ഒന്നുകൂടി ഓവറ്റ് കൂട്ടിച്ചേർത്തു. ''ഞങ്ങൾ അടുത്തറിഞ്ഞപ്പോൾ, ഞങ്ങൾക്ക് ഒരുപാട് സമാനതകളുണ്ടെന്ന് ബോദ്ധ്യമായി.''

■

ഫ്ളോറൻസ് ഗ്രിഫിത്ത് ജോയ്നർ (യു.എസ്.)

ഫ്ളോജോ എന്ന ചിത്രശലഭം

ജനനം - 1959 ഡിസംബർ 21 • മരണം - 1998 സെപ്തംബർ 21. ലോസ് ഏഞ്ചൽസ് • 1984 ലോസ് ഏഞ്ചൽസ് ഒളിമ്പിക്സ് - 200 മീറ്റർ - വെള്ളിമെഡൽ • 1988 സിയൂൾ ഒളിമ്പിക്സ് - 4 x 400 മീറ്റർ റിലേ - വെള്ളി മെഡൽ, 4 x 100 മീറ്റർ റിലേ - സ്വർണ്ണ മെഡൽ, 200 മീറ്റർ - 21.34 സെക്കന്റ് - സ്വർണം ലോക റെക്കോർഡ്, 100 മീറ്റർ - 10.55 സെക്കന്റ് - സ്വർണം ഒളിമ്പിക് റെക്കോർഡ്.

"വിജയിക്കണം എന്ന ആഗ്രഹം എന്റെയുള്ളിൽ കയറ്റിവിട്ടത് ഗെട്ടോ (ചേരി)യിലെ ജീവിതമാണ്. അതിനു കൃത്യമായ വഴി കാണിച്ചു തന്നത് മാതാപിതാക്കളാണ്. ആ വഴിയിൽനിന്ന് പ്രശസ്തിയിലേക്കുള്ള വഴി വെട്ടേണ്ടത് എന്റെ ചുമതലയായിരുന്നു. അത് അടുത്ത തലമുറ കാണണമെന്ന് എനിക്ക് നിർബന്ധമായിരുന്നു."

ഫ്ളോജോ എന്ന ഫ്ളോറൻസ് ഗ്രിഫിത്ത് ജോയ്നർ ഒരു കൊടുങ്കാറ്റുപോലെയാണ് 1988 ലെ സോൾ ഒളിമ്പിക്സിൽ വീശിയത്. 10 വർഷത്തിനുശേഷം ഒരു സെപ്തംബർ രാത്രിയിൽ ഒരുജ്ജ്വലനക്ഷത്രം നിമിഷാർദ്ധംകൊണ്ട് കെട്ടുപോകുന്നതുപോലെ ലോകത്തോട് വിടപറഞ്ഞു. സൗന്ദര്യവും വേഗതയും ഇച്ഛാശക്തിയും ശരിയായ അനുപാതത്തിൽ കൂട്ടിക്കലർത്തി സിയൂളിനെ കീഴടക്കിയ ഫ്ളോജോ ഒളിമ്പിക്സ് കണ്ട വർണശബളതയുള്ള ഓട്ടക്കാരിയായിരുന്നു. നമുക്ക് സിയൂളിലേക്ക് പോകാം...

ഒളിമ്പിക് വില്ലേജിലെ ക്യാമറകൾ മുഴുവൻ അമേരിക്കൻ സർപ്പസുന്ദരിയുടെ പിന്നാലെയായിരുന്നു. ആർക്കും ഫ്ളോജോയെ കാണുമ്പോൾ

ഒരത്‌ലറ്റായി തോന്നിയിരുന്നില്ല. ചർമ്മത്തോട് ഒട്ടിക്കിടക്കുന്ന, സ്വന്ത മായി ഡിസൈൻ ചെയ്ത ട്രാക്ക് സ്യൂട്ട്, ചായം തേച്ച നഖങ്ങൾ, ചുണ്ടിൽ ലിപ്സ്റ്റിക്, ഉയർത്തിക്കെട്ടിയ പനങ്കുല മുടി. ട്രാക്കിലെ ഗ്ലാമർ ഗേൾ എല്ലാവരോടും സന്തോഷം പകർന്നുനടന്നു. പിറ്റേ ദിവസം 100 മീറ്റർ മത്സരമാണ്. സെപ്തംബർ 24 ശനിയാഴ്ച രാവിലെ 11 മണിക്ക് നൂറു മീറ്റർ ഒന്നാംറൗണ്ട്. 10.88 സെക്കന്റിൽ 60 പേരിൽ ഒന്നാമതായി ഓടി യെത്തുന്നു ഫ്ളോറൻസ്. അതോടെ ലോസ് ഏഞ്ചൽസിൽ നാട്ടുകാരി ഏവലിൻ ആഷ്ഫോർഡ് സ്ഥാപിച്ച 10.97 സെക്കന്റിന്റെ ഒളിമ്പിക് റെക്കോർഡ് തകർന്നുവീണു. രണ്ടാം റൗണ്ടിൽ 10.62 സെക്കന്റിൽ താൻ ഒരു മണിക്കൂർ മുമ്പ് സ്ഥാപിച്ച റെക്കോർഡ് മാറ്റിയെഴുതുന്നു. സെമി ഫൈനലിൽ 10.70 സെക്കന്റിൽ ഓടി ഫൈനലിലേക്ക് കടന്നു.

ഫൈനലിൽ ഫ്ളോജോ 10.54 സെക്കന്റിൽ അവിശ്വസനീയമായി ഓടിയെത്തി. കാറ്റിന്റെ ആനുകൂല്യത്തിൽ റെക്കോർഡ് കണക്കിലെടു ത്തില്ല. ബെൻ ജോൺസണും കാൾലൂയിസും തമ്മിലുള്ള നൂറ്റാണ്ടിന്റെ ഓട്ടത്തിനിടയിലും ഫ്ളോജോയുടെ സൗന്ദര്യപൂർണ്ണമായ കുതിപ്പ് പെട്ടെന്ന് ലോകം ശ്രദ്ധിച്ചു.

1988 സെപ്തംബർ 29 വ്യാഴം വൈകുന്നേരം 4.40. സിയൂളിലെ ഒളി മ്പിക് സ്റ്റേഡിയത്തിൽ വനിതകളുടെ 200 മീറ്റർ ഫൈനൽ അരങ്ങേറി. കിഴക്കൻ ജർമ്മനിയുടെ സുവർണതാരം ഹീക്കെ ഡ്രെഷ്ലറും ജമൈ ക്കക്കാരി ഗ്രേസ് ജോയ്സണും ആദ്യത്തെ നൂറു മീറ്ററിൽ ഒപ്പത്തിനൊപ്പം. നിമിഷങ്ങൾക്കൊണ്ട് അവരെ പിന്തള്ളി ഫിനിഷിങ്ങ് പോയന്റിലേക്ക് അവിശ്വസനീയമായ കുതിപ്പ്. 21.34 സെക്കന്റിന്റെ ലോകറെക്കോർഡ്. 1979ൽ മാരിറ്റ കോച്ച് (കിഴക്കൻ ജർമ്മനി) സ്ഥാപിച്ച റെക്കോർഡ് തകർന്നു വീണു. അതും അരസെക്കന്റിന്റെ വ്യത്യാസത്തിന്. ട്രാക്കിൽ കാൽമുട്ടി ലൂന്നി കുരിശുവരച്ചു പിന്നെ കൈകളുയർത്തി ആകാശത്തേക്ക് നോക്കി. പിന്നാലെ അമേരിക്കൻ പതാകയുമായി ഭർത്താവ് അൽ ജോയ്നറുടെ അരികിലേക്കോടി ആലിംഗനത്തിലമർന്നു. പതാകയുമായി സ്റ്റേഡിയം വലംവെയ്ക്കുമ്പോൾ കാണികൾ ഇളകിമറിഞ്ഞു. അവിടെനിന്ന് ഫ്ളോജോ വീണ്ടും മൂന്നാം സ്വർണത്തിലേക്ക് കടന്നു. നാനൂറു മീറ്റർ റിലേ ഫൈന ലിൽ 41.98 സെക്കന്റിൽ യു.എസ്. ടീം റഷ്യയെ പിന്തള്ളി.

അതോടെ സിയൂൾ വലിയൊരു ഫലത്തിനായി കാത്തിരുന്നു. രണ്ടു ദിവസവും മീഡിയ മത്സരിച്ചു. ഫ്ളോജോ നാലാമത്തെ സ്വർണം നേടുമോ? ജെസി ഓവൻസിനും കാൾ ലൂയിസിനും ഒപ്പമെത്തുമോ? അനശ്വരതയിലേക്കുള്ള ആ യാത്ര വെള്ളിമെഡലിൽ കലാശിച്ചു. 1500 മീറ്റർ റിലേയിൽ റഷ്യ സ്വർണവും യു.എസ്. വെള്ളിയും നേടി. പക്ഷേ സിയൂളിൽ മൂന്നുസ്വർണവും ഒരു വെള്ളിയുമായി ഫ്ളോജോ നിറഞ്ഞു നിന്നു. മായാത്ത ആ പുഞ്ചിരി ക്യാമറകൾ ഒപ്പിയെടുത്തു. ട്രാക്കിന് തീപിടിപ്പിച്ച സ്വപ്നസുന്ദരിയുടെ ചിത്രങ്ങൾ ഒന്നാംപേജിൽ നിറഞ്ഞു നിന്നു.

ഫ്ളോജോയുടെ അവിശ്വസനീയമായ മായാപ്രകടനം പലവിധം കഥകൾകൊണ്ട് നിറഞ്ഞതായിരുന്നു. ഉത്തേജകമില്ലാതെ ഇങ്ങനെ ഓടാൻ കഴിയുമോ? ചർച്ചകളിൽ മുഴുവൻ ഫ്ളോജോ തന്നെ. മെഡലുകൾ വാരിക്കൂട്ടിയ ഫ്ളോജോവിന്റെ ചിത്രവുമായി ഡെയ്‌ലി മിററിന്റെ തലക്കെട്ട് 'ലേഡി ജെസി ഓവൻസ്!' ലണ്ടൻ ടൈംസിൽ ചിരിക്കുന്ന ഫ്ളോജോയുടെ മുഖത്തിനു കീഴെ വലിയ തലക്കെട്ട് ''ഫ്ളോറൻസ് ഫന്റാസിയ'' പിന്നാലെ 11 ഡോപ് ടെസ്റ്റുകൾ. പതിനൊന്നിലും ഫ്ളോറൻസ് ക്ലീൻ.

ഗെട്ടോ ചേരിയിൽനിന്ന് ട്രാക്കിലേക്ക്

''ഒരുപാട് മോഹങ്ങളുള്ള കുട്ടിയായിരുന്നു ഞാൻ. വെറും മോഹങ്ങളല്ല, ഒരുപാട് മോഹങ്ങൾ. ഒരിക്കൽ ക്ലാസ്സ് ടീച്ചർ എന്നോടു ചോദിച്ചു. ആരാകാനാണ് താല്പര്യം? കവിയാകണം, ആർട്ടിസ്റ്റാവണം, ഡിസൈനർ ആകണം, ബ്യൂട്ടീഷനാകണം.'' ഒറ്റ ശ്വാസത്തിൽ ഞാനത് പറഞ്ഞപ്പോൾ കുട്ടികൾ ആർത്തുചിരിച്ചു. പക്ഷേ ഞാൻ ടീച്ചറോട് പറഞ്ഞു എനിക്ക് എല്ലാമാകണം'' ടൈംസ് പത്രത്തിന് അനുവദിച്ച ഒരഭിമുഖത്തിൽ ഫ്ളോജോ പറഞ്ഞു.

ഈ സ്വപ്നങ്ങൾ ഇല്ലായിരുന്നുവെങ്കിൽ ഫ്ളോജോ ഏതെങ്കിലും ഒരു ഗെട്ടോ (കറുത്തവർ താമസിക്കുന്ന ചേരിപോലെയുള്ള ഈ വീടുകൾ പൊതുവെ കുറ്റവാസനകളുടെ കേന്ദ്രം കൂടിയാണ്) യിൽ വീഴുമായിരുന്നു. പക്ഷേ കുട്ടിയായിരിക്കുമ്പോൾ തന്നെ അവൾ മോഹങ്ങൾ സാക്ഷാത്കരിക്കാനുള്ള വഴി തേടി. 1959 ഡിസംബർ 21-നാണ് ഫ്ളോജോ ജനിച്ചത്. 11 കുട്ടികളിൽ ഏഴാമതായി. സഹോദരന്മാരും സഹോദരിമാരുമായി 10 കുട്ടികൾ. ഒരു ചെറിയ വീട്. ലോസ് ഏഞ്ചൽസിനോട് ചേർന്നുകിടക്കുന്ന വാട്ട്സിലുള്ള ജോർദ്ദാൻ ഡൗൺസ് ഹൗസിങ്ങ് പ്രൊജക്റ്റിലാണ് താമസം. എങ്ങനെ വേണമെങ്കിലും വഴിതെറ്റാം. മയക്കുമരുന്നിന്റേയും കുറ്റകൃത്യങ്ങളുടേയും നിലവറയായിരുന്നു ആ ഗെട്ടോ. പക്ഷേ, ഇലക്ട്രീഷ്യനായ അച്ഛൻ റോബർട്ട് ഗ്രിഫിത്തും അധ്യാപികയായ

അമ്മ ഫ്ളോറൻസ് ഗ്രിഫിത്തും അവരെ ചിറകിലൊതുക്കി ജീവിച്ചു. ഫ്ളോജോ ജനിച്ചപ്പോൾ കിട്ടിയത് അമ്മയുടെ പേരുതന്നെ. ഡോളോറെസ് ഫ്ളോറൻസ് ഗ്രിഫിത്ത്. എല്ലാവരും അവളെ 'ഡീഡീ' എന്നു വിളിച്ചു.

ഫുട്ബോളും ബാസ്ക്കറ്റ് ബോളും കളിച്ചുകൊണ്ടാണ് അവൾ വളർന്നത്. നാലാമത്തെ വയസ്സിൽ അവളുടെ മനസ്സിനെ ഹോമിച്ചത് പിതാവിന്റെ ഇറങ്ങിപ്പോക്കായിരുന്നു. ഏഴാമത്തെ വയസ്സിൽ അവൾ സ്കൂളിലെ ഓട്ടമത്സരത്തിൽ പങ്കെടുക്കാൻ പരിശീലനം തുടങ്ങി. അവൾ മികച്ച ഓട്ടക്കാരിയൊന്നുമല്ലായിരുന്നു. പക്ഷേ എല്ലാവരുടേയും ശ്രദ്ധയാകർഷിക്കാൻ രണ്ടു കാലിലും രണ്ടുനിറത്തിലുള്ള സോക്സും ധരിച്ച് ഓടും. അന്നേ അവൾ അമ്മയുടെ നെയിൽപോളീഷ് ഉപയോഗിച്ച് നഖങ്ങൾ വർണ്ണഭംഗിയുള്ളതാക്കും. മൊജേവേ ഡെസേർട്ടിനടുത്ത് ഇലക്ട്രിക്കൽ കോൺട്രാക്റ്ററായി ജോലിചെയ്യുന്ന പിതാവിനെ കാണാൻ സഹോദരന്മാർക്കൊപ്പം ഫ്ളോജോ പോകും. അവിടത്തെ മണ്ണിൽ അവൾ മണിക്കൂറുകളോളം ഓടിക്കൊണ്ടിരിക്കും. വളർന്നപ്പോൾ അവൾ വീണ്ടും പരിശീലനം തുടർന്നെങ്കിലും കോളേജ് വിദ്യാഭ്യാസത്തിനു പ്രാധാന്യം നല്കി. ആദ്യം ഒരു ജോലി സമ്പാദിക്കുകയായിരുന്നു ലക്ഷ്യം. 1968 മുതൽ 74 വരെ അവൾ സ്പ്രിന്റിൽ ശ്രദ്ധ കേന്ദ്രീകരിച്ചു. ഷുഗർ റേ ഫൗണ്ടേഷനിൽ ഒരു അത്‌ലറ്റായി പരിശീലനം തുടരാൻ അവൾക്ക് അവസരം കിട്ടി. അവിടെവെച്ചാണ് ആദ്യമായി ബോബ് കെർസിയെ കണ്ടത്. ''ഇനിയും മെച്ചപ്പെടാനുണ്ട്. ഏകാഗ്രതയോടെ പരിശീലനം തുടരുക'' കെർസി പറഞ്ഞു. ഇതിനിടയിൽ ബിരുദപഠനം കഴിഞ്ഞു. എന്തുചെയ്യണം എന്ന കാര്യത്തിൽ അവൾക്ക് സംശയമില്ല. കാലിഫോർണിയയിലെ ഒരു ബാങ്കിൽ ടെല്ലറായി ജോലിക്ക് ചേർന്നു. അത് അവൾക്കും കുടുംബത്തിനും വലിയ സഹായമായി. ഒരു ദിവസം ബാങ്കിന്റെ കൗണ്ടറിനു മുമ്പിൽ ബോബ് കെർസി പ്രത്യക്ഷപ്പെട്ടു. ബോബ് ചോദിച്ചു. ''നീ ഫാറ്റ്ജോ (തടിച്ചി) ആയിപ്പോയല്ലോ.''

അവൾ കരഞ്ഞു. ജീവിക്കാനുള്ള ശ്രമത്തിൽ ഫ്ളോജോ ഗ്രൗണ്ടുകളെ തല്ക്കാലം മറന്നുകഴിഞ്ഞിരുന്നു. കെർസിയാണ് ഫ്ളോജോക്ക് ഒരു സ്പോർട്സ് സ്കോളർഷിപ്പ് തരപ്പെടുത്തിക്കൊടുത്തത്. അവൾ വീണ്ടും ഓടാൻ തുടങ്ങി. സമയം കിട്ടുമ്പോൾ അവൾ യുകെയിൽ ബ്യൂട്ടീഷൻ കോഴ്സിനു പോകും. അതിനുപിന്നാലെ മോഡലിങ്ങും ഡിസൈനിങ്ങും പഠിച്ചു. പക്ഷേ പരിശീലനം നന്നായി തുടർന്നു. മോഡലിങ്ങിനും ഒതുങ്ങിയ ''ഫാറ്റ്'' ഇല്ലാത്ത ബോഡിഷേപ്പ് വേണമായിരുന്നു.

1980ൽ 200 മീറ്ററിൽ യു.എസ്. ടീമിന്റെ ട്രയൽസിൽ പങ്കെടുത്തെങ്കിലും അവൾക്ക് ടീമിൽ സ്ഥാനം കിട്ടിയില്ല. അതിനിടെ അമേരിക്ക മോസ്കോ ഒളിമ്പിക്സ് ബഹിഷ്കരിക്കുകയും ചെയ്തു. 1983 ലെ ലോക ചാമ്പ്യൻഷിപ്പിൽ അവൾ മത്സരിച്ചെങ്കിലും ഗ്രേസ് ജാക്സൺ, സിൽക്കെ

മോളർ, സിൽക്കെ ഗ്ലാഡിഷ്, എവ്‌ലിൻ ആഷ്ഫോർസ് എന്നീ താരങ്ങളുടെ മുമ്പിൽ അവൾ പരാജയപ്പെട്ടു. നാലാം സ്ഥാനം മാത്രമാണ് ലഭിച്ചത്. അവളുടെ ബോഡി സ്യൂട്ടും നാല് സെന്റീമീറ്റർ നീളമുള്ള നഖങ്ങളും കഥയായി. ഒരു ഫാഷൻപരേഡിന് വന്നതുപോലെയാണ് ഫ്ളോജോ എത്തിയതെന്ന് എഴുതാനും ചില മാധ്യമങ്ങൾ മറന്നില്ല. പക്ഷേ ആ ചാമ്പ്യൻഷിപ്പ് അവളെ മാറ്റിമറിച്ചു. ഒരന്താരാഷ്ട്ര അത്‌ലറ്റിന് ലഭിക്കുന്ന അംഗീകാരം, സ്പോൺസർഷിപ്പ് എൻഡോഴ്സ്മെന്റ് എന്നിവയുടെ 'മൂല്യം' വളരെ വലുതാണെന്ന് ഫ്ളോജോയ്ക്ക് ബോധ്യമായി. തുടർന്നുള്ള ആറുമാസം അവൾ തന്റെ ശരീരത്തെ മെരുക്കിയെടുത്തു. അവൾ ഓടുമ്പോൾ മസിലുകൾ ഇളകുന്നവിധം അവളുടെ ശാരീരികശേഷി കാരിരുമ്പുപോലെ ശക്തമായി.

പിന്നെ ലോകം കാണുന്നത് മറ്റൊരു ഫ്ളോറൻസിനെയാണ്. പക്ഷേ ഒരു സ്പ്രിന്ററുടെ സാങ്കേതികത മാത്രം അവളെ ഒഴിഞ്ഞുനിന്നു. 1984ൽ ജന്മനാട്ടിലെ ഒളിമ്പിക്സിലെ 200 മീറ്ററിൽ വെള്ളിമെഡൽ മാത്രമാണ് ലഭിച്ചത്. വലേറി ബ്രിസ്കോ ഹൂക്ക്സ് സ്വർണവും മെർളിൻ ഓട്ടി വെങ്കലവും നേടി. പിന്നീടുള്ള നാലുവർഷത്തിനിടയിൽ രണ്ടുസംഭവങ്ങൾ ഫ്ളോജോയുടെ ജീവിതത്തിൽ അരങ്ങേറി. ഒളിമ്പിക് ട്രിപ്പിൾ ജംപ് ചാമ്പ്യനായ അൽ ജോയ്നറെ വിവാഹം കഴിച്ചതായിരുന്നു പ്രധാന സംഭവം. ജോയ്നറെ അവൾ പരിചയപ്പെട്ടത് ബോബ് കെർസി മുഖേനയാണ്. ബോബിന്റെ ഭാര്യ ജാക്കി ജോയ്നർ, അൽജോയ്നറുടെ സഹോദരിയായിരുന്നു. ജാക്കിയും ചരിത്രത്തിൽ ഇടംപിടിച്ച ഒളിമ്പിക് താരം തന്നെ. എന്നാൽ ഒളിമ്പിക്സിനുമുമ്പ് ബോബിനെ ഒഴിവാക്കി ഫ്ളോജോ ഭർത്താവിനെത്തന്നെ പ്രധാന പരിശീലകനാക്കി. 1988-ലെ സിയൂൾ ഒളിമ്പിക്സിനു മുമ്പുള്ള ട്രയൽസ് അമേരിക്ക

ഫ്ളോജോയും അൽജോയ്നറും

ആകാംക്ഷയോടെ ഉറ്റുനോക്കുകയായിരുന്നു. ഇന്ത്യാന യൂണിവേഴ്സിറ്റി ട്രാക്ക് സ്റ്റേഡിയത്തിൽ ആദ്യത്തെ അട്ടിമറി കാൾ ലൂയിസിന്റേതായിരുന്നു. കാറ്റിന്റെ സഹായത്തോടെ കാൾ 9.78 സെക്കന്റിൽ നൂറുമീറ്റർ ഓടിയപ്പോൾ ലോകംതന്നെ സ്തബ്ധമായി. പിന്നാലെ വില്ലിബാങ്ക്സിന്റെ ട്രിപ്പിൾജംപ് റെക്കോർഡ് വന്നു. അതിനുശേഷം ഫ്ളോറൻസിന്റെ നാത്തൂസ് ജാക്കി ജോയ്നർ കെർസിയുടെ ലോക റെക്കോർഡ് പ്രകടനം. ഹെപ്റ്റാത്തലണിൽ 7215 പോയന്റ്.

പക്ഷേ ഫ്ളോറൻസ് അതിനെയൊക്കെ നിഷ്പ്രഭമാക്കി. 200 മീറ്ററിൽ മികച്ച ഓട്ടക്കാരിയാണ് ഫ്ളോറൻസ് എന്ന് എല്ലാവർക്കും അറിയാമായിരുന്നു. എന്നാൽ നൂറുമീറ്ററിൽ അവൾ അത്ര വലിയ വാഗ്ദാനം അല്ലെന്നാണ് എല്ലാവരും കരുതിയത്. 10.96 സെക്കന്റായിരുന്നു ഫ്ളോജോയുടെ 100 മീറ്ററിലെ മികച്ച സമയം. 10.60 സെക്കന്റ് കൊണ്ട് 100 മീറ്റർ ഓടിയെത്തി അവൾ വിസ്മയം സൃഷ്ടിച്ചു. പിന്നീട് അത് 10.49 ആയി. ഏവ്ലിൻ ആഷ് ഫോർഡ് സ്ഥാപിച്ച 10.76 സെക്കന്റിന്റെ ലോക റെക്കോർഡ് തകർന്നുവീണു. ട്രയൽസിന്റെ സെമി ഫൈനൽ അവൾ 10.70 സെക്കന്റിലും ഫൈനലിലും 10.61 സെക്കന്റിലും ഓടി മൂന്നുതവണ നൂറുമീറ്ററിൽ ലോക റെക്കോർഡിന് അവകാശിയായി. 200 മീറ്ററിൽ ലോകറെക്കോർഡ് സിയൂളിൽ പിറക്കുമെന്ന് അവൾ പ്രഖ്യാപിച്ചു. ഇതേചൊല്ലി ഒരുപാട് വിവാദങ്ങൾ ഉടലെടുത്തു. ഇത്രയും ചെറിയ സമയത്തിനുള്ളിൽ ഇത്രയും അവിശ്വസനീയമായ റെക്കോർഡ് സൃഷ്ടിക്കാനാവുകയില്ലെന്ന് പലരും അടക്കം പറഞ്ഞു. ട്രയൽസിനുശേഷം ബോബ് കെർസിയെ ഒഴിവാക്കി ഭർത്താവിനെ പരിശീലകനാക്കിയത് ശാരീരികശേഷി കൂട്ടാനുള്ള മരുന്ന് ഉപയോഗിക്കുന്നതുകൊണ്ടാണെന്ന് ഗോസിപ്പ് ഉയർന്നു. ഒളിമ്പിക്സിൽ ഫ്ളോജോ പ്രഖ്യാപിച്ചതുപോലെതന്നെ റെക്കോർഡുകൾ പിറന്നു. 3 സ്വർണമെഡലും ഒരു വെള്ളിയും നേടി അവൾ സീയൂളിന്റെ താരമായി.

ഈ വിജയത്തിനുശേഷം അവളുടെ ഓരോ സ്വപ്നവും യാഥാർത്ഥ്യമായി. ഗെട്ടോയിലെ ജീവിതത്തിൽനിന്ന് അവൾ പുറത്തുകടന്നു. തന്റെ സഹോദരങ്ങൾക്ക് നല്ല പിന്തുണ നല്കി. പ്രതീക്ഷിച്ചപോലെ അവളുടെ സൗന്ദര്യത്തിളക്കം ഒട്ടേറെ എൻഡോഴ്സ്മെന്റുകൾക്ക് വഴിയൊരുക്കി. അമേരിക്കയിലെ സമ്പന്നയായ അത്‌ലറ്റായി ഫ്ളോജോ മാറി. എൻ.ബി.സി.യുടെ രണ്ടു സിനിമകളിൽ ഫ്ളോജോ നായികയായി. ഏ.ബി.സി. നെറ്റ്‌വർക്കിന്റെ പരമ്പരകളിൽ ഫാഷൻ ഡിസൈനറായി പ്രത്യക്ഷപ്പെട്ടു. എൻ.ബി.എ. (ബാസ്ക്കറ്റ്ബോൾ) ടീമായ ഇന്ത്യാന പേസേഴ്സിന്റെ ജഴ്സി ഡിസൈൻ ചെയ്തുകൊണ്ട് വീണ്ടും അമേരിക്കയുടെ ശ്രദ്ധാകേന്ദ്രമായി. അനാഥാലയങ്ങൾ സന്ദർശിച്ച് സഹായം നല്കുന്നത് ജീവിതവ്രതമായി സ്വീകരിച്ചു. 29-ാം വയസ്സിൽ ഒളിമ്പിക്സിലെ മെഡൽ നേട്ടത്തിനുശേഷം ഒരു വർഷം കഴിഞ്ഞപ്പോൾ നാടകീയമായി താൻ റിട്ടയർ ചെയ്യുകയാണെന്ന് ഫ്ളോജോ പ്രഖ്യാപിച്ചു. അതിനുശേഷം രണ്ട് റൊമാൻസ് നോവലുകൾ എഴുതി. ബാരിബാംബാം എന്നൊരു സാങ്കല്പിക നായകനെ അടിസ്ഥാനമാക്കി കുട്ടികൾക്കായി ഒട്ടേറെ പുസ്തകങ്ങൾ രചിച്ചു. ഒരു കോസ്മെറ്റിക് സ്ഥാപനം സ്ഥാപിച്ച് മൂന്നു സഹോദരിമാരെ ചുമതല ഏല്പിച്ചു. പിന്നീട് അറ്റ്ലാന്റ ഒളിമ്പിക്സ് പ്രഖ്യാപിച്ചപ്പോൾ താൻ വീണ്ടും മത്സരിക്കുമെന്ന് ലോകത്തെ അറിയിച്ചു. പക്ഷേ കാലിഫോർണിയയിൽനിന്ന് സെന്റ് ലൂയിസിലേക്ക് വിമാനത്തിൽ യാത്ര ചെയ്യുമ്പോൾ ഫ്ളോജോയ്ക്ക് ശക്തമായ അപസ്മാരബാധയുണ്ടായി. ഒരു രാത്രി ആശുപത്രിയിൽ കഴിഞ്ഞു. ഭയപ്പെടാൻ ഒന്നുമില്ലെന്ന് ഡോക്ടർമാർ പറഞ്ഞു. ഒരു വർഷത്തിനുശേഷം 1998 സെപ്തംബർ 29-ന് അർദ്ധരാത്രി ഗാഢമായ ഉറക്കത്തിനിടയിൽ കഠിനമായ വിറയലും ഹൃദയവേദനയും അനുഭവപ്പെട്ടു. 38-ാമത്തെ വയസ്സിൽ ഫ്ളോജോ മരണത്തിന് കീഴടങ്ങി. അമേരിക്കൻ പ്രസിഡണ്ട് ബിൽ ക്ലിന്റൺ അനുശോചനസന്ദേശത്തിൽ പറഞ്ഞു ''അവളുടെ വേഗതയ്ക്കു മുമ്പിൽ നാം സ്തബ്ധരായിട്ടുണ്ട്. ആ പ്രതിഭയ്ക്കുമുമ്പിൽ നാം വിനയാന്വിതരായി. അവളുടെ ശൈലി നമ്മുടെ ഹൃദയങ്ങളെ കീഴടക്കി.''

കഠിനമായ പരിശീലനത്തിലൂടെ ശരീരത്തെ നിരന്തരം പാകപ്പെടുത്തിയെടുക്കുമ്പോൾ മരണം എപ്പോഴും ഫ്ളോജോയുടെ കൂടെയുണ്ടായിരുന്നു. ഒലീവ് മരങ്ങൾ ഇടതൂർന്നു വളർന്ന ലേക്ക് ഫോറസ്റ്റിലെ പള്ളി സെമിത്തേരിയിലേക്ക് സെപ്തംബർ 26-നാണ് ഫ്ളോജോയെ കൊണ്ടുവന്നത്. ആ ശവഘോഷയാത്ര അവൾ പഠിച്ച 102 സ്ട്രീറ്റ് സ്കൂളിനു മുന്നിലൂടെയാണ് കടന്നുപോയത്. പിന്നീട് ആ സ്കൂളിന് ഫ്ളോറൻസ് ഗ്രിഫിത്ത് എലിമെന്ററി സ്കൂൾ എന്ന് നാമകരണം ചെയ്തു.

കറുപ്പിലും വെളുപ്പിലും നിങ്ങൾക്ക് ഫ്ളോജോയെ സങ്കല്പിക്കാനാവുകയില്ല. ഒരു കാലിൽ മാത്രം ട്രാക്ക് സ്യൂട്ടും, മറുകാൽ നഗ്നവുമാക്കി വർണ്ണഭംഗിയുള്ള നഖങ്ങൾ കാട്ടി ഫ്ളോജോ ഓടുമ്പോൾ കമന്റേറ്റർമാർ പറഞ്ഞു. ഫ്ളോജോയാണ് ട്രാക്കുകളിലേക്ക് സൗന്ദര്യം കൊണ്ടുവന്നത്. ■

ഫ്രെഡറിക് കാൾട്ടൺ ലൂയിസ് (യു.എസ്.)

കാൾ, തല കുനിച്ച രാജാവ്

ജനനം – 1961 ജൂലായ് 1 – അലബാമ • 1984 ലോസ് ഏഞ്ചൽസ് ഒളിമ്പിക്സ് 100 മീറ്റർ – സ്വർണ്ണ മെഡൽ, 200 മീറ്റർ – സ്വർണ്ണ മെഡൽ, ലോങ്ങ്ജംപ് – സ്വർണ്ണ മെഡൽ, 4 x 400 മീറ്റർ റിലേ – സ്വർണ്ണ മെഡൽ • 1988 സിയൂർ ഒളിമ്പിക്സ് 100 മീറ്റർ – സ്വർണ്ണ മെഡൽ, ലോങ്ങ്ജംപ് – സ്വർണ്ണ മെഡൽ • 1992 ബാഴ്സലോണ ഒളിമ്പിക്സ് – ലോങ്ങ്ജംപ് – സ്വർണ്ണ മെഡൽ, 4 x 100 മീറ്റർ റിലേ – സ്വർണ്ണ മെഡൽ • 1996 അറ്റ്ലാന്റ ഒളിമ്പിക്സ് ലോങ്ങ്ജംപ് – സ്വർണ്ണ മെഡൽ, 200 മീറ്റർ – വെള്ളി മെഡൽ.

"ആത്മവിശ്വാസം മാത്രമാണ് വിജയത്തിലേക്കുള്ള ഏകവഴി. അതില്ലെങ്കിൽ വിജയം അകന്നകന്നുപോകും."

കാൾ ലൂയിസ് ആദ്യം നിശ്ചയിക്കുന്നത് ലക്ഷ്യങ്ങളാണ്. പത്തു വയസ്സുള്ളപ്പോഴാണ് ഫ്രെഡറിക് കാൾട്ടൺ ലൂയിസ്, ബോബ് ബീമോണിന്റെ അതിശയകരമായ ലോങ്ങ്ജംപിനെക്കുറിച്ച് അറിയുന്നത് ഒട്ടും വൈകിയില്ല. വീടിനു പിന്നിൽ ലോങ്ങ്ജംപ് പിറ്റുണ്ടാക്കി 8.9 മീറ്റർ അളന്നു തിട്ടപ്പെടുത്തി കുഞ്ഞുകാൾ ചാട്ടം തുടങ്ങി. അച്ഛൻ ബിൽ ലൂയിസ് വിചാരിച്ചത് അതൊരു ആരംഭശൂരത്വം മാത്രമായിരിക്കും എന്നാണ്. പക്ഷേ പതിന്നാലുവയസ്സുവരെ കാൾ ചാട്ടത്തിലെ പുരോഗതി പരിശോധിച്ചുകൊണ്ടിരുന്നു. പിന്നെയെല്ലാം ചരിത്രം.

പതിനഞ്ചാം വയസ്സിൽ ഗ്രോത്ത് സ്പർട്ട് എന്ന അസുഖം കാളിനെ പിടികൂടിയപ്പോൾ എല്ലാവർക്കും ആശങ്കയായി. ഒരു മാസം രണ്ടര ഇഞ്ചാണ് കാളിന്റെ ഉയരം കൂടിയത്. തികച്ചും അസാധാരണമായ ഈ എല്ലുകളുടെ വളർച്ച മൂലം കാൾ ക്രച്ചസ് (ഊന്നുവടി) ഉപയോഗിച്ചാണ് നടന്നത്. എങ്കിലും ഉയരം കൂടുന്നത് ലോങ്ങ്ജംപിനെ സഹായിക്കുമെന്നാണ് കാൾ ഊറ്റം കൊണ്ടത്.

അതേസമയത്താണ് കാൾ ജെസി ഓവൻസിനെ പഠിക്കുന്നത്. തന്റെ മത്സരഇനങ്ങളോടുള്ള ജെസിയുടെ കഠിനമായ സമർപ്പണം കാളിനെ ആകർഷിച്ചു. അത്‌ലറ്റിക്സിൽ നാലു മെഡലുകളെന്ന ആശയം കാൾ മനസ്സിൽ സൂക്ഷിച്ചു. അമേരിക്കയുടെ എക്കാലത്തേയും വലിയ സൂപ്പർസ്റ്റാർ ആവുക എന്നതായിരുന്നു കാളിന്റെ ലക്ഷ്യം. ''ജനങ്ങൾ എന്നെക്കുറിച്ച് പറയുന്ന കാലം വരണം. അവർ മൈക്കേൽ ജാക്സനെപോലെ എന്നെയും പിന്തുടരണം. അതിൽ അനൗചിത്യമുള്ളതായി എനിക്ക് തോന്നുന്നില്ല.'' ഒരഭിമുഖത്തിൽ തന്റെ അഭിലാഷങ്ങളെക്കുറിച്ച് കാൾ പറഞ്ഞത് ഇങ്ങനെയാണ്.

സംഗീതവും അഭിനയവും സ്പോർട്സും ഇടകലർന്നതാണ് കാളിന്റെ ജീവിതം. അമ്മ എവ്‌ലിൻ ഹർഡിൽ താരമായിരുന്നു. പിതാവ് ബിൽ ആകട്ടെ, സ്പോർട്സ് കേന്ദ്രത്തിന്റെ നടത്തിപ്പുകാരനും. ന്യൂ ജഴ്സിയിൽ ബില്ലിങ്ങ് ബോറോ എന്ന സ്ഥലത്താണ് കുട്ടികളെ കായിക ഇനങ്ങൾ പരിശീലിപ്പിക്കുന്ന ഈ സ്ഥാപനം. കായിക ഇനങ്ങളോടൊപ്പം കാൾ ചെല്ലോ, പിയാനോ എന്നിവയിൽ പരിശീലനം നേടി. അഭിനയവും നൃത്തവും അഭ്യസിച്ചു. ബിൽ എവ്‌ലിൻ ദമ്പതികൾക്ക് നാല് മക്കളാണ്. മക്കൾക്ക് കലയിലും സ്പോർട്സിലും ഒരുപോലെ താല്പര്യവുമുണ്ട്. കാളിന്റെ സഹോദരി കരോൾ ലൂയിസ് യു.എസിൽ അറിയപ്പെടുന്ന കായികതാരമാണ്.

1980ൽ മോസ്കോ ഒളിമ്പിക്സ് അരങ്ങേറുന്നതിനുമുമ്പ് ഹൂസ്റ്റൺ സർവ്വകലാശാലയിൽ കാൾ ഏറ്റവും മികച്ച അത്‌ലറ്റാണ്. യു. എസ്. മോസ്കോ ഒളിമ്പിക്സ് ബഹിഷ്കരിച്ചതുകൊണ്ടുമാത്രമാണ് കാളിന് അവസരമില്ലാതെ പോയത്. 1981ൽ ഏറ്റവും മികച്ച അമേരിക്കൻ അത്‌ലറ്റായി തിരഞ്ഞെടുക്കപ്പെട്ടത് കാൾ ആയിരുന്നു.

പക്ഷേ 1984 മുതൽ 1996 വരെ കാൾ അമേരിക്കൻ കായികരംഗത്ത് പകരംവെയ്ക്കാനില്ലാത്ത താരമായിരുന്നു. 1996 ൽ അറ്റ്ലാന്റാ ഒളിമ്പിക്സിൽ 35-ാമത്തെ വയസ്സിൽ ലോങ്ങ്ജംപിൽ സ്വർണം നേടുമ്പോൾ 4 ഒളിമ്പിക്സിൽ നിന്നായി കാൾ നേടിയത് 9 സ്വർണമെഡൽ. ലോങ്ങ് ജംപിൽ മാത്രം തുടർച്ചയായി 3 സ്വർണമെഡൽ നേടിയതിന്റെ മികവ് വേറെ. ജെസി ഓവൻസിന്റേയും ഫാനി ബ്ലാങ്കേഴ്സ് കോയന്റേയും ഒരു ഒളിമ്പിക്സിൽ നാല് അത്ലറ്റിക് സ്വർണമെന്ന ബഹുമതി 1984ൽ 23 വയസ്സുള്ളപ്പോൾ കാൾ സ്വന്തമാക്കി. ഇതിനൊക്കെ പുറമെ 10 ലോക അത്ലറ്റിക് ചാമ്പ്യൻഷിപ്പ് മെഡലുകൾ വേറെയും. ഒളിമ്പിക് ചരിത്രത്തിൽ കാൾ സൃഷ്ടിച്ച നാഴികക്കല്ലുകൾ ആരും കാണാതിരിക്കില്ല. ഏതെങ്കിലും ഒരു മത്സരത്തിനു മുൻകൂട്ടി ആസൂത്രണം ചെയ്യുന്ന കാളിനു അതു നേടുന്നതുവരെ ദുഷ്കരമായ പരിശീലനമുറകളാണ്. 1987ൽ പിതാവ് ബിൽ ലൂയിസ് മരിച്ചപ്പോൾ ശവക്കല്ലറയിൽ കാൾ 100 മീറ്ററിന്റെ ഒരു സ്വർണമെഡൽ ആ ശരീരത്തോടൊപ്പം ചേർത്തുവെച്ചു. മാത്രമല്ല, അമ്മയോട് കാര്യം പറയുകയും ചെയ്തു. ‘‘അടുത്ത ഒളിമ്പിക്സിൽ ആ മെഡൽ എനിക്ക് കിട്ടും.’’

എന്നും ഒരു ലെജന്റായി നില്ക്കാൻ കാൾ ആഗ്രഹിച്ചു. ലജന്റ് ചെയ്യേണ്ടതെന്ത് എന്നതിനെക്കുറിച്ച് കൃത്യമായി പഠിച്ചുവെച്ചു. എൽ.എ.ടി.വി. മൂവി. ജെസി ഓവൻസിനെക്കുറിച്ചുള്ള സിനിമയിൽ നായകനാവാൻ ക്ഷണിച്ചപ്പോൾ കാൾ അത് നിരസിച്ചു. ‘‘എന്റേതായ രീതിയിൽ ഞാനൊരു ജെസി ഓവൻസാകേണ്ടതില്ല. അതേ മെഡലുകൾ വാങ്ങിയ ആളാണ് ഞാൻ.’’ കാൾ അറുത്തുമുറിച്ചു പറഞ്ഞു. നാഷണൽ ഫുട്ബോൾ ലീഗിലേക്ക് ഡാലസ് കൗബോയ് (റഗ്ബി ടീം) ക്ഷണിച്ചപ്പോഴും എൻ.ബി.എ.യിൽ ചിക്കാഗോ ബുൾസ് സ്ഥാനം വാഗ്ദാനം ചെയ്തപ്പോഴും കൊക്കക്കോള വൻ ഓഫർ വെച്ചുനീട്ടിയപ്പോഴും കാൾ അതൊക്കെ നിഷ്കരുണം തള്ളി.

മറ്റാരുമായും ഇടപഴകുന്ന പ്രകൃതക്കാരനുമല്ല കാൾ. ഒളിമ്പിക് വില്ലേജിൽ കാൾ ഒറ്റയ്ക്കു കഴിയും. പലപ്പോഴും ഈ മനോഭാവം അദ്ദേഹത്തെ വിഷമസന്ധിയിൽ എത്തിച്ചിട്ടുണ്ട്. ഒരു സ്വവർഗസംഭോഗിയാണെന്ന ആക്ഷേപവും ജനപ്രിയതക്ക് മങ്ങലേല്പിച്ചു.

1996ലെ യു.എസ്. ട്രയൽസിൽ, കായികനിരൂപകൻ കാളിനെ എഴുതിത്തള്ളിയിരുന്നു. നൂറു മീറ്ററിൽ കാൾ അവസാനമായാണ് ഓടിയെത്തിയത്. 200 മീറ്ററിൽ അഞ്ചാമനായിരുന്നു. എന്നാൽ ലോങ്ങ്ജംപിൽ ഒരൊറ്റ ചാട്ടത്തിൽ ഒന്നാമതായി ക്വാളിഫൈ ചെയ്തു. മൈക്ക് പവലായിരുന്നു പ്രധാന എതിരാളി.

പവൽ 1991ൽ ലോക അത്ലറ്റിക്സിൽ ബോബ് ബീമോണിന്റെ റെക്കോർഡ് ഭേദിച്ചിരുന്നു. പക്ഷേ 1992-ലെ ബാർസലോണ ഒളിമ്പിക്സിൽ ലോങ്ങ്ജംപിൽ കാൾ തന്നെയായിരുന്നു സ്വർണമെഡൽ ജേതാവ്.

1996 ലെ അറ്റ്ലാന്റാ ഒളിമ്പിക്സിൽ സ്വർണപ്രതീക്ഷയുമായാണ് മൈക്ക് വന്നത്. മൈക്ക് മികച്ചൊരു ചാട്ടത്തിലൂടെ സ്വർണം ഏതാണ്ടുറപ്പിച്ചതായിരുന്നു. മൈക്ക് ചാടിയ 8.36 മീറ്റർ കഴിഞ്ഞ നാലു കൊല്ലത്തിനുള്ളിൽ ഒരിക്കൽ പോലും കാൾ മറികടന്നിരുന്നില്ല. പക്ഷേ എല്ലാവരേയും ഞെട്ടിച്ചുകൊണ്ട് കാൾ 8.50 മീറ്റർ ചാടി സ്വർണം ഉറപ്പിച്ചു.

ക്ഷുഭിതനായ പവൽ, കാളിന്റെ അടുത്തുചെന്നു ചോദിച്ചു. ''എവിടെന്നാ ഈ ചാട്ടം വന്നത്? ഇതുപോലൊരു ചാട്ടം കഴിഞ്ഞ രണ്ട് വർഷത്തിനുള്ളിൽ നീ ചെയ്തിട്ടില്ല. എട്ടു സ്വർണം നേടിയില്ലേ? ഇതെങ്കിലും എനിക്ക് തരരുതോ? പവലിന്റെ അവസാന ശ്രമങ്ങൾ വിജയിച്ചില്ല. അവസാനത്തെ ചാട്ടത്തിൽ പേശിവലിവ് മൂലം പിറ്റിൽ വീണപ്പോൾ പവൽ മുഖം മണൽക്കൂനയിൽ അമർത്തി തേങ്ങിക്കരഞ്ഞു.

96–ൽ കാൾ ലൂയിസിനു ഒരു സ്വർണം കൂടി വേണമായിരുന്നു. പത്താമത്തെ സ്വർണം. റിലേ ടീമിൽ തനിക്ക് സ്ഥാനം നല്കണമെന്ന് അയാൾ ആവശ്യപ്പെട്ടു. അപ്പോൾ സ്പ്രിന്റ് താരം ജോൺ ഡ്രമണ്ട് ഇടപ്പെട്ടു. 4 x 100 മീറ്റർ റിലേയിൽ നാലുപേരും കാളിനേക്കാൾ വേഗത്തിൽ ഓടും. അവർ ഇവിടെ വന്നത് സ്വന്തം കഴിവ് തെളിയിക്കാനാണ്. കാളിനു 10 സ്വർണം വേണമോ, നാലുപേർക്ക് ജീവിതത്തിലെ സ്വപ്നം നിറവേറ്റണോ? ഡ്രമണ്ട് ചോദിച്ചു. പക്ഷേ റിലേയിൽ നാലുപേർക്കും സ്വപ്നം നിറവേറ്റാനായില്ല. കാളിനു പത്താമത്തെ സ്വർണമെന്ന സ്വപ്നവും നിറവേറ്റാനായില്ല. കാനഡയ്ക്കുപിന്നിൽ അമേരിക്ക രണ്ടാം സ്ഥാനക്കാരായി.

പിന്നെ വൈകിയില്ല. കാൾ വിട പറഞ്ഞു. 2003ൽ കാൾ ലൂയിസ് ലോകത്തെ ഞെട്ടിച്ചു. 1988 ലെ ഒളിമ്പിക് ട്രയൽസിൽ, താൻ നിരോധിച്ച മരുന്നുകൾ ഉപയോഗിച്ചുവെന്നായിരുന്നു ലൂയിസ് തുറന്നുപറഞ്ഞത്. ഉന്നതശീർഷനായ കാളിന്റെ മഹത്വം അഴിഞ്ഞുവീണ നിമിഷമായിരുന്നു അത്. 1988ലെ സോൾ ഒളിമ്പിക്സിൽ നൂറുമീറ്ററിൽ ഓടി സ്വർണം നേടിയ ബെൻ ജോൺസൺ നിമിഷങ്ങൾക്കകം അയോഗ്യനായപ്പോൾ, വെള്ളി മെഡൽ നേടിയ കാളിനു സ്വർണ മെഡലിനു അർഹത കിട്ടി. ആ മെഡലിനു പിന്നിലെ പിന്നാമ്പുറക്കഥ കാൾ തുറന്നു പറഞ്ഞതോടെ, ബെന്നിന്റെ നിഴൽ കാളിലും പതിഞ്ഞു. ■

പി.ടി. ഉഷ (ഇന്ത്യ)

പയ്യോളി എക്സ്പ്രസ്സ്

ജനനം – 1964 ജൂൺ 27 പയ്യോളി • 1986 മുതൽ 94 വരെ ഏഷ്യൻ ഗെയിംസിൽ നാല് സ്വർണം, ഏഴ് വെള്ളി മെഡൽ • 1983 മുതൽ 1998 വരെ ഏഷ്യൻ ചാമ്പ്യൻഷിപ്പിൽ 14 സ്വർണം, 6 വെള്ളി, 3 ഓട്ടു മെഡൽ • 1984 ലോസ് ഏഞ്ചൽസ് ഒളിമ്പിക്സിൽ 400 മീറ്റർ ഹർഡിൽസിൽ നാലാം സ്ഥാനം • 1980 മോസ്കോ ഒളിമ്പിക്സ്, 1984 ലോസ് ഏഞ്ചൽസ്, 1988 സിയൂൾ ഒളിമ്പിക്സ്, 1996 അറ്റ്ലാന്റ ഒളിമ്പിക്സ് എന്നിവയിൽ പങ്കാളിത്തം.

"ജീവിതത്തോട് പൊരുതിക്കൊണ്ടാണ് ഞാൻ വളർന്നുവന്നത്. എന്റെ ശക്തമായ അഭിലാഷങ്ങളാണ് ഇവിടെവരെ എത്തിച്ചത്. ലക്ഷ്യം നേടണമെങ്കിൽ ഇച്ഛാശക്തിവേണം, നേടിയേ തീരൂ എന്ന ദൃഢനിശ്ചയവും."

ഉഷയെക്കുറിച്ച് പറയാൻ ആയിരം നാവുകളുണ്ടായിരുന്നു. പറയാൻ അനന്തമായ വിശേഷങ്ങളും. എന്നാൽ ഇന്ത്യയുടെ കായികനേതൃത്വം ആ മനസ്സിലെ അഭിലാഷങ്ങൾ വായിച്ചെടുത്തില്ല. നമ്മുടെ പരാജയം

അവിടെയാണ്. ലോസ് ഏഞ്ചൽസിലെ അഭിശപ്തമായ നിമിഷത്തിനു ശേഷം ക്രൂരമായി പി.ടി. ഉഷയെ ഇന്ത്യയുടെ ഈഗോ നിറഞ്ഞ കായിക തമ്പ്രാക്കൾ വിസ്മൃതിയിലേക്ക് തള്ളി. 100 കോടി ജനങ്ങൾ ഇന്ത്യയുടെ ഈ മകളെ സ്നേഹംകൊണ്ട് പൊതിഞ്ഞിട്ടും ഉഷയിൽ ഉറങ്ങുന്ന വിധിവിശ്വാസത്തെ നമുക്ക് കണ്ടെത്താൻ കഴിഞ്ഞില്ല. അല്ലെങ്കിൽ അതു മെഡലായി മാറുമായിരുന്നു. ഇന്ത്യൻ ജനതയുടെ അതിമനസ്, അത് ആവേശത്തോടെ സ്വീകരിക്കുമായിരുന്നു.

സെക്കന്റിന്റെ നൂറിലൊരംശത്തിന് ഒരു മെഡൽ നഷ്ടമായ താരം ഒളിമ്പിക്സിൽ മത്സരിക്കുമ്പോൾ 20 വയസ്. 400 മീറ്റർ ഹർഡിൽസിലൂടെ ആ താരത്തിന് മുന്നേറാൻ കഴിയുമായിരുന്നു. ലോകത്തിലെ ഏതു മികച്ച താരത്തിന്റെ കരിയർ നോക്കിയാലും ആദ്യ ഒളിമ്പിക്സിലോ രണ്ടാമത്തെ ഒളിമ്പിക്സിലോ വൻനേട്ടങ്ങൾ വെട്ടിപ്പിച്ച ചരിത്രമില്ല. പക്ഷേ അവർ തിരിച്ചറിഞ്ഞത് അവരുടെ കായികശേഷി കൂട്ടാനുള്ള മാർഗ്ഗങ്ങളെക്കുറിച്ചായിരുന്നു. ഇച്ഛാശക്തിയോടുകൂടിയുള്ള പരിശീലനമായിരുന്നു. അതിനുള്ള യാതൊരു സൗകര്യവും സജ്ജീകരണവും ഇന്ത്യൻ ഒളിമ്പിക് നേതൃത്വം ചെയ്തുകൊടുത്തില്ല. ഉഷയും ഇതൊക്കെ വിധിയാണെന്ന് കരുതി ഉദാസീനത കാട്ടി.

സ്കൂളിലെ കായികാധ്യാപകൻ ബാലകൃഷ്ണൻ മാസ്റ്ററാണ് ഉഷയിലെ കായികതാരത്തെ ആദ്യം കണ്ടെത്തിയത്. മേലടി സബ്ജില്ലയിൽ ചാമ്പ്യനായ ഉഷയെ പിന്നീട് ടൈഫോയ്ഡ് പിടികൂടി. പിന്നാലെ ടോൺസിലൈറ്റിസും വന്നു. ഏഴാം ക്ലാസ്സിൽ പഠിക്കുമ്പോൾ നൂറുമീറ്ററിലും ലോങ്ങ്ജംപിലും ചാമ്പ്യനായി ഉഷ കായികജീവിതം തുടങ്ങി. അടുത്തവർഷം പുതുതായി തുടങ്ങിയ സ്പോർട്സ് ഡിവിഷനിലേക്ക് ഉഷ തിരഞ്ഞെടുക്കപ്പെട്ടു. കണ്ണൂർ സ്പോർട്സ് ഡിവിഷനിൽ എത്തിയപ്പോൾ ഒ.എം. നമ്പ്യാരും അവിടെയെത്തി. പരിശീലനക്കാര്യത്തിൽ

ചിട്ട പുലർത്തിയ അത്‌ലറ്റും ഉഷയിൽ വലിയൊരു ഭാവികണ്ടെത്തിയ പരിശീലകനും വിജയത്തിന്റെ രസതന്ത്രം രൂപപ്പെടുത്തുന്നത് ഇവിടെ വെച്ചാണ്. റവന്യൂമീറ്റിലും സ്റ്റേറ്റ് മീറ്റിലും അമേചർമീറ്റിലും ജൂനിയർ മീറ്റിലുമൊക്കെ പയ്യോളിക്കാരി പി.ടി. ഉഷ ഒന്നാമതെത്തി. പയ്യോളി കടപ്പുറവും റെയിൽറോഡും ട്രാക്കുകളായി മാറി. കഠിനമായ സമർപ്പ ണത്തിലൂടെ ഉഷ പരിമിതികൾ മറികടന്നു. 1977 മുതൽ 84 വരെ ഉഷ യുടെ പരിശീലനം നമ്പ്യാരുടെ കീഴിലായിരുന്നു. ഈ എട്ടുവർഷം ഉഷ ഇന്ത്യയ്ക്കകത്തും പുറത്തും മെഡലുകൾ വാരിക്കൂട്ടി. ഉഷ കേരള ത്തിന്റെ മകളായല്ല, ഇന്ത്യൻ കായികരംഗത്തിന്റെ ഏറ്റവും സ്നേഹാർദ്ര മായ പ്രതീകമായി വളർന്നു. ഇന്ത്യയുടെ സ്വപ്നപ്രതീക്ഷകളിലേക്ക് കടന്നുവന്ന രണ്ട് അത്‌ലറ്റുകളേയുള്ളൂ. പി.ടി. ഉഷയും മിൽഖാസിങ്ങും.

മിൽഖ മത്സരിച്ച റോം ഒളിമ്പിക്സിനുശേഷം 24 വർഷം കഴിഞ്ഞാണ് ഉഷ നാനൂറു മീറ്റർ ഹർഡിൽസിൽ ഓടുന്നത്. മിൽഖയുടെ ഒളിമ്പ്ക് കാലത്തിൽനിന്ന് ഉഷയിലേക്കെത്തുമ്പോൾ കായികരംഗം കൂടുതൽ സാങ്കേതികമായ സജ്ജീകരണങ്ങളോടെയാണ് പ്രവർത്തിച്ചുകൊണ്ടി രുന്നത്. ടെക്നോളജിയുടെ പിൻബലവും പരിശീലനത്തിലെ പുതുത രംഗങ്ങളും ഉഷയ്ക്ക് അജ്ഞാതമായിരുന്നു. എന്തിന് സിന്തറ്റിക് ട്രാക്കിൽ ഓടാൻ കഴിയുന്ന സ്പൈക്ക് ഉഷ ധരിക്കുന്നത് ലോസ് ഏഞ്ചൽസി ലേക്ക് പറക്കുമ്പോഴാണ്. ആദ്യമായി സിന്തറ്റിക് ട്രാക്കിൽ ഹർഡിൽസ് ചാടുന്നത് ലോസ് ഏഞ്ചൽസ് ഒളിമ്പിക്സിനു തൊട്ടുമുമ്പാണ്. ഈയൊരു

ഉഷയും കോച്ച് നമ്പ്യാരും

സ്റ്റേറ്റ്മെന്റിലുണ്ട് ഇന്ത്യൻ കായികരംഗത്തിന്റെ പരിതാപകരമായ അവസ്ഥ. എന്തിന് മൂന്നുമാസം മുമ്പ് ലോസ് ഏഞ്ചൽസിൽ എത്തി പരിശീലനം നടത്തിയിരുന്നുവെങ്കിൽ ഉഷ മെഡലുമായി തിരിച്ചുവരുമായിരുന്നു. നൂറുകോടി ഇന്ത്യക്കാരുടെ ഹൃദയം ആഹ്ലാദംകൊണ്ട് തുടിക്കുമായിരുന്നു. ഉഷയെക്കുറിച്ച് പറയാൻ നമുക്ക് നൂറ് നാവുകളായിരുന്നു. ഉഷയെ വിശേഷിപ്പിക്കാൻ ഭാഷയിലെ പദങ്ങൾക്കുവേണ്ടി മാധ്യമങ്ങൾ തിരഞ്ഞു. എന്നാൽ ഇന്ത്യയിൽ ഒരു നൂറ്റാണ്ടിനിടയ്ക്ക് സംഭവിച്ച ഈ അത്‌ലറ്റിന്റെ അഭിലാഷവും കഴിവും തിരിച്ചറിയാൻ ഇന്ത്യയുടെ കായികനേതൃത്വത്തിന് കഴിഞ്ഞില്ല.

ലോസ് ഏഞ്ചൽസിൽ ഉഷ മത്സരിക്കുമ്പോൾ 20 വയസ്. അതിനുമുമ്പ് മോസ്കോ ഒളിമ്പിക്സിൽ മത്സരിക്കുന്നത് 100 മീറ്ററിലും 200 മീറ്ററിലും. മീറ്റിലെ ഏറ്റവും പ്രായം കുറഞ്ഞ താരമായിരുന്നു ഉഷ. ലോസ് ഏഞ്ചൽസിൽ നൂറുകോടി ഇന്ത്യക്കാരുടെ പ്രാർത്ഥനകൾ വിഫലമായി. സെക്കന്റിന്റെ നൂറിലൊരംശത്തിനു മെഡൽ നഷ്ടമായി. ഒളിമ്പിക്സിന്റെ ചരിത്രത്തിൽതന്നെ ഇത്രയും ചെറിയ വ്യത്യാസത്തിന് മെഡൽ നഷ്ടപ്പെടുകയെന്നത് അപൂർവ്വങ്ങളിൽ അപൂർവം.

ഇങ്ങനെയൊരു അത്‌ലറ്റിനെ മറ്റു രാജ്യങ്ങൾക്ക് ലഭിച്ചിരുന്നെങ്കിൽ ഈ കഥ മാറുമായിരുന്നു. 400 മീറ്റർ ഹർഡിൽസിൽ സ്വർണം നേടിയ എൽമുട്ടുവാക്കലിന് ഉഷയേക്കാൾ മൂന്നരവയസ്സ് കൂടുതലായിരുന്നു. രണ്ടാംസ്ഥാനം നേടിയ ജൂഡിത്ത് ബ്രൗണിനും ഉഷയോടൊപ്പമെത്തി വെങ്കലം നേടിയ ക്രിസ്റ്റീനയ്ക്കും 23 വയസ്സുണ്ടായിരുന്നു. അതേയിനത്തിൽ മത്സരിച്ച് പുറത്തായ ഡെബ്ബി ഫ്ളിന്റോഫിന് അപ്പോൾത്തന്നെ 24 വയസുപൂർത്തിയായിരുന്നു. ഫ്ളിന്റോഫിനെ ആസ്ത്രേല്യൻ ഒളിമ്പിക്

അസോസിയേഷൻ കൂടുതൽ പരിശീലനത്തിനായി ബേണിലേക്ക് അയച്ചു. 28-ാം വയസ്സിൽ ഒളിമ്പിക് റെക്കോർഡോടെ ഫ്ളിന്റോഫ് സോളിൽ ഹർഡിൽസ് സ്വർണം നേടുന്നതാണ് ലോകം കണ്ടത്. ഒരു അത്‌ലറ്റിനെ ശാരീരികവും മാനസികവുമായി മാത്രമല്ല സാങ്കേതികമായും മത്സരസജ്ജമാക്കുന്ന രീതിയാണ് രാഷ്ട്രങ്ങൾ അവലംബിക്കുന്നത്. ഈ രംഗത്തേക്ക് ഇന്ത്യൻ കായികമേധാവികൾ തിരിഞ്ഞുനോക്കിയില്ല. ഉഷ പരിക്കിന്റെ പിടിയിൽപ്പെട്ട് ഉഴലുമ്പോഴും ആ കരിയർ ശരിയായ ട്രാക്കിലേക്ക് കൊണ്ടുവരാൻ കായിക മാനേജ്മെന്റ് ശ്രമിച്ചില്ല.

84-നുശേഷം ഉഷയെ പരിശീലിപ്പിക്കാൻ കോച്ച് ഒ.എം. നമ്പ്യാരും കാര്യമായ ശ്രമം നടത്തിയില്ല. ഇന്ത്യൻ അത്‌ലറ്റിക് രംഗത്തുള്ള ബഹുഭൂരിഭാഗം പരിശീലകരും പരിശീലനപദ്ധതിയുടെ കാര്യത്തിൽ ആധുനികരല്ല. അവർക്ക് തങ്ങളുടെ താരത്തെ മറ്റൊരു പരിശീലനത്തിന് അയയ്ക്കുന്നത് മാനക്കേടാണ്. ഇത്തരം ഈഗോയുടെ കൂടാരമാണ് ഇന്ത്യൻ അത്‌ലറ്റിക്സ്. വാസ്തവത്തിൽ ഉഷയുടെ സാധ്യതകൾ കോച്ച് ഉൾപ്പെടെയുള്ളവർ ഗൗരവത്തോടെ ചർച്ച ചെയ്യേണ്ടതായിരുന്നു. ജെ. എസ്. ഭാട്ടിയയുടെ പരിശീലനക്കാലത്ത് ഫിസിക്കൽ എക്സർസൈസിൽ വന്ന തകരാറുകൾ ഉഷയുടെ ലിഗ്മെന്റ് പൊട്ടുന്നതുവരെയെത്തി. ഏഷ്യൻ ട്രാക്ക് ആന്റ് ഫീൽഡിലും സാഫ് ഗെയിംസിലുമൊക്കെ ഉഷ മുന്നിലെത്തിയെങ്കിലും പിന്നാലെ വന്ന സോളിലും അറ്റ്ലാന്റയിലും ഈ കായികതാരം നിഴൽ മാത്രമായിരുന്നു.

ഒരു ഗ്രാമത്തിൽനിന്ന് രാജ്യത്തിന്റെ പ്രതീക്ഷയായി ഉഷ വളരുന്നത് കേരളത്തെ സംബന്ധിച്ചിടത്തോളം നാടോടിക്കഥപോലെയായിരുന്നു. പയ്യോളി എക്സ്പ്രസ്സ് എന്ന പേരുപോലും കേരളത്തിന് അഭിമാനവും പ്രതീക്ഷയും വളർത്തി.

പയ്യോളി തൃക്കോട്ടൂരിലെ പിലാവുള്ളക്കണ്ടി മന്നൻപൈതലിന്റേയും ലക്ഷ്മിയുടെ ആറുമക്കളിൽ രണ്ടാമത്തവളായ ഉഷ ഓടാൻ വേണ്ടി പിറന്നവൾ തന്നെയായിരുന്നു. സ്നേഹസമ്പന്നനായ അച്ഛനും എപ്പോഴും അധ്വാനത്തിൽ ആശ്വാസം കണ്ടെത്തിയ അമ്മയും അവളെ സ്കൂളിൽ ചേർക്കുമ്പോൾ പഠിച്ചു മിടുക്കിയാകണം എന്ന പ്രാർത്ഥനയേ നേർന്നുള്ളൂ. പക്ഷേ വീട്ടിൽനിന്ന് തൃക്കോട്ടൂർ സ്കൂളിലേക്ക് എത്താനുള്ള രണ്ടുമിനിറ്റ് ദൂരം അവൾ ഓടിത്തീർത്തതാണ് ആ കാലുകൾക്ക് കരുത്ത് പകർന്നത്. ഉച്ചയ്ക്ക് വീട്ടിലേക്ക് ഊണുകഴിക്കാൻ എത്തുമ്പോഴും ഓടിയിരുന്നു ഉഷ. സ്കൂൾ ഗ്രൗണ്ടിലും അവൾ ഉത്സാഹപ്രകർഷം നിറഞ്ഞ സാന്നിദ്ധ്യമായിരുന്നു.

സബ്ജില്ലാ തലം തൊട്ട് റെക്കോർഡുകൾ സൃഷ്ടിച്ചുകൊണ്ടാണ് ഉഷ മുന്നേറിയത്. നൂറുക്കണക്കിന് റെക്കോർഡുകൾ സൃഷ്ടിച്ചുകൊണ്ടായിരുന്നു ദേശീയതലത്തിൽ ഉഷ തലയുയർത്തി നിന്നത്. അടുത്ത കാലത്താണ് പത്തും ഇരുപതും വർഷം നീണ്ടുനിന്ന ഉഷയുടെ റെക്കോർഡുകൾ ഭേദിക്കപ്പെട്ടത്. ഉഷയുടെ അന്താരാഷ്ട്ര മെഡൽ

നേട്ടങ്ങളെ ഇങ്ങനെ സംഗ്രഹിക്കാം. 1982 ഏഷ്യാഡ് നൂറുമീറ്ററിലും 200 മീറ്ററിലും വെള്ളി. 1983 കുവൈത്ത് ഏഷ്യൻ ട്രാക്ക് ആന്റ് ഫീൽഡിൽ 400 മീറ്ററിൽ സ്വർണം. 200 മീറ്ററിൽ വെള്ളി. 1985 ജക്കാർത്ത ഏഷ്യൻ ട്രാക്ക് ആന്റ് ഫീൽഡിൽ 100 മീറ്ററിലും 200 മീറ്ററിലും 400 മീറ്ററിലും 400 മീറ്റർ ഹർഡിൽസിലും 4 x 400 മീറ്റർ റിലേയും സ്വർണം. 100 മീറ്ററിൽ വെള്ളി. ആകെ 4 സ്വർണം, ഒരു വെള്ളി. 1987 സിംഗപ്പൂർ ഏഷ്യൻ ട്രാക്ക് ആന്റ് ഫീൽഡ് 400 മീറ്ററിലും 400 മീറ്റർ ഹർഡിൽസിലും 4 x 400 മീറ്റർ റിലേയിലും സ്വർണം. ആകെ മൂന്നു സ്വർണം. 1989 ഏഷ്യൻ ട്രാക്ക് ആന്റ് ഫീൽഡ് 200 മീറ്ററിലും 400 മീറ്ററിലും 400 മീറ്റർ ഹർഡിൽസിലും 4 x 400 മീറ്റർ റിലേയിലും സ്വർണം. 100 മീറ്ററിലും 4 x 400 മീറ്ററിലും വെള്ളി. ആകെ നാല് സ്വർണം. 2 വെള്ളി. 1990 ബെയ്ജിങ്ങ് ഏഷ്യൻ ഗെയിംസ് 400 മീറ്ററിലും 200 മീറ്ററിലും 4 x 400 മീറ്ററിലും വെള്ളി. ആകെ മൂന്നു വെള്ളി. 1998 ഫുക്കുവോക്ക ഏഷ്യൻ ട്രാക്ക് ആന്റ് ഫീൽഡ് 4 x 100 മീറ്റർ റിലേയിൽ സ്വർണം. 4 x 400 മീറ്റർ

റിലേയിൽ വെള്ളി. 200 മീറ്ററിലും 400 മീറ്ററിലും വെങ്കലം. ആകെ ഒരു സ്വർണം, ഒരു വെള്ളി, രണ്ട് വെങ്കലം.

1980 മോസ്കോ ഒളിമ്പിക്സ് ഹീറ്റ്സിൽ പുറത്ത്

1984 ലോസ് ഏഞ്ചൽസ് 400 മീറ്റർ ഹർഡിൽസിൽ നാലാം സ്ഥാനം

1988 സോൾ ഗെയിംസ് - മെഡൽ ഇല്ല

1992 ബഴ്സലോണ ഗെയിംസ് - മെഡൽ ഇല്ല.

ഇന്ത്യയിലെ ഏത് അത്‌ലറ്റിനെ എടുത്തുനോക്കിയാലും ഈ നേട്ടങ്ങൾ ഒരേയൊരു അത്‌ലറ്റിനുമാത്രം - ഉഷക്കുമാത്രം.

ആധുനിക കായികരംഗത്ത് ഒരു അത്‌ലറ്റ് വെറുമൊരു പ്രതീകം മാത്രമാണ്. ആ പ്രതീകത്തിന്റെ കണക്കുകളാണ് കായികരംഗത്തെ അപഗ്രഥന വിദഗ്ദ്ധർക്ക് ആവശ്യം. 19 വയസ്സാവുമ്പോഴേക്കും ആ അത്‌ലറ്റിന്റെ കായികജീവിതത്തെക്കുറിച്ച് ഒരു പഠനം തന്നെ തയ്യാറാക്കുന്നു. സ്പോർട്സ് ജെനറ്റിക്സിൽ പ്രത്യേക അപഗ്രഥന രീതികളുണ്ട്. അവർ ആദ്യമായി അത്‌ലറ്റിനെ ത്രീ ഡി സ്കാനിങ്ങിനു വിധേയമാക്കുന്നു. നുവാൻകോ കാനു എന്ന നൈജീരിയൻ ഫുട്ബോളറെ ത്രീ ഡി സ്കാനിങ്ങിനും ട്രെഡ്മില്ലിനും വിധേയമാക്കിയപ്പോഴാണ് ഹൃദയവാൽവിന്റെ പേശികൾ തയ്യാറല്ലെന്നു വ്യക്തമായത്. ഇത്തരത്തിൽ കായികതാരത്തിന്റെ ശരീരം സംബന്ധിച്ച എല്ലാ വിശദാംശങ്ങളും അവർ സ്വീകരിക്കുന്നു. അതിനായി വീഡിയോ ട്രാക്കിങ്ങ്, ഹൈഡ്രോ ഡൈനാമിക്സ്, റെസ്പിറേറ്ററി മോണിറ്ററിങ്ങ്, സ്ലീപ്പ് മാനിയ, മസിൽ സ്ട്രെസ് മെഷറിങ്ങ്, മെന്റൽ സ്റ്റിമുലേഷൻ തുടങ്ങിയവ ആധാരമാക്കിയാണ് ഇത്തരം പഠനങ്ങൾ നടത്തുക. അതിനുശേഷം പോഷകാഹാരവും ഊർജ്ജവും തമ്മിലുള്ള താരതമ്യപഠനങ്ങൾ നടത്തുന്നു. പെർഫോർമൻസ് ഉയർത്തുന്നതിനുള്ള ആഹാരക്രമവും കീറ്റോൺ സ്റ്റഡിയും നടത്തുന്നു. ഇതെല്ലാം ആധുനിക അത്‌ലറ്റുകളെ വാർത്തെടുക്കുന്ന വിവിധ അപഗ്രഥനങ്ങൾ മാത്രമാണ്. അതിനനുസരിച്ചാണ് അത്‌ലറ്റിന്റെ പരിശീലനം നിശ്ചയിക്കുക. ഉഷയുടെ കാലത്ത് ഇതൊന്നും ഉണ്ടായിരുന്നില്ലെന്ന് പറയാനാവില്ല. പക്ഷേ ഇന്ത്യയിൽ ഉണ്ടായിരുന്നില്ല. ഇന്ത്യക്ക് പുറത്ത് ഒളിമ്പിക്സിൽ ഒരു താരം നാലാം സ്ഥാനത്തെത്തിയാൽ കായികവിദഗ്ദ്ധർക്ക് പ്രതീക്ഷ ഇരട്ടിക്കും. അടുത്ത ഒളിമ്പിക്സിൽ ആ താരത്തിന് മെഡൽ നേടാൻ നൂറുശതമാനവും സാധ്യതയുണ്ടെന്ന് അവർക്ക് ഉറപ്പിക്കാം. സമഗ്രമായ പരിശീലനത്തിനു അവസരമൊരുക്കിയാൽ മതി.

പക്ഷേ അതിന്റെ സാധ്യതയില്ലായ്മയാണ് ഉഷയുടെ ജീവിതം ഹോമിച്ചത്. ആധുനിക പരിശീലനത്തിന്റെ യാതൊരു പാഠവും ഉൾക്കൊണ്ടിട്ടില്ലാത്ത ഒരു കോച്ചിന്റെ കീഴിലാണ് ഉഷ ഹർഡിൽസ് തന്നെ പരിശീലിച്ചു തുടങ്ങിയത്. ഹർഡിൽസിൽ ഉഷയുടെ റണ്ണിങ്ങ് റിഥം, ഊർജ്ജ

വിനിയോഗം, സ്ട്രെയ്റ്റ് ജംപ് രീതി, ലെഗ് സ്ട്രെച്ചിങ്ങ്, എക്സിലറേഷൻ മെക്കാനിസം, ഫൈറ്റ് ടെക്നിക്, ലാന്റിങ്ങ് എന്നിവ സംബന്ധിച്ച് പരിമിതമായ ധാരണ മാത്രമേ പരിശീലകനുള്ളൂ. അത് തുറന്നു സമ്മതിക്കുകയുമില്ല. ഇന്ത്യയിലെ പരിശീലകരുടെ ഏറ്റവും വലിയ പ്രത്യേകതകൾ മൂന്നാണ്.

(1) ഒരു അത്‌ലറ്റ് നേട്ടങ്ങൾ കൊയ്താൽ അതിന്റെ ക്രെഡിറ്റ് മുഴുവൻ കോച്ചിന്. അന്താരാഷ്ട്ര മത്സരത്തിൽ കാലിടറുമ്പോൾ പഴി സംവിധാനത്തിന്.

(2) അല്പജ്ഞാനമുള്ളതുകൊണ്ട് ഈഗോ കയറിയ ഈ കൂട്ടർ മറ്റൊരു പരിശീലനത്തിന് അത്‌ലറ്റിനെ വിടില്ല. അതിനെ പുച്ഛിക്കുകയും ചെയ്യും.

(3) ഇന്ത്യയിലെ സ്പോർട്സ് യജമാനന്മാരുടെ ദയയ്ക്ക് കീഴടങ്ങി അവർ എന്തു ഒത്തുതീർപ്പിനും തയ്യാറാവും.

ഒളിമ്പിക്സിനുശേഷം തെറ്റായ പരിശീലനത്തിന്റെ പേരിൽ ഉഷയുടെ ലിഗ്മെന്റ് തന്നെ അറ്റുപോയ ചരിത്രം ആധുനിക കായികരംഗത്ത് വേറെ ഉണ്ടാകുമോ? ഇക്കാര്യങ്ങളിൽ അത്‌ലറ്റ് അല്ല തീരുമാനമെടുക്കേണ്ടത്. കായിക അധികാര കേന്ദ്രങ്ങളാണ്. എവിടേയും അതാണ് സ്ഥിതി.

വാസ്തവത്തിൽ ഉഷ മെഡൽ നേടേണ്ട രണ്ടു ഒളിമ്പിക്സുകളാണ് പരിശീലനക്കുറവിന്റെ പേരിൽ, കായികലക്ഷ്യബോധമില്ലാത്തതിന്റെ പേരിൽ, കെടുകാര്യസ്ഥതയുടെ പേരിൽ ഇന്ത്യക്ക് നഷ്ടപ്പെട്ടത്. 1982 മുതൽ 1992 വരെ ഒരു അത്‌ലറ്റിന്റെ പടിപടിയായുള്ള മത്സരക്ഷമതയിലേക്ക് ഉഷയ്ക്ക് വളരാനാവാത്തതിന്റെ കാരണം ഇതുതന്നെയാണ്. ആ കാലയളവിൽ ഉഷ പല മീറ്റുകളിലായി 28 മെഡലുകൾ നേടിയെങ്കിലും ലക്ഷ്യം വെക്കേണ്ടത് ഒളിമ്പിക് സ്വർണമായിരുന്നു. എന്നിട്ടും ഉഷ, ഇന്ത്യയിൽ ഒരു കായികബിംബമായി നിലനിന്നതിനുകാരണം മറ്റൊരാളും പിന്നിൽനിന്ന് വളർന്നുവന്നില്ല എന്നതുതന്നെ.

സ്വന്തം ജീവിതം മുഴുവൻ ഇന്ത്യൻ കായികവേദിക്ക് സമർപ്പിച്ച, സമാനതകളില്ലാത്ത ഒരു അത്‌ലറ്റിന്റെ യാത്രയാണ് നാം ഇവിടെ ഓർക്കേണ്ടത്. ഏഷ്യൻ ഗെയിംസോ, സാഫ് ഗെയിംസോ, ഏഷ്യൻ ട്രാക്ക് ആന്റ് ഫീൽഡോ നടക്കുമ്പോൾ നമ്മുടെ കായികാഭിമാനത്തിന്റെ കൊടി, ആ പയ്യോളിക്കാരിയുടെ കൈകളിലായിരുന്നു. അവർ ഒരേ സമയം ഇന്ത്യയുടെ ബിംബവും ഇന്ത്യൻ കായിക ദുരവസ്ഥയുടെ സഹതാപാർദ്രമായ മുഖവുമാണ്. എങ്കിലും 131 കോടി ഇന്ത്യയ്ക്കാർക്ക് ഉഷ പ്രിയപ്പെട്ട ഉഷ തന്നെ.

■

മരിയ മുട്ടോള (മൊസാംബിക്)

മാപ്പുട്ടോ എക്സ്പ്രസ്സ്

ജനനം - 1972 ഒക്ടോബർ 27 - മാപ്പുട്ടോ • 1988 സിയൂൾ ഒളിമ്പിക്സ് - ആദ്യ റൗണ്ട് • 1992 ബാഴ്സലോണ 800 മീറ്ററിൽ അഞ്ചാം സ്ഥാനം, 1500 മീറ്ററിൽ ഒമ്പതാം സ്ഥാനം • 1996 അറ്റ്ലാന്റ - 800 മീറ്റർ വെങ്കലം • 2000 സിഡ്നി - 800 മീറ്റർ സ്വർണം • 2004 ഏതൻസ് - 800 മീറ്റർ നാലാം സ്ഥാനം • 2008 ബെയ്ജിങ്ങ് - 800 മീറ്റർ അഞ്ചാം സ്ഥാനം • ആറ് ഒളിമ്പിക്സുകളിൽ മത്സരിച്ച അപൂർവം അത്‌ലറ്റുകളിൽ ഒരാളാണ് മരിയ.

''നിങ്ങളിൽ ചില കഴിവുകളുണ്ട്. അത് എന്താണെന്ന് ആദ്യം തിരിച്ചറിയുക. കഠിനമായി അധ്വാനിക്കുക. മികച്ച നേട്ടത്തിനായി സ്വയം സമർപ്പിക്കുക.''

മരിയ മുട്ടോളക്ക് ലോകത്തോട് നല്കാൻ വിലപിടിച്ചൊരു സന്ദേശ മുണ്ട്. ഒളിമ്പിക് സ്വർണം പോലെ തിളക്കമേറിയതാണത്. ''നിങ്ങൾ എത്ര ചെറിയ മനുഷ്യനായാലും നിങ്ങളിൽ ഒരു കഴിവുണ്ടെന്ന് വിശ്വ സിക്കുക, അത് കണ്ടെത്തുന്നതുവരെ അന്വേഷിച്ചുകൊണ്ടിരിക്കുക. നിങ്ങളെ അദ്ഭുതപ്പെടുത്തിക്കൊണ്ട് ആ കഴിവ് എന്താണെന്ന് വൈകാതെ അറിയും. അത് തേച്ചുമിനുക്കുക, ജീവിതം നിറവോടെ ആഘോഷിക്കുക,

ആഘോഷമെന്നാൽ നിങ്ങൾ ജീവിക്കുന്ന സമൂഹത്തിനു നല്കുന്ന ഉപഹാരമാണത്.''

മരിയ മുട്ടോള അത് തന്റെ രാജ്യത്തിന് നല്കി. ഒളിമ്പിക് മത്സരമെന്നല്ല, ആഫ്രിക്കൻ ഗെയിംസ് പോലും അദ്ഭുതം നിറഞ്ഞ ആദരവോടെ അപ്രാപ്യമെന്ന് കരുതുന്ന രാജ്യത്തേക്ക് മരിയ ഒളിമ്പിക് സ്വർണമെഡൽ കൊണ്ടുവന്നു - രാജ്യത്തിന് മരിയ നല്കിയ ഉപഹാരം.

മൊസാംബികിലെ മാപ്പുട്ടോ എന്ന പട്ടണത്തിലെ ലോറൻസോ മാർക്വസ് എന്ന ഗ്രാമം, മുട്ടോള ഒളിമ്പിക് സ്വർണം നേടുന്നതിനുമുമ്പുതന്നെ പ്രസിദ്ധമാണ്. ആ ഗ്രാമത്തിൽനിന്നാണ് ഫുട്ബോളിലെ പ്രഖ്യാതനായ യൂസേബിയോ ഡാസിൽവ ലോക ഫുട്ബോളിന്റെ നെറുകയിലേക്ക് എത്തിയത്. ഇന്ന് ആ ഗ്രാമം 'ചമൻകുല' എന്നാണ് അറിയപ്പെടുന്നത്. ആ നാട്ടിലേക്ക് ആദ്യമായി ഒളിമ്പിക് സ്വർണം കൊണ്ടുവന്നത് മരിയയാണ്.

''സിഡ്നി ഒളിമ്പിക്സിൽ 800 മീറ്ററിന്റെ സമ്മാനദാനച്ചടങ്ങിൽ മൊസാംബികിന്റെ പേര് ഉച്ചരിക്കപ്പെട്ടതോടെ, എന്റെയുള്ളിൽ നിറഞ്ഞ അഭിമാനത്തിന് ഈ മെഡലിനേക്കാൾ മൂല്യമുണ്ട്.'' മുട്ടോള പിന്നീട് പറഞ്ഞു.

ആറ് ഒളിമ്പിക്സിൽ മത്സരിക്കുകയെന്നത് ഒരു അത്‌ലറ്റിനെ സംബന്ധിച്ച് കായികശേഷിയുടെ പരമോന്നത തലമാണ്. ഒളിമ്പിക്സിലെ അത്‌ലറ്റിക്സിൽ മുട്ടോളയെ കൂടാതെ ഏഴുപേർക്ക് മാത്രമേ ആ ബഹുമതി നേടാനായുള്ളൂ. 7 തവണ മെർലിൻ ഓട്ടി (ജമൈക്ക) ഒളിമ്പിക്സിൽ പങ്കെടുത്തു. ജീസസ് ഏയ്ഞ്ചൽ ഗാർഷിയാ ബ്രഗാഡോ (സ്പാനിഷ് നടത്തം) ജാവോ എൻട്രിയസ് (അംഗോള) ടെസ സാന്റേഴ്സൺ (ബ്രിട്ടൻ) നിക്കോളേറ്റ (റൊമാനിയോ) കിംകോലിൻസ് (സെന്റ് കിറ്റ്സ്) ഡ്രാഗുട്ടിൻ ടോപിക (ടോപിക) എന്നിവരും 6 തവണ ഒളിമ്പിക്സിൽ മത്സരിച്ചു.

ഈ മത്സരങ്ങളിലൊക്കെ മുട്ടോള ഉന്നതമായ കായികഗരിമ കാത്തുസൂക്ഷിച്ചു. ഒരിക്കൽപോലും ഉത്തേജക പരിശോധനയിൽ വീണില്ല. താൻ ഇന്നിനുവേണ്ടിയല്ല, നാളേക്കുവേണ്ടിയാണ് ഓടുന്നതെന്ന് മുട്ടോള പറഞ്ഞതിന്റെ പൊരുൾ അതാണ്. ഒളിമ്പിക്സിന്റെ മഹത്വമാർന്ന തത്ത്വങ്ങൾ ഉയർത്തിപ്പിടിച്ചുകൊണ്ടുതന്നെ തന്റെ കുടുംബത്തിനും, തന്റെ ഗ്രാമത്തിനും, തന്റെ രാജ്യത്തിനും ഒരു മെഡൽ നല്കാനായതിലാണ് മുട്ടോളയുടെ ആഹ്ളാദം. മുട്ടോള തന്റെ ജീവിതത്തിൽ ഏറ്റവും കടപ്പെട്ടിരിക്കുന്നത് ഒരു കവിയോടാണ്. മൊസാംബികിന്റെ ജോസ് ക്രാവറീഞ്ഞയാണ് ആ മഹാകവി. മരിയ മുട്ടോള ഒളിമ്പിക് സ്വർണം നേടിയപ്പോൾ ക്രാവറീഞ്ഞ എഴുതി ''ഞാൻ മുട്ടോളയെക്കുറിച്ച് കവിതകൾ എഴുതില്ല. ജീവിച്ചിരിക്കുന്ന അനശ്വരകവിതയാണ് മുട്ടോള.''

17 വർഷം നീണ്ടുനിന്ന മൊസംബിക് ആഭ്യന്തര കലാപകാലത്താണ് മരിയ ജനിക്കുന്നത്. ലോകത്തിലെ ഏറ്റവും ദരിദ്രരാഷ്ട്രങ്ങളിലൊന്നായിരുന്നു മൊസംബിക്. അച്ഛൻ ജാവോ മുട്ടോള റെയിൽവേയിൽ ക്ലർക്ക്.

അമ്മ കാതറീന ചമൻകുലയിലെ പച്ചക്കറി വില്പനക്കാരി. അവരുടെ ആറു മക്കളിൽ ഇളയവളാണ് മരിയ. തന്റെ ബാല്യകാലത്തെക്കുറിച്ച് മരിയ ഓർക്കുന്നത് ഇങ്ങനെയാണ്. ''കുട്ടിയായിരിക്കുമ്പോൾത്തന്നെ ഞാൻ ആഭ്യന്തരയുദ്ധത്തിന്റെ തീവ്രത അനുഭവിച്ചു. നിങ്ങൾ ഒരു കാറിൽ യാത്ര ചെയ്യുന്നു എന്നിരിക്കട്ടെ. നിങ്ങൾക്കൊരിക്കലും തിരിച്ചു വരാനാവില്ല. അന്നത്തെ കെട്ടിടങ്ങൾ വെടിയുണ്ടകളും ഷെല്ലുകളും തറച്ച് അംഗ ഭംഗം വന്നവയായിരുന്നു. കാറുകളുടേയും മരങ്ങളുടേയും സ്ഥിതി അതു തന്നെയായിരുന്നു.''

ആൺകുട്ടികളോടൊപ്പമാണ് മരിയ കളിച്ചു വളർന്നത്. മസലാല തെരുവിൽ ആൺകുട്ടികളോടൊപ്പം ഫുട്ബോൾ കളിക്കുന്ന പതിന്നാലുകാരിയെ കണ്ട് ക്രാവറീഞ്ഞ അദ്ഭുതപ്പെട്ടു. നടക്കാനിറങ്ങിയതായിരുന്നു കവി. ക്രാവറീഞ്ഞ വിസ്മയിച്ചുപോയത് മിന്നൽ വേഗത്തിലുള്ള അവളുടെ ഓട്ടം കണ്ടാണ്. ഒരു സ്പ്രിന്ററാവാൻ എല്ലാ യോഗ്യതയുമുള്ളവളാണ് മരിയയെന്ന് ക്രാവറീഞ്ഞയ്ക്ക് ബോധ്യമായി. പിറ്റേദിവസം ക്രാവറീഞ്ഞ വന്നത് അത്‌ലറ്റിക് പരിശീലകനായ മകൻ സ്റ്റെലിയോ ക്രാവറീഞ്ഞയുടെ കൂടെയാണ്. മരിയയുടെ പിതാവിന്റെ സമ്മതം വാങ്ങിയ സ്റ്റെലിയോ അവൾക്ക് ഓടാനായി രണ്ട് സ്പൈക്ക് നല്കി.

അതോടെ ഫുട്ബോൾ കളി മുടങ്ങി. ആഴ്ചയിൽ നാല് ദിവസമാണ് ഫുട്ബോൾ കളി. എന്നാൽ അത്‌ലറ്റിക് പരിശീലനം ഏഴു ദിവസവുമുണ്ട്. ഏഴാം ദിവസം മരിയ മുങ്ങി.

രണ്ടു ദിവസം കഴിഞ്ഞ് സ്റ്റെലിയോ വീട്ടിലെത്തി. ഒരാഴ്ചയിലെ പരിശീലനത്തിന്റെ വിശദാംശങ്ങൾ പിതാവിനെ ബോധ്യപ്പെടുത്തി. ആ നിമിഷം ജാവോ തിരിച്ചറിഞ്ഞു. മകളുടെ വഴി ഇതുതന്നെ. യാതൊരു വിധ സംശയവുമില്ലാതെ ജാവോ പറഞ്ഞു ''മരിയ നിങ്ങളുടേതാണ്, പൂർണ്ണസമ്മതം.''

സ്റ്റെലിയോ മരിയയെ വീട്ടിലേക്ക് കൊണ്ടുപോയി. 1984 ഒളിമ്പിക്സിലെ ടേപ് വീഡിയോയിൽ കാണിച്ചുകൊടുത്തു. മരിയ അമ്പരന്നുപോയി. എത്ര വലിയ സ്റ്റേഡിയം. സമുദ്രം പോലെ കാണികൾ. ടേപ് അവസാനിച്ചപ്പോൾ പരിശീലകൻ പറഞ്ഞു ''മരിയ, നമുക്ക് ഇവിടെ എത്തണം.'' സ്റ്റെലിയോ ആധുനിക പരിശീലകനൊന്നുമായിരുന്നില്ല. പക്ഷേ കവി ക്രാവറീഞ്ഞ അവളിൽ പ്രചോദനത്തിന്റെ ഉറവകൾ സൃഷ്ടിച്ചു. എണ്ണൂറും ആയിരത്തി അഞ്ഞൂറും പല ഘട്ടങ്ങളായി തിരിച്ച് മരിയ പരിശീലിച്ചു. സ്റ്റാർട്ടിനുശേഷമുള്ള ആദ്യത്തെ 200 മീറ്റർ, പിന്നെ 400 മീറ്റർ, വീണ്ടും 200 മീറ്റർ എന്നിങ്ങനെ വേഗതയുടെ പലവിധ ലെവലുകളിലൂടെ അവളുടെ ജീവിതം കടന്നുപോയി. എന്നാൽ പതിന്നാലാം വയസ്സിൽ അവൾ ആഫ്രിക്കൻ ചാമ്പ്യൻഷിപ്പിൽ ചാമ്പ്യനായതോടെ കഥ മാറി. മൊസാംബികിലെ ഓട്ടക്കാരിയുടെ കഥ ആഫ്രിക്ക മുഴുവൻ അറിഞ്ഞു. നാട്ടുകാർ അവൾക്ക് പേരിട്ടു – മാപ്പുട്ടോ എക്സ്പ്രസ്സ്.

പക്ഷേ ആഫ്രിക്കൻ മീറ്റ് കഴിഞ്ഞപ്പോൾ സ്റ്റെലിയോക്ക് ഒരു കാര്യം ഉറപ്പായി. മരിയയ്ക്ക് ഒളിമ്പിക്സിൽ മത്സരിക്കണമെങ്കിൽ ആധുനിക മായ പരിശീലനം ലഭിക്കണം. സ്റ്റെലിയോയുടെ അത്‌ലറ്റിക് ക്ലബ്ബിന് അത്തരം സൗകര്യമൊന്നുമില്ല. ആഫ്രിക്കൻ ചാമ്പ്യൻഷിപ്പിനുശേഷം കടന്നുവരുന്ന സിയൂൾ ഒളിമ്പിക്സിന് മരിയയെ സജ്ജമാക്കുകയായി രുന്നു ലക്ഷ്യം. പക്ഷേ വലിയ ചെലവ് വരുന്ന പരിശീലനത്തിന് വഴി യൊന്നും കണ്ടില്ല.

സ്റ്റെലിയോയുടെ കീഴിൽത്തന്നെയാണ് മരിയ പതിനഞ്ചാംവയസ്സിൽ സിയൂൾ ഒളിമ്പിക് ഗെയിംസിൽ മത്സരിച്ചത്. അത്‌ലറ്റുകളുടെ കഠിനാ ധ്വാനത്തിന്റെ ലോകം എന്താണെന്ന് അവൾ തിരിച്ചറിഞ്ഞു. നാം കാണുന്ന വർണപ്പകിട്ടുള്ള താരത്തിലേക്കുള്ള അത്‌ലറ്റുകളുടെ കഠിനയാത്രകൾ മുട്ടോളയെ സിയൂൾ ഗെയിംസ് ബോധ്യപ്പെടുത്തി. അത് ഒരു തിരിച്ചറി വായിരുന്നു. കീഴടക്കണം, ഉയരങ്ങളിൽ എത്തണം എന്നൊരു വികാരം സിയൂൾ സൃഷ്ടിച്ചു. ഒന്നാംറൗണ്ടിൽ തോറ്റു പിന്മാറിയതൊന്നും

പ്രശ്നമായിരുന്നില്ല. അസാധ്യമെന്ന് കരുതുന്ന ലക്ഷ്യങ്ങളാണ് വലിയ അത്‌ലറ്റുകൾ മുമ്പിൽ വെക്കുന്നത്. 1990 ൽ ആഫ്രിക്കൻ അത്‌ലറ്റിക് മീറ്റിലാണ് മരിയ ആദ്യ വിജയം കുറിച്ചത്. അത് സ്വർണമെഡൽ മാത്ര മല്ല, മുന്നോട്ടുപോകാനുള്ള വഴിയും തുറന്നുതന്നു. ഒളിമ്പിക് കമ്മിറ്റി യുടെ സോളിഡാരിറ്റി പഠന പദ്ധതിയിൽ മരിയയെ ഉൾപ്പെടുത്താൻ സഹായിച്ചത് സ്റ്റെലിയോ തന്നെയായിരുന്നു.

ആകാംക്ഷയോടെയായിരുന്നു ആ യാത്ര. പഠനത്തോടൊപ്പം പരിശീ ലനവും എന്ന പദ്ധതി മരിയയെ അടിമുടി മാറ്റിമറിച്ചു. വില്ലാമെറ്റ നദീ തീരത്തുള്ള ഒറിഗോൺ സ്പ്രിങ്ങ് ഫീൽഡ് സ്കൂളിലേക്ക് പോകാൻ ഒരുങ്ങുമ്പോൾ പിതാവ് ഒരു ഉറപ്പ് മാത്രം വാങ്ങിവെച്ചു. ഒരു കാലത്തും മൊസാംബിക് പൗരത്വം ഉപേക്ഷിക്കരുത്. മാർഗോ ജെന്നിങ്ങ്സും ഭർത്താവും ജെഫ് ഹണ്ടുമായിരുന്നു പരിശീലകർ. 1991 ലെ ഒറിഗോൺ ക്രോസ് കൺട്രിയിൽ ഒന്നാം സ്ഥാനവും ടോക്കിമീറ്റിൽ നാലാം സ്ഥാനവും നേടിയശേഷം പരിശീലനത്തിൽ തന്നെ ശ്രദ്ധ കേന്ദ്രീകരിച്ചു. മരിയയുടെ ശാരീരികക്ഷമതയും ദൃഢനിശ്ചയവും മാർഗോ ജെന്നി ങ്ങ്സിനെ ആകർഷിച്ചു.

1992 ലെ ബാർസലോണ ഒളിമ്പിക്സിനു തയ്യാറെടുക്കുമ്പോൾ മരി യക്ക് 19 വയസ്സേയുള്ളൂ. ഇത്തവണ 800 മീറ്ററിലും 1500 മീറ്ററിലും മത്സ രിച്ചു. 800 മീറ്ററിൽ മത്സരിക്കുമ്പോഴാണ് ക്യൂബൻ താരം അന്ന ഫിദലിയ ക്വിറോട്ടിനെ കാണുന്നത്. മരിയ അഞ്ചാം സ്ഥാനത്താണ് ഫിനിഷ് ചെയ്തത്. സമയം 1 മിനിറ്റ് 57.20 സെക്കന്റ്. 1972 ചെക്കോസ്ലവാക്യയുടെ ജാർമിള ക്രറ്റോച്ചിക്കോവയുടെ 1.53.28 സെക്കന്റ് ആ മത്സരത്തിലും ഭേദിക്കപ്പെട്ടില്ല. ഹോളണ്ടിന്റെ എല്ലൻ ലാംഗെൻ സ്വർണവും അന്ന ക്വിറോട്ട് വെങ്കലവും നേടി. 1500 മീറ്ററിൽ അൾജീരിയയുടെ ഇതിഹാസ താരം ഹസീബ ബോൾ മെർക്ക് ഒന്നാം സ്ഥാനത്തെത്തി. ഏഴാം സ്ഥാന ത്താണ് മരിയ ഫിനിഷ് ചെയ്തത്. പക്ഷേ ആ ഒളിമ്പിക്സിനുശേഷം ഇൻഡോർ-ഔട്ട്ഡോർ അത്‌ലറ്റിക് മീറ്റിലും മരിയ ശ്രദ്ധ നല്കി. ഇത്തരം മീറ്റുകൾ കൂടുതൽ മത്സരതീക്ഷ്ണവും മികച്ച പ്രതിഫലം നല്കുന്നതു മായിരുന്നു. മരിയ ഈ ഘട്ടത്തിലാണ് 1996 ലെ അറ്റ്ലാന്റ ഒളിമ്പിക്സും ലണ്ടൻ, സൂറിച്ച്, പാരീസ് മീറ്റുകളും ലക്ഷ്യംവെച്ച് പരിശീലനം തുടങ്ങു ന്നത്. ഒരു മിനിറ്റ് 55 സെക്കന്റായിരുന്നു ആദ്യലക്ഷ്യം. അതു പരിശീല നത്തിനിടയിൽ മറികടന്നു. അറ്റ്ലാന്റ തന്നെ നിരാശയാക്കുകയില്ലെന്ന് ഉറപ്പുണ്ടായിരുന്നു. അറ്റ്ലാന്റ ഒളിമ്പിക് വില്ലേജിൽ താമസം തുടങ്ങിയ പ്പോൾ ആദ്യം എതിരേറ്റത് ഫ്ളൂ! ചൂടുള്ള കാലാവസ്ഥയിൽ പുറത്ത് പരിശീലനം കഴിഞ്ഞശേഷം അത്‌ലറ്റിക് വില്ലേജിലെ എ.സി.യിൽ കിട ന്നതായിരുന്നു കാരണം. ഇൻഫ്ളുവൻസ ബാധിച്ചിട്ടും മരിയ ഹീറ്റ്സിലും സെമിയിലും ഒന്നാമതായി ഓടിയെത്തി. ഫൈനലിൽ നല്ല കടുപ്പമുള്ള എതിരാളികളായിരുന്നുവെങ്കിലും മുട്ടോളയ്ക്കാണ് കൂടുതൽ സാധ്യത കല്പിച്ചിരുന്നത്. പക്ഷേ ആദ്യത്തെ 500 മീറ്റർ കഴിഞ്ഞപ്പോൾ മരിയയ്ക്ക്

ആദ്യത്തെ വേഗം നിലനിർത്താനായില്ല. മരിയ അഞ്ചാമത്തെ ലെയ്നിലും ക്വിറോട്ട് ആറാം ലെയ്നിലുമാണ് ഓടിയത്. അവസാന 200 മീറ്ററിൽ മാസ്റ്റർകോവ മുന്നിലെത്തി. ആ ഘട്ടത്തിൽ മരിയ അഞ്ചാം സ്ഥാനത്തായിരുന്നു. എന്നാൽ സർവ്വശക്തിയുമെടുത്ത് അവസാനത്തെ 100 മീറ്ററിൽ കെല്ലി ഹോംസിനെ പിന്തള്ളി മരിയ കുതിച്ചു. ക്വിറോട്ടിനുപിന്നിൽ മൂന്നാമതായി ഫിനിഷ് ചെയ്തു. ആ മൂന്നാം സ്ഥാനത്തിന് സ്വർണമെഡലിന്റെ തിളക്കമുണ്ടായിരുന്നു.

ആ ഓട്ടുമെഡൽ മൊസാംബിക് എന്ന രാജ്യത്തിന് എല്ലാമെല്ലാമായിരുന്നു. ഏതെങ്കിലുമൊരു കായികരംഗത്ത് മൊസാംബികിനു ലഭിക്കുന്ന ആദ്യത്തെ അംഗീകാരം! മരിയയെപ്പോലെ മാപ്പുട്ടോയും അന്ന് ഉറങ്ങിയില്ല. ഈ ഘട്ടത്തിൽ മരിയ മധ്യദൂരഓട്ടത്തിൽ ആഫ്രിക്കൻ വനിതകളുടെ മേധാവിത്വം ഉറപ്പിക്കുന്നവിധം ഇൻഡോറിലും ഔട്ട്ഡോറിലും ഒരുപോലെ തിളങ്ങിയിരുന്നു.

അറ്റ്ലാന്റയിലെ മൂന്നാംസ്ഥാനത്തോടെ, മരിയ ഒരു കാര്യം ഉറപ്പിച്ചു. സിഡ്നി ഒളിമ്പിക്സിൽ തന്റെ ലക്ഷ്യം നേടിയെടുക്കണം. തന്റെ രാജ്യത്തിന് ഒരു സ്വർണമെഡൽ. പിതാവിന്റെ സ്മരണക്കായി ഒരു മെഡൽ. പ്രിയപ്പെട്ട മഹാകവിക്ക് ഒരു സ്വർണമെഡൽ. ഒരു കാറപകടത്തിൽ ജാവോ കൊല്ലപ്പെട്ടിരുന്നു. പാരീസ് മീറ്റിൽ സ്വർണം നേടിയാണ് മരിയ പിതാവിന്റെ സ്വപ്നം പൂർത്തിയാക്കിയത്.

സിഡ്നിയിൽ മരിയയ്ക്കൊപ്പം അമേരിക്കൻ താരം കെല്ലിഹോംസിനും സാധ്യത കല്പിച്ചിരുന്നു. ആറാം ലെയ്നിൽ ഓടിയ മരിയ തുടക്കത്തിൽ തന്നെ പിന്നിലായി. കെല്ലി ഹോംസും സ്റ്റെഫാനി ഗ്രാഫുമൊക്കെയായിരുന്നു മുന്നിൽ. ആദ്യത്തെ 400 മീറ്റർ കഴിഞ്ഞപ്പോൾ നാലാംസ്ഥാനത്തായിരുന്ന മരിയ അഞ്ചാംസ്ഥാനത്തായി. അടുത്ത നൂറു മീറ്ററിൽ ഹസ്ന ബെൻഹാസിയേയും ഹാസൽ ക്ലാർക്കിനേയും പിന്തള്ളി, മൂന്നാംസ്ഥാനത്തേക്ക് കടന്നു. അവസാന നൂറു മീറ്ററിൽ കെല്ലി ഹോംസ് വളരെ മുന്നിലായിരുന്നു. പക്ഷേ അമ്പതുമീറ്റർ കഴിഞ്ഞപ്പോൾ മരിയ വേഗതകൂട്ടി. മറ്റുള്ളവരെ മറികടന്ന് സ്റ്റെഫാനിയും മുന്നിലെത്തി. ആദ്യം ഫുഷ്ചേവദയേയും പിന്നാലെ കെല്ലിയേയും പിന്തള്ളി രണ്ടു മീറ്റർ അകലത്തിൽ മരിയ ഫിനിഷ് ചെയ്തു. സമയം ഒരു മിനിറ്റ് 56.15 സെക്കന്റ് മരിയക്ക് സ്വർണം.

മരിയ തന്റെ ജീവിതലക്ഷ്യം നാടിനുവേണ്ടി സാക്ഷാത്കരിച്ചു. തിരിച്ചു നാട്ടിൽ വന്നപ്പോൾ വിമാനത്താവളത്തിൽ ചുവപ്പ് പരവതാനി വിരിച്ച് രാജ്യം അവളെ എതിരേറ്റു. ഒളിമ്പിക്സിന്റെ ചരിത്രത്തിൽ മൊസാംബിക് എന്ന രാജ്യത്തിന്റെ പേരിൽ രണ്ടു മെഡലുകൾ രേഖപ്പെടുത്തി. ഒന്ന് സ്വർണവും രണ്ടാമത് വെങ്കലവും. രണ്ടും മരിയ നാടിനുവേണ്ടി നേടിയത്. മസലേല തെരുവിൽനിന്നാരംഭിച്ച ആ യത്നം പൂർണ്ണമായി. 2004 ൽ ഏതൻസിൽ നാലാംസ്ഥാനത്തേക്കും 2008 ൽ അഞ്ചാംസ്ഥാനത്തേക്കും

പിന്തള്ളപ്പെട്ടെങ്കിലും മരിയ അവരുടെ മികച്ച സമയംതന്നെയാണ് കണ്ടെത്തിയത്. 36-ാമത്തെ വയസ്സിൽ 2008ൽ മത്സരിക്കുമ്പോൾ ലെയിൻ രണ്ടിൽ സ്റ്റാർട്ടിങ്ങ് ബ്ലോക്കിൽ നില്ക്കുമ്പോൾ മരിയയുടെ പേർ മുഴങ്ങി. കാണികൾ ആ അത്‌ലറ്റിന് നീണ്ട കൈയടികളോടെ ആദരം നേർന്നു. അത് ആറാമത്തെ ഒളിമ്പിക്സായിരുന്നു.

ഒളിമ്പിക്സിനോടൊപ്പം രാജ്യാന്തര അത്‌ലറ്റിക് മീറ്റുകളിലും മുട്ടോള കഴിവ് തെളിയിച്ചു. 1993 മുതൽ മൂന്ന് ഔട്ട്ഡോർമീറ്റിലും 7 ഇൻഡോർ മീറ്റിലും അവർ ചാമ്പ്യനായി. 2003 മരിയയുടെ ഏറ്റവും അനർഘ വർഷമാണ്. ആ വർഷം മത്സരിച്ച എല്ലാ മീറ്റുകളിലും 800 മീറ്ററിൽ അവർ ഒന്നാംസ്ഥാനത്തായിരുന്നു 21 വർഷം, ആറ് ഒളിമ്പ്ക്സ്, ഒരു സ്വർണവും ഒരു വെങ്കലവും മറ്റു അത്‌ലറ്റിക് മീറ്റുകളിൽ 10 സ്വർണം, രണ്ട് വെള്ളി, രണ്ട് വെങ്കലം.

മധ്യദൂര ഓട്ടങ്ങളിൽ മരിയയുടെ പോലെ മികവും കായികക്ഷമതയും കൈവരിച്ച താരങ്ങൾ വിരളമാണ്. അതാണ് അവരെ ഒരപൂർവ്വ കായികതാരമാക്കുന്നത്. ഒരു ഉത്തേജകമരുന്നുവിവാദത്തിലും മരിയ ഉൾപ്പെട്ടിട്ടില്ല. ഒരു തുള്ളി മദ്യംപോലും രുചിച്ചിട്ടില്ല. ലോകത്തിലെ എല്ലാ അത്‌ലറ്റുകൾക്കും മാതൃകയായ മരിയ കഠിനാധ്വാനത്തിനും സമർപ്പണത്തിനും നൂറിൽനൂറ് മാർക്ക് നല്കുന്നു.

ശുദ്ധജലത്തിനുവേണ്ടി ലോകമെമ്പാടും ക്യാമ്പെയിൻ നടത്തുന്ന വാട്ടർ എയ്ഡിന്റെ ബ്രാന്റ് അംബാസഡറായ മരിയ ഇപ്പോൾ ഫുട്ബോൾ കളിക്കുന്നു. ലുസോ ആഫ്രിക്ക എന്ന വനിത ഫുട്ബോൾ ക്ലബ്ബിന്റെ പ്രസിഡണ്ടാണ് മരിയ. മാത്രമല്ല, മികച്ചൊരു മാനേജ്മെന്റ് വിദഗ്ധയും. മൊസാംബിക്കിലെ ഏതെങ്കിലും ഒരു കലാലയത്തിലെത്തുമ്പോൾ കുട്ടികൾ അവരെ പൊതിയുന്നു. അപ്പോൾ അവർ ചിരിച്ചുകൊണ്ട് അവരോട് ഒരു ഉറപ്പ് ആവശ്യപ്പെടും. "കഠിനമായ അധ്വാനം. ലക്ഷ്യത്തിലേക്ക് എളുപ്പവഴികളില്ല."

■

ഹസീബ ബോൾമെർക്ക (അൾജീരിയ)

മതശാസനകൾക്കെതിരെ ഒറ്റയ്ക്കൊരു പെൺകൊടി

ജനനം – 1968 ജൂലായ് 10 – കോൺസ്റ്റാന്റൈൻ • 1992 ബാഴ്സലോണ ഒളിമ്പിക്സ് 1500 മീറ്റർ – സ്വർണ്ണമെഡൽ • അൾജീരിയയുടെ ആദ്യത്തെ ഒളിമ്പിക് സ്വർണ്ണമെഡൽ.

"പേശികൾക്കപ്പുറം നിങ്ങളുടെ കാലുകളിലേക്ക് ഒഴുക്കിവിടുന്ന ഊർജ്ജം മറ്റാരുമല്ല നല്കുന്നത്. അത് അല്ലാഹുതന്നെയാണ്."

ബാർസലോണയിലെ ഒളിമ്പിക് സ്റ്റേഡിയത്തിൽ 1500 മീറ്റർ ഓടുമ്പോൾ ഹസീബ ബോൾമെർക്ക ഒരു മിന്നായം പോലെ സോവിയറ്റ് യൂണിയന്റെ ലുദ്മിള റഗച്ചോവ മുന്നിലേക്ക് പാഞ്ഞുകയറുന്നതു കണ്ടു. 1200 മീറ്റർ കഴിഞ്ഞപ്പോഴും റഗച്ചോവ തന്നെയായിരുന്നു മുന്നിൽ. വിജയത്തിനും മരണത്തിനും ഇടയിലുള്ള അവസാനത്തെ മുന്നൂറുമീറ്റർ പിന്നിടാൻ തുടങ്ങവേ, ബോൾ മെർക്ക അല്ലാഹുവിനോട് പ്രാർത്ഥിച്ചു – "എന്നും തന്നിലേക്ക് വന്നുചേരുന്ന വിസ്മയകരമായ ഊർജ്ജം ഇപ്പോൾ നല്കണേ" അവസാന ലാപ്പിനുള്ള മണിമുഴങ്ങുമ്പോൾ സർവ്വശക്തിയുമെടുത്ത് ഹസീബ 'ലാസ്റ്റ് മിനിറ്റ് ചാർജ്' തുടങ്ങി. റഗച്ചോവയെ 30 മീറ്റർ പിന്നിലാക്കി ടേപ്പ് തൊട്ടപ്പോൾ ഹസീബ മുഷ്ടിചുരുട്ടി വായുവിലേക്കെറിഞ്ഞ് അലറിവിളിച്ചു.

എന്താണ് മുഷ്ടിചുരുട്ടി അലറിവിളിച്ചതെന്ന് ബിബിസി ലേഖകൻ ചോദിച്ചപ്പോൾ ആ അൾജീരിയക്കാരി പറഞ്ഞു "അത് അറബി ജനതയ്ക്കുവേണ്ടിയായിരുന്നു. സഹാറൻ വനിതകൾക്കുവേണ്ടിയായിരുന്നു. എന്റെമേൽ മതശക്തികൾ ചുമത്തിയ ശാസനകൾ ഈ വിജയത്തോടെ ഞാൻ അതിജീവിച്ചുകഴിഞ്ഞു. ഞാൻ അതു നേടി." അവർക്ക് ഇനിയും എന്നെ കൊല്ലാം. പക്ഷേ വൈകിപ്പോയി. കോൺസ്റ്റാന്റിനോയുടെ മകളായ ഞാൻ എന്റെ ജനതയ്ക്കുവേണ്ടി അതുനേടി. ചരിത്രം സൃഷ്ടിക്കുന്നതിൽനിന്ന് അവർക്ക് എന്നെ തടയാനായില്ല." കൃത്യമായി ഹസീബ തന്റെ ലക്ഷ്യം വിവരിച്ചു.

"പുഴകളെ നിങ്ങൾക്ക് സൃഷ്ടിക്കാനാവില്ല. മണ്ണും നിങ്ങൾക്ക് വീണ്ടെടുക്കാനാവില്ല. പക്ഷേ മതങ്ങൾ മറഞ്ഞുപോയാലും അവയെ തിരിച്ചുകൊണ്ടുവരാം." തന്റെ ഇച്ഛാശക്തിയെ വെല്ലുവിളിച്ചവരോട് ബോൾമെർക്ക പറഞ്ഞു. അൾജീരിയയിലെ ഇസ്ലാമിക് ഫത്വയെ ഹസീബ ബോൾ മെർക്ക നേരിട്ടത് മരണത്തിനും ജീവിതത്തിനും ഇടയ്ക്കുള്ള നൂൽപ്പാലത്തിൽ നിന്നുകൊണ്ടാണ്. ഒളിമ്പിക് സ്റ്റേഡിയത്തിലെ വില്ലേജിൽ ബോൾമെർക്ക താമസിച്ചത് മരണം എപ്പോഴും കടന്നുവരാമെന്ന ആശങ്കയോടെയായിരുന്നു. ഒളിമ്പിക് കമ്മിറ്റി നിയമിച്ച അംഗരക്ഷകസേന അവളുടെ കിടപ്പുമുറിയിൽപോലും കാവൽനിന്നു. സൃഷ്ടിക്കുന്നതായാൽ മരണത്തെയും ജയിക്കാമെന്ന് ബോൾമെർക്ക തെളിയിച്ചു. ആഫ്രിക്കയിലെ സ്വാതന്ത്ര്യമില്ലാത്ത സഹാറൻ വനിതകളുടെ ആത്മാവിന്റെ വിളികേട്ടവൾക്ക് വിജയത്തിൽ കുറഞ്ഞൊന്നും ചിന്തിക്കാനാവുമായിരുന്നില്ല.

അൾജീരിയൻ ആഭ്യന്തരയുദ്ധത്തിന്റെ തിരശ്ശീല ഉയർന്നപ്പോൾ ബൊൾമെർക്ക ശാസനകളുടെ നിഴലിലായിരുന്നു. 1991 ലെ ടോക്കിയോ ലോക അത്‌ലറ്റിക് മീറ്റിൽ നാല് മിനിറ്റ് രണ്ട് സെക്കന്റിൽ ഒന്നാമതായി ഓടിയെത്തിയപ്പോൾ ഹസീബ ആദ്യം ഓർത്തത് അൾജീരിയയിലെ ശാസനയായിരുന്നു. അൾജീരിയൻ വനിതകൾ പുരുഷന്മാരുടേതുപോലെ ഷോർട്ട്സ് ധരിച്ച് ഓടുന്നതിനെ ഒരുവിഭാഗം ഇസ്ലാമിക സംഘടനകൾ എതിർത്തിരുന്നു. കൈയും കാലും പ്രദർശിപ്പിക്കുന്നത് അനിസ്ലാമികമാണെന്ന് അവർ ശഠിച്ചു. ആ ശാസനയെ മറികടന്നാണ് ഹസീബ ഓടിയത്. പിറ്റേന്ന് നാട്ടുകാരനായ നൂറുദ്ദീൻ മോർച്ചെലിയും പുരുഷന്മാരുടെ 1500 മീറ്ററിൽ സ്വർണം നേടി. അൾജീരിയയ്ക്ക് രണ്ടാമത്തെ സ്വർണം സമ്മാനിച്ചു. പക്ഷേ ബൊൾമെർക്കയുടെ സ്വർണത്തിന് മാറ്റ് കൂടുതലായിരുന്നു. ഒരാഫ്രിക്കൻ വനിത ആദ്യമായാണ് 1500 മീറ്ററിൽ ലോകചാമ്പ്യനാവുന്നത്. ലോക അത്‌ലറ്റിക്സിൽ ഒരു രാഷ്ട്രവും ഒരേ ഇനത്തിൽ രണ്ടു ജേതാക്കളെ സൃഷ്ടിച്ചിട്ടില്ല. തിരിച്ച് നാട്ടിലെത്തിയപ്പോൾ അൾജീയേഴ്സിന്റെ തെരുവുകളിൽ പതിനായിരങ്ങളാണ് അവരെ കാത്തുനിന്നത്. തെരുവോരങ്ങളിലെ കെട്ടിടങ്ങളുടെ മട്ടുപ്പാവിൽ നിന്നു കൊണ്ട് സ്ത്രീകൾ ബോൾമെർക്കയുടെ നേരെ ധാന്യമണികൾ

എറിഞ്ഞു. ഗോതമ്പുമണികൾ എറിയുന്നത് മധുരമായ ജീവിതത്തിന്റെ ആശംസകൾ നേരലാണ്. വിവാഹവേളയിൽ അനുഷ്ഠിക്കുന്ന വിശുദ്ധ കർമ്മമാണിത്.

അന്നത്തെ സ്വീകരണവേളയിൽ പ്രസിഡണ്ട് ചാഡ്‌ലി ബെൻജദിദ് ബൊൾമെർക്കയുടെ നെറ്റിയിൽ ചുംബിച്ചുകൊണ്ടു പറഞ്ഞു. "നീയതു സാധിച്ചു മകളേ. ഞങ്ങളെ എല്ലാവരേയും ഒന്നിപ്പിക്കാൻ നിനക്കു കഴിഞ്ഞു. സഹിഷ്ണുതയില്ലാത്തവരെ തോല്പിക്കാൻ ഈ വിജയം കൊണ്ട് നിനക്ക് കഴിഞ്ഞിരിക്കുന്നു. ഇനി ഞങ്ങളുടെ ഊഴമാണ്."

പക്ഷേ മത്സരങ്ങൾക്കുശേഷം തീവ്രവാദി ഇസ്ലാംസംഘടനകളുടെ ഇമാമുകൾ ബൊൾമെർക്കയെ അമുസ്ലീമായി പ്രഖ്യാപിച്ചു. ടോക്കിയോയിൽ മറ്റു ഓട്ടക്കാർ ലൈക്ര ബ്രീഫ് ധരിച്ച് ഓടിയപ്പോൾ ബോൾമെർക്ക ഷോർട്ട്സ് ധരിച്ചാണ് ഓടിയത്. ഇസ്ലാമിക് വനിതകൾ ധരിക്കുന്ന നീണ്ട വസ്ത്രം 'ഹിജാബ്' (അയഞ്ഞതരം ലെഗിങ്ങ്സ്) ഓട്ടത്തിന്റെ വേഗത കുറയ്ക്കുമെന്ന് അവർക്ക് അറിയാമായിരുന്നു. ഷോർട്ട്സ് ധരിച്ചുകൊണ്ട് കൈകളും കാലുകളും നഗ്നമായി കാണിച്ചതിനാണ് അവർക്ക് ഇമാമുകളുടെ വിലക്ക് നേരിടേണ്ടിവന്നത്. കോൺസ്റ്റാന്റിനോയിലെ ദേവാലയത്തിലേക്ക് പ്രാർത്ഥിക്കാൻ ചെന്നപ്പോഴാണ് വിലക്കിനെക്കുറിച്ച് ബൊൾമെർക്ക അറിയുന്നതുതന്നെ.

അതു ബൊൾമെർക്കയുടെ മാത്രം അനുഭവമായിരുന്നില്ല. ഇസ്ലാമിക മിലിറ്റൻസി അൾജീരിയയിൽ വീണ്ടും ഉയർന്നു തുടങ്ങിയിരുന്നു. ഇസ്ലാമിക തീവ്രവാദം ശക്തമായ രാജ്യത്ത് മതത്തിന്റെ ശാസനകളെ നേരിടുക അത്ര എളുപ്പമായിരിക്കില്ല. ഇസ്ലാമിക ഫത്‌വയെ ബൊൾമെർക്ക നേരിട്ടത് വരുംവരായ്കകൾ അറിഞ്ഞുകൊണ്ടായിരുന്നു.

കോൺസ്റ്റാന്റിനോയിലെ തെരുവുകളിൽ പുലർച്ചെ ഓടാൻ തുടങ്ങുമ്പോൾ ബൊൾമെർക്കയുടെ നേരെ കല്ലുകളും ശാപവാക്കുകളും ഒരുപോലെ വരുമായിരുന്നു. ഒളിമ്പിക്സിനുള്ള തയ്യാറെടുപ്പുകൾ അങ്ങനെ

എതിർപ്പുകൾക്കിടയിൽ കലങ്ങിമറിഞ്ഞു. ഇതിനിടയ്ക്കാണ് ബൊൾമെർക്കയുടെ നേരെ വധഭീഷണി ഉയർന്നത്. ഒളിമ്പിക്സിനുമുമ്പ് ഒരു മത്സരത്തിൽപോലും അവർക്ക് പങ്കെടുക്കാനായില്ല. പുറത്തെ പരിശീലനം അപകടകരമായിരുന്നു.

അപ്പോഴേക്കും അൾജീരിയൻ രാഷ്ട്രീയവും കലങ്ങിയിരുന്നു. ഇസ്ലാമിക് സാൽവേഷൻ ഫ്രണ്ട് (ഫിസ്) എന്ന തീവ്രവാദിഗ്രൂപ്പ് പാർലമെന്ററി തിരഞ്ഞെടുപ്പിന്റെ ആദ്യ റൗണ്ടിൽ കുറെ സീറ്റുകൾ നേടിയതോടെയാണ് അൾജീരിയ വീണ്ടും പ്രതിസന്ധികളുടെ ചുഴിയിലകപ്പെട്ടത്. രണ്ടാം റൗണ്ടിലും അവർ വിജയിച്ചേക്കുമെന്ന് നിലവിലുള്ള പ്രസിഡണ്ട് ബെൻജെദിദ് ഭയപ്പെട്ടിരുന്നു. ആയിടയ്ക്കാണ് ഫിസ് സംഘടനയുടെ സയ്യിദ് കുത്തുബ് വ്യാപകമായ മാനങ്ങൾ സൃഷ്ടിക്കുന്ന ഒരു പ്രസ്താവന പുറപ്പെടുവിച്ചത്. ഇനി നിലവിലുള്ള നിയമങ്ങൾ ഉപയോഗിച്ചാവുകയില്ല, ഫിസിന്റെ ഭരണമെന്ന് സയ്യിദ് കുത്തുബ് പ്രഖ്യാപിച്ചു. ഇസ്ലാമിക് സാൽവേഷൻ ഫ്രണ്ട് നിർമ്മിക്കുന്ന നിയമങ്ങൾ ഉപയോഗിച്ചാണ് ഇനി അൾജീരിയ ഭരിക്കുകയെന്ന പ്രഖ്യാപനം വ്യക്തമായ സന്ദേശമായിരുന്നു. ''അതു ദൈവത്തിന്റെ നിയമമായിരിക്കും. ആ നിയമങ്ങൾ ആരാലും മാറ്റാനാവില്ല.'' ഈ ഘട്ടത്തിൽ ബെർജെദിദ് ഫിസുമായി ഭരണം പങ്കിടാൻ തയ്യാറാവണമെന്ന് പ്രഖ്യാപിച്ചു. തികച്ചും മതാധിഷ്ഠിതമായ ഒരു സ്വേച്ഛാധിപത്യത്തിലേക്ക് രാജ്യം നീങ്ങുമെന്ന സൂചന കിട്ടിയ അൾജീരിയൻ സൈനികനേതൃത്വം ബെൻജെദിദിനെ രാജിവെപ്പിച്ച് പുറത്താക്കി. തിരഞ്ഞെടുപ്പ് റദ്ദാക്കി ഫിസിനെ നിയമവിരുദ്ധമാക്കി. പുതിയൊരു റൂളിങ്ങ് കൗൺസിൽ ഉണ്ടാക്കി. ഇത് വൻലഹളയിലേക്കാണ് രാജ്യത്തെ നയിച്ചത്. നൂറുകണക്കിന് ആളുകൾ കൊല്ലപ്പെട്ടു. ആഭ്യന്തര അടിയന്തിരാവസ്ഥ പ്രഖ്യാപിച്ചെങ്കിലും അൾജീരിയ വീണ്ടും പഴയചാലുകളിൽ വീഴുകയായിരുന്നു.

ഏഴാം നൂറ്റാണ്ടുമുതൽ അൾജീരിയ അധിനിവേശത്തിന്റേയും കലാപങ്ങളുടേയും സംഗ്രാമവേദിയായിരുന്നു. അക്കാലത്ത് നാടോടികളായ ബെർബർ വർഗ്ഗത്തിന്റെ കീഴിലായിരുന്നു അൾജീരിയ. പിന്നീട് ബെർബർ ഇസ്ലാമിക ദർശനങ്ങൾ സ്വീകരിച്ചു. എങ്കിലും യുദ്ധം അവരുടെ സിരകളിലുണ്ടായിരുന്നു. യുദ്ധപ്രഭുക്കളായ ബെർബർ ഗോത്രം സ്പെയിൻ ആക്രമിച്ചതോടെ, അൾജീരിയ വീണ്ടും യുദ്ധഭൂമിയായി മാറി. സ്പെയിൻ തിരിച്ചടിച്ച് അൾജിയേഴ്സ് പിടിച്ചടക്കി. പിന്നീട് തുർക്കികൾ വന്ന് സ്പെയിനിനെ പുറത്താക്കി. ആ ഭരണം മുന്നൂറുവർഷം നീണ്ടുനിന്നു. പില്ക്കാലത്ത് ഫ്രാൻസ്, അൾജീരിയയെ തങ്ങളുടെ കോളനിയാക്കി മാറ്റി. രണ്ടാംലോകയുദ്ധത്തിനുശേഷം അൾജീരിയൻ സ്വാതന്ത്ര്യാഭിലാഷം ഉച്ചകോടിയിലെത്തി. അൾജീരിയ കോളനീകരണത്തിനെതിരെ പോരാട്ടം തുടങ്ങി. ആ യുദ്ധത്തിൽ സ്ത്രീകളും പങ്കുചേർന്നു. സൊഹ്റാദിഫ്, ജാമിളബുപാച്ച എന്നിവരുടെ വീരചരിതങ്ങൾ അൾജീരിയയുടെ യുദ്ധചരിത്രത്തിലെ ത്രസിപ്പിക്കുന്ന പേജുകളാണ്. പോരാട്ടത്തിനുവന്ന സ്ത്രീകൾ തട്ടം ഇട്ടിരുന്നില്ല. അവർ പുരുഷന്മാരേക്കാൾ

തീവ്രമായി രാജ്യത്തിന്റെ സ്വാതന്ത്ര്യത്തിനു ദാഹിച്ചിരുന്നു. അക്കാലത്ത് അൾജീരിയ സ്ത്രീകളെ എല്ലാ ആദരവോടുംകൂടി മാനിച്ചിരുന്നു. മറ്റ് വടക്കൻ ആഫ്രിക്കൻ രാജ്യങ്ങളിൽ ഇതായിരുന്നില്ല സ്ഥിതി. അൾജീരിയൻ ബീച്ചിൽപോലും സ്ത്രീകൾ നീന്തൽ വസ്ത്രം ധരിച്ച് സമുദ്ര സ്നാനത്തിന് എത്താറുണ്ടായിരുന്നു.

നാടിന്റെ ഈ ചരിത്രം ബൊൾമെർക്ക പാഠപുസ്തകത്തിൽനിന്നു പഠിച്ചിട്ടുണ്ട്. കൗമാരപ്രായത്തിൽ ഹസീബയ്ക്ക് എല്ലാ ദിവസവും വിശുദ്ധ ഖുറാൻ വായിക്കുന്ന പതിവുണ്ടായിരുന്നു. ആ വിശുദ്ധഗ്രന്ഥം ലിബറലായി വായിക്കാമെന്ന് ബൊൾമെർക്ക അവകാശപ്പെട്ടിരുന്നു.

മനസ്സിന്റെ തോന്നൽ മാത്രമാകാം. ആഫ്രിക്കൻ ഗെയിംസിൽ മത്സരിക്കുമ്പോഴാണ് തനിക്ക് ഊർജ്ജം നല്കുന്ന അനുഗ്രഹം ഉണ്ടെന്ന് ഹസീബക്ക് തോന്നിയത്. എന്നും ഹസീബ കാരുണികനായ അല്ലാഹുവിനോട് നന്ദിപറഞ്ഞു. ആ ഗെയിംസിൽ 800 മീറ്ററും 1500 മീറ്ററും ഹസീബ നേടിയിരുന്നു. അതിനുശേഷം സോൾ ഒളിമ്പിക്സ് വന്നപ്പോൾ മത്സരിക്കേണ്ടെന്നാണ് അവർക്ക് തോന്നിയത്. ഒളിമ്പിക് മെഡൽ നേടാനുള്ള മുന്നൊരുക്കം നടത്താൻ അവർക്ക് കഴിഞ്ഞിരുന്നില്ല. അവരുടെ മുമ്പിൽ ബാർസലോണയായിരുന്നു അടുത്ത മത്സരവേദി. അതിനു ഒരുങ്ങണമെങ്കിൽ നാലുകൊല്ലമെങ്കിലും വേണ്ടിവരുമെന്നായിരുന്നു കണക്കുകൂട്ടൽ.

മുൻ ഒളിമ്പിക് താരം കൂടിയായ കോച്ച് അമർ ബുറാസ്, ബൊൾമെർക്കയുടെ പരിശീലനത്തിന് നാലുകൊല്ലത്തെ വ്യക്തമായ പ്ലാൻ ഉണ്ടാക്കി. എട്ടുമണിക്കൂർ ദിവസവും പരിശീലനം. ഒരാഴ്ച 80 മൈൽ വരെ ഓടണം. ഇസ്ലാമിക് ഫ്രണ്ട് പാർലമെന്റിൽ ജയിച്ചപ്പോൾ അവരെ പേടിച്ച് മാറിനില്ക്കരുതെന്നാണ് ബുറാസ് പറഞ്ഞത്. "ഇസ്ലാമിന് ഭയമില്ല. ആരേയും ഭയപ്പെടേണ്ടതുമില്ല. പക്ഷേ ഫാസിസ്റ്റുകളെ ഭയപ്പെടണം."

അറ്റലസ് പർവ്വതത്തിനു താഴെ കിടക്കുന്ന കോൺസ്റ്റാന്റിനോയിലാണ് ബൊൾമെർക്ക പിറന്നത്. ഫ്രഞ്ചുകാർ നിർമ്മിച്ച പട്ടണമാണത്. വിശാലമായ ഒരു പീഠഭൂമിയിലാണ് ഈ പട്ടണം നിലകൊള്ളുന്നത്. കോൺസ്റ്റാന്റിനോയുടെ ഒരുഭാഗത്ത് ഒരു തൂക്കുപാലമുണ്ട്. ഒരു സർവ്വകലാശാലയും പാർക്കുകളുമുള്ള നഗരം. അൾജിയേഴ്സിൽനിന്ന് 350 കിലോമീറ്റർ ദൂരമുണ്ട്. ട്രക്ക് ഡ്രൈവറായ അലിയുടെ ഏഴുമക്കളിൽ നാലാമത്തെ കുട്ടിയായി ഹസീബ ജനിക്കുമ്പോൾ പെണ്ണുങ്ങൾ കായിക മത്സരത്തിൽ പങ്കെടുക്കേണ്ട എന്ന തീരുമാനം പാർലമെന്റ് റദ്ദാക്കിയിരുന്നു. എന്നിട്ടും ചില സംഘടനകൾ അതിനെ എതിർത്തു. സ്കൂളിൽ പഠിക്കുമ്പോൾ തന്നെ ബൊൾബർക്ക അത്‌ലറ്റിക്സിൽ താല്പര്യം കാണിച്ചിരുന്നു. ചെറുപ്പത്തിൽത്തന്നെ പെൺകുട്ടികൾ കായികമത്സരങ്ങളിൽ പങ്കെടുക്കുന്നതിനെ ചിലർ എതിർത്തിരുന്നു. പരിശീലനം നടത്തുമ്പോൾ കൈയും കാലുമൊക്കെ വെളിയിൽ കാണിച്ചതിന് ചിലർ കല്ലെറിയുകവരെ ചെയ്തു. പക്ഷേ അവൾ വിട്ടുകൊടുത്തില്ല. 1986 ൽ

പാൻ അറബ് ജൂനിയർ ചാമ്പ്യൻഷിപ്പിലെ ക്രോസ്കൺട്രി ഓട്ടത്തിൽ ഒന്നാംസ്ഥാനം നേടിയതോടെയാണ് കായികലോകം ഹസീബയെ ശ്രദ്ധിക്കുന്നത്.

ആഫ്രിക്കൻ ഗെയിംസിൽ ഇരട്ടസ്വർണ്ണം നേടിയതോടെ, അൾജീരിയയിൽ ബൊൾമെർക്ക ശ്രദ്ധേയയായി മാറിയിരുന്നു. കൂടുതൽ പരിശീലനം ലക്ഷ്യമിട്ട് അവർ തലസ്ഥാനനഗരമായ അൾജിയേഴ്സിലേക്ക് മാറുകയും ചെയ്തു. അതു തീവ്ര പരിശീലനത്തിന്റെ നാളുകളായിരുന്നു. രാജ്യത്ത് ഉരുണ്ടുകൂടുന്ന രാഷ്ട്രീയ കാലാവസ്ഥ അവരേയും ബാധിച്ചു. മതശക്തികൾ അവരുടെ ഓട്ടത്തെ വിമർശിച്ചു. ഹിജാബ് ധരിച്ചുകൊണ്ടുമാത്രമേ ഓടാവൂ എന്ന് ചില മതസംഘടനകൾ വീണ്ടും അന്ത്യശാസനം നല്കി. അപ്പോഴേക്കും ആഭ്യന്തരയുദ്ധം പൊട്ടിപ്പുറപ്പെട്ടു. അൾജീരിയയുടെ ചരിത്രത്തിൽ അഴുക്കുയുദ്ധം (Dirty War) എന്നറിയപ്പെട്ട ഈ സംഘർഷം രണ്ടരലക്ഷംപേരുടെ ജീവനാണ് കൊണ്ടുപോയത്. സർക്കാരിനെതിരെ പോരടിക്കുന്ന ഇസ്ലാമിക് റബൽ ഗ്രൂപ്പുകൾ ബൊൾമെർക്കക്ക് എതിരെ വധഭീഷണി പുറപ്പെടുവിച്ചു. അവർ പരിശീലിക്കുന്ന സ്റ്റേഡിയംപോലും യുദ്ധക്കളമായി മാറിയിരുന്നു.

ജൂണിൽ പ്രസിഡന്റ് മുഹമ്മദ് ബുദായിഫ് വധിക്കപ്പെട്ടു. തഹൾ ദൗത്ത് എന്ന വിശ്രുതനായ എഴുത്തുകാരനും പിന്നാലെ രക്തസാക്ഷിയായി.

ബൊൾമെർക്ക ആദ്യം ചെയ്തത് സ്വന്തം കുടുംബവുമായുള്ള ബന്ധം വിച്ഛേദിക്കലാണ്. കുടുംബത്തിന് ഭീഷണി ഇല്ലാതിരിക്കാൻ അത് സഹായകമായി. അൾജിയേഴ്സ് എയർപോർട്ട് എതിരാളികൾ തകർത്തു കഴിഞ്ഞിരുന്നു. എന്നിട്ടും സാഹസപ്പെട്ട് പറന്ന ഒരു വിമാനത്തിൽ

കയറിപ്പറ്റി ബൊൾമെർക്ക ബെർളിനിൽ എത്തി. അൾജീരിയയിൽ ഒറ്റ മത്സരത്തിൽപോലും അവർ പങ്കെടുത്തിരുന്നില്ല. പരിശീലനം ബെർളിനിലായിരുന്നു. എന്നാൽ ഹസീബ എവിടെപ്പോയാലും വധിക്കുമെന്നായിരുന്നു വിഘടനശക്തികളുടെ മുന്നറിയിപ്പ്. അതുകൊണ്ടുതന്നെ മത്സരത്തിന്റെ തലേന്നാണ് അവർ ഓസ്ലോ വഴി ബാർസലോണയിലെത്തിയത്.

ബാർസലോണയിൽ ഒളിമ്പിക്സ് സുരക്ഷാസമിതി ബൊൾമെർക്കക്ക് വൻസുരക്ഷാ ഏർപ്പാടുകൾ ഒരുക്കി.

ബാഴ്സലോണയിലെ വിജയത്തിനുശേഷമാണ് പിതാവ് ഹൃദ്രോഗം മൂലം ഗുരുതരാവസ്ഥയിലാണെന്ന് അവരറിയുന്നത്. എങ്കിലും ഭീഷണി മൂലം അൾജീരിയയിൽ ഒളിമ്പിക്സിനുശേഷം ക്യൂബയിലേക്കാണ് പോയത്. 1995 ലെ ലോകചാമ്പ്യൻഷിപ്പിൽ സ്വർണമെഡൽ നേടിയ ശേഷമാണ് ഹസീബ ജന്മനാട്ടിൽ എത്തിയത്. പിറ്റേ വർഷം അറ്റ്ലാന്റെ ഒളിമ്പിക്സിൽ കണങ്കാലിനേറ്റ പരിക്ക് ബൊൾമെർക്കയ്ക്ക് വലിയ ആഘാതമായി. കണ്ണീരോടെ അവർ ട്രാക്കിനോട് വിട പറഞ്ഞു.

സ്വാതന്ത്ര്യത്തിനുവേണ്ടി പോരാടുന്ന സഹാറൻ വനിതകളുടെ തോഴിയായിമാറിയ ബൊൾമെർക്ക അന്താരാഷ്ട്ര അത്ലറ്റിക് കമ്മീഷന്റെ അംഗമായി പ്രവർത്തിച്ചുകൊണ്ട് കായികരംഗത്തോടുള്ള കടമകൾ നിറവേറ്റി. അൾജിയേഴ്സിൽ വാണിജ്യരംഗത്ത് പ്രവർത്തിക്കുന്ന ബൊൾബർക്ക ഇന്നും ഒഴുക്കിനെതിരെ നീന്തിക്കയറുന്ന യുവതയ്ക്ക് പ്രചോദനമാണ്.

■

അന്ന ഫിദലിയ ക്വിറോട്ട് (ക്യൂബ)

അഗ്നി നക്കിയെടുത്ത ശരീരവുമായി വീണ്ടും ട്രാക്കിൽ

ജനനം – 1963 മാർച്ച് 23. പാൽമസൊറിയാനോ • 1992 ബാഴ്സലോണ ഒളിമ്പിക്സ് 800 മീറ്റർ – വെങ്കലമെഡൽ • 1996 അറ്റ്ലാന്റ ഒളിമ്പിക്സ് 800 മീറ്റർ – വെള്ളിമെഡൽ • 1989, 1995, 1997 – 800 മീറ്റർ ലോകചാമ്പ്യൻ.

"ക്യൂബൻ വിപ്ലവം ഇല്ലായിരുന്നുവെങ്കിൽ
എന്റെ ജീവിതം തിരിച്ചുകിട്ടുമായിരുന്നില്ല."

നാല്പതുശതമാനം പൊള്ളലേറ്റ് ഹവാനയിലെ ഹെർമാനോസ് അമിർ ജാസ് ആശുപത്രിയിലെ അത്യാഹിതവിഭാഗത്തിൽ എത്തിയ അന്ന ക്വിറോട്ട്, ബോധം തെളിഞ്ഞ് കണ്ണുതുറന്നത് രാത്രിയായിരുന്നു. നേരിയ വെളിച്ച ത്തിൽ കിടയ്ക്കയുടെ അരികിൽ ക്യൂബൻ പ്രസിഡണ്ട് ഫിദൽ കാസ്ട്രോ ഇരിക്കുന്നത് അവൾ കണ്ടു. പൊട്ടിക്കരയാനാണ് അന്നയ്ക്ക് തോന്നിയത്. പക്ഷേ വേദനയുടെ നീറ്റലിൽ ചിറകറ്റ പക്ഷിയെപ്പോലെ അവൾ പിടഞ്ഞു.

ആശുപത്രിയിൽ ഫിദൽ കണ്ടത് പഴയ അന്നയെ അല്ലായിരുന്നു. തീനാമ്പുകൾ നക്കിയ ഒരു കറുത്ത ശരീരം കിടയ്ക്കയിൽ പിടയ്ക്കുന്നു. ട്യൂബുകളുടേയും യന്ത്രങ്ങളുടേയും ഇടയ്ക്ക് അന്ന കിടന്നു. ക്യൂബ യിലെ ഏറ്റവും പ്രശസ്തരായ ഡോക്ടർമാർ അവൾക്ക് ചുറ്റുമുണ്ട്.

കാസ്ട്രോയുടെ ചുണ്ട് അവളുടെ മുഖത്തിന് അടുത്തെത്തി. ബാന്റേ ജിട്ട മുഖത്ത് ഫിദലിന്റെ താടി തട്ടുന്നുണ്ടായിരുന്നു. "എന്റെ മകളേ, നീ

ഇത് മറികടക്കണം. ട്രാക്കിൽ ഓടി ഓടി ജയിക്കുന്നതുപോലെ ഇവിടേയും ജയിക്കണം. നീ ജയിച്ചേ പറ്റൂ. നിന്റെ മനസ്സിന്റെ ശക്തികൊണ്ട് ഈ അവസ്ഥ മറികടക്കണം.'' ഫിദൽ പതുക്കെപ്പറഞ്ഞു.

വേദനയിൽ, മരുന്നുകൾ സമ്മാനിച്ച പാതിമയക്കത്തിനിടയിൽ അന്ന ആ വാക്കുകൾ കേട്ടു. സാന്ത്വനത്തിന്റെ ഏറ്റവും ശക്തമായ വാക്കുകൾ. ആ വാക്കുകൾക്ക് സ്റ്റേഡിയങ്ങളിലെ ആരവങ്ങളേക്കാൾ വലിയ മാന്ത്രിക ശക്തിയുണ്ടായിരുന്നു. അതു സ്നേഹത്തിന്റെ ലേപനമാണ്. ഒരു തലോടൽപോലെ ആ വാക്കുകൾ അന്നയെ പൊതിഞ്ഞു. ''ഇതു കഴിഞ്ഞാൽ ഉടനെ നമുക്ക് ട്രാക്കിലേക്ക് മടങ്ങണം.'' ഫിദലിന്റെ വാക്കുകൾ കേട്ടപ്പോൾ എവിടെനിന്നോ അജ്ഞാതമായൊരു ഊർജ്ജം അവളിൽ നിറഞ്ഞു. അന്ന ഫിദലിനോട് പറഞ്ഞു ''ഞാൻ ഇനിയും ഓടും.''

ഫിദൽ കാസ്ട്രോക്ക് അന്ന ക്വിറോട്ട് ക്യൂബയുടെ ചുവപ്പൻ താരമാണ്. പ്രിയപ്പെട്ട മകളാണ്. ക്യൂബയുടെ അഭിമാനം ഉയർത്തിപ്പിടിച്ച അത്‌ലറ്റാണ്. ആൽബർട്ട് ജൂവാന്ററീനോ, ജാവിയർ സോട്ടോ മേയർ എന്നിവരെപ്പോലെ ക്യൂബൻ രാഷ്ട്രീയാഭിമാനത്തിന്റെ അംബാസിഡർമാരാണ്. അന്നയ്ക്ക് ഫിദൽ സ്വന്തം പിതാവിനെപ്പോലെയാണ്. ട്രാക്കിൽ നിന്ന് ഓരോ സ്വർണം നേടിയെടുക്കുമ്പോഴും ഹവാനയിൽവന്ന് ആ മെഡൽ അവൾ പ്രസിഡണ്ടിനെ അണിയിക്കും. അവൾ ഉറച്ച കമ്മ്യൂണിസ്റ്റാണ്. അന്ന പിറക്കുമ്പോൾ അച്ഛനും അമ്മയും അന്ന ക്വിറോട്ട് എന്ന പേരിനോടൊപ്പം ഫിദൽ എന്നുകൂടി കൂട്ടിച്ചേർത്തു - അന്ന ഫിദലിയ ക്വിറോട്ട്.

തിരിച്ചു പോരുമ്പോൾ ഡോക്ടർമാരുടെ സംഘത്തോട് ഫിദൽ പറഞ്ഞു. ''അന്ന മത്സരിക്കാനുണ്ടെങ്കിൽ ക്യൂബയ്ക്കുവേണ്ടി അവൾ ഒരു മെഡലെങ്കിലും കൊണ്ടുവരും. അവൾ മരണത്തോടൊപ്പം ഓടുകയാണെന്ന് അറിയാം. പക്ഷേ അവളെ ക്യൂബയ്ക്ക് ഇനിയും വേണം.''

അന്ന ക്വിറോട്ടിനുവേണ്ടി ക്യൂബ മുഴുവൻ മുട്ടിന്മേൽനിന്നു പ്രാർത്ഥിച്ചു. ഫിദലിന്റെ വാക്കുകൾ എവിടേയും മുഴങ്ങി. ആ വാക്കുകളുടെ ആലക്തിക ശക്തിയിലാണ് അന്ന ക്വിറോട്ട് തിരിച്ച് ജീവിതത്തിലേക്ക് തിരിച്ച് കയറിയത്. ആ തിരിച്ചുവരവിൽ അവൾ ക്യൂബയിലേക്ക് ലോക അത്‌ലറ്റിക് മീറ്റിൽനിന്ന് ഒരു സ്വർണവും, ഒളിമ്പിക്സിൽനിന്ന് ഒരു വെള്ളിമെഡലും കൊണ്ടുവന്നു. 32-ാമത്തെ വയസ്സിൽ നേടിയ ഈ മെഡലുകളും അവൾ ഫിദലിനെ അണിയിച്ചു. അന്നയുടെ ഈ വിജയത്തെ ''നമ്മുടെ ജീവിതകാലത്തുകണ്ട ഏറ്റവും മികച്ച തിരിച്ചുവരവാണെന്നാണ്'' ഫിദൽ വിശേഷിപ്പിച്ചത്.

അന്നയും ക്യൂബൻ ഗവൺമെന്റിനു നന്ദിപറഞ്ഞു. ''ക്യൂബൻ വിപ്ലവം ഇല്ലായിരുന്നുവെങ്കിൽ എന്റെ ജീവിതം തിരിച്ചുകിട്ടുമായിരുന്നില്ല. എന്റെ ജീവിതം മാത്രമല്ല, എന്റെ മരുന്നുകൾക്കും ശസ്ത്രക്രിയകൾക്കും ക്യൂബൻ

ഗവൺമെന്റാണ് ചെലവിട്ടത്. എന്റെ കുടുംബത്തെപ്പോലും ആശുപത്രിയിൽ താമസിപ്പിച്ചു. ലക്ഷക്കണക്കിന് ഡോളർ വേണ്ടിവരുന്ന ഈ ചികിത്സ എനിക്ക് കിട്ടിയത് ക്യൂബയിൽ ജനിച്ചതുകൊണ്ടാണ്. എനിക്ക് എന്റെ നാടിനോട് നിറഞ്ഞ അഭിമാനമുണ്ട്.'' ഫിലഡെൽഫിയ എൻക്വയററുമായുള്ള ഒരഭിമുഖത്തിൽ ക്വിറോട്ട് വിശദീകരിച്ചു. ഇന്ന് ക്യൂബയിൽ ഏറ്റവും കൂടുതൽ അറിയപ്പെടുന്ന സെലിബ്രിറ്റി അന്ന ക്വിറോട്ടാണ്. കുട്ടികൾ കൂടി അന്നയെ തിരിച്ചറിയുന്നു. ഫിദലിന്റെ നാടായ ഓറിയന്റേയിൽ നിന്നാണ് അന്ന വരുന്നത്. കുട്ടിയായിരിക്കുമ്പോൾത്തന്നെ അന്ന രണ്ടു ദൈവങ്ങളെ ആരാധിച്ചു. ഫിദലിനേയും ചെഗുവേരയേയും. ചെറുപ്പത്തിൽത്തന്നെ ക്യൂബൻ പോരാട്ടങ്ങളുടെ ജനിതകം മറ്റൊരു വിധത്തിൽ അന്നയിൽ കലർന്നിരുന്നു. എന്നും പൊരുതിക്കൊണ്ടിരിക്കുന്ന ഒരു രാജ്യത്തിന്റെ പ്രതീകമായാണ് അന്ന വളർന്നത്.

ജനിച്ചനാൾ മുതൽ കായികലോകത്തിന്റെ തലോടലേറ്റാണ് അന്ന വളർന്നുവന്നത്. ഓറിയന്റേയിലെ കിഴക്കൻ പ്രവിശ്യയായ സാന്തിയാഗോ ഡി ക്യൂബയിലെ പ്രധാന പട്ടണമായ പാൽമസൊറിയാനോയിലാണ് അന്ന ജനിച്ചത്. അച്ഛൻ ഓറിജാക്സൺ ടെയ്ലറായിരുന്നു. പക്ഷേ ആൾ അറിയപ്പെട്ടത് ഒരു ബോക്സർ എന്ന നിലയ്ക്കാണ്. ക്യൂബയിലെ ഇതിഹാസ ബോക്സിങ്ങ് താരമായ തിയോഫിലോ സ്റ്റീവൻസിന്റെ കടുത്ത ആരാധകനായിരുന്നു ഓറി. അമ്മ എഡ്ന ജാക്സൺ ഓട്ടക്കാരിയും. അവർക്ക് ജനിച്ച കുട്ടികളെല്ലാം കായികമേഖലയിലാണ് തിളങ്ങിയത്. സഹോദരൻ ബാസ്ക്കറ്റ് ബോൾ പ്ലെയറും സഹോദരി അത്‌ലറ്റുമായിരുന്നു.

ക്യൂബയിലെ കൗട്ടോനദിയുടെ തീരത്തായിരുന്നു പാൽമ സൊറിയാനോ. നല്ല വളക്കൂറുള്ള മണ്ണ്. കരിമ്പും ചോളവും കാപ്പിയും അവിടെ തഴച്ചുവളർന്നു. ചെമ്പ് ഖനനത്തിനു പേരുകേട്ട ഇടമാണ്. പാൽമോസൊറിയാനോയിലെ സ്കൂളിൽ പഠിക്കുമ്പോൾത്തന്നെ അന്ന മികവു കാട്ടിയിരുന്നു. പരിശീലകരാണ് 13 വയസ്സുള്ളപ്പോൾ അവളെ മധ്യദൂര ഓട്ടങ്ങളിലേക്ക് വഴിതിരിച്ചുവിട്ടത്. 1963 മാർച്ച് 23 നു ജനിച്ച അന്ന 1975 മുതൽ റെക്കോർഡുകൾ സൃഷ്ടിച്ചുകൊണ്ടാണ് മുന്നേറിയത്. അന്ന് അവളെ എല്ലാവരും ഫാറ്റി എന്നാണ് വിളിച്ചിരുന്നത്. 1980 ആയപ്പോഴേക്കും ക്യൂബൻ കൊടുങ്കാറ്റ് എന്നാണ് മാധ്യമങ്ങൾ വിശേഷിപ്പിച്ചത്. 1980 ലാണ് അന്ന ആദ്യത്തെ വെല്ലുവിളിക്ക് മറുപടി നല്കിയത്. കരിബീയൻ അത്‌ലറ്റിക് മീറ്റിൽ 400 മീറ്ററിലും 800 മീറ്ററിലും അവൾ ചാമ്പ്യനായി. അന്നത്തെ കാസ്ട്രോ ഗവൺമെന്റ് അന്നയ്ക്ക് മികച്ച പരിശീലനം നല്കാനുള്ള നിർദ്ദേശം നല്കി. ക്യൂബൻ അത്‌ലറ്റിക് ഫെഡറേഷനാണ് പിന്നീട് അന്നയുടെ പരിശീലനത്തിന് നേതൃത്വം നല്കിയത്. 1983 മുതൽ അന്നയുടെ ജൈത്രയാത്രയാണ് പിന്നീട് ലോകം കണ്ടത്. കരീബിയൻ ചാമ്പ്യൻഷിപ്പിനു പുറമെ 1983, 85, 89 വർഷങ്ങളിൽ 400 മീറ്ററിൽ സെൻട്രൽ അമേരിക്കൻ ചാമ്പ്യൻ സ്ഥാനം കരസ്ഥമാക്കി. ഇബെറോ–

അന്ന അപകടത്തിനു മുമ്പ്

അമേരിക്കൻ ചാമ്പ്യൻഷിപ്പിൽ സ്വർണം നേടിയ അന്ന 1984-ലെ ഫ്രീഡം ഫ്രണ്ട്ഷിപ്പ് ഗെയിംസിൽ 800 മീറ്ററിലെ റെക്കോർഡ് തകർത്തു. ഈ കാലയളവിൽ 800 മീറ്ററിൽ 39 തവണയും 400 മീറ്ററിൽ 15 തവണയും സ്വർണം നേടി.

1984-ലും 88-ലും അന്ന ലോകത്തിലെ ഏറ്റവും മികച്ച മധ്യദൂര ഓട്ടക്കാരിയായിരുന്നു. പക്ഷേ 1984 ലും 88 ലും ക്യൂബ ഒളിമ്പിക്സിൽ പങ്കെടുത്തില്ല. അന്ന എന്ന ക്യൂബൻ അത്‌ലറ്റിന്റെ ജീവിതത്തിലെ ആദ്യത്തെ പ്രതിസന്ധിയാണിത്. 1988 ൽ ഫിദൽ കാസ്ട്രോ അവളെ നേരിട്ടുവിളിച്ചു. ക്യൂബയ്ക്കുവേണ്ടി. നാം നമ്മുടെ സന്ദേശം മറ്റു രാജ്യങ്ങൾക്ക് നല്കുകയാണെന്ന് കാസ്ട്രോ പറഞ്ഞു. അന്ന ഒരഭിമുഖത്തിൽ പറഞ്ഞു “ക്യൂബയ്ക്കുവേണ്ടി 21-ാം വയസ്സിലും 25-ാം വയസ്സിലും മത്സരിച്ചില്ല. എനിക്ക് എന്റെ രാജ്യത്തിന്റെ നിലപാടുകളായിരുന്നു പ്രധാനം. ഒരു അത്‌ലറ്റിന്റെ ജീവിതത്തിലെ പ്രധാന ഘട്ടമാണിത്. അവളുടെ കായികശേഷി അത്യുന്നതിയിൽ എത്തുന്ന സമയം. പക്ഷേ എനിക്ക് നാടിന്റെ തീരുമാനമായിരുന്നു പ്രധാനം. 1984 ലെ ഫ്രീഡം ഗെയിംസിൽ നേടിയ സ്വർണം, ഫിദലിന്റെ കഴുത്തിൽ അണിയിച്ചുകൊണ്ട് അവൾ അഭിമാനംകൊണ്ടു.

1989 അന്നയ്ക്ക് പ്രധാനപ്പെട്ടൊരു വർഷമാണ്. പശ്ചിമ ജർമ്മനിയിലെ സ്യൂസിസ്ബെർഗിൽ നടന്ന യൂണിവേഴ്സ്യാഡിൽ 400 മീറ്ററിലും 800 മീറ്ററിലും സ്വർണം നേടിയിരുന്നു. പിന്നാലെ സിയാറ്റിലിൽ നടന്ന ഗുഡ് വിൽ ഗെയിംസിലും ആതൻസിലെ ഗ്രാന്റ് ഫ്രീ ഫൈനലിലും അവൾ സ്വർണം നേടി. പക്ഷേ ബാഴ്സലോണയിലെ വേൾഡ് അത്‌ലറ്റിക് മീറ്റാണ് അവളെ നേട്ടങ്ങളുടെ ഉയരത്തിൽ എത്തിച്ചത്. 400 ലും 800 ലും ഒളിമ്പിക് താരങ്ങളെ പിന്തള്ളി സ്വർണം നേടി.

1991 ലെ പാൻ അമേരിക്കൻ ഗെയിംസിലും ബാഴ്സലോണ ഗ്രാൻ പ്രീയിലും സ്പെയിനിലെ ഇബരോ അമേരിക്കൻ ചാമ്പ്യൻഷിപ്പിലും സ്വർണം അന്നയ്ക്കുതന്നെയായിരുന്നു. ടോക്കിയോ മീറ്റിലെ 800 മീറ്ററിൽ മാത്രമാണ് രണ്ടാംസ്ഥാനത്തേക്ക് തള്ളപ്പെട്ടത്.

ബാഴ്സലോണ ഒളിമ്പിക്സിനു മുമ്പ് അന്നയുടെ ജീവിതത്തിൽ രണ്ടു സംഭവങ്ങൾ അരങ്ങേറി. 1987 ൽ ഗുസ്തിതാരമായ റൗൾകാസ്ക്കറ്റിന്റെ ഭാര്യയായി. അത് സംഘർഷപൂർണ്ണമായ ദാമ്പത്യമായിരുന്നു. 1991 ൽ കാസ്ക്കറ്റ് പിണങ്ങിപ്പിരിഞ്ഞു. കാസ്ക്കറ്റ് പോയതോടെ ഒറ്റപ്പെട്ടു എന്നു തോന്നിയെങ്കിലും അത്‌ലറ്റിക്സിൽ കൂടുതൽ ശ്രദ്ധ കേന്ദ്രീകരിക്കുകയാണുണ്ടായത്. എണ്ണൂറു മീറ്ററിൽ ഒളിമ്പിക്സിൽ മത്സരിക്കാനുള്ള തയ്യാറെടുപ്പുകളായിരുന്നു അതിൽ പ്രധാനം. പിണങ്ങിപ്പോയ കാസ്ക്കറ്റ് ഒരു കാറപകടത്തിൽ മരിച്ചത് അന്നയെ ശരിക്കും വേട്ടയാടി. ജീവിതം തന്നെ നിരന്തരം വേട്ടയാടുകയാണെന്ന് തോന്നിയ നാളുകളിൽ കളിക്കൂട്ടുകാരനായ ജാവിയർ സോട്ടോമേയറിൽ ആശ്വാസം കണ്ടെത്തി.

സോട്ടോമേയർ അന്ന് ലോക ഹൈജംപ് ചാമ്പ്യനാണ്. എട്ട് അടി ഉയരം ചരിത്രത്തിൽ ആദ്യമായി ചാടിക്കടന്ന അത്‌ലറ്റ്. ഹവാനയിലെ അത്‌ലറ്റിക് ക്യാമ്പിൽ അവർ മിക്കദിവസവും കാണുമായിരുന്നു. ക്രമേണ ആ ബന്ധം ഉന്മാദകരമായ പ്രണയത്തിന് വഴിമാറി.

ബാഴ്സലോണ ഒളിമ്പിക്സിനുമുമ്പ് തന്റെ ഉദരത്തിൽ ഒരു ജീവൻ തുടിക്കുന്നുണ്ടെന്ന് അന്ന അറിഞ്ഞിരുന്നു. അവൾ അത് സോട്ടോമേയറോട് പറയുകയും ചെയ്തിരുന്നു. സോട്ടോമേയർ തന്റെ ജീവിതത്തിലെ വഴിത്തിരിവാകുന്ന ബാഴ്സലോണ ഒളിമ്പിക്സിന് തയ്യാറെടുക്കുകയായിരുന്നു.

അന്ന പരിശീലനം കഠിനമായി തുടർന്നു. ബാഴ്സലോണയിൽ 800 മീറ്ററിൽ മരിയ മുട്ടോള (മൊസാംബിക്) ലിലിയ നുറുട്ട് ഡിനോവ എന്നിവരെയാണ് പ്രധാന എതിരാളികളായി അന്ന കണ്ടത്. അക്കാലത്തെ ഗ്രാൻപ്രീ സർക്യൂട്ടുകളിൽ മിക്കവാറും അവർ മത്സരത്തിനെത്തുമായിരുന്നു. സ്വർണമെഡൽ നേടിയ വാൻ ലാംഗൻ തികച്ചും ഔട്ട് സൈഡർ മാത്രമായിരുന്നു. ഹോളണ്ടിലെ ഫുട്ബോൾ താരമായിരുന്ന വാൻ ലാംഗൻ പരിക്കുമൂലം അത്‌ലറ്റിക്സിലേക്ക് വഴിമാറി വന്ന താരമാണ്. എന്നാൽ ടെന്റൺ പ്രശ്നം മൂലം വിടപറയാൻ ഒരുങ്ങുമ്പോഴാണ് ബാഴ്സലോണ കഴിഞ്ഞിട്ടാവാം എന്നു തീരുമാനിച്ചത്. 800 മീറ്ററിന്റെ സെമിയിൽ ലാംഗനും അന്നയും രണ്ടും മൂന്നും സ്ഥാനക്കാരായാണ് ഫൈനലിലേക്ക് കടന്നത്. ഫൈനലിൽ രണ്ടാം ലെയ്നിലായിരുന്നു അന്ന. മൂന്നാം ലെയ്നിൽ മുട്ടോളയും. ആദ്യത്തെ അറുപത് സെക്കന്റ് കഴിഞ്ഞപ്പോൾ എട്ടുപേരിൽ ഏഴാംസ്ഥാനത്തായിരുന്നു ലാംഗൻ. മത്സരത്തിന്റെ അവസാനത്തെ 200 മീറ്ററിൽ നുറുട്ട് ഡിനോവയും അന്നയും മരിയ മുട്ടോളയും എല്ലി കൊവാക്സും മുന്നിലെത്താനുള്ള ശ്രമമായി. സാധാരണ ഈ ഘട്ടത്തിൽ അന്ന ഒരു സ്പ്രിന്ററുടെ വേഗത ആർജ്ജിക്കാറുണ്ട്. എന്നാൽ അവസാനത്തെ നൂറുമീറ്ററിൽ ഓരോരുത്തരേയും മറികടന്ന് ലാംഗൻ കുതിക്കുന്നതാണ് കണ്ടത്. ഈ ഘട്ടത്തിൽ മുട്ടോള അഞ്ചാം സ്ഥാനത്തേക്ക് പിന്തള്ളപ്പെട്ടു. മൂന്നാം സ്ഥാനത്ത് ഓടുന്ന അന്നയെ മറികടക്കാൻ എല്ലി കൊവാക്സ് ശ്രമിച്ചെങ്കിലും വേഗതകൂട്ടി അന്ന ഫിനിഷ് ചെയ്തു. അതേസയം ഹൈജംപിൽ സോട്ടോമേയർ ലോക റെക്കോർഡ് സൃഷ്ടിച്ചുകൊണ്ട് സ്വർണമെഡൽ നേടിയിരുന്നു. മൂന്നാം സ്ഥാനം കിട്ടിയ മത്സരത്തിനുശേഷം ആദ്യം പോയത് ഗൈനക്കോളജിസ്റ്റിന്റെ അടുത്തേക്കാണ്. ഒന്നും പേടിക്കാനില്ലെന്ന് ഡോക്ടർ ധൈര്യം പകർന്നു.

ഒളിമ്പിക്സിലെ ഈ വിജയത്തിനുശേഷം കൂടുതൽ പരിശീലനം നടത്തുന്നതിനാണ് അന്ന തീരുമാനിച്ചത് പക്ഷേ മറികടക്കാൻ ഒരുപാട് പ്രശ്നങ്ങളുണ്ടായിരുന്നു. സോട്ടോ മേയറിന്റെ ആദ്യ ഭാര്യ മരിയ ഗാർഷിയയും സംഘർഷനിർഭരമായ ഒരു സ്ഥിതിവിശേഷത്തിൽ അകപ്പെട്ടു കിടക്കുകയായിരുന്നു.

പക്ഷേ 1993 ലെ പുതുവർഷമാസത്തിലെ ദുരന്തം ഈ മൂന്നു ജീവിതങ്ങളുടേയും ഗതിവിഗതികളെ മാറ്റിമറിച്ചു.

സ്വന്തം ഫ്ളാറ്റിൽ ഐസോപ്രൊപ്പൈൽ ആൾക്കഹോൾ, സ്റ്റൗവിൽ നിറയ്ക്കാനുള്ള ശ്രമത്തിലായിരുന്നു അന്ന. സ്റ്റൗ കത്തിച്ചയുടനെ വൻ പൊട്ടിത്തെറിയുണ്ടായി. തീനാളങ്ങളുമായി അവൾ കിടന്നുരുണ്ടു. ഓർമ്മ വരുമ്പോൾ അമീർജാസ് ആശുപത്രിയിലെ അത്യാഹിതവിഭാഗത്തോട് ചേർന്ന തിയ്യറ്ററിലാണ്. ശരീരം പൊട്ടിപ്പിളരുന്നതുപോലെയുള്ള വേദനയിൽ അവൾ നിലവിളിച്ചു.

ഡോക്ടർമാർ അവളുടെ ജീവിതം രക്ഷിക്കാനുള്ള പോരാട്ടത്തിലായിരുന്നു. വയറ്റിലുള്ള കുഞ്ഞിന്റെ തലച്ചോറിന് ക്ഷതം പറ്റിയിട്ടുണ്ട്. ആഴ്ചകൾക്കുള്ളിൽ ആ ജീവനും അണഞ്ഞുപോകും. അന്ന ഇതിൽ നിന്ന് രക്ഷപ്പെട്ടാലും അവൾക്ക് ഓടാനാവുകയില്ല. അമ്മ ഇത് നേരിട്ട് പറഞ്ഞപ്പോൾ അന്ന വീണ്ടും ബോധരഹിതയായി. കാസ്ട്രോ നിത്യേനയെന്നോണം ആശുപത്രിയിലെത്തി. സോട്ടോ മേയറും പലതവണ വന്നു. ആശുപത്രിയിൽ അവളെ സമാശ്വസിപ്പിച്ചു. നല്ല വാക്കുകൾ പറഞ്ഞു, ചിരിപ്പിച്ചു. പക്ഷേ വാക്കുകൾക്കിടയിൽ കനത്ത മൗനം അവൾക്ക് അനുഭവപ്പെട്ടിരിക്കണം.

കൈകാലുകൾ അനക്കാൻ കഴിഞ്ഞ ആദ്യദിനത്തിൽ കണ്ണാടിയിൽ അന്ന സ്വന്തം മുഖം കണ്ടു. അവൾ തളർന്നുപോയി. ഇനി ട്രാക്കിലേക്കില്ല. രാത്രി അന്ന തീരുമാനിച്ചു. വൈരൂപ്യം അവളെ ഭയപ്പെടുത്തി. ചോർന്നുപോയ ശക്തിയെക്കുറിച്ചോർത്ത് അവൾ വിതുമ്പി.

പത്ത് ശസ്ത്രക്രിയകളാണ് ഡോക്ടർമാർ നടത്തിയത്. അതുകഴിഞ്ഞപ്പോൾ സിന്തറ്റിക് സ്കിൻവെച്ചുപിടിപ്പിക്കുന്ന ശസ്ത്രക്രിയയായി. ഹൃദയപേശികൾക്ക് ബലം കിട്ടാനുള്ള ചില അഭ്യാസങ്ങൾ തുടർന്നു. ക്യൂബൻ ഗവൺമെന്റ് ആശുപത്രിയിൽ അവൾക്ക് പ്രത്യേക സൗകര്യം നല്കി. അന്നയുടെ കുടുംബം ആശുപത്രിയിൽ തന്നെയാണ് താമസിച്ചത്. ടെലിവിഷനിൽ സ്പോർട്സ് ചാനലുകൾ കണ്ട് അവൾ സമയം തള്ളിനീക്കി. ഓട്ടക്കാർ സ്റ്റാർട്ടിങ്ങ് ബ്ലോക്കിൽ നില്ക്കുന്നതു കണ്ടപ്പോൾ പലതവണ മനസ്സ് പിടഞ്ഞു. ശസ്ത്രക്രിയയ്ക്ക് വന്ന ഡോക്ടർ പെഡ്രോ പേരസ് ന്യൂനസ് അന്നയോട് പറഞ്ഞു ''കരയുന്നത് നിർത്തുക, നിരാശകളെ അവസാനിപ്പിക്കുക.''

ക്ഷമയോടുകൂടി ന്യൂനസ് അവളെ ബോധ്യപ്പെടുത്തി. തിരിച്ചുവരാൻ സാധിക്കും. ട്രിപ്പിൾജംപിലെ ലോക റെക്കോർഡുകാരനാണ് ന്യൂനസ്. ന്യൂനസ് അന്നയുടെ മനസ്സ് വായിച്ചെടുത്തു. പലതവണ സോട്ടോ മോയർ അന്നയെ കാണാൻ വന്നു. തന്റെ ജീവിതത്തിൽനിന്ന് ഒഴിഞ്ഞുപോകണമെന്ന് അന്ന സോട്ടോ മേയറോട് നിരന്തരം പറയാൻ തുടങ്ങി. സോട്ടോ മേയർ പിന്നീട് വന്നില്ല. പക്ഷേ അഭ്യർത്ഥനകളുമായി അയാൾ സുഹൃത്തുക്കളെ വിട്ടുകൊണ്ടിരുന്നു. അതേ നാളുകളിൽ അയാളുടെ ഭാര്യ വിവാഹമോചനം നേടി ഒഴിഞ്ഞുപോയിരുന്നു.

ഹൃദയത്തിൽ പൂർണ്ണമായ ഫിറ്റ്നസ് പരിശോധന നടത്തിക്കൊണ്ട് അന്നയ്ക്ക് ഗ്രൗണ്ടിലേക്ക് മടങ്ങിപ്പോകാൻ കഴിയുമോ എന്നായിരുന്നു ന്യൂനസിന്റെ പരിശ്രമം. ഒരു മാസം കഴിഞ്ഞപ്പോൾ ന്യൂനസ് പറഞ്ഞു. അന്ന കോണിപ്പടികൾ കയറിയിറങ്ങണം. ആഴ്ചകൾ കഴിഞ്ഞപ്പോൾ കോണിപ്പടികൾ ചാടിയിറങ്ങാൻ ന്യൂനസ് പറഞ്ഞു. പിന്നീട് കോണിപ്പടികൾ ഓടിക്കയറാനും ആജ്ഞാപിച്ചു. മൂന്നാഴ്ചയ്ക്കുശേഷം ന്യൂനസ് ആഹ്ലാദകരമായ ആ വാർത്ത അറിയിച്ചു. ''നിനക്ക് ഇനി ഓടാം, ആശുപത്രി വിടാം. ഒരു കാര്യം, നിന്റെയുള്ളിൽ കിടക്കുന്ന അന്തർദ്ദാഹത്തെ ഉണർത്തിയെടുക്കണം. സ്റ്റേഡിയങ്ങളെ ആവേശം കൊള്ളിക്കാനുള്ള ശക്തി നിനക്കുണ്ട്. അന്ന, നീ പഴയ അന്ന ഫിദലിയ കിറോട്ട് ആകണം.''

''നീ ഭൂതകാലത്തിന്റെ ഇരയല്ല, നിനക്കിനിയും സ്നേഹം ലഭിക്കും. നീ നിന്റെ ചർമ്മത്തിലേക്ക് നോക്കി ജീവിതം കളയരുത്.'' ന്യൂനസ്

അവളുടെ ഹൃദയത്തിലേക്ക് അതിജീവനത്തിന്റെ ഒരു ജ്വാല കത്തിച്ചു വിട്ടു.

ഒരാഴ്ച മുമ്പ് അവൾ അമ്മയോട് പറഞ്ഞിരുന്നു. ''നിങ്ങൾക്കെന്നെ കൊല്ലാമായിരുന്നു. എനിക്കിനി ഒരാഗ്രഹവും ഇല്ല. എന്റെ കുഞ്ഞ് മരിച്ചു പോയി. എന്റെ കരിയർ നശിച്ചു. എന്റെ ആരോഗ്യം തകർന്നു.'' അതേ അന്ന ക്വിറോട്ട് ഈ വാക്കുകൾ പിന്നെ വിഴുങ്ങി. ഫിദലും ന്യൂനസും അവളോട് ട്രാക്കിലേക്ക് മടങ്ങാൻ നിർബന്ധിച്ചു.

മെയ് 13, 1995. സന്ധ്യ പോയി. രാത്രി കടന്നുവന്നു. ഹവാന സ്റ്റേഡിയത്തിൽ അന്ന ഫിദലിയ ക്വിറോട്ട് ഓടുകയാണ്. സ്റ്റേഡിയത്തിൽ ആരവമുതിർക്കാൻ ആരുമില്ല. ഒരു സംഘം റിപ്പോർട്ടർമാർ, 40 ഫോട്ടോഗ്രാഫർമാർ, ക്യാമറക്കാർ, പകൽ അന്നയ്ക്ക് ഓടാൻ കഴിയുമായിരുന്നില്ല. ഉണങ്ങുന്ന ത്വക്കിന് സൂര്യപ്രകാശമേറ്റാൽ അപകടമാവാം. അന്ന് അന്ന 8 മിനിറ്റ് 40 സെക്കന്റ് ഓടി. ഓട്ടത്തിനുശേഷം പത്രലേഖകരോട് പറഞ്ഞു. ''എനിക്ക് ഏഴു കിലോഗ്രാം തൂക്കം കൂടുതലാണ്.''

അന്നയുടെ രണ്ടാംവരവ് പ്യൂർട്ടോറിക്കോയിലെ സെൻട്രൽ അമേരിക്കൻ - കരീബിയൻ ഗെയിംസിലായിരുന്നു. പോൺസിലെ സ്റ്റേഡിയത്തിൽ അന്ന ഓടാനൊരുങ്ങുന്നത് നിർഭാഗ്യം നിറഞ്ഞ ദിവസമായിരുന്നു. 40 ക്യൂബൻ അത്‌ലറ്റുകൾ അന്ന് രാഷ്ട്രീയാഭയം തേടി അമേരിക്കയിൽ എത്തിയിരുന്നു. എങ്കിലും അന്ന വാശിയോടെ ഓടി. 2.05.22 മിനിറ്റിൽ 200 മീറ്റർ ഓടി വെള്ളിമെഡൽ നേടി.

ക്യൂബയിൽ തിരിച്ചെത്തിയ അന്ന ആ മെഡൽ കാസ്ട്രോയുടെ കഴുത്തിൽ അണിയിച്ചു. ''എന്റെ ജീവിതകാലം കണ്ട ഏറ്റവും ധീരമായ തിരിച്ചുവരവ്. അന്ന 800 മീറ്ററിൽ വെള്ളിയും വിപദി ധൈര്യത്തിൽ സ്വർണവും നേടിയിരിക്കുന്നു.'' കാസ്ട്രോ അന്നയെ പുണർന്നു.

1995 ലെ ലോക അത്‌ലറ്റിക് ചാമ്പ്യൻഷിപ്പിൽ ഏറ്റവും മികച്ച സമയത്തോടെ അന്ന, 800 മീറ്ററിൽ സ്വർണം നേടിയത് ക്യൂബൻ ജനതയെ മാത്രമല്ല, ലോകത്തെത്തന്നെ ഉത്തേജിപ്പിച്ചു. ഏതാണ്ട് 800 മീറ്ററിലെ എല്ലാ മികച്ച താരങ്ങളും പങ്കെടുത്തതായിരുന്നു ആ മത്സരം. അറ്റ്ലാന്റയിൽ അന്നയ്ക്ക് മെഡൽ സാധ്യതയുണ്ടെന്ന് കായികവിദഗ്ദ്ധർ അന്നേ ഉറപ്പിച്ചിരുന്നു. 1996 ൽ അറ്റ്ലാന്റ ഒളിമ്പിക് സ്റ്റേഡിയത്തിൽ 800 മീറ്ററിൽ അന്ന മത്സരിക്കാനെത്തുമ്പോൾ കമന്റേറ്റർമാർ മുഴുവനും അവളുടെ തിരിച്ചുവരവിനെ വാനോളം പുകഴ്ത്തുകയായിരുന്നു.

ഏറ്റവും മികച്ച മധ്യദൂര ഓട്ടക്കാർ തമ്മിലുള്ള ഒരു മത്സരത്തിനാണ് സ്റ്റേഡിയം സാക്ഷ്യംവഹിച്ചത്. ബ്രിട്ടന്റെ അത്‌ലറ്റ് കെല്ലി ഹോംസ് സ്വെറ്റ്ലാന മാസ്റ്റർകോവ, ദുഖാനോവ്, ടോണി ഹോസ്ക്രിൻഷൻ, യെലേന അഫൻഡോവ, പട്രീഷ്യ, മരിയ മുട്ടോള എന്നിവർ സ്റ്റാർട്ടിങ്ങ് ബ്ലോക്കിൽ നില്ക്കുമ്പോൾ അന്നയുടെ മുഖത്ത് ഒരു വിഷാദഭാവം നിറഞ്ഞിരുന്നു. തന്നേക്കാൾ 11 വയസ്സ് കുറഞ്ഞ മുട്ടോളയോടൊപ്പവും 5 വയസ്സ്

താഴെയുള്ള മാസ്റ്റർകോവയോടൊപ്പവും, 7 വയസ്സിനു ചെറുപ്പമായ കെല്ലി ഹോംസിനോടൊപ്പവും അന്നയ്ക്ക് ഓടാനാവുമോ എന്ന സംശയം, ചില കമന്റേറ്റർമാർ പ്രകടിപ്പിച്ചിരുന്നു.

പക്ഷേ ഓട്ടം തുടങ്ങിയപ്പോൾ പതിവുഫോമിൽത്തന്നെ അന്ന ഓടി. അവസാന നൂറുമീറ്ററിൽ മാസ്റ്റർകോവ അസാധ്യവേഗതയോടെ മുന്നിലെത്തി, അന്നയെ മറികടക്കാൻ മുട്ടോളയും. ജീവിതം തകർന്നുപോയിട്ടില്ലെന്ന് തെളിയിച്ചുകൊണ്ട് അന്നയ്ക്ക് വെള്ളിമെഡൽ. വിക്ടറി സ്റ്റാൻഡിൽ നില്ക്കുമ്പോൾ അന്നയുടെ മുഖത്ത് പുഞ്ചിരി വിടർന്നു. ആ തിരിച്ചുവരവ് ക്യൂബ മാത്രമല്ല, ലോകം മുഴുവൻ ശിരസ് കുനിച്ചു വന്ദിച്ചു. അന്ന വാക്കുപാലിച്ചു. 2004 ൽ അന്ന നാഷണൽ അത്‌ലറ്റിക് കമ്മീഷന്റെ പി.ആർ. ഡിവിഷനിൽ ജോലിക്ക് ചേർന്നു. അതേവർഷം ഇറ്റാലിയ ബിസിനസ് പ്രമുഖൻ റിക്കോർഡോ ഫോയിയെ വിവാഹം ചെയ്തു. ഹവാനയിലെ പ്ലായയിൽ താമസിക്കുന്ന അന്നയ്ക്ക് പതിന്നാല് വയസ്സുള്ള സ്പ്രിന്റ് താരം ആൽബെർട്ടോ അലജാന്ദ്ര എന്നൊരു മകനും കൾഇഫിദലിയ എന്ന ബാലെ വിദ്യാർത്ഥിയായ മകളുമുണ്ട്. ഇന്നും ക്യൂബയിൽ മുഖവുര വേണ്ടാത്ത ലജന്റാണ് അന്ന. അവരുടെ കർമ്മരംഗത്തിൽ കായികലോകം മാത്രമല്ല, കുട്ടികൾക്കുള്ള സഹായ പദ്ധതികളും കാൻസർ പരിരക്ഷയുമൊക്കെയുണ്ട്.

■

മൈക്കേൽ ഫെൽപ്പ്സ് (യു.എസ്.എ.)

സ്വർണ്ണമത്സ്യം

ജനനം - 1985 ജൂൺ 30 - ബാൾട്ടിമോർ • മൂന്ന് ഒളിമ്പിക്സിൽ 28 മെഡലുകൾ • 23 ഗോൾഡ് മെഡൽ • 2008 ബെയ്ഡജിങ്ങ് ഒളിമ്പിക്സ് - 8 സ്വർണ്ണമെഡൽ • 2004 ഏതൻസ് ഒളിമ്പിക്സ് - 6 സ്വർണം, 2 വെങ്കലമെഡൽ • 2012 ലണ്ടൻ ഒളിമ്പിക്സ് - 4 സ്വർണം, 2 വെള്ളി മെഡൽ • 2016 റിയോ ഒളിമ്പിക്സ് - 5 സ്വർണം, 1 വെള്ളി മെഡൽ

''നിങ്ങൾ മനസ്സ് ഒരു കാര്യത്തിൽ സമർപ്പിച്ചാൽ അത് വിജയകരമായിരിക്കും. എല്ലാം നിയന്ത്രിക്കുന്നത് മനസ്സാണ്.''

മൈക്കേൽ ഫെൽപ്പ്സ് ഇന്നൊരു ഇതിഹാസമാണ്. പക്ഷേ ആ ഇതിഹാസത്തെ സൃഷ്ടിച്ചത് ഒരമ്മയുടെ ഇച്ഛാശക്തിയാണ്. ചിതറിപ്പോയ ഒരു കുടുംബത്തിന്റെ ഭ്രാന്തമായ സ്വപ്നങ്ങളുടെ സാക്ഷാത്കാരമാണ്.

ഫെൽപ്പ്സിനെപോലെ ഒളിമ്പിക് ചരിത്രം ഇങ്ങനെ മാറ്റിയെഴുതിയ മറ്റൊരു നീന്തൽ താരമില്ല. ഒരൊറ്റ ഒളിമ്പിക്സ്, 17 മത്സരങ്ങൾ, 8 ദിവസം, 8 സ്വർണമെഡലുകൾ - അതൊരു അപൂർവ്വ വെട്ടിപ്പിടിക്കലാണ്.

ഫെൽപ്പ്സിനെ ശ്രദ്ധിച്ചുനോക്കുക. അയാളെ 'മത്സ്യ'മെന്ന് മാധ്യമങ്ങൾ വിളിച്ചത് വെറുതെയല്ലെന്ന് ബോധ്യമാവും. ആ ഉടലിന്റെ ഘടന

കടൽമത്സ്യത്തെപ്പോലെയോ, ഡോൾഫിനേപോലെയോ ആണ്. ജലത്തിന്റെ മർദ്ദത്തെ ആഴത്തിൽ കീറിമുറിക്കാൻ കഴിയുന്ന ഉടൽഘടനയാണത്.

അയാളുടെ അരക്കെട്ട് ഇടുങ്ങിയതും, കൈകൾ പങ്കായം പോലെ നീളമേറിയതുമാണ്. പൊതു അനുപാതങ്ങളെ മാറ്റിമറിക്കുന്നതാണ് ആ ഉടൽഘടന. നീന്തൽക്കുളത്തിന്റെ രാജകുമാരനായി ഫെൽപ്സിനെ വാഴിച്ചതിനുപിന്നിൽ ഈ ഉടൽഘടനയ്ക്കും ഒരു പങ്കുണ്ട്. ഇതുമാത്രമല്ല, അയാളുടെ കൗമാരകാലം, ഒരു നീന്തൽക്കുളമാണ് അപഹരിച്ചത്.

അത് ബോൾട്ടിമോറിലെ കോട്ടൻ ബ്രൂക്ക് അവന്യുവിലുള്ള മെഡോബ്രൂക്ക് നീന്തൽക്കുളമാണ്. 1930 ൽ നിർമ്മിച്ച അമ്പതുമീറ്റർ നീന്തൽക്കുളമാണിത്. ഫെൽപ്സിന്റെ കുട്ടിക്കാലവും കൗമാരവും ഈ കുളത്തിലാണ് ചെലവഴിച്ചത്.

ഫെൽപ്സ് എങ്ങനെ ഇത്രയും അച്ചടക്കവും ഏകാഗ്രതയുമുള്ള അത്‌ലറ്റായി? എങ്ങനെയാണ് ഫെൽപ്സ് തന്റെ വലിയ ലക്ഷ്യങ്ങളെ കണ്ടെത്തിയത്? ഫെൽപ്സിനെപോലെ ഇച്ഛാപൂർണ്ണമായ ഏകാഗ്രതയും തീവ്രമായ ലക്ഷ്യബോധവുമുള്ള ഒളിമ്പിക് നീന്തൽതാരത്തെ താൻ കണ്ടിട്ടേയില്ലെന്ന് കോച്ച് ബോബ് ബൗമൻ ആണയിടുന്നു.

എന്നാൽ കുട്ടിക്കാലത്ത് മൈക്കേൽ ഒരു പ്രശ്നബാലനായിരുന്നു. അടങ്ങിയിരിക്കാത്ത, മെരുങ്ങാത്ത, പ്രാകൃതവാസനകളുള്ള കുട്ടി. ഫെൽപ്സ് അറ്റൻഷൻ ഡെഫിസിറ്റ് ഹൈപവർ ആക്റ്റിവിറ്റി (ADHD) യുള്ള കുട്ടിയാണെന്ന് സ്കൂളിലെ കൗൺസിലർ കണ്ടെത്തിയത്. അതിനെ തുടർന്ന് റിട്ടാലിൻ നിത്യേന കഴിക്കുവാൻ ഫെൽപ്സ് നിർബന്ധിതനായി.

ബാൾട്ടിമോറിലെ ഇന്റീരിയർ സ്കൂളിൽ പഠിക്കുമ്പോൾ ഫെൽപ്സ് അനിയന്ത്രിതമായ ശാരീരികവാസനകളുള്ള കുട്ടിയാണ്. അനങ്ങാതെ, വെറുതെയിരിക്കാൻ ഫെൽപ്സിനു കഴിഞ്ഞിരുന്നില്ല. അമ്മ ഡെബ്ബി അതേ സ്കൂളിലെ അധ്യാപികയാണ്. ഒന്നിലും വാസനയില്ലാത്ത കുട്ടി എന്നാണ് ക്ലാസ്സ് ടീച്ചർ അവനെ വിലയിരുത്തിയത്. ഒന്നിലും ഫോക്കസ് ചെയ്യാനാവാത്ത ഫെൽപ്സിന്റെ സ്വഭാവത്തെക്കുറിച്ച് മറ്റൊരു ടീച്ചർ ഡെബ്ബിയോട് പരാതിപ്പെട്ടു.

ഏഴുവയസ്സായപ്പോൾ തന്റെ ചെവിയെക്കുറിച്ച് കുറ്റംപറഞ്ഞവനെ സ്കൂൾ ബസ്സിൽവെച്ച് ഫെൽപ്സ് ഇടിച്ചിട്ടു.

പക്ഷേ എട്ടാംവയസ്സിൽ എത്തിയപ്പോൾ ഫെൽപ്സ് വലിയൊരു പ്രശ്നം നേരിട്ടു. അവന്റെ മാതാപിതാക്കൾ വേർപിരിയുകയാണ്. ഫെൽപ്സിനെ കൂടുതൽ പ്രകോപിതനാക്കിയ സംഭവമാണിത്.

ഫ്രെഡ് ഫെൽപ്സ് ഒരു ഫുട്ബോളർ ആയിരുന്നു. ഫെയർമൗണ്ട് സ്റ്റേറ്റ് കോളേജിൽ കായികാധ്യാപകനായിരുന്ന ഫ്രെഡ് ജോലിചെയ്യുമ്പോൾ ഡെബ്ബി അവിടെ ചിയർ ലീഡർ ആയിരുന്നു. പിന്നീട് ഡെബ്ബി പഠനത്തിനുശേഷം അവിടെ ധനശാസ്ത്ര അധ്യാപികയായി. ഇതിനിടയിൽ അമേരിക്കൻ സാലിസിൽ ചേർന്ന ഫ്രെഡ് കായികാധ്യാപകന്റെ കുപ്പായം ഊരിവെച്ചു. അവരുടെ പ്രണയം പൂവണിഞ്ഞത് ആ ഘട്ടത്തിലാണ്. ഫ്രെഡ്-ഡെബ്ബി ദമ്പതിമാർക്ക് പിൽക്കാലം മൂന്നു മക്കൾ പിറന്നു.

1978-ൽ ഹിലരി, 80-ൽ വൈറ്റ്നി, 85-ൽ മൈക്കേൽ. ചെറുപ്രായത്തിൽതന്നെ അമ്മ, ഹിലരിയേയും വൈറ്റ്നിയേയും നീന്തൽ പഠിക്കാൻ വിട്ടു. കുട്ടികൾക്ക് നീന്തലിൽ കൂടുതൽ പരിശീലനം ലഭിക്കാൻ കുടുംബം ഹാർട്ട് ഫോർഡിൽനിന്ന് വൈറ്റ് ഫോർഡിലേക്ക് മാറി. അതിനടുത്തായിരുന്നു ബാൾട്ടിമോർ അക്വാസെന്റർ. കുട്ടികളുടെ വിദ്യാഭ്യാസത്തെ ചൊല്ലി, ഫ്രെഡിന് എതിരഭിപ്രായം ഉണ്ടായിരുന്നു. ഇതേച്ചൊല്ലി, അവർ വഴക്കടിച്ചു. കുടുംബം ഒന്നിച്ചിരുന്നാൽ വഴക്കടിക്കുകയെന്നത് പതിവായി. മൂന്നുകൊല്ലം നീണ്ടുനിന്ന ഈ കലഹം ഫെൽപ്സിനു താങ്ങാനാവാത്തതായിരുന്നു. ഫെൽപ്സിന് 8 വയസ്സുള്ളപ്പോൾ അവർ വേർപിരിഞ്ഞു. ഫ്രെഡിന് ഫെൽപ്സിനെ ഇഷ്ടമായിരുന്നു. മകനെ നീന്തലിലേക്ക് തിരിച്ചുവിട്ടത് അച്ഛനായിരുന്നു.

പതിനഞ്ചാം വയസ്സിൽ സിഡ്നിയിലെ ഒളിമ്പിക്സിൽ ഫെൽപ്സ് മത്സരിക്കാനിറങ്ങുമ്പോൾ ഫ്രെഡ് അവിടെയെത്തി. പക്ഷേ 200 മീറ്റർ ബട്ടർഫ്ളൈ ഇനത്തിൽ ഫെൽപ്സിനു അഞ്ചാംസ്ഥാനമേ ലഭിച്ചുള്ളൂ. ഈ മത്സരത്തിനുശേഷം ഫെൽപ്സ് പിതാവിനെ അധികം കണ്ടിരുന്നില്ല. അവരുടെ ബന്ധങ്ങളിൽ വിള്ളൽ ദൃശ്യമായി. 2001 ൽ ഫെൽപ്സ് ആദ്യത്തെ ലോക റെക്കോർഡ് സൃഷ്ടിച്ചപ്പോൾ ഫ്രെഡ് മകനെ വിളിച്ചതേയില്ല. 2003 ലെ ലോക ചാമ്പ്യൻഷിപ്പിൽ 4 സ്വർണം നേടിയപ്പോഴും

ഫ്രെഡ് ബന്ധപ്പെട്ടില്ല. എന്നാൽ ഫ്രെഡ് പറയുന്നത് മറ്റൊരു കഥയാണ്. ''ഞാൻ വരുന്നതും, മകനെ പ്രോത്സാഹിപ്പിക്കുന്നതും അവന്റെ അമ്മയ്ക്ക് ഇഷ്ടമായിരുന്നില്ല. അവന്റെ ലോകം അവൻതന്നെ സൃഷ്ടിക്കട്ടെ എന്ന് ഞാനും കരുതി. എന്നോട് സുഹൃത്തുക്കൾ ചോദിക്കും, ''ഇനി മകന്റെ അടുത്ത മത്സരം എവിടെയാണെന്ന്? അതിന് മറുപടി പറയാൻ ഞാൻ ശരിക്കും ബുദ്ധിമുട്ടി.''

ഫെൽപ്സിന്റെ പിന്നിലുള്ള യഥാർത്ഥ എഞ്ചിൻ അമ്മയായിരുന്നു. കുട്ടികളെ ഏതെങ്കിലും കായിക ഇനത്തിൽ ഉൾപ്പെടുത്തിയ ഡെബ്ബി, അവരെ മറ്റെല്ലാം മറക്കാൻ പഠിപ്പിക്കുകയായിരുന്നു. മൂന്നുപേരും ബാൾട്ടിമോറിലെ നീന്തൽക്കുളത്തിലാണ് അസുഖകരമായ ബന്ധങ്ങളിൽനിന്നുള്ള മോചനം നേടിയത്.

ഹിലരി, യൂണിവേഴ്സിറ്റി ഓഫ് റിച്ച്മണ്ടിൽനിന്ന് ഒരു സ്കോളർഷിപ്പ് നേടിയെങ്കിലും, ദേശീയതലത്തിൽ ശ്രദ്ധിക്കപ്പെടുന്ന നീന്തൽതാരമായില്ല. എന്നാൽ വൈറ്റ്നി നേരെ മറിച്ചായിരുന്നു. 14-ാം വയസ്സിൽ 200 മീറ്റർ ബട്ടർഫ്ളൈ ഇനത്തിൽ അവൾ ദേശീയ ചാമ്പ്യനായി. 1996 ലെ അറ്റ്ലാന്റ ഒളിമ്പിക്സിലേക്ക് അമേരിക്കൻ ടീമംഗമായി തെരഞ്ഞെടുക്കപ്പെടാനുള്ള സാധ്യത ഏറെയായിരുന്നു. പക്ഷേ പരിശീലനത്തിനിടയിൽ ഉണ്ടായ പരിക്കുമൂലം ട്രയൽസിൽ പരാജയപ്പെട്ടു. ഡെബ്ബി തകർന്നുപോയി. ആ പരാജയംമൂലം വീട് മരിച്ച വീടായി മാറി.

പക്ഷേ എങ്ങനെയോ ഫെൽപ്സിന് ആ പരാജയം ഉത്തേജനമായി മാറി. സഹോദരിമാർ പരാജയപ്പെട്ടത് ഫെൽപ്സിനെ മാനസികമായി വേദനിപ്പിച്ചിരിക്കണം. പിന്നീട് ഫെൽപ്സ് നീന്തൽക്കുളത്തിൽ കൂടുതൽ

സമയം ചെലവഴിച്ചു. അവൻ ഇച്ഛാശക്തിയോടെ, ഏകാഗ്രതയോടെ പരിശീലിച്ചു. റിട്ടാലിൻ എന്ന മരുന്ന് അവൻ തന്നെ ഉപേക്ഷിച്ചു. മരുന്നില്ലാതെ തന്നെ അവന് ഏകാഗ്രത കൈവന്നിരുന്നു.

മൈക്കേൽ നീന്തിത്തുടങ്ങുമ്പോൾ പ്രായം പതിനൊന്ന്. അവൻ ഒപ്പം നീന്തിയത് പതിനേഴ് വയസ്സിനു മുകളിലുള്ളവരോടാണ്. അമ്മ അത് നിരുത്സാഹപ്പെടുത്തിയെങ്കിലും അവൻ ആ പരിശീലനത്തിലൂടെ അവരെയെല്ലാം മറികടന്നു. അലക്സ് ബൗമാന്റെ പരിശീലനത്തിൽ, ഫെൽപ്സ് പുതിയ സമയങ്ങൾ തുടർച്ചയായി കണ്ടെത്തിക്കൊണ്ടിരുന്നു. ആറുകൊല്ലത്തെ പരിശീലനത്തിനിടയിൽ ഒരിക്കൽപ്പോലും അവൻ അവധിയെടുത്തില്ല. ആത്മകഥയിൽ ഫെൽപ്സ് എഴുതി ''സോക്കറും ബേസ്ബോളും കളിക്കുന്നതിനേക്കാൾ താല്പര്യം നീന്തലിലാണെന്ന് എനിക്ക് തോന്നിയതിനു കാരണമുണ്ട്. നീന്തൽക്കുളത്തിന്റെ രണ്ടു ചുമരുകൾക്കിടയ്ക്ക് ഞാൻ സുരക്ഷിതത്വം കണ്ടെത്തിയിരുന്നു.''

ബെയ്ജിങ്ങിലേക്ക് പോകുന്നതിനുമുമ്പ് ബാൾട്ടിമോറിലെ ലോക്കർ റൂമിൽ ഫെൽപ്സ് രണ്ടു പടങ്ങൾ ഒട്ടിച്ചുവെച്ചു. ഒരു ഫോട്ടോ ഇയാൻ ക്രോക്കറുടേതാണ്. ഏറ്റവുമവസാനം ഫെൽപ്സിനെ തോല്പിച്ചത് ക്രോക്കർ ആയിരുന്നു. രണ്ടാമത്തേത് ഒരു പത്രവാർത്തയായിരുന്നു. ഇയാൻ തോർപ് പറഞ്ഞ വാർത്തയായിരുന്നു അത്. എട്ട് സ്വർണ്ണമെഡലുകൾ നീന്തൽക്കുളത്തിൽനിന്നു നേടുന്നത് അസാധ്യമാണെന്നായിരുന്നു ഇയാൻ തോർപിന്റെ പ്രസ്താവന.

ബെയ്ജിങ്ങിൽ ഫെൽപ്സ് ഏകാകിയായിരുന്നു. ഓപ്പണിങ്ങ് സെറിമണിയിൽ ഫെൽപ്സ് പങ്കെടുത്തില്ല. നീന്തൽക്കുളത്തിൽ പോയി പരിശീലിച്ചുമില്ല. എന്നിട്ടും ഫെൽപ്സ് മാധ്യമങ്ങളിൽ നിറഞ്ഞു നിന്നിരുന്നു. സ്വർണവേട്ടയ്ക്ക് തയ്യാറായി ഫെൽപ്സ് എന്നായിരുന്നു ഒരു പത്രത്തിന്റെ തലവാചകം. എട്ട് എന്ന സംഖ്യ തന്നെ ശുഭസൂചകമായിരുന്നു. ചൈനീസ് ജ്യോതിഷമനുസരിച്ചാണ് ഒളിമ്പിക്സ് തുടങ്ങിയത്. എട്ടാമത്തെ മാസം, എട്ടാമത്തെ ദിവസം, എട്ടുമണി. ഫെൽപ്സിന്റെ ബ്രേക്ക്ഫാസ്റ്റ് ആയിരുന്നു മറ്റൊരു ചർച്ചാവിഷയം. മൂന്ന് ഫ്രൈഡ് എഗ്ഗ് സാൻഡ്‌വിച്ച് (ചീസും ലെറ്റ്യൂസും ടൊമാറ്റോയും ഒനിയനും മയോണിസും നിറച്ചത്), അഞ്ചു മുട്ടകളുടെ ഓംലറ്റ്, ഒരു പാത്രം ഗ്രിറ്റ്, മൂന്നു ഫ്രഞ്ച് ടോസ്റ്റ്, മൂന്നു പാൻ കേക്ക്, രണ്ട് കപ്പ് കോഫി എന്നിവ ഉൾപ്പെടുന്നതായിരുന്നു ഫെൽപ്സിന്റെ പ്രഭാതഭക്ഷണം.

6 അടി 4 ഇഞ്ച് ഉയരമുണ്ട് ഫെൽപ്സിന്. പക്ഷേ കാലുകളുടെ നീളം 32 ഇഞ്ച് മാത്രം. ആ കാലുകളിൽനിന്നാണ് ഫെൽപ്സ് ഭീമമായ ശരീരം പടുത്തുയർത്തിയതെന്ന് തോന്നാം. നാഷണൽ ബ്രോഡ്കാസ്റ്റിങ്ങ് കോർപ്പറേഷൻ മത്സരങ്ങൾക്ക് മുമ്പുതന്നെ ഫെൽപ്സിനെക്കുറിച്ച് വ്യത്യസ്തമായ ഒട്ടേറെ ഫീച്ചറുകൾ നല്കിയിരുന്നു. ഫെൽപ്സിന്റെ

ഫൈനലുകളുടെ സമയം നോക്കി അവർ സംപ്രേഷണ സമയത്തിൽ മാറ്റം വരുത്തി. ഫിലിം ഡയറക്ടർ ഡാനി ബോയലിനെ, ചിത്രീകരണത്തിനായി എൻ.ബി.സി. പ്രത്യേകം ചുമതലപ്പെടുത്തിയിരുന്നു. 869 ദശലക്ഷം ഡോളർ നല്കി ഒളിമ്പിക്സിന്റെ സംപ്രേഷണാവകാശം നേടിയ എൻ.ബി.സി. ഫെൽപ്സിന്റെ വിജയകഥകളിലൂടെ ലാഭം കൊയ്തതുതന്നെ ചരിത്രമായി.

നാനൂറ് മീറ്റർ വ്യക്തിഗത മെഡ്‌ലി, 4 x 100 മീറ്റർ ഫ്രീസ്റ്റൈൽ റിലേ, 200 മീറ്റർ ഫ്രീസ്റ്റൈൽ, 200 മീറ്റർ ബട്ടർഫ്ളൈ, 4 x 200 മീറ്ററിലെ എന്നീ ഇനങ്ങളിൽ റെക്കോർഡും സ്വർണവും നേടിയശേഷം 200 മീറ്റർ വ്യക്തിഗത മെഡ്‌ലിയുടെ സ്വർണമെഡൽ വാങ്ങാനും 100 മീറ്റർ ബട്ടർഫ്ളൈ ഇനത്തിൽ മത്സരിക്കാനും 9 മിനിറ്റ് മാത്രമായിരുന്നു ബാക്കി. സ്റ്റേഡിയത്തിൽ മെഡൽ സ്വീകരിച്ചശേഷം, ബൊക്കെ അമ്മയുടെ നേരെ എറിഞ്ഞ് പൂളിലേക്ക് എത്തിയപ്പോൾ 90 സെക്കന്റായിരുന്നു ബാക്കിയുണ്ടായത്.

200 മീറ്റർ ബട്ടർഫ്ളൈ ഇനമായിരുന്നു ഫെൽപ്സ് നേരിട്ട വെല്ലുവിളി. ഈ ഇനത്തിൽ മത്സരിക്കുമ്പോൾ ഫെൽപ്സിന്റെ നീന്തൽക്കണ്ണടയിൽ വെള്ളം നിറഞ്ഞു. ഒന്നും കാണാൻ കഴിയാതെയായി. ചുമരിൽ ഇടിച്ചേക്കുമെന്ന് ഉറപ്പിച്ചാണ് ഫെൽപ്സ് അവസാനത്തെ 10 മീറ്റർ നീന്തിയത്. 100 മീറ്റർ ബട്ടർഫ്ളൈ ഇനത്തിൽ ബർബിയയുടെ മിലോർഡ് സാവിക്ക് കടുത്ത വെല്ലുവിളി ഉയർത്തി 99.9 മീറ്റർ വരെ സാവിക്ക് മുന്നിലായിരുന്നു. പക്ഷേ നേരെ വിരിച്ചാൽ ആറടി എഴിഞ്ച് വരുന്ന കൈകളുടെ വലിപ്പം അതു മറികടന്നു. ആ വിടർത്തിയ കൈകളാണ് ഫെൽപ്സിനെ ജയിപ്പിച്ചത്. സാവിക്ക് മത്സരശേഷം പറഞ്ഞു. ''ആ നിമിഷം തന്നെയാണ് ഫെൽപ്സും അമാനുഷനല്ലെന്ന് ലോകമറിഞ്ഞത്.'' 4 x 400 മീറ്റർ മെഡ്‌ലിയിലായിരുന്നു ഫെൽപ്സിന്റെ എട്ടാമത്തെ സ്വർണം. ടീമംഗങ്ങൾ ആർപ്പുവിളികളോടെ ഫെൽപ്സിനെ എതിരേറ്റു. പതിവുപോലെ ഫെൽപ്സ് ആൾക്കൂട്ടത്തിലേക്ക് ചാടിക്കയറി അമ്മയെ കരവലയത്തിലൊതുക്കി.

ഫെൽപ്സിന്റെ ഈ നേട്ടം നിഷ്പ്രഭമാക്കിയത് മാർക്ക് സ്പിറ്റ്സിന്റെ ഏഴു സ്വർണമെന്ന റെക്കോർഡാണ്. പക്ഷേ സ്പിറ്റ്സ് പറഞ്ഞു ''ഫെൽപ്സ് ചരിത്രത്തിൽ അറിയാൻ പോകുന്നത് മാർക്ക് സ്പിറ്റ്സിന്റെ റെക്കോർഡ് തിരുത്തിയ നീന്തൽതാരം എന്ന നിലയിലാണ്!''

■

ഉസൈൻ സെന്റ് ലിയോ ബോൾട്ട് (ജമൈക്ക)
ലൈറ്റനിങ് ബോൾട്ട്

ജനനം – 1986 ആഗസ്റ്റ് 21 – ഷെർവുഡ് കോൺടെന്റ്, ജമൈക്ക • 2004 ഏതൻസ് ഒളിമ്പിക്സ് 200 മീറ്റർ – പുറത്ത് • 2008 ബെയ്ജിങ്ങ് ഒളിമ്പിക്സ് 100 മീറ്റർ, 200 മീറ്റർ, 4 x 100 മീറ്റർ റിലേ – 3 സ്വർണ്ണ മെഡൽ • 2012 ലണ്ടൻ ഒളിമ്പിക്സ് 100 മീറ്റർ, 200 മീറ്റർ, 4 x 100 മീറ്റർ റിലേ – 3 സ്വർണ്ണ മെഡൽ • 2016 റിയോ ഡിജനീറോ ഒളിമ്പിക്സ് 100 മീറ്റർ, 200 മീറ്റർ, 4 x 100 മീറ്റർ റിലേ – 3 സ്വർണ്ണ മെഡൽ വേൾഡ് ചാമ്പ്യൻഷിപ്പ് • 100 മീറ്റർ, 200 മീറ്റർ – 11 സ്വർണ്ണ മെഡൽ.

*"നിങ്ങൾ സ്വയം ഉത്തേജിപ്പിച്ചുകൊണ്ടിരിക്കണം.
പെലെയ്ക്കും മുഹമ്മദലിക്കും ഈ ഉത്തേജനം ലഭിച്ചിരുന്നു.
ശരീരം മാത്രമല്ല പരിശ്രമങ്ങളെ ഫലവത്താക്കുന്നത്,
മനസ്സാണ് അതിന്റെ കടിഞ്ഞാൺ."*

ശരീരത്തിന്റെ സീമാതീതമായ മേധാവിത്വങ്ങളെക്കുറിച്ച് ആലോചിക്കുമ്പോൾ ആദ്യം കടന്നുവരുന്ന പേര് ഉസൈൻ സെന്റ് ലിയോ ബോൾട്ട് എന്ന ജമൈക്കക്കാരന്റേതാണ്. നിറഭേദങ്ങളുടെ ശാസ്ത്രത്തെക്കുറിച്ച്

വാചാലമായവർക്കും ആര്യ ശരീരത്തിന്റെ മാരകശേഷിയെക്കുറിച്ച് ഊറ്റംകൊണ്ട സ്വേച്ഛാധിപതികൾക്കും ഉസൈൻ ബോൾട്ട് തന്റെ കായിക ക്ഷമതയുടെ പരകോടിയിൽ നിന്നുകൊണ്ട് മറുപടി നല്കി.

ഇന്നോളം ബോൾട്ടിനെപ്പോലെ തന്റെ ശേഷിയുടെ നിലനില്പ്പ് ബോധ്യപ്പെടുത്തിയ ഒരത്‌ലറ്റ് ഉണ്ടായിട്ടില്ല. ഈ നൂറ്റാണ്ട് ബോൾട്ടിന് അവകാശപ്പെട്ടതാണ്.

തന്റെ കാലത്തെ അത്‌ലറ്റുകളെ ബോൾട്ട് അതിശയിക്കുന്നത് കായിക ജീവിതത്തോടുള്ള അയാളുടെ കമ്മിറ്റ്മെന്റ് കൊണ്ടാണ്. ശാരീരിക ശേഷി കൂട്ടാൻ മരുന്നുകളും സ്റ്റിറോയ്ഡുകളും ഉപയോഗിക്കുന്ന കായിക താരങ്ങൾ പെരുകുന്ന കാലത്ത് തന്റെ പേശികളുടെ ബലത്തിൽ ബോൾട്ട് വിശ്വാസമർപ്പിച്ചു. ഇത്രയും വേഗമേറിയ മറ്റൊരു അത്‌ലറ്റില്ല. ഐ.എ.എ.എഫിന്റെ ഏറ്റവും കൂടുതൽ മെഡലുകൾ നേടിയ അത്‌ലറ്റും മറ്റാരുമല്ല. ഒളിമ്പിക്സിൽ ട്രിപ്പിൾ നേടിയ വേറെ അത്‌ലറ്റില്ല, വേൾഡ് അത്‌ലറ്റിക് ചാമ്പ്യൻഷിപ്പിലും സമാനവിജയം. ട്രാക്കിൽനിന്ന് ഇത്രയും സമ്പാദ്യം നേടിയ മറ്റൊരാളില്ല. അത്‌ലറ്റുകളിൽ ബോൾട്ടിനെ ലെജന്റാക്കുന്ന എത്രയെത്ര ഘടകങ്ങൾ.

ഉസൈൻ ബോൾട്ട് ഇല്ലാത്ത ഒളിമ്പിക്സ് മാർക്ക് ആന്റണി ഇല്ലാത്ത ജൂലിയസ് സീസർ പോലെ ശൂന്യമെന്ന് ആരാണ് പറഞ്ഞത്? ആരു പറഞ്ഞാലും 2008 മുതൽ 2016 വരെ അത്‌ലറ്റിക്സിന്റെ സിരകളെ തീ പിടിപ്പിച്ചത് ബോൾട്ട് മാത്രമാണ്. ബോൾട്ടിന്റെ അമ്പരപ്പിക്കുന്ന സ്പ്രിന്റുകൾ, സ്റ്റാർട്ടിങ്ങ് ബ്ലോക്കിലുള്ള ഒരുക്കങ്ങൾ, ടേപ്പ് തൊട്ടതിനു ശേഷമുള്ള അസ്ത്രം കാണിക്കൽ എന്നിവ കോടാനുകോടി ജനങ്ങൾക്കുള്ളിൽ മനുഷ്യനിലുള്ള വിശ്വാസം ഉറപ്പിച്ചിട്ടുണ്ട്.

ഒളിമ്പിക്സിന്റെ ഏതു ചരിത്രമെഴുതിയാലും ഇതിഹാസങ്ങളുടെ ഇതിഹാസമായി മൂന്നു ഓട്ടക്കാർ ചരിത്രത്തിൽ സുവർണ താളുകളിലുണ്ടാകും. ഒമ്പതു സ്വർണം നേടിയ പാവോ നൂർമിയും ബെർളിൻ ഒളിമ്പിക്സിനെ ഉത്തേജിപ്പിച്ച ജെസി ഓവൻസും നേടിയ മെഡലുകൾക്ക് രാഷ്ട്രീയവും സാമൂഹികവുമായ അർത്ഥതലങ്ങളിൽ കൂടുതൽ തിളക്കമുണ്ടെങ്കിലും ഉസൈൻ ബോൾട്ട് എല്ലാവരേയും അതിശയിക്കുന്നു. അവരുടെ ഗണത്തിലാണ് കാൾ ലൂയിസെങ്കിലും മരുന്നടിച്ചുവെന്ന കുറ്റ സമ്മതം ആ മഹത്വം ഇല്ലാതാക്കുന്നു. മൂന്നു ഒളിമ്പിക്സിൽ തുടർച്ചയായി നൂറു മീറ്ററിലും 200 മീറ്ററിലും സ്വർണം നേടുകയെന്നത് അവിശ്വസനീയവും അമ്പരപ്പുളവാക്കുന്നതുമാണ്. ലോകറെക്കോർഡോടെ മെഡലുകൾ നേടുന്നു എന്നത് ആ വിജയത്തിന്റെ തിളക്കം കൂട്ടുന്നു. അതോടൊപ്പം ലോകചാമ്പ്യൻഷിപ്പിൽ നേടിയ പതിനൊന്നു സ്വർണ മെഡലുകൾ ബോൾട്ടിന്റെ അപരാജിത കുതിപ്പിന് കൂടുതൽ ആധികാരികത നല്കുന്നു.

ഓരോ ഓട്ടവും കൂടുതൽ വാശിയോടെ ഓടുന്ന ബോൾട്ടിന് യഥാർത്ഥത്തിൽ സ്നേഹം സ്പ്രിന്റിനോടല്ല. ആ അത്‌ലറ്റിന്റെ മനസ്സുനിറയെ

ക്രിക്കറ്റും ഫുട്ബോളുമാണ്. എങ്കിലും ഒരു മഹത്തായ ലക്ഷ്യത്തിനു വേണ്ടി ശരീരവും മനസ്സും സമർപ്പിക്കുമ്പോൾ ചില സുഖാനുഭവങ്ങളെ നിങ്ങൾക്ക് ഉപേക്ഷിക്കേണ്ടിവരുമെന്ന് ബോൾട്ട് പറയുന്നു.

''കുട്ടിയായിരുന്നപ്പോൾ ക്രിക്കറ്റിനോട് എനിക്ക് ഭ്രാന്തമായ ആവേശമായിരുന്നു. എത്ര നേരം വേണമെങ്കിലും ക്രിക്കറ്റും ഫുട്ബോളും കളിക്കാൻ ഞാൻ തയ്യാറായിരുന്നു. പക്ഷേ ജീവിതത്തിൽ ഒരു ലക്ഷ്യം തീരുമാനിച്ചുകഴിഞ്ഞാൽ അത് നേടുന്നതിനുള്ള തയ്യാറെടുപ്പുകൾ ഉണ്ടാകണം. മാനസികമായി പിന്നീട് നാം അതിനുവേണ്ടി ഓരോ ഇഞ്ചും പൊരുതുകയാണ്. ലക്ഷ്യം വിലപിടിച്ചതും സ്വപ്നങ്ങൾ സൗജന്യവുമാണ്. പക്ഷേ ലക്ഷ്യത്തിലേക്ക് എത്തണമെങ്കിൽ നിങ്ങളുടെ വിലപിടിച്ച സമയവും നിരന്തരമായ ശ്രമങ്ങളും വേണ്ടതാണ്. അതിനു ത്യാഗപൂർണ്ണമായി തയ്യാറാവണം. വിയർപ്പൊലിക്കുമ്പോഴേ വിയർപ്പിന്റെ വില മനസ്സിലാകുകയുള്ളൂ.'' ഒരഭിമുഖത്തിൽ ബോൾട്ട് പറഞ്ഞു. ''നിങ്ങൾ സ്വയം ഉത്തേജിപ്പിച്ചുകൊണ്ടിരിക്കണം. പെലെയ്ക്കും മുഹമ്മദാലിക്കും ഈ ഉത്തേജനം ലഭിച്ചിരുന്നു. ശരീരം മാത്രമല്ല, പരിശ്രമങ്ങളെ ഫലവത്താക്കുന്നത്. മനസ്സാണ് അതിന്റെ കടിഞ്ഞാൺ'' ബോൾട്ട് ആത്മകഥയിൽ എഴുതി.

ബോൾട്ട് ജനിച്ചുവളർന്ന ജമൈക്ക സ്പോർട്സിനു ഏറ്റവും വളക്കൂറുള്ള മണ്ണായിരുന്നു. അത് സംസ്കാരത്തിന്റെ അടർത്തിമാറ്റാനാവാത്ത ഭാഗം തന്നെയായിരുന്നു. ഏറ്റവും ആരാധകരുള്ള കായികരൂപം ക്രിക്കറ്റാണെങ്കിലും ഫുട്ബോളും അത്‌ലറ്റിക്സും നെറ്റ്ബോളും റഗ്ബിയും അതിന്റെ സിരകളിലുണ്ട്. ബ്രിട്ടീഷ് കോളനിവൽക്കരണത്തിന്റെ ഭാഗമായാണ് ദ്വീപിലെങ്ങും ക്രിക്കറ്റ് പ്രചാരം നേടിയത്. ബോൾട്ടിന് അവരോടൊക്കെ അന്ധമായ ആരാധനയായിരുന്നു.

മൈക്കേൽ ഹോൾഡിങ്ങ്, ജാക്കി ഹെൻട്രിക്സ്, അലന്റേ, ലോറൻസ് ലോവ്, ജിമ്മി ആഡംസ്, കോർട്ടനി വാൽഷ്, ജെഫ്രി ഡുജോൺ എന്നിവരൊക്കെ ജമൈക്കയിൽനിന്ന് ക്രിക്കറ്റിന്റെ ലോകവേദിയിൽ എത്തിയവരാണ്.

കുട്ടിയായിരിക്കുമ്പോൾ പന്തും ബാറ്റുമില്ലാതെ ബോൾട്ടിനെ കാണാൻ സാധിക്കുമായിരുന്നില്ല. ജമൈക്കയിലുള്ള വടക്കുപടിഞ്ഞാറൻ പട്ടണമായ ട്രെലാനിയോടു ചേർന്നുകിടക്കുന്ന ഷെർവുഡ് എന്ന ഗ്രാമത്തിലാണ് ബോൾട്ട് പിറന്നുവീണത്.

അച്ഛൻ വെല്ലസ്ലി ബോൾട്ടിന് പലവ്യഞ്ജനക്കടയായിരുന്നു. അമ്മ ജെന്നിഫർ. വെല്ലസ്ലിയുടെ രണ്ടാം ഭാര്യയായിരുന്നു അവർ.

ആദ്യഭാര്യയിൽ വെല്ലസ്ലിക്ക് സെഡിക്കി എന്നൊരു മകനുണ്ട്. ജെന്നിഫറിനു പിറന്നതും ഒരാൺകുട്ടിയായിരുന്നു. ജനിച്ചപ്പോൾത്തന്നെ നല്ല വലുപ്പമുണ്ടായിരുന്നു ബോൾട്ടിന്. ബോൾട്ടിനു താഴെ ഒരു അനുജത്തിയുമുണ്ട് - ഷെറിൻ.

പ്രൈമറി സ്കൂളിൽ പഠിക്കുന്ന കാലത്തുതന്നെ ബോൾട്ടിന് ക്രിക്കറ്റിനോട് വലിയ അഭിനിവേശമുണ്ടായിരുന്നെന്ന് വെല്ലസ്ലി ഓർക്കുന്നു. ജ്യേഷ്ഠൻ സെഡിക്കിയും ക്രിക്കറ്റ് ഭ്രാന്തൻ തന്നെ. ഇരുവർക്കും ക്ലാസ്സിൽ പോകുന്നതിനേക്കാൾ ക്രിക്കറ്റ് കളിക്കുന്നതിലായിരുന്നു കമ്പം. പ്രൈമറി സ്കൂൾ പഠനത്തിനുശേഷം ജമൈക്കയിലെ വില്ല്യം നിബ് ഹൈസ്കൂളിൽ ചേർന്നപ്പോൾ അവിടത്തെ കായികാധ്യാപകൻ പാബ്ലോ മക്നീൽ ബോൾട്ടിൽ നോട്ടമിട്ടു. രണ്ടു ഒളിമ്പിക്സിൽ ഹ്രസ്വദൂര ഓട്ട മത്സരങ്ങളിൽ പങ്കെടുത്തിട്ടുള്ള മക്നീൽ യഥാർത്ഥ സ്പ്രിന്ററായി വളരാൻ സാധ്യതയുള്ള അത്‌ലറ്റുകളെ തേടി നടക്കുകയായിരുന്നു. അപ്പോഴാണ് ബോൾട്ട് സ്കൂളിൽ ചേരുന്നത്.

''ക്രിക്കറ്റ് കളിക്കുമ്പോൾ വിക്കറ്റിനിടയിലെ ബോൾട്ടിന്റെ ഓട്ടം അന്നേ ഞാൻ ശ്രദ്ധിച്ചിരുന്നു. ബൗണ്ടറി ലൈനിൽ നില്ക്കുമ്പോഴും ഞാൻ ഓട്ടം ശ്രദ്ധിച്ചു. 1996 ൽ അറ്റ്ലാന്റ ഒളിമ്പിക്സിൽ മത്സരിച്ച മൈക്കേൽ ഗ്രീനിനുശേഷം സ്പ്രിന്റിൽ മികച്ചൊരു താരത്തെ ജമൈക്കയ്ക്ക് ലഭിച്ചിരുന്നില്ല. മെർലിൻ ഓട്ടി മാത്രമായിരുന്നു ഞങ്ങളുടെ ഉറച്ച പ്രതീക്ഷ. ഓട്ടി എപ്പോഴും അതിജീവനശേഷി പ്രകടിപ്പിച്ച താരമാണ്. രണ്ട് ഒളിമ്പിക്സിലെങ്കിലും ബോൾട്ടിനെ ശരിയായ രീതിയിൽ മത്സരിപ്പിക്കുകയായിരുന്നു ഞങ്ങളുടെ ലക്ഷ്യം'' പാബ്ളോ മക്നീൽ ഒരു ഓർമ്മക്കുറിപ്പിൽ പങ്കുവെച്ചത് ഇങ്ങനെയാണ്. നൂറും ഇരുന്നൂറും മീറ്ററാണ് ബോൾട്ടിന് കൂടുതൽ ഇണങ്ങുകയെന്ന് മക്നീൽ ബോധ്യപ്പെടുത്തിക്കൊടുത്തു. പതിനാലാം വയസ്സിലും ബ്രയാൻ ലാറയേയും കർട്ട്ലി അംബ്രോസ് കോർട്ടനി വാൽഷ് കൂട്ടുകെട്ടിനേയും ആരാധിച്ചിരുന്ന ബോൾട്ടിന് ആ തീരുമാനം അത്ര ഉൾക്കൊള്ളാനായില്ല. എങ്കിലും കോച്ചിന്റെ വാക്കുകൾക്ക് ബോൾട്ട് വലിയ വില കല്പിച്ചു.

2001 സ്കൂളിലെ വാർഷിക ചാമ്പ്യൻഷിപ്പിൽ 200 മീറ്റർ 22.04 സെക്കന്റിൽ ഓടിയെത്തിയപ്പോൾ കോച്ചിന് ബോൾട്ടിലുള്ള വിശ്വാസം ദൃഢമായി. കരീബിയൻ രാജ്യങ്ങളുടെ ജൂനിയർ ചാമ്പ്യൻഷിപ്പിലും ബോൾട്ട് മികച്ച പ്രകടനംകൊണ്ട് ശ്രദ്ധേയനായി. 400 മീറ്ററിൽ ബോൾട്ട് മത്സരിക്കുന്നതും ഈ മീറ്റിലാണ്.

മക്നീലിന്റെ ലക്ഷ്യം മറ്റൊന്നായിരുന്നു. ബോൾട്ടിന് മത്സരങ്ങളിൽ പങ്കെടുക്കാൻ താല്പര്യമില്ല. പരിശീലനത്തിൽ സന്തോഷത്തോടെ പങ്കെടുക്കുന്ന ബോൾട്ട് മത്സരിക്കാനെത്തുമ്പോൾ ശുഭാപ്തി വിശ്വാസം കൈവിടുന്നു. ഇത് ഒരുതരം മാനസികാവസ്ഥയാണെന്ന് മക്നീലിന് മനസ്സിലായി. മക്നീലും സഹപരിശീലകൻ ഡ്വെയിൻ യാരേറ്റും അത് ആദ്യം പരിഹരിക്കണമെന്നു തീരുമാനമെടുത്തു.

കാരിഫ്റ്റ ഗെയിംസിനുള്ള ടീമിന്റെ ട്രയൽസിനിടയ്ക്ക് ബോൾട്ട് ഒളിച്ചോടിയപ്പോഴാണ് മക്നീലിന് പ്രശ്നം ഗുരുതരമാണെന്ന് ബോധ്യപ്പെട്ടത്. ഈ പതിനഞ്ചു വയസ്സുകാരന് യഥാർത്ഥമായ ഏകാഗ്രത കൈവരുത്താനുള്ള ശ്രമങ്ങളാണ് മക്നീൽ പിന്നീട് നടത്തിയത്. ലോകപ്രശസ്തനായ ഒരു കൗൺസിലറെക്കൊണ്ടുവന്ന് ബോൾട്ടുമായി സംഭാഷണം നടത്തി. ബോൾട്ടിന് ലക്ഷ്യങ്ങളെക്കുറിച്ച് യാതൊരു ഫോക്കസും ഇല്ലെന്ന നിഗമനത്തിലാണ് ഒടുവിൽ അവർ എത്തിച്ചേർന്നത്. അപ്പോഴേക്കും ആ പതിനഞ്ചുകാരൻ ആറടി അഞ്ച് ഇഞ്ചുള്ള ഒരു യുവാവായി മാറിക്കഴിഞ്ഞിരുന്നു. കിങ്ട്സ്റ്റണിലെ ലോക ജൂനിയർ ചാമ്പ്യൻഷിപ്പിന് പോകുന്നതിനുമുമ്പ് ബോൾട്ടിനെ മക്നീൽ തന്നെ തന്ത്രപൂർവ്വം ഉപദേശിച്ചു. അവർ ഇരുവരും ചേർന്ന് കൃത്യമായൊരു പരിശീലന പദ്ധതിയുണ്ടാക്കി. പരിശീലനം കഴിഞ്ഞ് മത്സരം അരങ്ങേറിയപ്പോൾ 20.6 സെക്കന്റിൽ ബോൾട്ട് 200 മീറ്റർ സ്വർണം കൈപിടിയിലൊതുക്കി. ബോൾട്ടിന്റെ ആന്തരിക ചോദനകൾ തക്കസമയത്തുതന്നെ ഉണർന്നു. തന്റെ കർമ്മരംഗം ഓട്ടം തന്നെയാണെന്ന് ബോൾട്ട് നിശ്ചയിച്ചു. ലോക ജൂനിയർ ചാമ്പ്യൻഷിപ്പിലെ സ്വർണമെഡലാണ് ബോൾട്ടിന് ആത്മവിശ്വാസം പകർന്നത്.

പതിനെട്ടുവയസ്സുള്ളപ്പോഴാണ് ബോൾട്ട് കനഡയിലെ ഷെയർബ്രൂക്കിൽ ലോക യൂത്ത് ചാമ്പ്യൻഷിപ്പിൽ പങ്കെടുക്കുന്നത്. 200 മീറ്റർ 20.1 സെക്കന്റിൽ ഓടിയെത്തി ബോൾട്ട് നേട്ടം ആവർത്തിച്ചു. പാൻ അമേരിക്കയിൽ ജൂനിയർ ചാമ്പ്യൻഷിപ്പിലും ബോൾട്ട് വിജയം ആവർത്തിച്ചതോടെ ഈ ചെറുപ്പക്കാരനിൽ, ലോകം കീഴടക്കാൻ കുതിക്കുന്ന ഒരു അത്‌ലറ്റ് ഉണ്ടെന്ന് ലോകം കണ്ടു. അതോടെ ലോകത്തിന്റെ പല ഭാഗത്തുനിന്നും ബോൾട്ടിനെ തേടി പരിശീലന വാഗ്ദാനങ്ങൾ പ്രവഹിച്ചു. അമേരിക്കൻ സർവ്വകലാശാലകൾ വലിയ ഓഫറുകളാണ് മുന്നോട്ടുവെച്ചത്. മികച്ച പരിശീലനത്തോടൊപ്പം അമേരിക്കൻ ടീമിൽ ചേരുകയും ട്രാക്ക് ചാമ്പ്യൻഷിപ്പുകളിൽ പങ്കെടുത്തുകൊണ്ട് സ്പോൺസർമാരെ ആകർഷിക്കുകയും ചെയ്യാമെന്ന വാഗ്ദാനങ്ങൾ ബോൾട്ട്

ആദ്യമേ നിരസിച്ചു. അക്കാലത്തും ബോൾട്ടിന്റെ ട്രെയ്നറും മുഖ്യ ഉപദേഷ്ടാവും മക്നീൽ തന്നെയായിരുന്നു.

ബോൾട്ടിന്റെ കഴിവുകളിൽ മക്നീലിന് ഉറച്ച വിശ്വാസമുണ്ടായിരുന്നു. അതുകൊണ്ടുതന്നെ ബോൾട്ടിനെ രാജ്യം സംരക്ഷിക്കേണ്ടതുണ്ടെന്ന വാദം ജമൈക്കൻ ഗവൺമെന്റ് മുഖവിലയ്ക്കെടുത്തു. ജമൈക്കൻ പ്രധാനമന്ത്രി പി.ജെ. പാറ്റേഴ്സൺ നേരിട്ട് ഇടപെട്ട് ബോൾട്ടിനെ കിങ്ങ്സ്റ്റണിലെ സാങ്കേതിക സർവ്വകലാശാലയിലെ പരിശീലന ക്യാമ്പിലേക്ക് ക്ഷണിച്ചു.

അപ്പോഴേക്കും ജമൈക്കയിലെ ഏറ്റവും അറിയപ്പെടുന്ന അത്‌ലറ്റ് എന്ന ഖ്യാതി ബോൾട്ടിനെ തേടിയെത്തിയിരുന്നു. പ്യൂമ, ബോൾട്ടിന് പുതിയൊരു ഓഫർ നല്കി. ആ ബന്ധം ഇപ്പോഴും തുടരുന്നു. 200-ലെ ഐ.എ.എഫ്. വേൾഡ് യൂത്ത് ചാമ്പ്യൻഷിപ്പിൽ ബോൾട്ട് മത്സരിച്ചെങ്കിലും ഫൈനലിലേക്ക് യോഗ്യത നേടിയില്ല. 21.03 സെക്കന്റിൽ 200 മീറ്റർ ഓടിയെത്തിയെങ്കിലും അത് ബോൾട്ടിന്റെ മികച്ച സമയം തന്നെയായിരുന്നു. തൊട്ടുപിന്നാലെ മക്നീലിന് വൻ വിമർശനം നേരിടേണ്ടി വന്നൊരു സംഭവം ബോൾട്ടിന്റെ ജീവിതത്തിലുണ്ടായി. കാരിഫ്റ്റ ട്രയൽസ് നടക്കുമ്പോൾ ബോൾട്ട് ഒരു വാനിൽ ഒളിച്ചുകടന്നു. വിമർശകർ മുഴുവനും മക്നീലിനെയാണ് കുറ്റപ്പെടുത്തിയത്. താൻ മൂലം പരിശീലകനു നേരിടേണ്ടി വന്ന വിമർശനം ബോൾട്ടിനെ ഉലച്ചു.

പക്ഷേ മക്നീൽ ഈ സന്ദർഭം ശരിക്കും ഉപയോഗപ്പെടുത്തി. ബോൾട്ട് ആരാണെന്നു ലോകത്തിനു മുഴുവൻ കാണിച്ചുകൊടുക്കേണ്ടതുണ്ടെന്ന് മക്നീൽ ഉപദേശിച്ചു. 200 മീറ്റർ 26.61 സെക്കന്റും 400 മീറ്റർ 47.12 സെക്കന്റിൽ ഫിനിഷ് ചെയ്തു. ബോൾട്ട് നഷ്ടപ്പെട്ട പ്രതാപം തിരിച്ചുപിടിച്ചു.

2004 ലാണ് ബോൾട്ട് 200 മീറ്ററിൽ 19.93 സെക്കന്റിന്റെ ലോക റെക്കോഡ് സൃഷ്ടിക്കുന്നത്. അപ്പോൾ ബോൾട്ടിന് പതിനേഴരവയസ്സാണ്. ഇതോടെയാണ് ഈ ജമൈക്കൻ തന്റെ കായികജീവിതത്തിലെ ഏറ്റവും നിർണ്ണായകമായ കുതിപ്പുകൾ തുടങ്ങുന്നത്. ഇതിനു ഈ യുവാവിനെ സജ്ജമാക്കുന്നത് പുതിയ പരിശീലകനായ ഗ്ലെൻ മിൽസാണ്.

പതിമൂന്നാമത്തെ വയസ്സിൽ നൂറുമീറ്ററിലും 200 മീറ്ററിലും ഭാഗ്യം പരീക്ഷിച്ച മിൽസിന് അധികം വൈകാതെ തനിക്ക് ഇതുരണ്ടും ബാലികേറാമലയാണെന്ന് ബോധ്യമായി. പക്ഷേ മത്സരരംഗത്തുനിന്നു പിന്മാറിയെങ്കിലും അത്‌ലറ്റിക്സിനോടുള്ള പ്രണയത്തിന് അതിരുകളുണ്ടായിരുന്നില്ല. കിങ്ങ്സ്റ്റണിലെ സീനിയർ കോച്ച് മക്ഡൊണാൾഡ് മിൽസിൽ ജാഗരൂകനായ ഒരു പരിശീലകന്റെ മൂലകമുണ്ടെന്ന് കണ്ടെത്തി. അതാണ് മിൽസിന് വഴിത്തിരിവായത്. മിൽസ് ആദ്യം പഠിച്ചത് ബോൾട്ടിന്റെ അനാട്ടമിയാണ്. 6 അടി 5 ഇഞ്ച് ഉയരമുള്ള ബോൾട്ടിന്റെ ഓട്ടത്തിനിടയിലുള്ള സ്ട്രൈഡുകൾ അദ്ദേഹം പ്രത്യേകം പഠിച്ചു. ചെറുപ്പത്തിൽ

ബോൾട്ടിന് നട്ടെല്ല് വളഞ്ഞുപോകുന്ന അസുഖമുണ്ടായിരുന്നു. സ്കോളി യോസിസ് എന്നാണ് രോഗത്തിന്റെ പേര്. ഇതുമൂലമുള്ള വൈകല്യം കാലിലാണ് പ്രകടമായത്. വലത്തേ കാലിന് അര ഇഞ്ച് നീളം കൂടു തലാണ്. ഓടുമ്പോൾ ഇതൊരു പ്രത്യേക ആയം നല്കുന്നുണ്ട്. മറ്റു ഓട്ടക്കാരേക്കാൾ വലിയ ചുവടാണ് (ടൃേശറല) ആണ് ബോൾട്ടിന്റേത്. പക്ഷേ അതിന് കൂടുതൽ ഊർജ്ജം ചെലവഴിക്കുന്നില്ല. അതുകൊണ്ട് വളരെ വേഗത്തിൽ നൂറുമീറ്റർ ഓടിത്തീർക്കാൻ കഴിയും. എന്തുകൊണ്ട് നൂറുമീറ്ററിൽ ഈ കൗമാരക്കാരനെ മത്സരിപ്പിച്ചുകൂടാ?

മിൽസിന്റെ ചിന്ത ആ വഴിക്ക് സഞ്ചരിക്കുന്നത് ബോൾട്ട് അറി ഞ്ഞില്ല. ബോൾട്ടിന്റെ ആഗ്രഹവും അതായിരുന്നു. നൂറിലും ഇരുന്നൂ റിലും മത്സരിച്ച് ഡബിൾ നേടുക.

2007 ൽ ബോൾട്ടിന്റെ ആദ്യ പരീക്ഷണം മിൽസിനെ സന്തോഷി പ്പിച്ചു. 200 മീറ്ററിൽ ബോൾട്ട് 19.75 സെക്കന്റിന്റെ പുതിയ റെക്കോർഡ് സ്ഥാപിച്ചപ്പോൾ, നൂറു മീറ്ററിന് ബോൾട്ട് പാകമായി എന്ന് മിൽസിനു തോന്നി. മിൽസ് ബോൾട്ടിന് മാത്രമായി ഫുഡ് മെനു ഉണ്ടാക്കി. ഉറക്കം ക്രമീകരിച്ചു. പ്രശ്നം പരിശീലന സമയമാണ്. പരിശീലനത്തെ ബോൾട്ട് ലാഘവത്തോടെയാണ് കണ്ടത്. പലപ്പോഴും ബോൾട്ടിന് പിഴക്കുന്നത് സ്റ്റാർട്ടിങ്ങിലാണ്. പക്ഷേ ആദ്യത്തെ 30 മീറ്ററിനുള്ളിൽ ഈ പ്രശ്നം പരിഹരിക്കണം. അവിടെനിന്നാണ് അയാളുടെ മുന്നാക്കമുള്ള കുതി പ്പിന്റെ പ്രവേഗം (Velocity) കൂട്ടേണ്ടത്. മിക്കവാറും എല്ലാ മത്സരങ്ങളിലും അന്യൂനമായ ഒരു സ്റ്റാർട്ടിങ്ങ് കിട്ടാറില്ല. ഇത് മിൽസിന്റെ ഉറക്കം കളഞ്ഞു.

എങ്കിലും ജപ്പാനിലെ ഒസാക്കയിലും കിങ്ങ്സ്റ്റണിലെ ഇൻവിറ്റേഷൻ മീറ്റിലും ബോൾട്ട് ബെയ്ജിങ്ങ് ഒളിമ്പിക്സിന് തയ്യാറെടുക്കുന്ന അത്‌ല റ്റുകളെ ഞെട്ടിച്ചു. ബോൾട്ടിന്റെ അസാമാന്യമായ ഫിനിഷ് പലരിലും സംശയങ്ങൾ ഉയർത്തി.

പല മാധ്യമങ്ങളും ചില പരിശീലകരും ബോൾട്ട് ഒരു മരുന്നടി ക്കാരനാണെന്നാണ് അടക്കം പറഞ്ഞത്. ഇത് പടിഞ്ഞാറൻ മാധ്യമങ്ങൾ ഒരു കോറസ് പോലെ പാടിക്കൊണ്ടിരുന്നു. ബോൾട്ട് 100 മീറ്റർ 9.76 സെക്കന്റിൽ ഫിനിഷ് ചെയ്തപ്പോൾ അമേരിക്കൻ താരം ടൈസൺ ഗേ അദ്ഭുതപ്പെട്ടു. ആ കുതിപ്പിനെ ഒളിമ്പിക് താരം മൈക്കേൽ ജോൺസൺ അസമാന്യമെന്നാണ് നിരീക്ഷിച്ചത്.

2008 ൽ ന്യൂയോർക്കിൽ നടന്ന റീബക്ക് ഗ്രാൻപ്രിയിൽ ബോൾട്ട് 9.72 സെക്കന്റിൽ ഓടി അസഫാ പവലിന്റെ 9.74 സെക്കന്റിന്റെ ലോക റെക്കോർഡ് മാറ്റിയെഴുതി. ആ മത്സരത്തിൽ ബോൾട്ടിനോടൊപ്പം ഓടിയ ടൈസൺ ഗേ പറഞ്ഞത് ഓട്ടത്തിനിടയിൽ ഒരാൾ പറന്നുപോകുന്നത് കണ്ടുവെന്നാണ്. ബോൾട്ടിന്റെ കാൽമുട്ടുകൾ ടൈസന്റെ മുഖത്തിനു നേരെ പറന്നുപോയെന്നാണ് അയാൾ പറഞ്ഞത്. അഭിനന്ദനത്തിന്റെ

അംശത്തേക്കാൾ ബോൾട്ടിന്റെ അസാമാന്യ കുതിപ്പിനു പിന്നിലുള്ള അജ്ഞാതശക്തിയെയാണ് ടൈസന്റെ വാക്കുകൾ സൂചിപ്പിച്ചത്.

ബെയ്ജിങ്ങ് ഒളിമ്പിക്സിന്റെ തയ്യാറെടുപ്പിനിടയിൽ മിൽസ് ഒരു പ്രത്യേക സ്ട്രാറ്റജി തയ്യാറാക്കി. ക്രമാനുഗതമായി റണ്ണിങ്ങ് കൊടുമുടിയിലേക്ക് കയറ്റിക്കൊണ്ടുവരിക എന്നതായിരുന്നു ആ തന്ത്രം.

ബെയ്ജിങ്ങ് ഒളിമ്പിക്സിൽ 100 മീറ്ററിന്റെ ക്വാർട്ടർ ഫൈനൽ 9.92 സെക്കന്റിന് സെമിഫൈനൽ, 9.85 സെക്കന്റിന് ഓടിയെത്തിയപ്പോൾ മിൽസിന് താൻ വിഭാവനം ചെയ്ത അതേ തന്ത്രത്തിലേക്ക് ബോൾട്ട് വരികയാണെന്ന് തോന്നി.

ഫൈനലിൽ ബോൾട്ട് 9.69 ന്റെ പുതിയ ഒളിമ്പ്ക് റെക്കോർഡ് സ്ഥാപിക്കുകയും ചെയ്തു. രണ്ടാമതെത്തിയ റിച്ചാർഡ് തോംസൺ 9.89 സെക്കന്റിനാണ് ഫിനിഷ് ചെയ്തത്. കാറ്റിന്റെ ആനുകൂല്യം തീരെ ഉണ്ടായിരുന്നില്ല. എന്നാൽ ഫിനിഷിങ്ങിൽ ബോൾട്ട് വേഗം കുറച്ചു. ഷൂസിന്റെ ലേസ് കൃത്യമായി കെട്ടിയിരുന്നുമില്ല. ആദ്യത്തെ 60 മീറ്ററിലെ ബോൾട്ടിന്റെ ഓട്ടം കണക്കാക്കിയാൽ അയാൾ 9.52 സെക്കന്റിൽ ഫിനിഷ് ചെയ്യുമായിരുന്നുവെന്നാണ് മിൽസ് പിന്നീട് വിശദീകരിച്ചത്. ബോൾട്ട് നെഞ്ചിലിടിച്ച് ആഹ്ലാദം പ്രകടിപ്പിച്ചത് മര്യാദകേടാണെന്ന് ചിലർ കുറ്റപ്പെടുത്തിയിരുന്നുവെങ്കിലും, മിൽസ് അതൊന്നും കാര്യമാക്കാതെ, ബോൾട്ടിനോട് 200 മീറ്ററിന് തയ്യാറെടുക്കാൻ ആവശ്യപ്പെട്ടു. ''അതിൽക്കൂടി റെക്കോർഡ് തകർത്താൽ, നീയൊരു ചരിത്രമാവും.'' മിൽസ് ബോൾട്ടിനെ പ്രചോദിപ്പിച്ചു. മൈക്കേൽ ജോൺസൺ തന്റെ റെക്കോർഡ് (അറ്റ്ലാന്റ 19.32 സെക്കന്റ്) നിലനില്ക്കുമെന്ന് പ്രത്യാശിച്ചിരുന്നു. ബോൾട്ട് സ്വർണം നേടും. പക്ഷേ ലോക റെക്കോർഡ്

നിലനില്ക്കും. ഇതായിരുന്നു മൈക്കേലിന്റെ വിചാരം. പക്ഷേ 19.30 സെക്കന്റിൽ ഒരു ചുഴലിക്കാറ്റ് വീശുന്നതുപോലെ ബോൾട്ട് 200 മീറ്റർ ഓടിയെത്തി. ആഗസ്റ്റ് 20-ന് നടന്ന റിലേയിൽ 37.10 സെക്കന്റിൽ ജമൈക്ക ഓടിയെത്തി സ്വർണം നേടി. മൂന്നാം ലാപ്പിലാണ് 100 ః 4 റിലേയിൽ ബോൾട്ട് ഓടിയത്. ഒരാഴ്ച സമയത്തിനുള്ളിൽ ബോൾട്ട് നേടിയത് മൂന്ന് റെക്കോർഡ്, മൂന്ന് സ്വർണം. ലോകത്തിനുമുന്നിൽ ബോൾട്ട് അപരാജിത കുതിപ്പുകളുടെ പ്രതീകമായി. ബോൾട്ടിനെ ആദ്യം അഭിനന്ദിച്ചത് മൈക്കേൽ ജോൺസൺ തന്നെയായിരുന്നു.

ഒരഭിമുഖത്തിൽ ജോൺസൺ പറഞ്ഞു ''ബോൾട്ട് നമ്മുടെ കാലത്ത് ലഭിച്ച ഏറ്റവും മാതൃകയാക്കാവുന്ന അത്‌ലറ്റാണ്. അവന്റെ ഉള്ളിൽ ജയിച്ചേ പറ്റൂ എന്ന് ആർത്തുവിളിക്കുന്ന വാശിക്കാരനുണ്ട്. അവന്റെ ശരീരം ഓടാൻവേണ്ടി ദൈവം നിർമ്മിച്ചതാണ്.''

ലണ്ടൻ ഒളിമ്പിക്സാണ് ബോൾട്ട് തീപിടിപ്പിച്ച വേദി. നൂറുമീറ്ററിൽ ബോൾട്ട് മത്സരിക്കാനിറങ്ങുമ്പോൾ ലോകത്തിലെ ഏറ്റവും മികച്ച സ്പ്രിന്റർമാർ ഒപ്പം ഓടാനുണ്ടായിരുന്നു. ജമൈക്കയുടെ തന്നെ അസഫ പവൽ, അമേരിക്കയുടെ ടൈസൻ ഗേ, ജസ്റ്റിൻ ഗാട്ട്ലിൻ, ജമൈക്കയുടെ സെൻസേഷനായ യൊബാൻ ബ്ലേക്ക് അമേരിക്കയുടെ തന്നെ റയൻ ബെയ്‌ലി, ട്രിനിഡാഡിന്റെ റിച്ചാർഡ് തോംസൺ, ഹോളണ്ടിന്റെ ചുരാണ്ടി എന്നിവരൊക്കെ മികച്ച ഫോമിലാണ്. 2005ലെ ലോക ചാമ്പ്യനായ ഗാറ്റ്ലിൻ മരുന്നുപയോഗത്തിന് പിടിക്കപ്പെട്ട് സസ്പെൻഷൻ കഴിഞ്ഞു തിരിച്ചുവരികയാണ്. ടൈസൺ ഗേ, പേശിവലിവ് മൂലം കഴിഞ്ഞ ഒളിമ്പിക്സിൽ മത്സരിച്ചിരുന്നില്ല. എല്ലാവരും ഫൈനലിലേക്ക് കടന്നപ്പോൾ ലണ്ടനിലെ 100 മീറ്റർ ശ്വാസമടക്കിപ്പിടിച്ച് കാണേണ്ട കാഴ്ചയായി മാറി.

ഏഴാം ലെയ്നിൽ നിന്ന ബോൾട്ടിന് സമ്മർദ്ദം തീരെയുണ്ടായില്ല. മാത്രമല്ല, സ്റ്റാർട്ട് മുഴങ്ങിയപ്പോൾ അയാൾക്ക് പെട്ടെന്നുതന്നെ മുന്നോക്കം നീങ്ങാനായി. തന്റെ സ്വതസിദ്ധമായ ശൈലിയിൽത്തന്നെ ബോൾട്ട് ഓടി. 9.63 സെക്കന്റിൽ പുതിയ ഒളിമ്പിക് റെക്കോർഡ് കരസ്ഥമാക്കി അയാൾ സ്വർണം അണിഞ്ഞു. ബ്ലേക്ക് രണ്ടാമതും ഗാറ്റ്ലിൻ മൂന്നാമതും ടേപ്പ് തൊട്ടു.

200 മീറ്ററിൽ യൊഹാൻ ബ്ലേക്കും വാറൻ വികറും ഉൾപ്പെടെയുള്ളവർ ഉണ്ടായിരുന്നു. ആദ്യത്തെ 100 മീറ്റർ കഴിഞ്ഞപ്പോൾ മത്സരം ബോൾട്ടിന്റെ നിയന്ത്രണത്തിലായി. ഒടുവിലത്തെ അമ്പതുമീറ്ററിൽ മത്സരം ബ്ലേക്കും ബോൾട്ടും തമ്മിലായി. 19.32 സെക്കന്റിന് ബോൾട്ട് സ്വർണം നേടി. ആഹ്ലാദത്തിന്റെ അനുപമമായ നിമിഷത്തിൽ ട്രാക്കിൽ നാലഞ്ച് പുഷ്അപ് എടുത്തശേഷമാണ് ബോൾട്ട് സ്റ്റേഡിയം വിട്ടത്.

4 x 100 മീറ്റർ റിലേയിൽ ജമൈക്കക്ക് വെല്ലുവിളി ഉയർത്താൻ യു. എസ്. ടീമിനു കഴിയുമെന്ന് വിശ്വസിച്ചിരുന്നു. എന്നാൽ ഗാറ്റ്ലിനും

ടൈസൻ ഗേയും ഉൾപ്പെടെ അമേരിക്കൻ ടീമിനെ മത്സരത്തിൽ അയോഗ്യരായി പ്രഖ്യാപിച്ചു. അത് വിവാദത്തിനു തിരി കൊളുത്തിയെങ്കിലും നെസ്റ്റ കൾട്ടർ, മൈക്കേൽ ഫ്രേറ്റർ, യൊഹാൻ ബ്ലേക്ക്, ബോൾട്ട് എന്നിവർ ഉൾപ്പെട്ട ജമൈക്ക 36.84 സെക്കന്റിന്റെ ഒളിമ്പിക് റെക്കോർഡോടെ സ്വർണം കരസ്ഥമാക്കി. ഈ നേട്ടത്തോടെ ബോൾട്ട് ഒളിമ്പിക് ചരിത്രത്തിലെ ഏറ്റവും മികച്ച അത്‌ലറ്റെന്ന വിശേഷണത്തോടെ, അനശ്വരതയിലേക്ക് യാത്ര തുടർന്നു.

റിയോ ഒളിമ്പിക്സിലാണ് ആ യാത്ര പൂർത്തിയായത്. 100 മീറ്ററിൽ യു.എസ്. പ്രതീക്ഷകളായി ഗാറ്റ്ലിനും ബ്രോമെല്ലും കനഡയുടെ ആൻഡ്രെ ഡിഗ്രസും നാട്ടുകാരനായ യൊഹാൻ ബ്ലേക്കും ബോൾട്ടിനൊപ്പമുണ്ടായിരുന്നു. ഇത്തവണ ഗാറ്റ്ലിനാണ് വെല്ലുവിളി ഉയർത്തിയത്. 70 മീറ്റർ പിന്നിട്ടപ്പോൾ ബോൾട്ട് മുന്നിൽ കടന്നു. ഗാറ്റ്ലിനു പിന്നിൽ ആൻഡ്രെ ഡിഗ്രസ്സും കുതിച്ചെത്തി. 9.81 സെക്കന്റിൽ ബോൾട്ടിനു സ്വർണം. ഗാറ്റ്ലിൻ എട്ട് സെക്കന്റ് പിന്നിൽ. മൂന്നാമനായി ആൻഡ്രെയും.

ഇതോടെ ലോകം മുഴുവൻ 200 മീറ്റർ സ്പ്രിന്റിലേക്ക് തിരിഞ്ഞു. ബോൾട്ട് അപരാജിതനായി 37.27 സെക്കന്റിൽ ഫിനിഷ് ചെയ്തു. ഈ മീറ്റിൽ 4 x 100 മീറ്റർ റിലേയിൽ യു.എസ്. ടീം വീണ്ടും അയോഗ്യരായി. ജപ്പാനും കാനഡയുമാണ് രണ്ടും മൂന്നും സ്ഥാനങ്ങളിൽ വന്നത്. അസഫാ പവലിൽ തുടങ്ങി യൊഹാൻ ബ്ലേക്ക്, ആഷ്മീഡ് എന്നിവരിലൂടെ ബോൾട്ടിലേക്ക് ബാറ്റൺ എത്തിയപ്പോൾ സ്റ്റേഡിയം പൊട്ടിത്തെറിച്ചു. 37.27 സെക്കന്റിൽ ജമൈക്ക നേടിയപ്പോൾ ബോൾട്ടിന് ഒമ്പതാം സ്വർണം.

ബോൾട്ട് ഇതിഹാസം മാത്രമല്ല, പ്രതിഭാസവുമായി. സ്വന്തം നാടിന്റെ ടൂറിസം ബ്രാന്റ് അംബാസഡർ പദവി ഏറ്റെടുത്തപ്പോൾ ജമൈക്കക്ക് വലിയ വരുമാനവർദ്ധനയാണ് ലഭിച്ചത്. പ്യൂമയുടെ സ്പോൺസർഷിപ്പ് ലഭിച്ചതോടെ 608 കോടി രൂപയുടെ വർദ്ധന ലഭിച്ചതായി അവർ തന്നെ വെളിപ്പെടുത്തി. വഖാർ യൂനിസിനേയും ഗെയിലിനേയും സച്ചിനേയും ഹെയ്ഡനേയും ആരാധിക്കുന്ന ബോൾട്ടിന്റെ പ്രിയപ്പെട്ട ഫുട്ബോൾ ടീം മാഞ്ചസ്റ്റർ യുണൈറ്റഡാണ്. ഇഷ്ടതാരം ഡച്ച് മാന്ത്രികൻ റുഡ്വാൻ നിസ്റ്റൽറോയിയും. പരിശീലനത്തിനാണ് ബോൾട്ട് കൂടുതൽ പ്രാധാന്യം നല്കുന്നത്. ഫ്രൈഡ് ചിക്കനും പിസയുമൊക്കെ കഴിക്കുന്ന ബോൾട്ട് പറഞ്ഞത് 'താനൊരു കുതിരയെപ്പോലെ തിന്നും' എന്നാണ്. എന്നാൽ വർക്കൗട്ടിൽ അതു കത്തിച്ചുകളയും. കഴിഞ്ഞ വർഷം മേയിൽ കൂട്ടുകാരി കാസി ബെന്നറ്റിന് കുഞ്ഞ് പിറന്നു. ബോൾട്ട് കുഞ്ഞിന് പേരിട്ടത് ഒളിമ്പിയ ലൈറ്റനിങ്ങ് ബോൾട്ട് എന്നാണ്. അതിനു പിന്നാലെ പാർട്ടി നടത്തിയ ബോൾട്ടിന് കോവിഡ് പകർന്നെങ്കിലും വളരെ വേഗം രോഗവിമുക്തനായി.

■

ഭാഗം രണ്ട്

കറുത്ത ഒളിമ്പിക്സ്

ഒളിമ്പിക്സിന്റെ ഇരുണ്ട അധ്യായങ്ങൾ

മ്യൂണിച്ചിൽ അണിഞ്ഞ ദുരന്തത്തിന്റെ കുരിശ്

മ്യൂണിച്ചിന്റെ ഒളിമ്പിക് വേദിയിലേക്ക് രാത്രിയുടെ മറവിലെത്തിയ മരണദൂതൻ തകർത്തത് മഹത്തായൊരു വിശ്വാസ സംസ്കൃതിയെയായിരുന്നു. മ്യൂണിച്ച് കൂട്ടക്കുരുതി അങ്ങനെ ഒളിമ്പിക് ചരിത്രത്തിലെ ദാരുണവും ഭീതിജനകവുമായ അധ്യായമായി പരിണമിച്ചു. മനുഷ്യരാശിയുടെ ചരിത്രത്തിൽ അത് പരിഹാരം കാണാത്ത മഹാവ്യാധിയായി മാറി. പാലസ്തീനിൽ, ഗാസയിൽ, ബെയ്റൂട്ടിൽ ഏറ്റുമുട്ടലുകളും കുരുതിയും നടക്കുമ്പോഴൊക്കെ മ്യൂണിച്ച് ഓർമ്മകളിലേക്ക് തിരികെ വന്നു. പാലസ്തീനികളും ജൂതരും തമ്മിലുള്ള പ്രശ്നത്തിനപ്പുറം അതു ലോകത്തിന്റെ മുറിവായി മാറി. 1972 സെപ്തംബർ അഞ്ചിന് നടന്ന കൂട്ടക്കുരുതിയുടെ പ്രതിനായകന്മാരിൽ ഒരാൾ ഇന്നും ജീവിച്ചിരുപ്പുണ്ട്. എട്ട് ഭീകരന്മാരിൽ അവശേഷിക്കുന്ന ഒരേയൊരാൾ - ജമാൽ അൽഗാസി. ഈ ക്രൂരതയ്ക്കുശേഷം അയാളുടെ ജീവിതം ഒളിത്താവളങ്ങളിൽ മാത്രമായി. 53 വർഷമായി അയാൾ വടക്കൻ ആഫ്രിക്കയിലും സിറിയയിലുമുള്ള ഒളിയിടങ്ങളിലാണ്. അയാൾ നല്കിയ ഒരേയൊരു അഭിമുഖത്തിൽ പറഞ്ഞ ഒരു വാചകമുണ്ട്. ''നേരിട്ട് ഒരു ആക്ഷനിൽ പങ്കെടുക്കുന്നത് അത്ര പ്രയാസം നിറഞ്ഞതല്ല. പക്ഷേ ഒളിജീവിതം ദുഷ്കരമാണ്. എപ്പോഴും ഒരു വെടിയുണ്ട പ്രതീക്ഷിച്ചുകൊണ്ടുള്ള ജീവിതം.''

53 വർഷമായി തന്റെ പിറകിൽ വേട്ടപ്പട്ടികളുണ്ടെന്ന് അയാൾക്കറിയാം. ഇസ്രായേൽ ചാരസംഘടനയായ മൊസാദിന്റെ സംഘങ്ങൾ ഇപ്പോഴും അൽഗാസിയെ തിരയുകയാണ്...

ആനന്ദം നിറഞ്ഞ ഒളിമ്പിക്സ്. അതായിരിക്കും മ്യൂണിച്ച് ഗെയിംസ് എന്ന് അധികൃതർ പ്രഖ്യാപിച്ചത് വെറുതെ ആയിരുന്നില്ല. സുരക്ഷാപ്രവർത്തകർ പോലും അത്‌ലറ്റുകളോട് ടൂറിസ്റ്റ് ഗൈഡുകളെപ്പോലെയാണ് പെരുമാറിയത്. സ്വതന്ത്രമായി എവിടേയും പോകാം. ആ ഒളിമ്പിക്സിനെ ആനന്ദകരമാക്കിയത് 4 ലെജണ്ടുകളാണ്. നീന്തലിൽ ഏഴു സ്വർണം നേടി ചരിത്രം സൃഷ്ടിച്ച മാർക്ക് സ്പിറ്റ്സ്, ജിംനാസ്റ്റിക്സിൽ തിളങ്ങിയ ഓൾഗാ കോർബട്ട്, അയ്യായിരവും പതിനായിരവും ഓടി ജയിച്ച

ലാസെ വിരൻ പതിനഞ്ചാം വയസ്സിൽ നീന്തൽക്കുളത്തിൽനിന്ന് മൂന്നു സ്വർണമെഡൽ വാരിയ ആസ്ത്രേല്യൻ വിസ്മയം ഷെയിൻ ഗോൾഡ്.

ആ ഒളിമ്പിക്സിലെ ഏറ്റവും തീപിടിച്ച മത്സരം ബാസ്ക്കറ്റ് ബോളിൽ അമേരിക്കൻ ടീം റഷ്യയോട് ഒരു പോയന്റിന് തോറ്റതാണ്.

ചരിത്രം ഇതൊക്കെ രേഖപ്പെടുത്തിയിട്ടുണ്ട്. ഒളിമ്പിക്സിന്റെ നേട്ടങ്ങളിലും കഥകളിലും ഇതൊക്കെ നിറഞ്ഞുനിന്നെങ്കിലും ലോകത്തെ ഒന്നടങ്കം മുൾമുനയിൽ നിർത്തുകയും സ്തബ്ധമാക്കുകയും ചെയ്ത കൂട്ടക്കൊല കൊണ്ടാണ് മ്യൂണിച്ച് ഓർമ്മിക്കപ്പെടുന്നത്. ആ സംഭവം നൂറുകണക്കിന് ത്രില്ലർ നോവലുകളായും, ഒട്ടേറെ അനുഭവ ആഖ്യാനങ്ങളായും ഹോളിവുഡ് സിനിമകളായും ഓർമ്മക്കുറിപ്പുകളായും നിറഞ്ഞു നില്ക്കുന്നു. 2016ലെ റിയോ ഒളിമ്പിക്സ് ആ ഭീകരാക്രമണത്തിൽ കൊല്ലപ്പെട്ട കായികതാരങ്ങൾക്ക് പ്രണാമമർപ്പിച്ചുകൊണ്ടാണ് ആരംഭിച്ചത്.

ഒളിമ്പിക്സിന്റെ ചരിത്രത്തിലൊന്നും ഇതിന് സമാനമായ സംഭവമില്ല. രണ്ടു മഹായുദ്ധങ്ങളുടെ കാലത്ത് ഒളിമ്പിക്സ് വേണ്ടെന്നുവെച്ചിരുന്നു. മ്യൂണിച്ചിനു തൊട്ടുമുമ്പ് മെക്സിക്കോ ഒളിമ്പിക്സ് അരങ്ങേറ്റത്തിനു 48 മണിക്കൂർ മുമ്പേ ഒരു പ്രക്ഷോഭത്തിൽ രണ്ടുപേർ വെടിയേറ്റുമരിച്ചതാണ് എടുത്തുപറയാനുള്ള മറ്റൊരു സംഭവം. പക്ഷേ മ്യൂണിച്ചിലെ കൂട്ടക്കൊല ലോകത്തെ മരവിപ്പിച്ചുകളഞ്ഞു.

1972 ആഗസ്റ്റ് 26-ന് ഒളിമ്പിക് മത്സരങ്ങൾ തുടങ്ങി. ചരിത്രത്തിലാദ്യമായി 7173 അത്‌ലറ്റുകൾ മത്സരങ്ങളിൽ പങ്കുകൊണ്ടു. 121 രാജ്യങ്ങളാണ് പങ്കെടുത്തത്. ഏതാണ്ട് എല്ലാ കായികരാഷ്ട്രങ്ങളും മ്യൂണിച്ചിൽ എത്തി.

സെപ്തംബർ 5-ന് പുലർച്ചെ 4.40ന് മ്യൂണിച്ചിലെ കൊണെല്ലി സ്ട്രാസിലെ ഒന്നാം നമ്പർ അപ്പാർട്ടുമെന്റിൽ കറുത്ത വസ്ത്രം ധരിച്ച് മുഖം മുഴുവൻ മൂടിയ 8 ഭീകരന്മാർ യന്ത്രത്തോക്കുകളുമായി എത്തി. ഒളിമ്പിക് വില്ലേജിന്റെ അകത്തുകടക്കാൻ അവർക്ക് ഒരു തടസ്സവുമുണ്ടായില്ല. അഞ്ച് അപ്പാർട്ടുമെന്റുകളിലായാണ് ഇസ്രായേലി അത്‌ലറ്റുകളും പരിശീലകരും താമസിച്ചിരുന്നത്. അതിൽ ഒന്നാമത്തെ അപ്പാർട്ട്മെന്റിൽ ഭൂരിഭാഗവും പരിശീലകരായിരുന്നു. ഒന്നാമത്തെ അപ്പാർട്ട്മെന്റിന്റെ വാതിലിൽ മുട്ടിയപ്പോൾ ഇസ്രായേൽ റസലിങ്ങ് റഫറിയായ യൂസഫ് ഗുട്ട് ഫ്രണ്ട് വാതിൽ തുറന്നു. പുറത്തു ഭീകരരെ കണ്ടയുടനെ ഗുട്ട്ഫ്രണ്ട് വാതിലടക്കാൻ ശ്രമിച്ചു. അതു സെക്കന്റുകൾ മാത്രമേ നീണ്ടുനിന്നുള്ളൂ. ശബ്ദം കേട്ട് ഓടിവന്ന റസലിങ്ങ് പരിശീലകൻ മോക്ഷെ വീൻ ബർഗ് വാതിലിൽ എത്തുംമുമ്പേ ഭീകരർ അകത്തുകയറി. അവർ ഗുട്ട്ഫ്രണ്ടിനെ തലയിൽ വെടിവെച്ചു. അതിനിടയിലുള്ള മൽപ്പിടുത്തത്തിൽ വീൻബർഗിനും വെടിയേറ്റിരുന്നു. വെടിയേറ്റ വീൻബർഗിനെ തോക്കിൻമുനയിൽ നിർത്തി അവർ അടുത്ത അപ്പാർട്ട്മെന്റിലേക്ക് നീങ്ങി. വീൻബർഗ്

ഭീകരരെ, മൂന്നാം നമ്പർ അപ്പാർട്ട്മെന്റിലേക്കാണ് കൊണ്ടുപോയത്. അവിടെയുള്ളത് ഗുസ്തിക്കാരും വെയ്റ്റ് ലിഫ്റ്റർമാരുമായിരുന്നു. അവിടെ വെച്ച് ഭീകരരെ കീഴടക്കാമെന്ന് വീൻ ബർഗ് പ്രത്യാശിച്ചു. പക്ഷേ, അവർ നല്ല ഉറക്കത്തിലായിരുന്നു. അവിടെവെച്ച് ചെറുത്തുനില്ക്കാൻ ശ്രമിച്ച വീൻബർഗ് വെടിയേറ്റു മരിച്ചു. ഭീകരരെ ഏതാണ്ട് കീഴ്പ്പെടുത്തി യന്ത്രത്തോക്ക് കൈക്കലാക്കാൻ വീൻബർഗ് ശ്രമിച്ചതായിരുന്നു. ഇതിനിടെ അപ്പാർട്ട്മെന്റ് രണ്ടിലെ നടത്തക്കാരൻ ഗാസ് സഞ്ചാരി ജനൽ വഴി ഗാരേജിലേക്ക് ചാടി. ഷൗൾ ഷഡാനി എന്ന അത്‌ലറ്റും ജനൽവഴി ചാടി രക്ഷപ്പെട്ടു. അപ്പാർട്ട്മെന്റ് മൂന്നിലെ ബന്ദികളേയും കൂട്ടി ഭീകരർ ഒന്നാം അപ്പാർട്ട്മെന്റിലെത്തി. വെയ്റ്റ് ലിഫ്റ്റർ യൂസഫ് റൊമാനോ ഒരു ഭീകരന്റെ കൈയിൽനിന്ന് തോക്ക് തട്ടിപ്പറിക്കാൻ ശ്രമം നടത്തി. അയാളെ ഭീകരൻ വെടിവെച്ചുകൊന്നു. ബുള്ളറ്റുകൾ നിറഞ്ഞ ആ ശരീരം ഭീകരർ അപ്പാർട്ട്മെന്റിനു മുമ്പിലെ റോഡിലേക്ക് വലിച്ചിട്ടു. അതൊരു മുന്നറിയിപ്പായിരുന്നു. ഒമ്പത് പേരേയാണ് ഭീകരർ ബന്ദികളായി പിടിച്ചത്.

ഇസ്രായേലി അപ്പാർട്ട്മെന്റുകൾ ഇന്ത്യൻ അത്‌ലറ്റുകൾ താമസിച്ചിരുന്ന മുറികൾക്കു തൊട്ടുപിന്നിലായിരുന്നു. അതേക്കുറിച്ച് അന്തരിച്ച ഒളിമ്പ്യൻ സുരേഷ് ബാബു ഓർമ്മക്കുറിപ്പ് എഴുതിയിട്ടുണ്ട്. വെടിയൊച്ചകൾ കേട്ടാണ് ഇന്ത്യൻ സംഘം ഉണർന്നത്. അപ്പോഴേക്കും ഭീകരർ നുഴഞ്ഞുകയറി ഇസ്രായേലി അത്‌ലറ്റുകളെ കൊന്ന കാര്യം ഒളിമ്പിക് ഗ്രാമം മുഴുവൻ അറിഞ്ഞുകഴിഞ്ഞിരുന്നു. എന്നാൽ അത് ആരാണ് ചെയ്തതെന്ന് ആർക്കും അറിയില്ലായിരുന്നു. അഞ്ചുമണി കഴിഞ്ഞപ്പോൾ ലോകം മുഴുവനും അതറിഞ്ഞുകഴിഞ്ഞിരുന്നു. എങ്കിലും അന്നു നടക്കേണ്ടിയിരുന്ന ചില മത്സരങ്ങൾ മ്യൂണിച്ചിന്റെ മറ്റുപല ഭാഗങ്ങളിലുമായി നടന്നിരുന്നു. പിന്നീടത് നിർത്തി. അപ്പോഴേക്കും ഒളിമ്പിക് വില്ലേജിലേക്ക് ജർമ്മൻ പൊലീസും ഉദ്യോഗസ്ഥരും പാഞ്ഞെത്തിയിരുന്നു. അവരുടെ മുമ്പിൽ ഭീകരർ നിബന്ധനകൾ വെച്ചു. ഇസ്രായേലി ജയിലിൽ കിടക്കുന്ന 230 പാലസ്തീനികളെ മോചിപ്പിക്കണം. ജർമ്മൻ ജയിലിൽ കിടക്കുന്ന രണ്ട് ജർമ്മൻ ഭീകരരായ ആന്ദ്രിയാസ് ബദാറിനേയും ഉൾ റികെ മെയ്നീഫിനേയും സ്വതന്ത്രരാക്കണം. ഭീകരർക്ക് തിരിച്ചുപോകാൻ ജോർദ്ദാൻ, സൗദി അറേബ്യ എന്നിവ ഒഴികെയുള്ള ഏതെങ്കിലും ഗൾഫ് രാജ്യത്തേക്ക് വിമാനം ഏർപ്പെടുത്തണം. രാവിലെ 9 മണി വരെയായിരുന്നു അന്ത്യശാസന സമയം. ജർമ്മൻ ചാൻസലർ വില്ലി ബ്രാന്റ് ഇതിനകം ഇസ്രായേൽ പ്രധാനമന്ത്രി ഗോൾഡാ മെയറുമായും സംസാരിച്ചിരുന്നു. ഭീകരരുടെ ആവശ്യം വില്ലിബ്രാന്റ് അറിയിച്ചപ്പോൾ ഗോൾഡ പറഞ്ഞു. നമ്മൾ അവർക്ക് കീഴടങ്ങിയാൽ, ഒരു ഇസ്രായേൽ പൗരനും ലോകത്തൊരിടത്തും രക്ഷയുണ്ടാവില്ല. യാതൊരു നിബന്ധനയ്ക്കും ഇസ്രായേൽ തയ്യാറല്ല. ‘‘നോ ഡീൽ’’ ഇസ്രായേലിന്റെ ഉരുക്കുവനിത ബ്രാന്റിനോട് പറഞ്ഞു. ‘‘ഒളിമ്പിക്സ് നടത്തുന്നത്

വെസ്റ്റ് ജർമ്മനിയിലായതുകൊണ്ട് മ്യൂണിച്ചിൽ എത്തിയ ഓരോ ഡെലിഗേറ്റിന്റേയും സുരക്ഷ താങ്കളുടെ ഗവൺമെന്റാണ് ഉറപ്പുവരുത്തേണ്ടത്. അതിന് ഇസ്രായേൽ എല്ലാവിധ പിന്തുണയും നല്കുന്നു'' ഗോൾഡ കൂട്ടിച്ചേർത്തു.

ആക്രമണം നടത്തിയത് പാല്തീൻ ലിബറേഷൻ ഓർഗനൈസേഷന്റെ (പി.എൽ.ഒ.) സായുധഘടകമായ ഫത്തായുടെ കീഴിലുള്ള 'ബ്ലാക്ക് സപ്തംബർ' സംഘമാണെന്ന് ഇതിനകം അറിഞ്ഞുകഴിഞ്ഞിരുന്നു. ഒളിമ്പിക് കമ്മിറ്റി പ്രസിഡണ്ട് അവരി ബ്രണ്ടേൻ അടിയന്തിര നടപടികൾ തയ്യാറായപ്പോൾ വില്ലി ബ്രാന്റെ തന്റെ സഹപ്രവർത്തകരുമായി കൗണ്ടർ ആക്ഷനുള്ള സാധ്യതകൾ ആരാഞ്ഞുകൊണ്ടിരുന്നു. ഓരോ അഞ്ചുമിനിറ്റിലും ഇസ്രായേലുമായി ജർമ്മനി ബന്ധം പുലർത്തി.

ബവേറിയൻ ആഭ്യന്തരമന്ത്രി ബ്രൂണോമെർക്ക് ആണ് കൂടിയാലോചനകൾക്ക് നേതൃത്വം വഹിച്ചത്. ജർമ്മനിയെ സംബന്ധിച്ചിടത്തോളം ഈ ആക്രമണം ഉൾക്കിടിലമുണ്ടാക്കുന്നതായിരുന്നു. ബന്ദിയാക്കപ്പെട്ടവരെല്ലാം ജൂതരായിരുന്നു. ഈ സന്ദർഭത്തിൽ അവർ കൊല്ലപ്പെട്ടാൽ ലോകസമൂഹംതന്നെ അവർക്കെതിരാവുമെന്നു ഭയന്നു. അതുകൊണ്ട് ബ്രൂണോ മെർക്ക് ഭീകരരുടെ നേതാവിന് വലിയൊരു തുക വാഗ്ദാനം ചെയ്തു. അവരത് നിരസിച്ചു എന്നു മാത്രമല്ല നിബന്ധനകൾ ആവർത്തിക്കുകയും ചെയ്തു. ഈ ഘട്ടത്തിൽ അറബ് ലീഗ് ഉപദേശകരായ രണ്ടു ഈജിപ്തുകാർ - മാഗ്ദി ഗൊഹാരിയും മൊഹമ്മദ് ഖാദിഫും സന്ധിചർച്ചകൾ നടത്താൻ മുന്നോട്ടുവന്നു. എന്നാൽ ഭീകരർ അവരുടെ നിലപാട് മാറ്റിയില്ല. ''പണവും ജീവനും ഞങ്ങൾക്കൊന്നുമല്ല, മോചനമാണ് പ്രധാനം'' ഭീകരരുടെ നേതാവ് നയം വ്യക്തമാക്കി.

ഭീകരസംഘത്തിന്റെ നേതാവ് ലുത്തിഫ് അസിഫ് ആയിരുന്നു. അയാളുടെ രണ്ട് സഹോദരന്മാർ ഇസ്രായേലി ജയിലിലുണ്ട്. ഇസ്സ എന്നാണ് ഭീകരർക്കിടയിൽ ഇയാൾ അറിയപ്പെടുന്നത്. രണ്ടാമനായ നസ്സാൽ ഒളിമ്പിക് വില്ലേജിൽ നേരത്തെ എഞ്ചിനീയറായി ജോലി ചെയ്തിരുന്നു. അയാൾക്ക് ഒളിമ്പിക് വില്ലേജിന്റെ ഘടന ശരിക്കും അറിയാം. ഇസ്രായേലികളെ ബന്ദികളാക്കാനുള്ള അബു ദാവിദിന്റെ റോം മീറ്റിങ്ങിൽ പങ്കെടുത്തശേഷമാണ് ഇസ്സ മ്യൂണിച്ചിലെത്തിയത്. ആക്രമണത്തിന് 24 മണിക്കൂർ മുമ്പ് ഒരു ജോലിക്കാരൻ എന്ന നിലയിൽ അയാളെ ഇസ്രായേലികൾ താമസിക്കുന്ന അപ്പാർട്ട്മെന്റിനടുത്ത് കാണുകയുണ്ടായെന്ന് ഒരു ഉറുഗ്വെൻ അത്ലറ്റും പില്ക്കാലത്ത് ഓർമ്മിക്കുകയുണ്ടായി. ഭീകരസംഘം ആദ്യം ലെബനോണിലും സിറിയയിലുമാണ് താമസിച്ചിരുന്നത്. ആഴ്ചകൾക്ക് മുമ്പാണ് അവർ മ്യൂണിച്ചിൽ എത്തിയത്. ചർച്ചകൾക്കിടയ്ക്ക് ഇസ്രായേൽ മറ്റൊരു നിർദ്ദേശം മുന്നോട്ടുവെച്ചു. ഭീകരരെ തുരത്താൻ ഒരു സ്പെഷൽ ഫോഴ്സ് യൂണിറ്റിനെ അയക്കാമെന്ന് അവർ അറിയിച്ചു. ഈ നിർദ്ദേശം ജർമ്മനി തള്ളിക്കളഞ്ഞു. ഈ സമയത്തിനിടക്ക് ഇസ്സ അഞ്ചുതവണ അന്ത്യശാസനം നീട്ടി.

കൗണ്ടർ അറ്റാക്ക് ലക്ഷ്യമിട്ട് ജർമ്മൻ ബോർഡർ പൊലീസിന്റെ ഒരു സംഘം വേഷം മാറി. യന്ത്രത്തോക്കുകളുമായി അപ്പാർട്ട്മെന്റിന്റെ മേൽക്കൂരയിലും മറ്റും നിലയുറപ്പിച്ചിരുന്നു. പക്ഷേ അപ്പാർട്ടുമെന്റിലെ ടെലിവിഷനിൽ ഈ ദൃശ്യങ്ങൾ കണ്ടതോടെ രണ്ടു ബന്ദികളെ വധിക്കുമെന്ന് ഇസ്സ ഭീഷണി മുഴക്കി. ലോകം മുഴുവൻ മുൾമുനയിൽ നില്ക്കവേ, അവർ കെയ്റോയിലേക്ക് പോകാൻ വിമാനം വേണമെന്ന് ആവശ്യപ്പെട്ടു. ജർമ്മൻ പൊലീസ് മേധാവി മാൻഫ്രെഡ് ഷൈബറും മെർക്കും അതിനു സമ്മതിച്ചു. അതിനിടയ്ക്ക് ഈജിപ്ഷ്യൻ പ്രധാനമന്ത്രി അസീസ് സെറുക്കി ഈ വിഷയത്തിൽ ഏതെങ്കിലും വിധത്തിൽ പങ്കുകൊള്ളാൻ തങ്ങൾക്ക് താല്പര്യമില്ലെന്ന് അറിയിച്ചിരുന്നു.

ഒളിമ്പിക് വില്ലേജിന്റെ മേയർ വാർത്തൽ ട്രോഗറെ അപ്പാർട്ട്മെന്റിൽ കയറാൻ ഭീകരർ സമ്മതിച്ചിരുന്നു. ബന്ദികളെ ഏതാണ്ട് ഒന്നിച്ചുതന്നെ കെട്ടിയിട്ടിരിക്കുകയായിരുന്നു. ബന്ദികളേയും തങ്ങളേയും കൊണ്ടുപോകാൻ ഹെലികോപ്റ്റർ വേണമെന്നും വിമാനത്താവളത്തിൽ ഒരു ലുഫ്താൻസ ജെറ്റ് തയ്യാറാക്കി നിർത്തണമെന്നും അവസാനമായി ഇസ്സ ആവശ്യപ്പെട്ടു. ഈജിപ്ത് തങ്ങളുടെ നിലപാട് ആവർത്തിച്ചതോടെ പൊലീസ് മറ്റൊരു വഴി തേടി. ഭീകരരെ വകവരുത്തുക, ബന്ദികളെ രക്ഷിക്കുക. അതിനൊരു പദ്ധതി അവർ തയ്യാറാക്കി. ലുഫ്ത്താൻസ വിമാനം റൺവേയിൽ കൊണ്ടുനിർത്തി. 12 പൊലീസുകാർ ലുഫ്ത്താൻസ വൈമാനികരുടെ യൂണിഫോം ധരിച്ച് ആയുധങ്ങളുമായി വിമാനത്തിൽ കാത്തിരുന്നു.

വിമാനം കിടന്നിരുന്ന ഫ്രൂസ്റ്റൻഫെൽഡ് ബക്ക് എയർബേസിലേക്ക് ഭീകരന്മാരും ബന്ദികളും രണ്ടു ഹെലികോപ്ടറുകളിലായി വന്നെത്തി. ഇതിനിടയിൽ പലയിടത്തുമായി നിലയുറപ്പിച്ചിരുന്ന പൊലീസുകാർക്ക് ഈ ദൗത്യം വിജയിക്കുമോ എന്ന കാര്യത്തിൽ സംശയമുണ്ടായി.

കൃത്യം 10.26 ന് ഹെലികോപ്റ്ററുകൾ ഹെലിപാഡിലെത്തി. വിമാനം പരിശോധിക്കാനായി ഇസ്സയും മറ്റു രണ്ടുപേരും അവിടെയെത്തി. അതു കഴിഞ്ഞ് തിരിച്ചുവരുമ്പോൾ ഒളിച്ചിരുന്ന പൊലീസ് അവർക്കുനേരെ വെടിയുതിർത്തു. രണ്ടു ഭീകരർ അവിടെ വെടിയേറ്റുവീണു. ഇസ്സ രക്ഷപ്പെട്ടു. തിരിച്ചുള്ള വെടിവെപ്പിൽ ഒരു പൊലീസുകാരനും കൊല്ലപ്പെട്ടു. വെടിവെപ്പ് തുടർന്നപ്പോൾ ജർമ്മൻ പൊലീസ് ബന്ദികളെ സംരക്ഷിക്കാനുള്ള ശ്രമത്തിലായി. അവരെ കവചിത വാഹനങ്ങളിൽ കടത്താനായിരുന്നു പരിപാടി എന്നാൽ വെടിവെപ്പിനെ തുടർന്ന് റോഡ് ബ്ലോക്ക് ചെയ്തതിനാൽ വാഹനങ്ങൾക്ക് എത്താൻ കഴിഞ്ഞില്ല.

10.50-ന് വെടിവെപ്പ് തീർന്നു. ഭീകരർ എല്ലാ ലൈറ്റുകളും വെടിവെച്ചു തകർത്തിരുന്നു. സമയം ഇഴഞ്ഞുനീങ്ങി. ഒരു ഹെലികോപ്ടറിൽ ഉണ്ടായിരുന്ന 3 അത്‌ലറ്റുകളെ അവർ ഗ്രനേഡ് എറിഞ്ഞ് കൊന്നു. രണ്ടാമത്തെ ഹെലികോപ്റ്ററിൽ 5 പേരെ ഒരുമിച്ചു കെട്ടിയിട്ടിരിക്കയായിരുന്നു. ഏ.കെ.എം. മെഷീൻ ഗണ്ണുകൊണ്ട് അവരെ പൂർണ്ണമായും

കൊന്നൊടുക്കി. ആദ്യ ഹെലികോപ്ടറിൽ നിന്നു രക്ഷപ്പെട്ട ഒരു അത്‌ലറ്റ് പുക ശ്വസിച്ച് മരിച്ചു. അപ്പോൾ സമയം 12.04 അർദ്ധരാത്രി.

അതിനിടയ്ക്ക് ജർമ്മൻ വക്താവ് കൊൺറാഡ് അഹ്‌ലേഴ്സ്, ഓപ്പറേഷൻ വിജയകരമായിരുന്നുവെന്നും എല്ലാ ഭീകരരും കൊല്ലപ്പെട്ടുവെന്നും ബന്ദികൾ സുരക്ഷിതരാണെന്നും അറിയിച്ചു. പുലർച്ചെ മൂന്നു മണിക്ക് അഹ്‌ലേഴ്സിന് താൻ ലോകത്തോട് വിളിച്ചു പറഞ്ഞത് തിരുത്തേണ്ടിവന്നു. 12 ഇസ്രായേൽ ബന്ദികളും ഒരു ജർമ്മൻ പൊലീസുകാരനും അഞ്ച് ഭീകരരും മ്യൂണിച്ചിൽ കൊല്ലപ്പെട്ടു.

ഹെലികോപ്ടറിൽ നിന്നിറങ്ങി പൊലീസിനെ വെടിവെച്ച് രക്ഷപ്പെടാൻ നോക്കിയപ്പോഴാണ് ഇസ്സ കൊല്ലപ്പെട്ടത്. തൊട്ടുപിന്നാലെ ഖാലിദ് ജാവെദ് എന്ന ഭീകരനേയും പൊലീസ് വെടിവെച്ചുകൊന്നു. ഇഴഞ്ഞുനീങ്ങി രക്ഷപ്പെടാൻ ശ്രമിച്ച മൂന്നുപേരെ പൊലീസ് പിടികൂടി. മൂന്നുപേർക്കും വെടിയേറ്റിരുന്നു. കൊല്ലപ്പെട്ട ഭീകരരുടെ ജഡം, ലിബിയയ്ക്ക് കൈമാറി. ലിബിയ സൈനിക ബഹുമതികളോടെ ജഡങ്ങൾ സംസ്കരിച്ചു.

പശ്ചിമ ജർമ്മനി, തുടക്കം മുതൽ നടത്തിയ നീക്കങ്ങളെല്ലാം പരാജയപ്പെട്ട സാഹചര്യത്തിൽ, ഇസ്രായേലിന്റേയും യു.എസ്. ഉൾപ്പെടെയുള്ള രാജ്യങ്ങളുടേയും അമർഷം ശക്തമായിരുന്നു. പില്ക്കാലത്ത് പ്രസിഡന്റ് വില്ലി ബ്രാന്റ് പരാജയപ്പെടാനുള്ള കാരണവും അതായിരുന്നു.

സെപ്തംബർ എട്ടിന് ഇസ്രായേൽ സിറിയയിലും ലെബനോണിലുമുള്ള പത്തു പി.എൽ.ഒ. താവളങ്ങളിൽ ബോംബിട്ടു. 66 പേർ കൊല്ലപ്പെട്ടു. പി.എൽ.ഒ.യുടെ ആസ്ഥാനങ്ങൾ പൂർണ്ണമായും തകർക്കപ്പെട്ടു. അറസ്റ്റിലായ മൂന്നു ഭീകരരെ വിട്ടുകിട്ടുന്നതിനുവേണ്ടി ഇസ്രായേൽ ശ്രമിച്ചെങ്കിലും ജർമ്മനി വിസമ്മതിച്ചു.

ഇതിനിടെയാണ് ജർമ്മനിയുടെ ലുഫ്ത്താൻസ് 615 വിമാനം മറ്റൊരു സംഘം റാഞ്ചിയത്. ജയിലിൽ കിടക്കുന്ന സഫാദി, അഡ്നർ അൽഗാസി, ജമാൽ അൽഗാസി എന്നീ മൂന്നു ഭീകരരേയും വിട്ടയക്കണമെന്നായിരുന്നു ആവശ്യം. അല്ലെങ്കിൽ വിമാനം തകർത്തുകളയുമെന്ന് റാഞ്ചികൾ പ്രഖ്യാപിച്ചു. ജർമ്മനി ഉടനെ അവരെ ഒരു വിമാനത്തിൽ ലിബിയക്കു കൈമാറി. ലിബിയയിൽ ഭീകരർ ഒരു പത്രസമ്മേളനം നടത്തി. ലോകം മുഴുവൻ അവരുടെ വാക്കുകളിലൂടെ കൂട്ടക്കൊലയുടെ ഒരു വശം മാത്രം കേട്ടു. വാസ്തവത്തിൽ ജർമ്മനി ഭീകരരെ കൈമാറിയത് ബ്ലാക്ക് സെപ്തംബർ ഓർഗനൈസേഷനുമായുള്ള കരാറിലൂടെയായിരുന്നുവെന്ന് ആരോപണം ഉയർന്നിരുന്നു. അതിൽ നിറയെ യാത്രക്കാരുണ്ടായിരുന്നുവെന്ന വാദവും ശരിയല്ലെന്ന് ആരോപണമുന്നയിച്ചവർ ചൂണ്ടിക്കാട്ടി. വിമാനത്തിൽ 15 ജീവനക്കാർ മാത്രമേ ഉണ്ടായിരുന്നുള്ളൂ എന്നായിരുന്നു അവരുടെ വാദം.

34 മണിക്കൂറിനുശേഷമാണ് മ്യൂണിച്ച് ഗെയിംസ് പുനരാരംഭിച്ചത്. ആദ്യം നടന്നത് അനുശോചന സമ്മേളനമായിരുന്നു. ജൂതരായ അത്‌ല റ്റുകൾക്ക് പ്രത്യക്ഷത്തിൽ സുരക്ഷ നല്കിക്കൊണ്ടാണ് ഒളിമ്പിക്സ് തുടർന്നത്. 7 സ്വർണം നേടിയ ജൂതനായ മാർക്ക് സ്പിറ്റ്സ് നേരത്തെ മ്യൂണിച്ച് വിട്ടു. മാർക്കിനെ കിഡ്നാപ്പ് ചെയ്യുമെന്ന് ഒരു കിംവദന്തി പരന്നിരുന്നു.

ദൈവത്തിന്റെ ക്രോധം

ഇസ്രായേലിന്റെ രക്തം, പിന്നീട് തണുത്തതേയില്ല. 20 വർഷം അവർ ഭീകരരുടേയും സഹായികളുടേയും ആസൂത്രകരുടേയും പിന്നാലെ യായിരുന്നു.

ഇസ്രായേൽ പ്രധാനമന്ത്രി ഉരുക്കുവനിത ഗോൾഡാമെയർ നേരി ട്ടാണ് മൊസാദിനെ വിളിച്ച് കല്പനകൾ നല്കിയത്. ഈ ഓപ്പറേഷന് ''ദൈവത്തിന്റെ ക്രോധം'' എന്നാണവർ പേരിട്ടത്. മൊസാദ് ഒരു സമാ ന്തരസംവിധാനമുണ്ടാക്കി ഭീകരരെ വേട്ടയാടുകയായിരുന്നു. 1972 ലെ കൂട്ടക്കൊലയ്ക്കുശേഷം രക്ഷപ്പെട്ട അഡ്നർ അൽഗാസിയെ അവർ ആദ്യം വധിച്ചു. ലെബനോണിൽവെച്ച് ക്രിസ്ത്യൻ ഫലാഞ്ചിസ്റ്റുകളുടെ സഹായത്തോടെ കെണിയൊരുക്കി സഫാദിയെയും കൊന്നു. ജമാൽ അൽഗാസി, ഇപ്പോഴും ജീവിച്ചിരിപ്പുണ്ട്. 1992 ൽ ഒരഭിമുഖത്തിലും 1999ൽ വൺഡേ ഇൻ സെപ്തംബർ എന്ന സിനിമയിലും പങ്കെടുത്തു. 1972നുശേഷം വടക്കൻ ആഫ്രിക്കയിലും സിറിയയിലുമുള്ള ഒളിത്താ വളങ്ങളിലാണ് ജമാൽ ജീവിക്കുന്നത്. വൺഡേ ഇൻ സെപ്തംബർ എന്ന സിനിമയിൽ ജമാലിന്റെ കഥാപാത്രം പറയുന്നതുപോലെ ഒരു ദിവസം തന്റെ പിന്നാലെ അവർ വരുമെന്ന ഭീതി ജമാലിന് ഇപ്പോഴു മുണ്ട്. മ്യൂണിച്ച് ദുരന്തം നിശ്ശേഷം കഴുകിക്കളയണമെന്ന് ഇസ്രായേൽ തീരുമാനിച്ചു. ''ബ്ലാക്ക് സെപ്തംബർ ഘാതകരെ തുടച്ചുനീക്കണം. അതിന്റെ തലപ്പത്തിരിക്കുന്നവർ ഭൂമിയിൽ ഉണ്ടാകരുത്.'' ഗോൾഡാ മെയർ മൊസാദിനോട് പറഞ്ഞു. മൊസാദ് അതിനായി ഒരു ടീമിനു രൂപം നല്കി. ഈ ടീമിൽ പ്രത്യക്ഷത്തിൽ മൊസാദുമായി ബന്ധമുള്ള വർ ആരുമുണ്ടായിരുന്നില്ല. ഗ്രൂപ്പുകളെ അവർ വാടകയ്ക്ക് എടുക്കുക യായിരുന്നു. ബ്ലാക്ക് സെപ്തംബറിന്റെ ഫെഡായിൻ എന്നു വിളിക്കുന്ന സ്വയം പ്രഖ്യാപിത ചാവേറുകളായിരുന്നു അവരുടെ പ്രധാനലക്ഷ്യം. മ്യൂണിച്ച് കൂട്ടക്കൊല ആസൂത്രണം ചെയ്തത് ബ്ലാക്ക് സെപ്തംബർ ചീഫ് അലി ഹസ്സൻ സലെമ, യാസർ അറാഫത്തിന്റെ ബന്ധു യാസിൽ അരാഫത്ത്, പാരീസിലെ പി.എൽ.ഒ. ചീഫ് മഹ്മൂദ് ഹംഷാരി, ഫത്താ പാർട്ടി അംഗവും ജർമ്മനിയിലെ സൂത്രധാരനുമായ അബു ദാവൂദ് എന്നിവരായിരുന്നു. അതിനുപുറമെ പോപ്പുലർ ഫ്രണ്ട് ഫോർ ലിബ റേഷൻ ഓഫ് പാലസ്തീൻ എന്ന സംഘടനയുടെ ഹെഡ് ക്വാർട്ടേഴ്സ് തകർക്കാനും ഇസ്രായേൽ തീരുമാനിച്ചു. ഇസ്രായേൽ സൈന്യ ത്തിനായിരുന്നു ഇതിന്റെ ചുമതല. ബെയ്റൂട്ട് സിറ്റിയിൽ സൈന്യം

ആക്രമണം നടത്തി ശ്രദ്ധ തിരിച്ചുവിട്ടതിനുശേഷം കമാന്റോകളെ പാരച്യൂട്ടിൽ ഇറക്കി മുഹമ്മദ് യൂസഫ് അൽനഖർ, കമൽ അഡ്വാൻ, കമൽ നാസർ എന്നീ മൂന്നു നേതാക്കളെ യന്ത്രത്തോക്ക് ഉപയോഗിച്ച് കൊന്നു. ആ കെട്ടിടം തന്നെ നാമാവശേഷമായി.

മുഖ്യ സൂത്രധാരൻ അലി ഹസ്സൻ സലെമയെ, ബെയ്റൂട്ടിൽ കാർബോംബ് സ്ഫോടനത്തിലൂടെ ഇല്ലാതാക്കി. റെഡ് പ്രിൻസ് എന്നറിയപ്പെടുന്ന സലമ, പി.എൽ.ഒ.യുടെ ഏറ്റവും പ്രമുഖനായ നേതാക്കളിൽ ഒരാളായിരുന്നു. റോമിലുള്ള ഒരു ഫ്ളാറ്റിൽവെച്ചാണ് യാസിറിനെ വെടിവെച്ചുകൊന്നത്. മഹമൂദ് ഹംഷാരി അറിയപ്പെടുന്ന ഭീകരാക്രമണ ആസൂത്രകനായിരുന്നു. അയാളെ ടെലഫോണിൽ അഭിമുഖത്തിനുവിളിച്ച് ഫോണെടുത്ത സമയം പൊട്ടിത്തെറിയിലൂടെ അവസാനിപ്പിക്കുകയായിരുന്നു. ടെലഫോൺ നന്നാക്കാൻ എത്തിയ ഇസ്രായേൽ ചാരൻ നേരത്തെ ഫോണിൽ സ്ഫോടകവസ്തുക്കൾ നിറച്ചുവെച്ചിരുന്നു.

അബു ദാവൂദിനെ വാഴ്സയിലെ ഒരു ഹോട്ടലിൽവെച്ചു വെടിവെച്ചുവെങ്കിലും അയാൾ പരിക്കുകളോടെ രക്ഷപ്പെട്ടു. 2010 ൽ അയാൾ മരിച്ചു. മിക്കവാറും യൂറോപ്പിലുള്ള പി.എൽ.ഒ. അംഗങ്ങൾ മൊസാദിന്റെ കത്രികപ്പൂട്ടിൽ വീണ് മരണമടഞ്ഞു.

നോർവേയിൽ, ഫെഡായിനാണെന്നു കരുതി ഒരു മൊറോക്കൻ ഹോട്ടൽ പരിചാരകനെ മൊസാദ് വധിച്ചത് വലിയ കോളിളക്കമുണ്ടാക്കിയതിനെ തുടർന്ന് അവർ അല്പകാലം ഓപ്പറേഷൻസ് നിർത്തിവെച്ചു. എങ്കിലും മ്യൂണിച്ച് കൂട്ടക്കുരുതി ഇസ്രായേലിന്റെ മനസ്സിൽ വലിയൊരു മുറിവായി കിടന്നു. എല്ലാ വർഷവും അവർ സെപ്തംബർ 5 അനുശോചനദിനമായി ആചരിച്ചു. കൊല്ലപ്പെട്ട അത്‌ലറ്റുകൾക്ക് വീരപരിവേഷം കല്പിച്ചു. അവരുടെ കുടുംബങ്ങളെ മുഴുവനും സർക്കാർ ഇപ്പോഴും പരിരക്ഷിച്ചുപോരുന്നു. ■

ഒളിച്ചുകടത്തിയ സ്വർണ്ണമെഡൽ

1972ലെ ദുഃസ്വപ്നം പോലുള്ള തോൽവിക്കുശേഷം കെന്നത്ത് ബ്രയൻ ഡേവിസ് എന്ന കെന്നി ഡേവിസ് തന്റെ ബാസ്കറ്റ്ബോൾ ടീമംഗങ്ങളെ കാണുന്നത് 2012-ൽ മാത്രമാണ്. അപ്പോഴേക്കും 40 വർഷം കഴിഞ്ഞു പോയിരുന്നു. മ്യൂണിച്ച് ഒളിമ്പിക്സിൽ സോവിയറ്റ് യൂണിയനുമായുള്ള ബാസ്കറ്റ്ബോൾ ഫൈനലിലെ പ്രചണ്ഡമായ തോൽവിക്കുശേഷം അവർ പരസ്പരം കാണുകയായിരുന്നു. ഒരു കനൽക്കാറ്റുപോലെ അവരുടെ ബാസ്ക്കറ്റ് ബോൾ സ്വപ്നങ്ങളെ കശക്കിയെറിഞ്ഞ ആ തോൽവിക്കുശേഷം റണ്ണേഴ്സ് അപ്പിന്റെ മെഡൽ അവർ സ്വീകരിച്ചിരുന്നില്ല.

ന്യൂയോർക്കിലെ ആ കൂടിക്കാഴ്ചയ്ക്കിടയിൽ 12 പേരും കൈ കോർത്തുപിടിച്ച് പ്രതിജ്ഞ ചെയ്തു. ‘‘മരണം വരെ ആ വെള്ളി മെഡൽ ഞങ്ങൾ സ്വീകരിക്കുകയില്ല.’’

കെന്നിഡേവിസ് തന്റെ പ്രിയപ്പെട്ട കൂട്ടുകാരോട് പറഞ്ഞു: ‘‘ബാസ്കറ്റ് ബോളിൽ ഒരു വിജയി മാത്രമേയുള്ളൂ. രണ്ടും മൂന്നും മെഡലുകൾ വെറും സമാശ്വാസത്തിന്റെ പ്രതീകം മാത്രം. ബാസ്കറ്റ് ബോളിന്റെ നിയമമനുസരിച്ച് ആ ഗെയിം ജയിച്ചത് അമേരിക്കയാണ്. അതുകൊണ്ട് മരണംവരെ നമ്മൾ ആ വെള്ളിമെഡൽ തിരസ്കരിക്കുന്നു.’’

കെന്റക്കിയിൽ തിരിച്ചെത്തിയശേഷം ഡേവിസ് ഒരു മരണപത്രം എഴുതിവെച്ചു. ‘‘തന്റെ മരണശേഷം, ഭാര്യയോ കുട്ടികളോ ആ മെഡൽ സ്വീകരിക്കാൻ പാടുള്ളതല്ല. മക്കൾക്കുശേഷം തുടർന്നുള്ള തലമുറകളും ആ പ്രതിജ്ഞ നിറവേറ്റുകതന്നെ വേണം.’’ കെന്നിയെ ആ മത്സരം അത്രയേറെ കയ്പുനീർ കുടിപ്പിച്ചിരുന്നു. ഒളിമ്പിക്സിലെ ആ തോൽവിക്കുശേഷം ഒരു പ്രൊഫഷണലാവാൻ പോലും കെന്നി തയ്യാറായില്ല. 1992-ൽ ഈ മെഡൽ സ്വീകരിക്കാൻ യു.എസ്. ഒളിമ്പിക് കമ്മിറ്റി കളിക്കാരോട് അഭ്യർത്ഥിച്ചിരുന്നു. ടീം അംഗമായ എഡ് റാറ്റ്ലെഫ് അത് ആവശ്യപ്പെട്ടു എന്നായിരുന്നു കമ്മറ്റിയുടെ വിശദീകരണം. എന്നാൽ തനിക്കത് ആവശ്യമില്ല എന്നായിരുന്നു റാറ്റ്ലെഫ് വ്യക്തമാക്കിയത്. റാറ്റ്ലെഫിന്റെ ഭാര്യ അതു മുമ്പേ ആവശ്യപ്പെട്ടിരുന്നുവെന്ന് റാറ്റ്ലെഫ്

വിശദീകരിക്കുന്നുണ്ട്. ''പക്ഷേ ഇപ്പോൾ ഞങ്ങൾ ബന്ധം വേർപിരിഞ്ഞ ഘട്ടത്തിൽ അവരതിന് ആവശ്യപ്പെടുമെന്ന് തോന്നുന്നില്ല.''

ഒരു അഭിമുഖത്തിൽ റാറ്റ്ലെഫ് അതു സൂചിപ്പിച്ചു.

അമേരിക്കയുടെ ബാസ്കറ്റ്ബോൾ അജയ്യത തകർന്നുവീണ ദിവസമായിരുന്നു 1972 സെപ്തംബർ 10. ഒളിമ്പിക്സിന്റെ സമാപനത്തിന് ഒരു ദിവസം മുൻപേ, മ്യൂണിച്ചിലെ റൂഡി സെഡിമേയർ ഹാളിൽ നടന്ന ബാസ്ക്കറ്റ്ബോൾ ഫൈനൽ ഏകപക്ഷീയമായ പോരാട്ടമായിരിക്കുമെന്നാണ് അമേരിക്കക്കാർ കരുതിയത്. ബാസ്കറ്റ്ബോൾ അമേരിക്കയുടെ ദേശീയ വികാരമാണ്.

1936ലെ ബെർലിൻ ഒളിമ്പിക്സിൽ ബാസ്കറ്റ്ബോൾ ഒരു ഇനമായി ഉൾപ്പെടുത്തിയശേഷം അമേരിക്ക ഒരു മത്സരംപോലും തോറ്റിട്ടില്ല. 63-0 എന്നാണ് അമേരിക്കയുടെ അജയ്യമായ റെക്കോർഡ്. മ്യൂണിച്ച് വരെയുള്ള എല്ലാ ഒളിമ്പിക്സിലും സ്വർണം അമേരിക്കയ്ക്കു തന്നെയായിരുന്നു. ഇതിൽ പല ടീമുകളും അജയ്യതയുടെ പരിവേഷമണിഞ്ഞു. 2010 ലെ ഡ്രീം ടീമിനോട് കിടപിടിക്കുന്നതായിരുന്നു 1960-ലെ ഒളിമ്പിക് ടീം.

ഈ കാലങ്ങളിലൊക്കെയും യു.എസ്.എസ്. ആറും ബ്രസീലും യുഗോസ്ലാവ്യയും ഇറ്റലിയും എതിരാളികളായി ഉണ്ടായിരുന്നെങ്കിലും അമേരിക്കയെ വീഴ്ത്താൻ കഴിഞ്ഞിരുന്നില്ല. 1959-ലെ ലോക ബാസ്കറ്റ് ബോളിലും 1963-ലെ ലോകകപ്പിലും മാത്രമാണ് സോവിയറ്റ് യൂണിയൻ വിജയിച്ചത്. ഒളിമ്പിക്സിൽ അന്നൊക്കെ പ്രൊഫഷണൽ കളിക്കാർക്ക് വിലക്കുണ്ടായിരുന്നു. ഈ നിയമം സോവിയറ്റ് യൂണിയനും ഈസ്റ്റ് ബ്ലോക്ക് രാജ്യങ്ങൾക്കും ബാധകമായിരുന്നുവെങ്കിലും അവർ അമേച്വർ എന്ന വ്യാജേന പട്ടാളത്തിലും നേവിയിലുമൊക്കെയുള്ള കളിക്കാരെ ടീമിൽ ഉൾപ്പെടുത്തിയിരുന്നു. അവരെ യൂണിവേഴ്സിറ്റികളിൽ രജിസ്റ്റർ ചെയ്താണ് ടീമിലേക്കെടുത്തിരുന്നത്. പട്ടാളക്കാരെ അമേച്വർ ടീമിൽ ഉൾപ്പെടുത്തുന്നത് യു.എസ്.എ.യിൽ നിയമവിരുദ്ധമായിരുന്നു.

മ്യൂണിച്ച് ഒളിമ്പിക്സിൽ പൊതുവെ അമേരിക്കൻ വിരുദ്ധവികാരം ശക്തമായിരുന്നു. സോവിയറ്റ് യൂണിയനുമായുള്ള ശീതസമരം മൂർച്ഛിച്ച കാലമാണിത്. ഇതിനിടയിൽ യു.എസ്. പ്രസിഡന്റ് റിച്ചാർഡ് നിക്സൺ എട്ടുദിവസം ചൈനയിൽ പോയി ചെയർമാൻ മാവോ സെ തൂങ്ങിനെ കണ്ടത് സോവിയറ്റ് യൂണിയനെ അസ്വസ്ഥമാക്കി. ഒന്നരമാസത്തിനുശേഷം അമേരിക്കൻ സൈന്യം വിയറ്റ്നാമിൽ യുദ്ധം തുടങ്ങി. മെയ് മാസത്തിൽ നിക്സൺ മോസ്കോ യെൽവെച്ച ലിയോനിദ് ബ്രഷ്നേവിനെ കണ്ട് മിസൈൽ വിരുദ്ധ ഉടമ്പടിയിൽ ഒപ്പുവെച്ചെങ്കിലും നിക്സണെ, സ്വന്തം നാട്ടിൽ വാട്ടർഗേറ്റ് വിവാദം കാത്തിരുന്നു.

അമേരിക്ക ഏറ്റവും യുവത്വമുള്ള ടീമിനെയാണ് മ്യൂണിച്ചിലേക്ക് അയച്ചത്. കോളേജ് ബാസ്കറ്റ് ബോളിൽ അവരുടെ സൂപ്പർസ്റ്റാറായിരുന്ന ബിൽ വാൾട്ടൻ ടീമിലേക്ക് വന്നില്ല. ഇന്നത്തെ എൻ.ബി.എ. സൂപ്പർ കോച്ചായ ഡഗ്കോളിൻസ്, ഏഴടി നാലിഞ്ച് ഉയരമുള്ള ടോമി ബേൽസൺ, ഫോർവേഡ് ജിം ബ്രുവർ, ഗ്വാർഡ് കെന്നി ഡേവിസ്, സ്വീറ്റ് ജോൺസ്, കെവിൻ ജോയ്സ്, എഡ്. റാറ്റ്ലെഫ്, ജെയിംസ് ഫോർബസ്, ടോം ഹെൻഡേഴ്സൺ, മൈക്ക് ബാന്റൺ എന്നിവരൊന്നും അമേരിക്കയിലൊഴിച്ച് എവിടെയും അറിയപ്പെടുന്നവരായിരുന്നില്ല.

അതേസമയം റഷ്യൻ ടീമിൽ നാല് ഒളിമ്പിക്സ് കളിച്ച ഗെന്നഡി മോൾനോവ്, സൂപ്പർതാരം അലക്സാണ്ടർ ബെലോവ്, സെർജി ബെലോവ്, മോഡസ്ലാവ് പൊളൂസ് കാസ് എന്നിവരൊക്കെ നിർണ്ണായകഘട്ടത്തിൽ കളി മാറ്റിമറിക്കാൻ കെല്പുള്ളവരായിരുന്നു.

ചെക്കോസ്ലാവാക്യ, ഓസ്ട്രേലിയ, ക്യൂബ, ഈജിപ്ത്, ജപ്പാൻ, സ്പെയിൻ എന്നീ ടീമുകളെ തകർത്തുവിട്ട അമേരിക്കൻ ടീം ബ്രസീലിൽനിന്ന് മാത്രമാണ് വെല്ലുവിളി നേരിട്ടത്. അതേസമയം ക്യൂബ, യുഗോസ്ലാവ്യ, ഇറ്റലി തുടങ്ങിയ ടീമുകളെ വീഴ്ത്താൻ സോവിയറ്റ് യൂണിയന് കടുത്ത മത്സരവീര്യം പുറത്തെടുക്കേണ്ടിവന്നു.

ഫൈനൽ മത്സരത്തിന്റെ തലേന്ന് വരെ സോവിയറ്റ് യൂണിയൻ 49 സ്വർണ മെഡലുകൾ നേടിയിരുന്നു. അവരുടെ ലക്ഷ്യം അൻപത് സ്വർണമാണ്. അൻപതാമത്തെ സ്വർണം നേടണമെന്ന് സോവിയറ്റ് ഒളിമ്പിക് കമ്മിറ്റിക്ക് കടുത്ത ആഗ്രഹമുണ്ടായി. സോവിയറ്റ് കമ്മ്യൂണിസ്റ്റ് പാർട്ടിയുടെ കായികവിഭാഗം തലവൻ ഇക്കാര്യം കമ്മിറ്റിയോട് സൂചിപ്പിച്ചിരുന്നു. അൻപത് സ്വർണമെഡലുമായി, അമേരിക്കയെ പിന്നിലാക്കുമ്പോൾ ബാസ്കറ്റ്ബോളിലെ വിജയം ശരിക്കും ഒരട്ടിമറി വിജയമായി മാറുമെന്ന് അവർക്കറിയാമായിരുന്നു.

ചുവപ്പ് ജേഴ്സിയണിഞ്ഞ സോവിയറ്റ് കളിക്കാരും വെള്ള ജഴ്സിയിൽ യു.എസ്. ടീമും നിരന്നപ്പോൾ അമേരിക്കൻ ഗാർഡ് ഡഗ് കോളിൻസിന്റെ മനസ്സിൽ സ്വർണമെഡൽ നേടുന്ന നിമിഷത്തെക്കുറിച്ചായിരുന്നു ചിന്ത. “ഞങ്ങൾ രാജാക്കന്മാർ തന്നെയായിരുന്നു. കളി തുടങ്ങിയപ്പോൾ സോവിയറ്റ് നിശ്ചയദാർഢ്യം ശരിക്കും ഞെട്ടിച്ചു. അവരുടെ സൂക്ഷ്മമായ നീക്കങ്ങൾ ഞങ്ങളുടെ ഗെയിമിനെ തകർത്തുകളഞ്ഞു. ഒന്നാം പകുതി തീരുമ്പോൾ അവർ 26–21–ന് ലീഡ് നേടിയിരുന്നു. എങ്കിലും മത്സരം തിരിച്ചുപിടിക്കാനാകുമെന്നാണ് അമേരിക്ക കരുതിയത്. പക്ഷേ രണ്ടാംപകുതി തുടങ്ങിയപ്പോൾ സോവിയറ്റ് യൂണിയന്റെ ലീഡ് അഞ്ചിൽനിന്ന് പത്തായി ഉയർന്നു. ഈ ഘട്ടത്തിൽ തിരക്കഥയിലെന്നപോലെ ഒരു ആന്റി ക്ലൈമാക്സ് സംഭവിക്കുന്നു. അമേരിക്കയുടെ സൂപ്പർസ്റ്റാർ സ്വീറ്റ് ജോൺസിന്റെ കൈയിലുള്ള പന്തിനുവേണ്ടി

ഏതാണ്ട് ശാരീരികമായിത്തന്നെ സോവിയറ്റ് താരം മിഖൈലി കോർക്കിയ പോരാടി.

സ്വീറ്റ് പന്ത് വിട്ടുകൊടുക്കാതിരിക്കാൻ കോർക്കിയയെ തള്ളി. ഇരുവരും പുറത്താക്കപ്പെട്ടു. സൈഡ് ബെഞ്ചിലിരുന്ന് പ്രതിഷേധിച്ച റഷ്യൻ താരം ഇവാൻ സൈവോഴ്സിനേയും റഫറി പുറത്താക്കി. അമേരിക്കയ്ക്ക് അവരുടെ ഏറ്റവും മികച്ച ഫോർവേഡിനെ നഷ്ടമായി.

ഈ ഘട്ടം മുതൽ അമേരിക്ക കരുതലോടെ തിരിച്ചടിക്കാൻ തുടങ്ങി. മത്സരത്തിൽ ആറു മിനിറ്റ് അവശേഷിക്കുമ്പോൾ ഈ മുന്നേറ്റങ്ങളുടെ ഭാഗമായി റഷ്യൻ ആധിപത്യം യു.എസ്. കുറച്ചുകൊണ്ടിരുന്നു. കളി തീരാൻ 10 സെക്കന്റ് അവശേഷിക്കേ സോവിയറ്റ് ലീഡ് 49-48 ആയി അവർ വെട്ടിക്കുറച്ചു. അതോടെ മത്സരം കളിക്കാരുടേയും കാണികളുടേയും സിരകളെ തീപിടിപ്പിച്ചു.

മത്സരം പുരോഗമിക്കവേ സോവിയറ്റ് ബാസ്കറ്റിനടുത്തേക്ക് പന്തുമായി കുതിച്ച കെവിൻ ജോയ്സിനെ, സുറാബ് സാക്കൻഡെലിസ് കൈയിൽ തട്ടി ലക്ഷ്യം തെറ്റിച്ചു. അലക്സാണ്ടർ ബെലോവിന്റെ ഒരു ക്രോസ്കോർട്ട് പാസ്, കോർട്ടിന്റെ ഒത്ത മധ്യത്തിൽവെച്ച് പിടിച്ചെടുത്തായിരുന്നു ഡഗ് കോളിൻസിന്റെ ശ്രമം. ഇതോടെ റഫറി രണ്ട് ഫ്രീ ത്രോ അനുവദിച്ചു. ആദ്യത്തേത് കോളിൻസ് ബാസ്കറ്റ് ചെയ്തു.

അതോടെ സ്കോർ 49-49 ആയി. രണ്ടാമത്തെ ഫ്രീ ത്രോ കോളിൻസ് എറിയുന്നതിനിടയ്ക്ക് സ്കോറർ ടേബിളിൽനിന്ന് ഹോൺ മുഴങ്ങി. പക്ഷേ, പന്ത് അപ്പോഴേക്കും വല കടന്നിരുന്നു. അതോടെ സ്കോർ 50-49 ആയി. ഈ സമയത്താണ് സോവിയറ്റുകൾ ടൈം ഔട്ട് വിളിക്കുന്നത്. റഫറി അത് നിരസിച്ചു. പക്ഷേ കളി തുടങ്ങിയ അതേ നിമിഷത്തിൽ സോവിയറ്റ് താരം അമേരിക്കൻ ബാസ്കറ്റിനടുത്തേക്ക് പന്ത് നീട്ടിയെറിഞ്ഞെങ്കിലും ബെലോവിന് അത് സ്കോർ ചെയ്യാൻ കഴിഞ്ഞില്ല. അതോടെ കളി തീർന്നുവെന്നു കരുതി അമേരിക്കക്കാർ തുള്ളിച്ചാടി. പക്ഷേ ടൈംഔട്ട് സംബന്ധിച്ച് തീരുമാനമെടുക്കാൻ കളി നിർത്തിയതായി റഫറി അറിയിച്ചു. അമേരിക്കക്കാർ പ്രതിഷേധവുമായി രംഗത്തെത്തി. കോച്ച് ഹാങ്ക് ഇബ ഇത് വൻചതിയാണെന്ന് വിളിച്ചു പറഞ്ഞു.

ഒഫീഷ്യൽസ് ഇതിനിടയിൽ ക്ലോക്ക് റീസെറ്റ് ചെയ്തു. അതോടെ മൂന്നുസെക്കന്റ് സമയം കളിക്ക് കിട്ടി. യു.എസ്. ടീമും കോച്ചും ആരാധകരും പ്രതിഷേധം കനപ്പിച്ചു. കളി പുനരാരംഭിച്ച നിമിഷം എസ്ഷ്കോ ഒരു ഷോർട്ട് ബോൾ മോസ്സ്റ്റാസിന് നല്കി. ബോൾ, ബെലോവിന് നല്കുന്നതിനിടയ്ക്ക് വീണ്ടും സ്കോർ ടേബിളിൽനിന്ന് ഹോൺ മുഴങ്ങി. ഒടുവിൽ കളി പുനരാരംഭിച്ചപ്പോൾ എസ്ഷ്കോ ഒരു ഷോർട്ട് പാസ് ഇടുമെന്നാണ് അമേരിക്കക്കാർ കരുതിയത്. പക്ഷേ, അയാൾ ഒരു

ഫുൾകോർട്ട് പാസെറിഞ്ഞു. അത് പിടിക്കാൻ കെറിൻ ജോയ്സും ജിം ഫാർബസും ചാടി. അവരെക്കാൾ ഉയരത്തിൽ ഉയർന്നു ചാടിയ ബെലോവ് ബാലൻസ് തെറ്റിയെങ്കിലും ഒന്ന് നിന്നതിനുശേഷം ചാടി യുയർന്ന് ബോൾ ബാസ്കറ്റ് ചെയ്തു. സ്കോർ 51-50.

അങ്ങനെ റഷ്യ 50 സ്വർണം തികച്ചു. ബെലോവ് ഒരു ഹീറോ ആയി. പിന്നീട് യൂറോപ്പിലെത്തന്നെ മികച്ച കളിക്കാരനായി മാറിയ സെർജി ബെലോവ് ലോകത്തിലെത്തന്നെ ആദ്യത്തെ ഹാൾ ഓഫ് ഗെയിം ആയി മാറി.

മത്സരം തീർന്നപ്പോൾ അമേരിക്കൻ കളിക്കാർക്ക് സങ്കടവും രോഷവും തോന്നി. ഒഫീഷ്യൽ സ്കോർഷീറ്റിൽ റഫറി റെനാറ്റോ ഒപ്പു വെച്ചില്ല. അമേരിക്ക പരാതി നല്കി. ക്ലോക്ക് എന്തിന് റീസെറ്റ് ചെയ്തു? ഇതാ യിരുന്നു അവരുടെ ചോദ്യം. ഫിബ നിയമങ്ങൾ മുഴുവൻ കാറ്റിൽ പറത്തി സോവിയറ്റ് യൂണിയന് അനുകൂലമായി തീരുമാനമെടുത്തതായി അവർ വിശദീകരിച്ചു. അമേരിക്കൻ ടീം മെഡൽദാനച്ചടങ്ങിൽ പങ്കെ ടുത്തില്ല. ഇപ്പോഴും സ്വിറ്റ്സർലണ്ടിൽ ലൂസന്നെയിലെ ഒളിമ്പിക് മ്യൂസി യത്തിലുള്ള ഒരു ഷെൽഫിൽ ആ മെഡലുകൾ ആരാലും ധരിക്കപ്പെടാതെ ഇരിക്കുന്നുണ്ട്.

■

ബെൻ-ആന്റി ഹീറോ

48 മണിക്കൂർ, 1988 ലെ സോൾ ഒളിമ്പിക്സിൽ ബെൻ ജോൺസൺ ആദ്യം കാനഡയെ വിരുന്നൂട്ടി. ലോക റെക്കോർഡോടെ നൂറുമീറ്ററിൽ ബെന്നിന് സ്വർണം. ആജന്മ എതിരാളി കാൾ ലൂയീസിന് വെള്ളി.

സോളിൽ ജോൺസൺ സ്റ്റാർട്ടറുടെ വെടിയൊച്ചയ്ക്കൊപ്പം കുതിച്ചു. 0.132 സെക്കന്റിനുള്ളിൽ ആദ്യത്തെ സ്ട്രൈഡ് പിന്നിട്ടു. കാൾ 0.132 സെക്കന്റിനുള്ളിൽ മാത്രമാണ് സ്റ്റാർട്ടിങ്ങ് ബ്ലോക്കിൽനിന്ന് കുതിച്ചത്. തന്റെ നെഞ്ച് മുകളിലേക്കുയർത്തിയായിരുന്നു ബെന്നിന്റെ ഓട്ടം. 80 മീറ്റർ കഴിഞ്ഞപ്പോഴേക്കും കാൾ പിന്നിലായി. ചൂണ്ടുവിരൽ മുകളിലേക്കുയർത്തിപ്പിടിച്ച് ബെൻ ടേപ്പ് തൊട്ടു. ആ ചിത്രം പിറ്റേന്ന് ലോകം മുഴുവൻ കണ്ടു. 'ജോൺസൺ കാനഡയുടെ ദേശീയ സ്വത്താണ്.' പ്രധാനമന്ത്രി ബ്രിയാൺ മുൽറോണി പ്രഖ്യാപിച്ചു.

മത്സരത്തിനുശേഷം പത്രസമ്മേളനത്തിൽ ബെൻ ജോൺസൺ പറഞ്ഞു: 'എന്റെ പേര് ബെഞ്ചമിൻ സിൻക്ലയർ ജോൺസൺ ജൂനിയർ എന്ന് പറയാൻ ആഗ്രഹിക്കുന്നു. ഈ ലോക റെക്കോർഡ് (9.79) അമ്പതു കൊല്ലമോ ഒരുപക്ഷേ നൂറുകൊല്ലമോ നിലനില്ക്കും.' ഈ വാക്കുകൾക്ക് 48 മണിക്കൂറേ ആയുസ്സുണ്ടായുള്ളൂ.

'ലോകത്തിലെ ഏറ്റവും മികച്ച ഓട്ടം' എന്ന് വിശേഷിപ്പിച്ച ഈ നൂറു മീറ്റർ മത്സരം പിന്നീട് ഒളിമ്പിക്സിലെ ഞെട്ടിക്കുന്ന ആന്റി ക്ലൈമാക്സിൽ

അവസാനിച്ചു. ലോകത്തെ ആഘോഷത്തിലാഴ്ത്തിയ മത്സരത്തിലെ വിജയി ബെൻ ആയിരുന്നില്ലെന്നും അത് ഉത്തേജകമരുന്നിന്റെ വിജയോന്മാദമാണെന്നും അറിവായതോടെ സോൾ ഒളിമ്പിക്സ് കായിക ചരിത്രത്തിലെ ഏറ്റവും വലിയ പ്രതിനായക നാടകമായി മാറി. കാനഡ മുഴുവനും അപമാനംകൊണ്ട് തല കുനിച്ചു.

കഥകൾ പിന്നീടാണ് തുടരെ വന്നത്. ബെന്നിന്റെ സ്വകാര്യ ഡോക്ടർ ഡോജാമി അസ്റ്റാഫൻ പിന്നീട് വെളിപ്പെടുത്തിയത് താരം 1987 മുതൽ സ്റ്റാനോസൊളോൻ എന്ന ഉത്തേജകമരുന്ന് ഉപയോഗിക്കുന്നുണ്ടെന്നാണ്. അതോടെ താൻ നിരപരാധിയാണെന്ന ബെന്നിന്റെ വാദം പൊളിഞ്ഞു. ഒളിമ്പിക് കിരീടവും ലോകചാമ്പ്യൻഷിപ്പ് പട്ടവും നഷ്ടപ്പെട്ട ബെന്നിന് പക്ഷേ ഓട്ടമല്ലാതെ മറ്റൊന്നും അറിയുമായിരുന്നില്ല.

സോൾ ഒളിമ്പിക്സിനുശേഷം അതേവർഷം തന്നെയാണ് ഉത്തേജകമരുന്ന് ഉപയോഗത്തിനെതിരെ കാനഡയിൽ തെളിവെടുപ്പ് നടന്നത്.

ആ റിപ്പോർട്ടിന് 14817 പേജുകളുണ്ടായിരുന്നു. സ്റ്റാനോസൊളോനിനെക്കുറിച്ച് ബെന്നിന് അറിയുമായിരുന്നില്ല എന്ന പരാമർശമാണ് അതിലുണ്ടായിരുന്നത്. റിപ്പോർട്ട് വന്നതിനുശേഷം ബെൻ ആ റിപ്പോർട്ടിലൂടെ രക്ഷാമാർഗ്ഗം കണ്ടെത്തി. ആരോ മനഃപൂർവ്വം ഈ മരുന്ന് സാമ്പിൾ ചേർത്തതാണെന്ന് ബെൻ പറഞ്ഞു.

ബെൻ ജോൺസന്റെ ആത്മകഥയിലുടനീളം അജ്ഞാതനായ ഒരു ചെകുത്താനെക്കുറിച്ച് പരാമർശമുണ്ട്. ആന്ദ്രെ ജാക്സൺ എന്ന് പേരുള്ള ഇയാൾ, കാൾ ലൂയീസിന്റെ കുടുംബസുഹൃത്താണ്. കാൾ ലൂയീസിന്റെ ആത്മകഥയിലും ആന്ദ്രെ ജാക്സണെക്കുറിച്ച് പരാമർശമുണ്ട്. ബെൻ ജോൺസന്റെ ഉത്തേജക പരിശോധന നടക്കുമ്പോൾ താൻ മെഡിക്കൽ ലാബിൽ ഇല്ലായിരുന്നുവെന്ന് കാൾ ആണയിടുന്നു. പക്ഷേ ആന്ദ്രേ ജാക്സൺ ഉണ്ടായിരുന്നുവെന്ന് പറയുന്നുണ്ട്. എവിടേയും കയറിച്ചെല്ലാനുള്ള സാമർത്ഥ്യം ആന്ദ്രെയ്ക്കുണ്ടെന്ന് കാൾ ലൂയീസ് സാക്ഷ്യപ്പെടുത്തുന്നുണ്ട്. പിൽക്കാലത്ത് രത്നവ്യാപാരം തുടങ്ങിയ ആന്ദ്രെയോട് ഇതേപ്പറ്റി ചോദിച്ചപ്പോൾ അയാൾ വ്യക്തമായ മറുപടി പറയാതെ കൗശലപൂർവം ഒഴിഞ്ഞുമാറുകയാണ് ചെയ്തത്. സോളിൽ ജോൺസൺ പിടിക്കപ്പെട്ടത് മാത്രമല്ല ദുരന്തം, മറ്റുള്ളവർ പിടിക്കപ്പെടാതിരുന്നതുമാണ്.

ജോൺസണെ അയോഗ്യനാക്കിയപ്പോൾ കാൾ ലൂയീസ് 1988-ലെ സ്വർണമെഡലിന് അർഹനായി. പിന്നീട് 1988-ലെ മൂന്ന് ഉത്തേജക പരിശോധനയിൽ ഇതേ കാൾ പരാജയപ്പെട്ടതായി പിന്നീടാണ് സമ്മതിച്ചത്. രണ്ടാംസ്ഥാനക്കാരനായ ബ്രിട്ടീഷ് താരം ലിൻഫോർഡ് ക്രിസ്റ്റിയും രണ്ട് പരിശോധനയിൽ പരാജയപ്പെട്ടു. ക്രിസ്റ്റി പിന്നീട് പരിശീലകനായി.

മൂന്നാം സ്ഥാനത്തെത്തിയ കാൽവിൻ സ്മിത്തും അഞ്ചാംസ്ഥാനക്കാരൻ റോബ്സൺ ഡാസിൽവയും മാത്രമാണ് ഉത്തേജകം ഉപയോഗിക്കാതിരുന്നത്. ഡാസിൽവ ഇപ്പോൾ ടി.വി. കമന്റേറ്ററും കാൽവിൻ സാമൂഹിക പ്രവർത്തകനുമാണ്. ആ മത്സരത്തിൽ രണ്ടാമതോടിയ റേസ്റ്റുവാർട്ട് പിന്നീട് ആജീവനാന്ത വിലക്ക് നേരിട്ടു. സെസായ് വില്യംസും ഡെന്നിസ് മിച്ചലും രണ്ടുതവണ ഉത്തേജകമരുന്നു പരിശോധനയിൽ പരാജയപ്പെട്ടു. അതിൽ ഡെന്നിസ് മിച്ചൽ നല്കിയ വിശദീകരണമായിരുന്നു വിചിത്രം. പിറന്നാൾ ദിനത്തിൽ ഭാര്യയുമായി നാലുതവണ ലൈംഗികബന്ധത്തിൽ ഏർപ്പെട്ടതുകൊണ്ടാണ് ടെസ്റ്റോസ്റ്റിറോൺ തോത് കൂടിയതെന്നായിരുന്നു മിച്ചലിന്റെ വാദം. പിറന്നാൾ ദിനത്തിൽ അവൾ അത് അർഹിച്ചിരുന്നുവെന്നും മിച്ചൽ അവകാശപ്പെട്ടു!

ഏതായാലും സോളിലൂടെ മരുന്നടി വ്യാപകമായി ഒളിമ്പിക്സിനെ ചുറ്റിവരിഞ്ഞു. ഒളിമ്പിക്സിന്റെ കായികചരിത്രത്തിലെ കണ്ണഞ്ചിപ്പിക്കുന്ന ആന്റി ഹീറോയായി മാറുകയായിരുന്നു ബെൻ ജോൺസൺ. ജമൈക്കയിലെ ട്രെലാവ്നിയിൽനിന്ന് (ഉസൈൻ ബോൾട്ടിന്റെ അതേ പട്ടണം) ഭാഗ്യം തേടി കാനഡയിലെ ഒൺടാരിയോയിലേക്ക് കുടിയേറിയതായിരുന്നു ബെന്നിന്റെ കുടുംബം. മലേറിയ പിടിപ്പെട്ട് തകർന്ന ശരീരവുമായി ആറാം വയസ്സിൽ ഒൺടാരിയോയിൽ എത്തിയ ബെൻ പതിനാലാം വയസ്സിലാണ് ട്രാക്ക് ആന്റ് ഫീൽഡിലേക്ക് തിരിയുന്നത്.

ആദ്യത്തെ ആറുമാസത്തെ പരിശീലനത്തിനിടയിൽ കോച്ച് ചാർളി ഫ്രാൻസിസ് അവന്റെ ആത്മവിശ്വാസം അദ്ഭുതകരമാണെന്ന് കണ്ടെത്തി. 1972-ൽ മ്യൂണിക്ക് ഒളിമ്പിക്സിൽ ചാർളി മത്സരിച്ചിരുന്നു. 100 മീറ്റർ

സ്പ്രിന്റിൽ തന്നെ. 76-ൽ അയാൾ കോച്ചിങ്ങ് തിരഞ്ഞെടുക്കുമ്പോൾ, മിടുക്കരായ അത്‌ലറ്റുകളെ തിരഞ്ഞു. ശാരീരികശേഷിയുള്ള അത്‌ല റ്റുകളിൽനിന്ന് ചാർളി സ്പ്രിന്റിൽ കുതിക്കാൻ കഴിവുള്ളവരെ തേടി ക്കൊണ്ടിരുന്നു. ആഞ്ജല ടെയ്‌ലർ, ടോണി ഷാർപ്പ്, സെസാ വില്യം തുടങ്ങിയവരെ ചാർളിക്ക് ചെറുദൂരത്തിൽ ഓടാൻ കഴിയുന്നവരായി തോന്നി. ബെന്നിനെ കിട്ടിയപ്പോൾ അയാളുടെയുള്ളിൽ ഒരു ഒളിമ്പിക് ജേതാവുണ്ടെന്ന് തോന്നി.

1984-ലെ ലോസ് ആഞ്ജലിസ് ഒളിമ്പിക്സിൽ ചാർളിയുടെ കുട്ടി കളാണ് ഹ്രസ്വദൂര ഓട്ടങ്ങളിൽ കൂടുതൽ മെഡലുകൾ നേടിയത്. ആ ഒളിമ്പിക്സിൽ ബെൻ 10.22 സെക്കന്റിൽ ഓടിയെത്തി വെള്ളിമെഡൽ നേടി. ഒളിമ്പിക്സിനിടയിൽ ബെൻ 9.7 സെക്കന്റിൽ 100 മീറ്റർ ഓടു മെന്ന് ചാർളി പറഞ്ഞിരുന്നു. അടുത്ത ഒളിമ്പിക്സാണ് തന്റെ ലക്ഷ്യ മെന്നും ചാർളി പ്രഖ്യാപിച്ചു.

ബെന്നും ചാർളിയും തമ്മിൽ മികച്ചൊരു ധാരണയുണ്ടായിരുന്നു. ഓടുക എന്നതൊഴിച്ചാൽ ബെന്നിന് പണിയൊന്നുമില്ല. ബെൻ ഭാവി യിൽ നേട്ടങ്ങൾ കൊണ്ടുവരുമെന്ന് ചാർളിക്ക് ഉറപ്പായിരുന്നു. ബെന്നിന്റെ പരിശീലനത്തിനുള്ള സ്പോൺസർ പണവും ചാർളി സ്വയം കണ്ടെത്തി. സ്റ്റാർട്ടിങ്ങ് ബ്ലോക്കിൽനിന്നുള്ള കുതിപ്പാണ് ചാർളി ആദ്യം ബെന്നിനെ പരിശീലിപ്പിച്ചത്. സ്റ്റാർട്ട് ഗൺ മുഴങ്ങുന്നതിന്റെ 0.120 സെക്കന്റിൽ തന്നെ കുതിക്കുകയായിരുന്നു ആ രീതി. അതുവരെ ഒരു സ്പ്രിന്റ് താരവും പിസ്റ്റളിന്റെ വെടിയൊച്ചയ്ക്കൊപ്പം തന്നെ ഇത്രയും വേഗത്തിൽ കുതി ച്ചിരുന്നില്ല. അതിന്റെ ആത്മവിശ്വാസത്തിലാണ് ബെൻ ഒളിമ്പിക്സി നുമുൻപ് ഇങ്ങനെ പറഞ്ഞത്. ''ഗൺഷോട്ട് മുഴങ്ങുമ്പോൾ തന്നെ മത്സരവും അവസാനിക്കും.''

പക്ഷേ ഒളിമ്പിക്സിനുമുൻപ് ഹാംസ്ട്രിങ് വലിവിൽ ബെന്നിന്റെ വലതുകാലിന്റെ ശക്തി കുറഞ്ഞു. തന്റെ ഭാവിയെക്കുറിച്ച് ബെൻ ആശങ്കാകുലനായി. 20 ദിവസം ചികിത്സ, 30 ദിവസം കഠിനപരിശീ ലനം - ഇതായിരുന്നു ചാർളിയുടെ മനസ്സിൽ. ഏറ്റവും മികച്ച ഡോക്ടർമാരുടെ സഹായത്തോടെ ചാർളി ആദ്യത്തെ പ്രശ്നം പരി ഹരിച്ചു. ഈ ഘട്ടത്തിലാണ് വിശ്വാസപ്രഘോഷകൻ ബ്രയാൻ ഫാർന മിനെ ബെൻ കാണുന്നത്. ബ്രയാന്റെ വെളിപാടുകളിൽ ബെൻ വീണു.

ജോൺസൺ ഈജിപ്ഷ്യൻ ഫറോവ കുഫുവിന്റെ പുതുജന്മമാ ണെന്ന് ഫാർനം പറഞ്ഞു. വിജയിക്കാനുള്ള വിശ്വാസശക്തികൾ ഉണർന്നിരിക്കുകയാണെന്നും ഫാർനം പറഞ്ഞു. ഫറോവ കുഫുവാണ് ഈജിപ്തിലെ ഏറ്റവും വലിയ പിരമിഡ് ഗിസയുടെ നിർമ്മാണത്തിന് നേതൃത്വം നല്കിയത്. ബെന്നിനെ അപായപ്പെടുത്തുന്ന ശക്തികൾ മത്സരിക്കാനെത്തുമെന്നും ഫാർനം പറഞ്ഞു.

പക്ഷേ, ചാർളിയുടെ പ്രശ്നം ഇതൊന്നുമല്ലായിരുന്നു. ചാർളി ഫാർനത്തിന്റെ വെളിപാടുകളിലോ വിശ്വാസചികിത്സയിലോ വിശ്വസിച്ചിരുന്നില്ല. ബെന്നിന്റെ ആദ്യത്തെ നാല് സെക്കന്റ് അയാൾക്ക് പ്രധാനമായിരുന്നു. ലിൻഫോർഡ് ക്രിസ്റ്റിയും കാൽവിൻ സ്മിത്തും ഡെന്നിസ് മിച്ചലും കാൾ ലൂയിസിനെപ്പോലെ മസിലുകളുടെ ശക്തി കെട്ടഴിച്ചുവിടുന്നതിൽ പ്രഗദ്ഭരായിരുന്നു. സ്റ്റാർട്ടിൽനിന്നുള്ള കുതിപ്പും തുടർന്നുള്ള ചാർജും വളരെ പ്രധാനമാണ്. പക്ഷേ, പേശിവലിവ് തികച്ചും അപ്രതീക്ഷിതമാണെങ്കിലും അത് എങ്ങനെയെങ്കിലും മറികടക്കാനായിരുന്നു ചാർളിയുടെ ശ്രമം. കൂടുതൽ ഊർജ്ജം സംഭരിക്കാനുള്ള മറുവഴികൾ ആരാണ് കണ്ടെത്തിയതെന്ന് ഇന്നും അജ്ഞാതമാണ്. നിരോധിക്കപ്പെട്ട ഉത്തേജക ഔഷധം സ്റ്റോനോസോളോൻ ആണ് ബെൻ ഉപയോഗിച്ചത്.

സോളിൽ ബെൻ ജോൺസനോടൊപ്പം ഓടിയ സെസായ് വില്യംസും ചാർളിയുടെ ശിഷ്യനായിരുന്നു. ഇപ്പോൾ റെഡ്ക്രോസിന്റെ പ്രവർത്തകനായ സെസായ് പറയുന്നത് താനും ഉത്തേജകമരുന്ന് ഉപയോഗിച്ചിരുന്നുവെന്നാണ്. ഈ അനാബോളിക് സ്റ്റിറോയ്ഡ് സ്റ്റാനോസോളോൻ തന്നെയായിരുന്നു. സോൾ ഒളിമ്പിക്സിനുശേഷമുള്ള ചാർളിയുടെ കാലം ദയനീയമായിരുന്നു. പരിശീലകസ്ഥാനത്തിന് ആജീവനാന്ത വിലക്ക് വന്ന ചാർളി കായികരംഗത്ത് തിരസ്കൃതനായി. അർബുദം ബാധിച്ച് ചാർളി മരിക്കുന്നതിനു മുൻപ് ബെൻ പഴയ പരിശീലകനെ പല തവണ കണ്ടു. 2010 ൽ ചാർളി മരണമടഞ്ഞു.

വിവാദങ്ങളുടേയും വേലിയേറ്റങ്ങളുടേയും പിന്നാമ്പുറങ്ങളിലാണ് ജോൺസൺ പിന്നേയും ജീവിച്ചത്.

1991-ൽ ജോൺസന്റെ സസ്പെൻഷൻ അവസാനിച്ചു. ഹാമിൽട്ടൻ ഇൻഡോർ ഗെയിംസിൽ ബെൻ പങ്കെടുത്തു. അമ്പതു മീറ്റർ രണ്ടാമനായാണ് ബെൻ ഫിനിഷ് ചെയ്തത്. ഹാമിൽട്ടൻ സ്റ്റേഡിയത്തിന്റെ ചരിത്രത്തിലെ ഏറ്റവും വലിയ ആൾക്കൂട്ടമാണ് ആ മത്സരം കാണാനെത്തിയത്.ടോക്കിയോ വേൾഡ് അത്‌ലറ്റിക് മീറ്റിൽ ക്വാളിഫൈ ചെയ്യാൻ ജോൺസന് കഴിഞ്ഞില്ല. തിരിച്ചുവരവിന്റെ ഊർജ്ജം തന്നിൽനിന്ന് ചോർന്നുപോകുന്നതായി ജോൺസൺ മനസ്സിലാക്കിയിരുന്നു. 1992-ലെ ബാർസലോണ ഒളിമ്പിക് ടീമിലേക്ക് ബെൻ കടന്നുവന്നുവെങ്കിലും നൂറു മീറ്ററിന്റെ സെമി ഫൈനലിൽ അവസാനമായാണ് ഫിനിഷ് ചെയ്തത്.

ഫ്രാൻസിൽ നടന്ന ഒരു ഇൻഡോർ ഗെയിംസിൽ 50 മീറ്ററിൽ ജോൺസൺ വിജയിച്ചിരുന്നു. പക്ഷേ വീണ്ടും ജോൺസൺ ഉത്തേജക വിവാദത്തിൽ കുടുങ്ങി. ഇത്തവണ ഐ.എ.എ.എഫ്. ആജീവനാന്ത വിലക്കാണ് ഏർപ്പെടുത്തിയത്.

എന്നാൽ 1999 ലോക അത്‌ലറ്റിക് ഫെഡറേഷൻ ബെന്നിന് തിരിച്ചുവരവിനുള്ള പ്രതീക്ഷ വീണ്ടും നല്കി. നടപടിക്രമങ്ങളിലുള്ള വീഴ്ചകൾ മൂലം നിരോധനത്തെ ചോദ്യം ചെയ്യാനുള്ള അവസരം ജോൺസണ് കിട്ടി. ഇതനുസരിച്ച് കനേഡിയൻ മീറ്റുകളിൽ ജോൺസണ് ഓടാമെന്നായി. പക്ഷേ കനേഡിയൻ താരങ്ങൾ ജോൺസൺ പങ്കെടുത്ത മീറ്റുകളിൽ പങ്കെടുക്കാതെ മാറി നിന്നു. സ്വന്തം രാജ്യത്തുനിന്നുള്ള മന്ത്രി തന്നെ ബെന്നിനെ അപഹസിച്ചു.

1999 ൽ ഒൺടാരിയോയിലെ കിച്ച്നറിൽ നടന്ന മത്സരത്തിൽ ബെൻ ഏകനായാണ് ഓടിയത്. പതിനൊന്ന് സെക്കന്റായിരുന്നു നൂറുമീറ്റർ ഓടിയെത്തിയ സമയം. പക്ഷേ ജോൺസൺ വീണ്ടും ഉത്തേജകത്തിന്റെ കുരുക്കിൽ വീണു. കരകയറുവാനാവാത്ത ഉത്തേജകത്തിന്റെ വാരിക്കുഴിയിൽനിന്ന് ഈ കനേഡിയന് മോചനം ലഭിച്ചില്ല. ഓട്ടത്തിന്റെ ലോകത്തുനിന്ന് അങ്ങനെ അയാൾ സ്വയം ബഹിഷ്കൃതനായി. പക്ഷേ, അയാൾ വീണ്ടും വാർത്തകളിൽ ഇടം പിടിച്ചുകൊണ്ടിരുന്നു. ലിബിയയിലെ മുവമ്മർ ഗദ്ദാഫിയുടെ മകന്റെ ഫുട്ബോൾ കോച്ചായും ന്യൂയോർക്കിൽ മറഡോണയുടെ ട്രെയ്നറായും കുതിരയോടൊപ്പവും കാറിനോടൊപ്പവും ഓടിയും ബെൻ പിന്നെയും വാർത്തയായി.

2004-ൽ ബെന്നിന്റെ അമ്മ ഗ്ലോറിയ മരിച്ചു. ഇപ്പോൾ മക്കളോടൊപ്പം ഒൺടാരിയോയിൽ ജീവിക്കുന്നു. ബെൻ ജോൺസന്റെ അവസാനത്തെ ഓട്ടം ഒരു കള്ളന് പിന്നാലെയായിരുന്നു. റോമിൽ തന്റെ പഴ്സുമായി കള്ളൻ ഓടിയപ്പോൾ ബെൻ പിന്നാലെ ഓടി. പഴ്സിൽ 7500 ഡോളറുണ്ടായിരുന്നു. ഏതോ ഇടവഴിയിൽവെച്ച് കള്ളൻ അപ്രത്യക്ഷനായി. അവിടെയും ബെൻ പരാജയപ്പെട്ടു.

■

ചുരുട്ടിയ മുഷ്ടിയുടെ രാഷ്ട്രീയം

7300 അടി തുംഗത (ആൾട്ടിട്യൂഡ്) യുള്ള മെക്സിക്കോ ഒളിമ്പിക് സ്റ്റേഡിയത്തിൽ അമേരിക്കയുടെ ദേശീയഗാനം ഉയർന്നുകൊണ്ടിരിക്കെ, വിജയപീഠത്തിൽനിന്ന ടോമി സ്മിത്തിന്റെ ചുരുട്ടിപ്പിടിച്ച വലതുമുഷ്ടി പതുക്കെ ആകാശത്തിലേക്കുയർന്നു. മുഷ്ടി ഉയർത്തിപ്പിടിക്കവെ സ്മിത്ത് തലതാഴ്ത്തി. പിന്നാലെ ജോൺ കാർളോസിന്റെ ഇടതുകരം പതുക്കെ ഉയർന്നു. കാർളോസും ശിരസ്സ് കുനിച്ചിരുന്നു. വിജയപീഠത്തിലുണ്ടായിരുന്ന മൂന്നാമത്തെയാൾ ഓസ്ട്രേലിയക്കാരൻ പീറ്റർ നോർമൻ തന്റെ ജാക്കറ്റിൽ മനുഷ്യാവകാശ സംരക്ഷണത്തിന്റെ വെളുത്ത ബാഡ്ജും അണിഞ്ഞുനിന്നു.

ആ ചിത്രമെടുക്കാൻ ലൈഫ് ഫോട്ടോഗ്രാഫർ ജോൺ ഡൊമിനിസ് ക്യാമറ തെല്ല് ആകാശത്തിലേക്കുയർത്തി. സ്മിത്തിന്റേയും കാർലോസിന്റേയും കരങ്ങളുടെ ആംഗിൾ കൃത്യമായി ഫോക്കസ് ചെയ്ത് ഡൊമിനിസ് ക്ലിക്ക് ചെയ്തു.

അതൊരു അഭിവാദ്യമായിരുന്നു. ലോകം ഏറ്റവും കൂടുതൽ ചർച്ച ചെയ്ത അഭിവാദ്യം. അതൊരു ഐക്യദാർഢ്യ പ്രസ്താവനയായിരുന്നു. ലോകത്തെമ്പാടുമുള്ള അധ്വാനിക്കുന്ന ജനങ്ങൾ അഭിവാദ്യം ചെയ്യുന്ന രീതി. ചുരുട്ടിപ്പിടിച്ച മുഷ്ടി കരുതലിന്റെ ചിഹ്നമാണ്. ലോകത്തിലെ ഏറ്റവും നിശ്ശബ്ദമായ ആ അഭിവാദ്യത്തിന് പിന്നിൽ നീറിപ്പിടിച്ച വേദനയുടെ നീറ്റലുണ്ടായിരുന്നു. ലോകം അതിനെ ബ്ലാക്ക് പവർ സല്യൂട്ട് എന്നാണ് വിളിച്ചത്.

1968 മെക്സിക്കോ ഒളിമ്പിക്സിൽ ഒക്ടോബർ പതിനാറിന് നടന്ന ആ മെഡൽ വിതരണ പരിപാടി തുടക്കത്തിൽ ക്രോധവും പരിഹാസവും ഉത്കണ്ഠയും പ്രതിഷേധവുമൊക്കെയാണ് ജനിപ്പിച്ചതെങ്കിലും പിന്നീടത് മനുഷ്യവംശത്തിന്റെ ചരിത്രത്തിലെ ഏറ്റവും വാചാലമായ രാഷ്ട്രീയ പ്രസ്താവനയായി മാറി.

ദേശീയഗാനം കഴിഞ്ഞപ്പോൾ സ്റ്റേഡിയത്തിലെ കാണികൾ അവരെ കൂകിവിളിച്ചു. ഒളിമ്പിക്സിന്റെ അച്ചടക്കസമിതി അടിയന്തരയോഗം

ചേർന്നു. കറുത്ത ഗ്ലാസ് ധരിച്ചാണ് സ്മിത്തും കാർളോസും തങ്ങളുടെ പ്രകടനം നടത്തിയതെന്ന് സമിതിക്ക് ബോധ്യമായി. സ്മിത്ത് കഴുത്തിൽ ഒരു സ്കാർഫ് ധരിച്ചിരുന്നു. കാർളോസാകട്ടെ ജാക്കറ്റ് പ്രകോപനപരമായി തുറന്നിട്ടിരുന്നു. അത് ഒളിമ്പിക് മര്യാദകൾക്ക് വിരുദ്ധമാണ്. ഡൊമിനിസ് പകർത്തിയതും മറ്റ് ഫോട്ടോഗ്രാഫർമാർ ക്ലിക്ക് ചെയ്തതും ഒരേ ചിത്രമായിരുന്നെങ്കിലും ഡൊമിനിസിന്റെ ആംഗിൾ ആ ചിത്രത്തിന് മറ്റൊരു മാനം പകർന്നു. അതൊരു രാഷ്ട്രീയനാടകം മാത്രമല്ല, ലോകത്തോടുള്ള അഭ്യർത്ഥന കൂടിയായിരുന്നുവെന്ന് ധ്വനിപ്പിക്കുന്നതായിരുന്നു ലൈഫ് മാസികയിൽ വന്ന ഡൊമിനിസിന്റെ ചിത്രം. തൊട്ടുപിന്നാലെ അമേരിക്കയിൽ മറ്റൊരു രംഗം അരങ്ങേറി. ദേശീയഗാനം പാടിക്കൊണ്ടിരിക്കെ അമേരിക്കൻ ഫുട്ബോൾ ലീഗിലെ റഗ്ബി താരങ്ങൾ മുട്ടുകുത്തിനിന്ന് പൊലീസ് അതിക്രമത്തിനെതിരേ പ്രതിഷേധിച്ചു.

കറുത്തവർക്കെതിരായ നിയമത്തിന്റെ കാർക്കശ്യങ്ങൾ, പൊലീസിന്റെ വിദ്വേഷം നിറഞ്ഞ ക്രൂരഭേദ്യങ്ങൾ, കലാലയങ്ങളിലെ കറുപ്പ് -വെളുപ്പ് വിഭജനങ്ങൾ, പൊതു ഇടങ്ങളിലെ മാറ്റിനിർത്തൽ എന്നിവ അമേരിക്കയുടെ സാമൂഹിക ജീവിതത്തിലെ ഇരുണ്ട വശങ്ങളാണെന്ന് ലോകത്തിന് ബോധ്യമായി. സ്വാതന്ത്ര്യത്തിന്റേയും നീതിയുടേയും ലോകങ്ങൾ നിഷേധിക്കപ്പെടുന്നതിന്റെ അർത്ഥവത്തായ പ്രഖ്യാപനമാണ് ആ ഉയർത്തിപ്പിടിച്ച മുഷ്ടിയിലൂടെ ലോകം വായിച്ചെടുത്തത്.

ബ്ലാക്ക് പവർ സല്യൂട്ടിനെ വിമർശിച്ച അമേരിക്കൻ മീഡിയയ്ക്കുപോലും പിന്നീട് തങ്ങളുടെ വാക്കുകൾ വിഴുങ്ങേണ്ടിവന്നു. ടോമി സ്മിത്ത് വെറുമൊരു അത്‌ലറ്റ് മാത്രമല്ല, ഒളിമ്പിക്സിൽ 200 മീറ്റർ ലോക റെക്കോർഡ് തകർത്ത താരം കൂടിയാണെന്ന് ഓർമ്മവേണമെന്ന് പൗരാവകാശനേതാവ് ഹാരി എഡ്വേർഡ്സ് മാധ്യമങ്ങളെ ഓർമ്മിപ്പിക്കുകയും ചെയ്തു. മെക്സിക്കോ ഒളിമ്പിക്സിലെ വിഖ്യാതമായ പ്രകടനങ്ങൾ മുഴുവനും ബ്ലാക്ക് പവർ സല്യൂട്ടിലൂടെ പിൻനിരയിലായി. ഡിക്ക് ഫോസ്ഫെറി, തന്റെ പേര് അനശ്വരമാക്കിയ ഫോസ്ഫെറിച്ചാട്ടം പരിചയപ്പെടുത്തിയതും ബോബ് ബീമോണിന്റെ വിസ്മയകരമായ ലോങ്ജമ്പും ചെക്ക് താരം വെരാ കാസ്ലാവസ്ക, രാജ്യത്തിനുവേണ്ടി മെഡലുകൾ വാരിയതുമൊക്കെ ചരിത്രമായെങ്കിലും ബ്ലാക്ക് പവർ സല്യൂട്ട് ഒളിമ്പിക് ചരിത്രത്തിലെ കനൽക്കാറ്റായി മാറി.

അമേരിക്കയാവട്ടെ ബ്ലാക്ക് പവർ സല്യൂട്ടോടെ കൂടുതൽ പ്രതിരോധത്തിലായി. വിയറ്റ്നാം യുദ്ധം അമേരിക്കയുടെ കൈ പൊള്ളിച്ചുകൊണ്ടിരുന്നു. അമേരിക്കൻ നഗരങ്ങളിൽ കറുത്തവർക്കെതിരേ പൊലീസ് നിരന്തരം കൈയേറ്റങ്ങൾ നടത്തി. മാർട്ടിൻ ലൂതർ കിങ്ങിന്റേയും റോബർട്ട് കെന്നഡിയുടേയും വധമാകട്ടെ അമേരിക്കയെ

2
3

പ്രതിക്കൂട്ടിലാക്കി. അമേരിക്കൻ ഭരണകൂടത്തെ പ്രതിനായകനായി ലോകം നോക്കിക്കണ്ട കാലമാണിത്. അതിന് പിന്നാലെ വന്ന ബ്ലാക്ക് പവർ സല്യൂട്ട് അമേരിക്കയെ വേട്ടക്കാരനായി ചിത്രീകരിച്ചു.

വിഖ്യാതമായ ആ ചിത്രം പകർത്തിയ ഡൊമിനിസ് 2013 ൽ മരണമടഞ്ഞിരുന്നു. മരണത്തിന് മുൻപ് സ്മിത്ത്സോണിയൻ മാസികയുടെ ഒരഭിമുഖത്തിൽ ഡൊമിനിസ് പറഞ്ഞു. ചിത്രം എടുക്കുമ്പോൾ അതൊരു മഹത്തായ വാർത്താചിത്രമാകുമെന്ന് വിചാരിച്ചതേയില്ല. മറ്റു ഫോട്ടോഗ്രാഫർമാർ ചിത്രം പകർത്തിയെങ്കിലും ഡൊമിനിസിന്റെ ഇമേജായിരുന്നു കൂടുതൽ ശക്തം.

അത് ശോകപൂർണമായ ഒരു നിലവിളി പോലെയായിരുന്നു - ഡൊമിനിസ് പിന്നീട് കൂട്ടിച്ചേർത്തു.

ടോമി സ്മിത്ത് 2016 ൽ പറഞ്ഞത് ആ പ്രതിഷേധം, സ്വാതന്ത്ര്യത്തിനായുള്ള നീണ്ട കരച്ചിൽ മാത്രമായിരുന്നു എന്നാണ്. അതിൽ ക്രോധമില്ല, പ്രതിഷേധം പോലുമില്ല. ലോകമെമ്പാടുമുള്ള പതിതരുടെ അവസ്ഥയാണ്.

ഒളിമ്പിക്സിന്റെ ചരിത്രത്തിൽ കൃത്യമായി ആസൂത്രണം ചെയ്ത ഒരു പ്രതിഷേധമായിരുന്നു അത്. ടോമി സ്മിത്തും ജോൺ കാർളോസും മെക്സിക്കോയിൽ എത്തുന്നതുതന്നെ 200 മീറ്ററിൽ കരുത്തു കാണിക്കാനാണ്.

വംശീയ വിദ്വേഷത്തിന്റെ നാളുകളിലാണ് ടോമി സ്മിത്ത് ജനിക്കുന്നത്. റിച്ചാർഡ് സ്മിത്തിന്റേയും ഡോറയുടേയും പന്ത്രണ്ട് മക്കളിൽ ഏഴാമനായി ജനിച്ച ടോമി, ചെറുപ്രായത്തിൽ കടുത്ത ന്യുമോണിയ ബാധിച്ച് ദുരിതത്തിലായി. എങ്കിലും മകന്റെ ഉത്സാഹം കണ്ട് മാതാപിതാക്കൾ അവനെ കളിക്കാൻ വിട്ടു. ക്ലാർക്ക്സ് വില്ലെയിൽ അപ്രശസ്തമായ ഒരു അത്‌ലറ്റിക് ക്ലബ്ബിൽ ചേർന്ന ടോമി ആദ്യം അമേരിക്കൻ ഫുട്ബോളിലാണ് (റഗ്ബി) ഭാഗ്യം പരീക്ഷിച്ചത്. പിന്നീട് ബാസ്ക്കറ്റ് ബോളിലേക്ക് മാറി. അക്കാലത്തെ കറുത്ത വർഗ്ഗക്കാരായ കുട്ടികൾ അവസരം തേടിയിരുന്നത് ഫുട്ബോളിലും (റഗ്ബി) ബാസ്കറ്റ് ബോളിലുമായിരുന്നു. കാലിഫോർണിയയിലെ ലെമർ ഹൈസ്കൂളിൽ നിന്ന് ടെക്സാസ് സാൻജോസ് യൂണിവേഴ്സിറ്റിയിലേക്കുള്ള ടോമിയുടെ യാത്ര ഒരു സ്കോളർഷിപ്പിന്റെ പിൻബലത്തിലായിരുന്നു. ബാസ്കറ്റ്ബോളിൽ അസാമാന്യമായ വേഗത്തിൽ പന്തുമായി ഓടുന്ന ടോമിയെ കോച്ച് ബഡ് വിന്റർ കണ്ടെത്തിയതോടെയാണ് ടോമി സ്പ്രിന്റിലേക്ക് തിരിയുന്നത്. 200 മീറ്റർ ഡാഷിൽ ടോമി വളരെ വേഗത്തിൽ സർവ്വകലാശാല റെക്കോർഡുകൾ സ്ഥാപിച്ചു. 1967-ൽ ലോക യൂണിവേഴ്സാഡിൽ ലോകറെക്കോർഡോടെ ടോമി സ്വർണവും നേടി.

ഈ ഘട്ടത്തിലാണ് യൂണിവേഴ്സിറ്റിയിൽത്തന്നെ ടോമിക്ക് എതിരാളിയായി ജോൺ കാർളോസ് എത്തുന്നത്. ന്യൂയോർക്കിയെ ഹാർലെമിൽനിന്നാണ് ജോൺ സാൻജോസ് സ്റ്റേറ്റ് കോളേജിൽ എത്തുന്നത്. രണ്ടുപേരുടേയും പരിശീലകൻ ബഡ്വിന്റർ തന്നെയായിരുന്നു.

ക്യൂബയിൽനിന്നുള്ള മാതാപിതാക്കളുടെ മകനായ കാർളോസ് തുടക്കത്തിൽ ടോമിയുടെ റെക്കോർഡ് തിരുത്തിയെഴുതിയിരുന്നു. ടെക്സാസ് മീറ്റിൽ നൂറിലും ഇരുന്നൂറിലും റിലേയിലും കാർളോസ് സ്വർണം നേടി. ലേക്ക് താഹോയിൽ നടന്ന ഒളിമ്പിക് ട്രയൽസിലും 19.92 സെക്കന്റിന്റെ പുതിയ സമയം കാർളോസ് കണ്ടെത്തിയിരുന്നു.

കോളേജിൽ സോഷ്യോളജി പ്രൊഫസറും പൗരാവകാശപ്രസ്ഥാനങ്ങളുടെ നേതാവുമായ ഹാരി എഡ്വേർഡിന് ടോമിയുടേയും കാർളോസിന്റേയും ഒളിമ്പിക് മെഡൽ സാധ്യതകൾ അറിയാമായിരുന്നു. അമേരിക്കൻ ഭരണകൂടവും പൊലീസും കറുത്ത വർഗ്ഗക്കാരുടെ അവകാശങ്ങൾ നിരന്തരം ഹനിക്കുന്നത് ഹാരി പലയിടത്തും ചൂണ്ടിക്കാട്ടിയിരുന്നു. ഈ പ്രതിഷേധം ലോകത്തിന്റെ മുൻപിൽ അവതരിപ്പിക്കാനുള്ള മികച്ച വേദിയായാണ് ഒളിമ്പിക്സിനെ, ഒരു കായികതാരം കൂടിയായ ഹാരി കണ്ടത്.

അതേസമയം ഒളിമ്പിക്സിൽ നിന്ന് അമേരിക്ക പിന്മാറണമെന്നായിരുന്നു ടോമിയുടേയും കാർളോസിന്റേയും ആവശ്യം. അവർ നാല് ആവശ്യങ്ങളാണ് മുൻപിൽവെച്ചത്. മെക്സിക്കോ സൗത്ത് ആഫ്രിക്കയെ

ടോമി സ്മിത്ത്

ഒളിമ്പിക്സിലേക്ക് ക്ഷണിക്കരുത്. ഒളിമ്പിക് കമ്മിറ്റി മരവിപ്പിച്ച മുഹമ്മദ് അലിയുടെ ഹെവി വെയ്റ്റ് ബോക്സിങ്ങ് കിരീടം നിലനിർത്തണം. ഒളിമ്പിക് കമ്മിറ്റിയുടെ പ്രസിഡന്റായ എവരി ബ്രണ്ടാഷ്. ആ സ്ഥാനം ഒഴിയണം. കൂടുതൽ ആഫ്രോ അമേരിക്കൻ കോച്ചുകളെ അനുവദിക്കണം.

ഹാരി എഡ്വേർജ്സ് ജന്മം നല്കിയ ഒളിമ്പിക് പ്രൊജക്റ്റ് ഫോർ ഹ്യൂമേൻ റൈറ്റ്സ് സംഘടനയിൽ ടോമി സ്മിത്ത് ഈ ആവശ്യങ്ങൾ ഉന്നയിച്ചു. അതിനുവേണ്ട പ്രചാരവേല നടത്തണമെന്നും ടോമി ആവശ്യപ്പെട്ടിരുന്നു. എന്നാൽ ഇത് അത്രവേഗം പരിഗണിക്കപ്പെടില്ലെന്ന് വന്നതോടെ സ്മിത്ത് പ്രതിഷേധിക്കാൻ പുതുമാർഗ്ഗങ്ങൾ തേടുകയായിരുന്നു. അമേരിക്കയിലേയും മറ്റു രാജ്യങ്ങളിലേയും ദാരിദ്ര്യത്തിനെതിരേ ഉറച്ച സന്ദേശം നല്കുക എന്ന ലക്ഷ്യത്തോടെയാണ് സ്മിത്ത് മെക്സിക്കോയിലേക്ക് പറന്നത്.

മെക്സിക്കോയിലെ 200 മീറ്റർ മത്സരത്തിൽ വിജയിക്കുമെന്ന കാര്യത്തിൽ സ്മിത്തിന് യാതൊരു സംശയവുമുണ്ടായിരുന്നില്ല. സ്മിത്തിന്റെ അപാരമായ ഇച്ഛാശക്തി 200 മീറ്ററിന്റെ ഫൈനലിൽ തെളിഞ്ഞുനിന്നു. തുടക്കത്തിൽ പിന്നിലായെങ്കിലും ആദ്യത്തെ 25 മീറ്ററിനുള്ളിൽ ഗതിവേഗം കണ്ടെത്തിയ സ്മിത്ത് വ്യക്തമായ പദ്ധതിയോടുകൂടിയാണ് ഓടിയത്. സ്മിത്തിന് പിന്നാലെ ഓടിയ കാർളോസിന് ഒരിക്കലും സ്മിത്തിനോട് ഒപ്പമെത്താൻ കഴിഞ്ഞില്ല. അവസാനത്തെ പത്തുമീറ്ററിൽ പീറ്റർ നോർമൻ മുന്നിലേക്ക് കുതിച്ച് കരുത്തു കാട്ടുകയും ചെയ്തു. 200 മീറ്ററിൽ സ്മിത്ത് 19.83 സെക്കന്റിന്റെ പുതിയ ലോക റെക്കോർഡ് സ്ഥാപിക്കുകയും ചെയ്തു. ഒളിമ്പിക്സിൽ 20 സെക്കന്റിൽ താഴെ ഓടുന്ന ആദ്യത്തെ താരമായി സ്മിത്ത്. നോർമനായിരുന്നു വെള്ളി മെഡൽ. അവസാന നിമിഷത്തിൽ കാർളോസ് മൂന്നാമതായി.

സമ്മാനദാനച്ചടങ്ങിനെക്കുറിച്ച് ഒളിമ്പിക് ഗ്രാമത്തിൽവെച്ച് മീറ്റിന്റെ ഒരു ഒഫീഷ്യൽ അറിയച്ചപ്പോൾ തന്റെ യഥാർത്ഥ മീറ്റ് വരാനിരിക്കുന്നതേയുള്ളൂ എന്ന് സ്മിത്തിന് തോന്നി.

''സർവ്വശക്തിയുമെടുത്ത് ഞാൻ കുതിക്കുമ്പോൾ ലോകമെമ്പാടും ആക്രമിക്കപ്പെടുകയും ചവിട്ടിയരയ്ക്കപ്പെടുകയും ചെയ്യുന്ന ജനങ്ങളുടെ മുഖം എന്റെ മനസ്സിലുണ്ടായിരുന്നു. അവർ നേരിടുന്ന വിശപ്പ്, അപമാനം, അസ്പൃശ്യത എന്നിവ ലോകത്തിന് കാട്ടിക്കൊടുക്കണമെന്ന് എന്റെ മനസ്സ് നിരന്തരം പറഞ്ഞു - പില്ക്കാലത്ത് സ്മിത്ത് എഴുതി.

ആദ്യം സ്മിത്തും കാർളോസും നോർമനോടാണ് ഇക്കാര്യം പറഞ്ഞത്. പ്രതിഷേധത്തിന്റെ വ്യാപ്തിയാലോചിച്ചപ്പോൾ നോർമൻ നടുങ്ങി.

കാർളോസ്

നിങ്ങളുടെ അത്‌ലറ്റിക് സ്വപ്നങ്ങൾക്ക് പിന്നീട് ജീവിതത്തിൽ ഒരു സ്ഥാനമുണ്ടാകില്ല എന്ന് നോർമൻ തറപ്പിച്ചു പറഞ്ഞു. നോർമനാണ് കറുത്ത ഗ്ലോവ് ധരിക്കണമെന്ന് നിർദ്ദേശിച്ചത്. മറ്റൊരു രാജ്യത്തിന്റെ പൗരനെന്ന നിലയ്ക്ക് തനിക്കത് ചെയ്യാനാവുകയില്ലെങ്കിലും മനുഷ്യാവകാശ സംരക്ഷണപദ്ധതിയുടെ ബാഡ്ജ് ധരിച്ചുകൊണ്ട് താൻ വിജയപീഠത്തിൽ നില്ക്കാമെന്ന് അദ്ദേഹം സമ്മതിച്ചു. 2006-ൽ ഹൃദയാഘാതം മൂലം നോർമൻ മരണമടഞ്ഞപ്പോൾ ആ ശവമഞ്ചം ചുമക്കാൻ ടോമി സ്മിത്തും ജോൺ കാർളോസും മെൽബണിൽ എത്തി.

സ്മിത്തിന്റേയും കാർളോസിന്റേയും നടപടി വലിയ പ്രതിഷേധമാണ് ജനിപ്പിച്ചത്. ഒളിമ്പിക് കമ്മിറ്റി, അത് ഗുരുതരമായ വീഴ്ചയാണെന്നും ഒളിമ്പിക് സ്പിരിറ്റിനെ അപമാനിക്കുന്നതാണെന്നും വിലയിരുത്തി. രണ്ടു ദിവസത്തിനകം ഒളിമ്പിക് ഗ്രാമം വിടണമെന്ന് സമിതി അവരോട് ആവശ്യപ്പെട്ടു.

പിന്നീട് ലോകം ആ അഭിവാദ്യത്തെ സഹർഷം സ്വാഗതം ചെയ്യുകയാണുണ്ടായത്. സ്മിത്തിനേയും കാർലോസിനേയും അയോഗ്യരാക്കിയ നടപടിപോലും പരക്കെ വിമർശിക്കപ്പെട്ടു. അമേരിക്കൻ ഒളിമ്പിക് കമ്മിറ്റി അധ്യക്ഷൻ ആവെരി ബ്രണ്ടാഷിനെതിരേയും കുറ്റപ്പെടുത്തലുണ്ടായി. 1936-ൽ ജർമ്മനിയിൽ ഒളിമ്പിക്സ് നടന്നപ്പോൾ എന്തുകൊണ്ട് നാസി സല്യൂട്ടിനെതിരെ പ്രതിഷേധിച്ചില്ലെന്ന് ചോദ്യമുയർന്നു. നാസി സല്യൂട്ട് ഒരു ആതിഥേയരാഷ്ട്രത്തിന്റെ അഭിവാദനരീതിയാണെന്ന് ബ്രണ്ടാഷ് വാദിച്ചെങ്കിലും അതിനെ പിന്താങ്ങാൻ അധികമാരും തയ്യാറായില്ല. എന്നാൽ ടൈം മാസികയും സി.ബി.എസ്. സ്പോർട്സുമെല്ലാം ബ്ലാക്ക് ഒളിമ്പിക് സല്യൂട്ടിനെ വിമർശിക്കുകയാണ് ചെയ്തത്.

പക്ഷേ ലോകം അതിനെ വേറിട്ടൊരു പ്രതിഷേധം തന്നെയായാണ് കണ്ടത്. അത് സ്വാതന്ത്ര്യത്തിനുവേണ്ടിയുള്ള അഭിവാദ്യമാണെന്നായിരുന്നു എച്ച്.ബി.ഒ. തയ്യാറാക്കിയ പ്രത്യേക ഡോക്യുമെന്ററിയിൽ വിശേഷിപ്പിച്ചത്. ക്രമേണ അത് നീതിക്കും തുല്യതയ്ക്കും വേണ്ടിയുള്ള കറുത്തവന്റെ ആത്മരോഷമായി വിശേഷിപ്പിക്കപ്പെട്ടു. ഒളിമ്പിക് ചാമ്പ്യൻ റാൽഫ് ബോസ്റ്റൺ സ്മിത്തിന്റേയും കാർളോസിന്റെ നടപടിയെ വാഴ്ത്തുകയാണ് ചെയ്തത്. ലോകം വളരെ ഹൃദയവേദനയോടെയാണ് ആ അഭിവാദ്യത്തെ കണ്ടത്. അമേരിക്ക മാത്രമാണ് അതിനെ പ്രതികൂലമായി വിലയിരുത്തിയത്. മനുഷ്യരുള്ള കാലം വരെ ആ സല്യൂട്ട് ആദരിക്കപ്പെടും. സ്മിത്ത് പിന്നീട് ഒരു അഭിമുഖത്തിൽ തങ്ങൾ അന്തിക്രിസ്തുമാരല്ലെന്ന് തിരിച്ചടിച്ചു. ലോകത്തിന്റെ അസമത്വത്തിലേക്ക് വെളിച്ചം വീശുന്നതാണ് അവരുടെ നടപടി.

സ്മിത്തും കാർളോസും പില്ക്കാലത്ത് അമേരിക്കൻ ഫുട്ബോൾ ലീഗിലേക്ക് മാറി. സ്മിത്ത് സോഷ്യോളജിയിൽ മികച്ച വിജയം നേടി. പിന്നാലെ ഫിസിക്കൽ എജുക്കേഷനിൽ ഉന്നതബിരുദം കരസ്ഥമാക്കി. സാന്താമോണിക്ക കോളേജിൽ സോഷ്യോളജി പ്രൊഫസറായി ജോലി ചെയ്തു. എഴുപതുകളിൽ കാർലോസ് കനേഡിയൻ ഫുട്ബോൾ ലീഗിൽ തിളങ്ങുന്ന താരമായിരുന്നു. പിന്നീട് ചെറിയൊരു ഇടവേളയിൽ പ്രതിസന്ധിയിലേക്ക് വീണുപോയെങ്കിലും പാം സ്പ്രിങ്ങിൽ ഒരു കൗൺസിലറായി തിരിച്ചുവന്നു. 2008-ൽ അവർക്കിരുവർക്കും ആർതർ ആഷെ അവാർഡ് ലഭിച്ചു. 1984-ൽ കാർളോസ് ലോസ് ആഞ്ജലസ് ഒളിമ്പിക് കമ്മിറ്റിയുടെ സംഘാടകരിലൊരാളായി പ്രവർത്തിച്ചു.

സാൻജോസ് സ്റ്റേറ്റ് യൂണിവേഴ്സിറ്റി അവരെ ആദരിച്ചത് മറ്റൊരു രീതിയിലാണ്. സർവകലാശാലയുടെ മുൻപിൽ ആർട്ടിസ്റ്റ് റിഗോയുടെ ശില്പിയായ എറിക് ഗ്രേറ്റ്സ്, ബ്ലാക് പവർ സല്യൂട്ട് ഒരു ശില്പമായി പുനരാവിഷ്കരിച്ചു. ഈ ശില്പത്തിൽ പക്ഷേ, പീറ്റർ നോർമൻ മാത്രമില്ല. സ്മിത്തിന്റേയും കാർളോസിന്റേയും അഭിവാദ്യത്തോട് സാഹോദര്യം പ്രകടിപ്പിച്ച നോർമന്റെ സ്ഥാനത്ത് ഏത് സന്ദർശകനും നിന്ന് ഐക്യദാർഢ്യം പ്രഖ്യാപിക്കാം. ഓസ്ട്രേലിയയിലെ സിഡ്നിയിലുള്ള ന്യൂടൗൺ സിറ്റിയിൽ നോർമന്റെ ഒരു മ്യൂറൽ മറ്റൊരു ശില്പി സ്ഥാപിച്ചിട്ടുണ്ട്. മരിക്കുന്നതിനുമുൻപ് അത് കാണാൻ നോർമൻ എത്തിയിരുന്നു. പീറ്റർ നോർമന്റെ ഐക്യദാർഢ്യത്തെ ഓസ്ട്രേലിയൻ ഒളിമ്പിക് കമ്മിറ്റി വിമർശിക്കുകയാണ് ചെയ്തത്. നോർമന് സമിതി കനത്ത താക്കീത് നല്കി. നോർമൻ ഓസ്ട്രേലിയയുടെ വർണവെറിയെ വിമർശിച്ചിരുന്ന താരമാണ്. മെക്സിക്കോയിൽനിന്ന് മടങ്ങിവന്നതിനുശേഷം നോർമൻ പ്രതികരിച്ചത് ഇങ്ങനെയാണ്. എല്ലാവരും തുല്യരായാണ് ജനിക്കുന്നത്.

എല്ലാവരേയും നാം പരിഗണിക്കേണ്ടതും തുല്യരായാണ്. ആ വാചകത്തിൽ എല്ലാമുണ്ട്. 1972 ലെ ഒളിമ്പിക് ട്രയൽസിൽ നോർമൻ മത്സരിച്ചെങ്കിലും കമ്മിറ്റി ടീമിലെടുത്തില്ല. പതിമൂന്ന് തവണ അദ്ദേഹം ഓസ്ട്രേലിയയുടെ 200 മീറ്റർ യോഗ്യതാസമയം മറികടന്നിരുന്നു.

സിഡ്നി ഒളിമ്പിക്സിൽ നോർമനെ അതിഥിയായി ക്ഷണിച്ചിരുന്നു. യു.എസ്. അത്‌ലറ്റിക് സംഘം നോർമനെ കണ്ടപ്പോൾ ലോക റെക്കോർഡ് താരം മൈക്കേൽ ജോൺസൺ ഉറക്കെ വിളിച്ചുപറഞ്ഞു. നോർമൻ നിങ്ങളാണ് എന്റെ ഹീറോ 1968-ന്റെ സ്മരണയിൽ സ്മിത്തും കാർളോസും ഇന്നും ജീവിക്കുന്നു. ഈയിടെയാണ് ആ പ്രതിഷേധത്തിന്റെ ചുരുളഴിഞ്ഞത്. സ്മിത്ത് ഗ്ലോവ് അണിഞ്ഞത് വലതുകരത്തിലായിരുന്നു. കാർളോസാകട്ടെ ഉയർത്തിയത് ഇടതുകരവും. കാർളോസ് ഗ്ലോവ്സ് കൊണ്ടുവരാൻ മറന്നിരുന്നു. നോർമനാണ് അത് പരിഹരിച്ചത്. സ്മിത്ത് വലതുകരത്തിൽ കൈയുറ ധരിക്കുമ്പോൾ കാർളോസ് ഇടതുകരത്തിൽ സ്മിത്ത് കൊണ്ടുവന്നത് ധരിച്ചാൽ പ്രശ്നം തീരും. നോർമനാണ് ഹീറോ! ■

സോള-ഡെക്കർ പോരാട്ടം നാണക്കേടായി പത്രാധിപരും

ദക്ഷിണാഫ്രിക്കയിലെ സ്റ്റെല്ലൻ ബോഷിലെ മൈതാനത്തിൽ സോളാ ബഡ് 5000 മീറ്റർ ഓടാനൊരുങ്ങുമ്പോൾ കാണികളിൽ പലരും സംശയിച്ചത് ആ പതിനേഴുകാരിയുടെ ശരീരശേഷിയെക്കുറിച്ചാണ്. 48 കിലോഗ്രാം മാത്രം ഭാരമുള്ള ഈ ഓട്ടക്കാരി നഗ്നപാദയായി ഓടുന്നതും അവരെ അതിശയിപ്പിച്ചു.

പക്ഷേ തണുത്ത കാറ്റ് വീശിക്കൊണ്ടിരുന്ന രാത്രിയിൽ സോള അതിവേഗം കുതിച്ചു. പുതിയൊരു 5000 മീറ്റർ ലോക റെക്കോർഡ് അവൾ സ്ഥാപിച്ചുകഴിഞ്ഞിരുന്നു. 15 മിനിറ്റ് 19 സെക്കന്റിന്റെ പുതിയ സമയം കുറിച്ച സോള തകർത്തുകളഞ്ഞത് അവളുടെ ആരാധനാ പാത്രമായ മേരി ഡെക്കറുടെ സമയമാണ്. 1984ന്റെ തുടക്കത്തിൽ നടന്ന ഈ മത്സരം പെട്ടെന്ന് വാർത്താ പ്രാധാന്യം നേടി. വർണവിവേചനത്തെ പിന്തുണയ്ക്കുന്ന ദക്ഷിണാഫ്രിക്കയുടെ താരമായതുകൊണ്ട് ആ റെക്കോർഡ് ഔദ്യോഗികരേഖകളിൽ സ്ഥാനം പിടിച്ചില്ല. എങ്കിലും ലോകം മുഴുവനും അറിഞ്ഞു. ദക്ഷിണാഫ്രിക്കയിൽ നഗ്നപാദയായി റെക്കോർഡുകൾ തകർക്കുന്ന പുതിയൊരു താരം പിറന്നിരിക്കുന്നു.

ഒരൊറ്റ ആഴ്ചയ്ക്കുള്ളിൽ അമേരിക്കയിലെ ഒൻപത് യൂണിവേഴ്സിറ്റികളിലാണ് സോളയ്ക്ക് തുടർ പരിശീലനത്തിനുള്ള സ്കോളർഷിപ്പുകൾ വെച്ചുനീട്ടിയത്. ഇറ്റലി പൗരത്വം തന്നെ വാഗ്ദാനം ചെയ്തു. എന്തിന് കോഹൻ എന്നൊരു അറുപതുകാരൻ വിവാഹവാഗ്ദാനം നടത്തി. പക്ഷേ, സ്വന്തം വീടായ ബ്ലോംഫൊണ്ടീനിലെ ഫാം ഹൗസിൽ നിന്ന് ഓടിയെത്താവുന്ന ഓറഞ്ച് ഫ്രീ സ്റ്റേറ്റ് യൂണിവേഴ്സിറ്റിയിൽ ചേരാനാണ് സോള തീരുമാനമെടുത്തത്. അവളുടെ മാതാപിതാക്കളായ ഫ്രാങ്ക് സോളയ്ക്കും ടോസിക്കും അതായിരുന്നു കൂടുതൽ സ്വീകാര്യമായത്. ബ്ലോംഫോണ്ടീനിലെ സോളയുടെ കിടപ്പുമുറിയിൽ പതിച്ച വലിയൊരു പോസ്റ്റർ മേരി ഡെക്കറിന്റേതായിരുന്നു. ഡെക്കറിനെപ്പോലെ വലിയ താരമാകണമെന്നായിരുന്നു സോളയുടെ അഭിലാഷം.

സഹോദരി ഡെന്നി ബസ്സിന്റെ മരണമാണ് സോളയെ ഓട്ടക്കാരിയാവാൻ പ്രേരിപ്പിച്ചത്. ദക്ഷിണാഫ്രിക്കയിലെ വളർന്നുവരുന്ന കായിക താരമായിരുന്നു ജെന്നി. പക്ഷേ, ഇരുപതാം വയസ്സിൽ അവൾ പനി ബാധിച്ചു മരിച്ചു. സോളയ്ക്ക് വലിയ ആഘാതമായി ആ മരണം. ആ മരണത്തിനുശേഷമാണ് സോള ഓടിത്തുടങ്ങുന്നത്.

പിന്നീട് സോളയുടെ ജീവിതത്തിന്റെ ഗതി തിരിച്ചുവിട്ട ഒരു സംഭവം ബ്രിട്ടീഷ് പാസ്പോർട്ട് നേടാനുള്ള പിതാവ് ഫ്രാങ്കിന്റെ ശ്രമമാണ്. ഫ്രാങ്കിന്റെ പിതാവ് ലണ്ടനിൽ ജനിച്ചതുകൊണ്ട് കാര്യങ്ങൾ എളുപ്പമാകുമെന്നാണ് കുടുംബം ചിന്തിച്ചത്.

ഇത് മണത്തറിഞ്ഞത് ഇംഗ്ലീഷ് ടാബ്ലോയ്ഡ് ഡെയ്‌ലി മെയ്‌ലിന്റെ സ്പോർട് ലേഖകനായ ഇയാൻ വൂൾ ബ്രിഡ്ജ് സോളയുടെ ഒരു കരിയർ റിപ്പോർട്ട് തയ്യാറാക്കുന്നതിനിടയിലാണ് ഫ്രാങ്ക് പാസ്പോർട്ടിന് അപേക്ഷിച്ച കാര്യം അറിയുന്നത്. ഇക്കാര്യം പത്രാധിപർ സർ ഡേവിഡ് ഇംഗ്ലീഷിനോട് സംസാരിച്ചപ്പോൾ ഡെയ്‌ലി മെയ്‌ലിന്റെ പെട്ടെന്നുള്ള വളർച്ചയ്ക്കുവേണ്ടി കടുത്ത ആലോചനയിലായിരുന്നു അദ്ദേഹം.

ഇംഗ്ലീഷിന്റെ തലയിൽ ഒരു കൊള്ളിയാൻ മിന്നി. പ്രധാനമന്ത്രി മാർഗരറ്റ് താച്ചറുടെ പ്രധാന ഉപദേഷ്ടാക്കളിലൊരാളും കൺസർവേറ്റീവ് പാർട്ടി അനുഭാവിയുമായിരുന്നു ഇംഗ്ലീഷ്.

ഫ്രാങ്കിന്റെ പാസ്പോർട്ടിനൊപ്പം സോളയ്ക്കും പാസ്പോർട്ട് നൽകുക, അവളെ ബ്രിട്ടീഷ് അത്‌ലറ്റാക്കുക, അതിന് വൻതോതിൽ കാംപെയ്ൻ ചെയ്യുക, സോളയെ ഒളിമ്പിക്സിലേക്ക് മത്സരിപ്പിക്കുക - പത്രാധിപരുടെ മനസ്സിൽ വലിയൊരു പദ്ധതി രൂപപ്പെട്ടു. പത്രപ്രവർത്തവും സാധ്യതകളുടെ കലയാണ്. മെയ്‌ലിന്റെ പ്രചാരത്തിന് വലിയ പിന്തുണ കിട്ടുന്ന നീക്കത്തിന് ഇംഗ്ലീഷ് വലിയ ബജറ്റ് തയ്യാറാക്കി.

പത്രാധിപർ സോളയുടെ പിതാവുമായി ഒരു കരാറുണ്ടാക്കി. വാർത്തകളും എക്സിക്ലൂസീവ് അഭിമുഖങ്ങളും പ്രസിദ്ധീകരിക്കുന്നതിന് ഫ്രാങ്കിന് ഒരു ലക്ഷം പൗണ്ടും ലണ്ടനിൽ ഒരു വീടും ഒരു ജോലിയും ഡേവിഡ് ഇംഗ്ലീഷ് വാഗ്ദാനം ചെയ്തു. സോളയ്ക്ക് ഒളിമ്പിക്സിൽ മത്സരിക്കുന്നതിനുള്ള അവസരം മെയ്ൽ തന്നെ സൃഷ്ടിച്ചെടുക്കും. സോളയ്ക്ക് അവരുടെ കോച്ച് പീറ്റർ ലബുഷാത്തെയെ ഇംഗ്ലണ്ടിലേക്ക് കൊണ്ടുവരാം.

ബ്രിട്ടനിൽ പൗരത്വം കിട്ടണമെങ്കിൽ കുറഞ്ഞത് ഒന്നേകാൽ വർഷമെങ്കിലുമെടുക്കും. പക്ഷേ, ഡേവിഡ് ഇംഗ്ലീഷിന് അത് പ്രശ്നമേ ആയിരുന്നില്ല. പത്രാധിപർ ആദ്യം പ്രധാനമന്ത്രി താച്ചറെ വിളിച്ചുപറഞ്ഞു. സോള ബഡിന് പൗരത്വം നല്കണം. സോള, അത്‌ലറ്റിക് രംഗത്തേക്ക് വന്നാലുണ്ടാകുന്ന മാറ്റങ്ങൾ അദ്ദേഹം ഒരു ചെറുകഥപോലെ നാടകീയമായി വിവരിച്ചു. പക്ഷേ ബ്രിട്ടനിലെ കായികമന്ത്രി നീൽ മകഫാർലെയ്ന് ഇക്കാര്യത്തിൽ സംശയമുണ്ടായിരുന്നു. എങ്കിലും ഡേവിഡ് ഇംഗ്ലീഷ്

പിന്മാറാൻ തയ്യാറായിരുന്നില്ല. സോളയുടെ വരവ് മെയ്‌ലിന്റെ ഒരു കുരിശുയുദ്ധമായി പത്രാധിപർ പ്രഖ്യാപിച്ചു. വർണവിവേചനം നടമാടുന്ന ഒരു രാജ്യത്തുനിന്ന് ഒരത്‌ലറ്റിനെ കൊണ്ടുവരുമ്പോൾ ബ്രിട്ടന്റെ പ്രതിച്ഛായയെ എത്രമാത്രം ബാധിക്കുമെന്ന് പലർക്കും ആശങ്കയുണ്ടായിരുന്നു. പക്ഷേ, ബ്രിട്ടീഷ് പൗരത്വത്തിനുവേണ്ടി സോള അപേക്ഷ നല്കി പത്തുദിവസം പിന്നിട്ടപ്പോൾ മെയ്‌ൽ എക്സ്ക്ലൂസീവ് വാർത്തയാക്കി. സോള ബ്രിട്ടനുവേണ്ടി ഓടുമെന്ന് മെയ്‌ൽ പ്രഖ്യാപിച്ചു. സോളയ്ക്ക് പൗരത്വം നല്കുമെന്ന് ബ്രിട്ടനും പിന്നാലെ വിശദമാക്കി. പക്ഷേ, വർണവിവേചനവിരുദ്ധർക്ക് ബ്രിട്ടന്റെ നീക്കം അസ്വീകാര്യമായിരുന്നു. ഒരു സ്വർണമെഡലിനുവേണ്ടി രാജ്യത്തിന്റെ മഹത്തായ നിലപാടുകളെ പിറകോട്ട് വലിക്കുന്ന നടപടിയായി പലരും ഇതിനെ കണ്ടു. മെയ്‌ലിന്റെ എതിരാളികളായ ഡെയ്‌ലി മിററിന്റെ തലക്കെട്ട് ഇങ്ങനെയായിരുന്നു. സോള, ഗോ ഹോം (സോള, വീട്ടിലേക്ക് പോകൂ)

സോള ബ്രിട്ടനിൽ എത്തുന്നതിനുമുമ്പ് അന്താരാഷ്ട്ര മീഡിയ, ബ്ലോംഫോണ്ടീനിൽ അവരുടെ ഫാം ഹൗസിന് മുന്നിൽ തമ്പടിച്ചു. യാഥാർത്ഥ്യബോധത്തോടെ സോളയുടെ കോച്ച് ഇത്രമാത്രമാണ് പറഞ്ഞത്.

പൗരത്വം കിട്ടിയാൽ സോള ഒളിമ്പിക്സിൽ മത്സരിക്കും. പക്ഷേ, അവൾ മേരി ഡെക്കറിന്റെ പ്രൊഫഷണൽ നിലവാരത്തിലേക്ക് ഉയർന്നിട്ടില്ല. പോരാത്തതിന് അവൾ ഓടുന്നത് നഗ്നപാദയായാണ്.

ബ്രിട്ടനിലും പുറത്തും സോളയ്ക്കെതിരെ പ്രതിഷേധം ഉയർന്നു. ഒരു പത്രത്തിന്റെ പ്രചാരണ താല്പര്യത്തിനുവേണ്ടി സോളയുടെ പൗരത്വ അപേക്ഷ ദ്രുതഗതിയിൽ കൈകാര്യം ചെയ്യുന്നതിനെ ലേബർ നേതാവ് ഡെന്നിസ് ഹോബൽ കടുത്ത ഭാഷയിലാണ് വിമർശിച്ചത്. കൂടുതൽ വിവാദങ്ങൾ ഉണ്ടാവുക എന്നതാണ് മെയ്‌ലിന്റെ താല്പര്യം. അവർ സ്പെഷ്യൽ പേജുകൾ ഇറക്കിക്കൊണ്ടിരുന്നു.

സോള ഇംഗ്ലണ്ടിൽ വന്നിറങ്ങിയതുതന്നെ വിവാദത്തോടെയാണ്. ഇംഗ്ലണ്ടിൽ വന്നത് വളരെ നന്നായിയെന്ന് സോള പറഞ്ഞു. സോള വർണവിവേചനത്തെ തള്ളിപ്പറയണമെന്ന് ചില മാധ്യമങ്ങൾ ആവശ്യപ്പെട്ടെങ്കിലും അവരതിന് തയ്യാറായില്ല.

ലോസ് ആഞ്ജലിസിൽ സോളാ ബഡിനെ കാത്തിരുന്നത് മൂന്ന് സൂപ്പർസ്റ്റാറുകളാണ്. മേരി ഡെക്കർ, വെൻഡി സ്ലൈ, മരിസിയ പുയ്ക, സോള-ഡെക്കർ പോരാട്ടത്തിന് മുൻപുതന്നെ ചാനലുകളും പത്രങ്ങളും ലോസ് ആഞ്ജലിസ് ഒളിമ്പിക്സിലെ സുപ്രധാനപോരാട്ടമായി അതിനെ വിലയിരുത്തിയിരുന്നു.

ഒളിമ്പിക്സിനു മുൻപുതന്നെ ഡെക്കറുടെ റെക്കോർഡ് സോള തകർത്തിരുന്നു.

ഡെക്കർ വീഴുന്നു. മുന്നിൽ സോള

പക്ഷേ, ലോസ് ആഞ്ജലിസ് സ്റ്റേഡിയത്തിൽ 12 പേർ മത്സരിച്ച 3000 മീറ്റർ മത്സരത്തിൽ എട്ടാമത്തെ മിനിറ്റ് എല്ലാം തകിടം മറിച്ചു. തുടക്കത്തിൽ ഡെക്കറാണ് ലീഡ് ചെയ്തതെങ്കിലും ആദ്യ ലാപ്പിൽ സോള ബഡ് മുന്നിൽ കയറി. ആ ലാപ്പിന്റെ അവസാനും ബഡും ഡെക്കറും ഏതാണ്ട് ഒപ്പം തന്നെയായിരുന്നു. തൊട്ടുപിന്നിൽ മരിസിയ പുയ്കയും വെൻഡിസ്ലൈയും അവരോടൊപ്പം ചേർന്നു. ട്രാക്ക് തിരിയുന്ന ഘട്ടത്തിൽ സോളയുടെ പിന്നിൽ ഓടിക്കൊണ്ടിരുന്ന ഡെക്കർ മുന്നോട്ടുകയറാൻ ശ്രമിച്ചു. ഇതിനിടയിൽ ഡെക്കറുടെ ബാലൻസ് തെറ്റി. വീഴാതിരിക്കാൻ ബാലൻസിനുവേണ്ടി സോള ശ്രമിച്ചപ്പോൾ ഡെക്കർ ട്രാക്കിനു പുറത്തേക്ക് വീഴുകയാണുണ്ടായത്. അപ്രതീക്ഷിതമായ ഈ ദുരന്തത്തിൽ സ്റ്റേഡിയം സ്തംഭിച്ചുപോയി. പുറത്തുവീണ ഡെക്കർ പൊട്ടിക്കരഞ്ഞപ്പോൾ ഡെക്കറുടെ ഷൂവിന്റെ ആണികൊണ്ട സോളയുടെ കണങ്കാലിൽനിന്ന് രക്തം ഒഴുകുകയായിരുന്നു. എങ്കിലും പിന്തിരിഞ്ഞുനോക്കാതെ സോള കുതിച്ചു. ഇതിനിടയിൽ പുയ്കയും വെൻഡിയും സോളയെ മറികടന്നിരുന്നു. മത്സരത്തിന്റെ ആന്റി ക്ലൈമാക്സിൽ പൂർണമായും തളർന്ന സോള ഏഴാമതായാണ് ഫിനിഷ് ചെയ്തത്. കാതടപ്പിക്കുന്ന കൂവലോടെയാണ് സ്റ്റേഡിയത്തിലെ അമേരിക്കക്കാരായ കാണികൾ സോളയെ എതിരേറ്റത്. തുടർന്നുള്ള സോളയുടെ കായികജീവിതം കാണികളുടെ നിരന്തരമായ അവഹേളനങ്ങളിലൂടെ കടന്നുപോയി. സോള തന്നെ ചവിട്ടിവീഴ്ത്തിയെന്ന് ഡെക്കർ

ഉറപ്പിച്ചുപറഞ്ഞു. എന്നാൽ അപകടത്തിനു കാരണമായ ഓട്ടം നിരന്തരം പരിശോധിച്ച ഒളിമ്പിക് ടെക്നിക്കൽ കമ്മിറ്റി അത് സോളയുടെ പിഴവല്ലെന്ന് പിന്നീട് വ്യക്തമാക്കി. മുൻപിൽ പോകുന്ന ഓട്ടക്കാരിക്ക് പിന്നിൽ വരുന്ന എതിരാളിയെ ചവിട്ടാനാവില്ല. മാത്രമല്ല, സോളയെ മറികടക്കാനുള്ള ശ്രമത്തിൽ ഡെക്കറുടെ ഷൂ സോളയുടെ കണങ്കാലിൽ തട്ടിയത് ദുരുദ്ദേശ്യപരമാണെന്ന് ആരോപണമുയരുകയും ചെയ്തു. സോള നിരപരാധിയാണെന്നാണ് കൂടെ ഓടിയ പൂയ്കയും വെൻഡിയും പറഞ്ഞത്. അപ്രതീക്ഷിതമായ ഈ അപകടത്തിൽ സോളയ്ക്കും ഡെക്കറിനും മെഡൽ നഷ്ടപ്പെട്ടു. ലോകത്തിന്റെ മുൻപിൽ നഗ്നപാദയായി ഓടി തന്റെ കഴിവ് തെളിയിക്കാൻ ശ്രമിച്ച സോള ബഡിന് പിന്നീടൊരിക്കലും ഒരു ഒളിമ്പിക് മെഡൽ നേടാനായില്ല. ഇംഗ്ലണ്ടിലേക്ക് തിരിച്ചു വന്ന സോളയ്ക്ക് വധഭീഷണിവരെ നേരിടേണ്ടി വന്നു. സോളയുടെ ജീവിതം പിന്നീടൊരിക്കലും പഴയപടിയായില്ല. 1985-ൽ ബ്രിട്ടനിലെ ഒരു ഗ്രാൻപ്രീ സർക്യൂട്ടിൽ സോള 5000 മീറ്ററിൽ ലോക റെക്കോർഡ് സ്ഥാപിച്ചു. ഒട്ടേറെ ക്രോസ് കൺട്രി മത്സരങ്ങളിൽ സോള വിജയിയായി. 1988-ലെ സോൾ ഒളിമ്പിക്സിൽ സോളയ്ക്ക് മത്സരിക്കാനായില്ല. ദക്ഷിണാഫ്രിക്കയിലെ ഒരു മത്സരവേദിയിൽ സന്ദർശകയായി പങ്കെടുത്തതിനായിരുന്നു ഒളിമ്പിക് കമ്മിറ്റിയുടെ വിലക്ക്. 1992-ലെ ഒളിമ്പിക്സിൽ ദക്ഷിണാഫ്രിക്കയെ പ്രതിനിധാനം ചെയ്ത് സോള ഓടിയെങ്കിലും ഫൈനൽസിൽ കടന്നില്ല. ഇതോടെ സോളയുടെ ഒളിമ്പിക് സ്വപ്നങ്ങൾക്ക് വിരാമമായി.

മേരി ഡെക്കർ വീണപ്പോൾ

സോളയും ഡെക്കറും പിന്നീട് കണ്ടുമുട്ടിയപ്പോൾ

പക്ഷേ, സോളയുടെ ജീവിതം ദീർഘദൂര ഓട്ടങ്ങളിൽ തന്നെയായി. ആഫ്രിക്കയിലും അമേരിക്കയിലും സോള ഒട്ടേറെ മാരത്തോണുകളിലും ക്രോസ് കൺട്രികളിലും പങ്കെടുത്തു. എങ്കിലും ജീവിതത്തിൽ തിരിച്ചടികൾ തുടർന്നു. 33 വർഷത്തെ ദാമ്പത്യത്തിനുശേഷം സോളയുടെ മാതാപിതാക്കൾ വേർപിരിഞ്ഞു. ഫ്രാങ്കിനെ പിന്നീട് ദക്ഷിണാഫ്രിക്കയിൽവെച്ച് ഒരു ജോലിക്കാരൻ വെടിവെച്ചുകൊന്നു. ഫ്രാങ്ക് ലൈംഗികമായി പീഡിപ്പിക്കാൻ ശ്രമിച്ചു എന്നായിരുന്നു പ്രതി കോടതിയിൽ പറഞ്ഞത്. ശവസംസ്കാരത്തിൽപോലും സോള പങ്കെടുത്തില്ല.

ദക്ഷിണാഫ്രിക്കയിൽ മൈക്ക് പിയറ്റേഴ്സ് എന്നൊരു ബിസിനസ് വിദഗ്ധനെ വിവാഹം കഴിച്ച സോള, മൂന്നു കുട്ടികൾക്ക് ജന്മം നല്കി. അതിനിടയിൽ പിയറ്റേഴ്സ് സോളയുമായി പിരിഞ്ഞ് പിങ്കി വെൽസർ എന്ന താരസുന്ദരിയുടെ കൂടെ താമസം തുടങ്ങി. പിയറ്റേഴ്സ് പിന്നീട് സോളയുമായി വീണ്ടും യോജിച്ചു. ഇതറിഞ്ഞ് വെൽസർ ആത്മഹത്യ ചെയ്തു.

ഇപ്പോൾ അമേരിക്കയിലെ സൗത്ത് കരോലിനയിൽ ഓട്ടക്കാരികളെ പരിശീലിപ്പിക്കുകയാണ് സോള. മേരി ഡെക്കർ 1996-ൽ ഒളിമ്പിക് ട്രയൽസിനിടയ്ക്ക് ഉത്തേജകം ഉപയോഗിച്ചതിന് പിടിക്കപ്പെട്ടു. ലോക അത്‌ലറ്റിക് ഫെഡറേഷൻ അവരെ സസ്പെന്റ് ചെയ്യുകയും ചെയ്തു. 32 വർഷത്തിനുശേഷം ഒരു സിനിമാ ഷൂട്ടിങ്ങിന്റെ വേളയിൽ സോളയും ഡെക്കറും കണ്ടുമുട്ടി. അവർ സുഹൃത്തുക്കളായി മാറി. ഇപ്പോഴും നഗ്നപാദയായി ഓടുന്ന സോളയ്ക്ക് സ്പോൺസർമാരുണ്ട്. ഷൂ നിർമ്മാണ കമ്പനികളായ ബ്രൂക്ക്സും ന്യൂട്ടനും! ■

www.ingramcontent.com/pod-product-compliance
Lightning Source LLC
LaVergne TN
LVHW101426051026
849519LV00005BC/1884
* 9 7 8 9 3 9 1 0 7 2 1 1 7 *